आपली मुले वाचवण्यासाठी असामान्य प्रयत्न करणाऱ्या एका वडिलांची हृदय पिळवटून टाकणारी कथा.

– बुकलिस्ट

आशा सोडण्यास नकार देणाऱ्या एका वडिलांची स्फूर्तिदायक कथा.

– बोस्टन ग्लोब

प्रतिकूल परिस्थितीत एका पित्याने दिलेल्या झुंजेची अविश्वसनीय कथा!

– न्यू यार्क पोस्ट

'पुलित्झर' पारितोषिक मिळविणाऱ्या आणि वॉल स्ट्रीटच्या पत्रकार असणाऱ्या 'द क्युअर'च्या लेखिका गीता आनंद यांनी उत्कृष्टपद्धतीने साध्या-सोप्या भाषेत, खूपच बारकाव्यांनिशी असाध्य रोगाविरुद्ध एका पित्याने आपल्या मुलांचे जीव वाचवण्यासाठी दिलेला लढा शब्दबद्ध केला आहे.

– बुकलिस्ट

प्रेरणादायक!!!

– रुटलॅन्ड हेराल्ड

जणू एखाद्या चित्तथरारक खेळाच्या टोकावर बसून केलेल्या सफरीची वैद्यकशास्त्रातील सत्यकथा.

– जोनाथन वेनर,
'हिज ब्रदर्स कीपर' पुस्तकाचे लेखक

विद्वत्तापूर्ण लिखाण...! ही कथा आहे, एका लग्नाची आणि त्या कुटुंबाची; जे कुटुंब प्रतिकूल परिस्थितीतही तग धरून राहिले.

– एबी मेयर्स, 'नॉर्ड' संघटनेच्या अध्यक्षा

सशक्त आणि उत्कटतापूर्ण असे हे लिखाण सर्वच पालकांना प्रेरणादायक ठरणारे आहे. विशेषत: दुर्धर व्याधीने ग्रासलेल्या मुलांच्या पालकांमध्ये प्रेरणा आणि आशेचा किरण निर्माण करते.

– लुइस फ्रीह, एफबीआयचे माजी अध्यक्ष

या पुस्तकावर आधारित
'Extraordinary Measures'
हा चित्रपट प्रदर्शित

व्याधिमुक्त

आपली मुले वाचविण्याच्या जबरदस्त इच्छेमुळे एका पित्याने
१०० दशलक्ष डॉलर्स उभे करून वैद्यकीय व्यवस्थेला
कसे 'जागे' केले, याची ही सत्यकथा!

मूळ लेखिका
गीता आनंद

अनुवाद
डॉ. सुभाष दांडेकर

मेहता पब्लिशिंग हाऊस

Please contact us at **Mehta Publishing House,** 1941, Madiwale Colony, Sadashiv Peth, Pune 411030.
✆ +91 020-24476924 / 24460313
Email : info@mehtapublishinghouse.com
production@mehtapublishinghouse.com
sales@mehtapublishinghouse.com
Website : www.mehtapublishinghouse.com

- *या पुस्तकातील लेखकाची मते, घटना, वर्णने ही त्या लेखकाची असून त्याच्याशी प्रकाशक सहमत असतीलच असे नाही.*

THE CURE by GEETA ANAND

Translated into Marathi Language by Dr. Subhash Dandekar

व्याधिमुक्त / अनुवादित सत्यकथा

अनुवाद : डॉ. सुभाष दांडेकर
मंगळवार पेठ, सातारा - ४१५००२.

प्रकाशक : सुनील अनिल मेहता, मेहता पब्लिशिंग हाऊस,
१९४१, सदाशिव पेठ, माडीवाले कॉलनी, पुणे – ३०.

अक्षरजुळणी : एच. एम. टाईपसेटर्स, ११२०, सदाशिव पेठ, पुणे – ३०.

मुद्रक : स्पेक्ट्रम ऑफसेट, डी-२/४, सत्यम इस्टेट,
सीडीएसएसच्या मागे, एरंडवणे, पुणे – ०४.

प्रथमावृत्ती : सप्टेंबर, २०१३

मुखपृष्ठ : चंद्रमोहन कुलकर्णी

किंमत : ₹ ३९०/-

ISBN 978-818498-499-6

क्रौली कुटुंबीयांना,
ज्यांनी मला जगावे कसे हे शिकविले.

तात्यना आणि अलेका या माझ्या मुलींना,
ज्यांनी मला प्रेम करायला शिकविले.

माझे पती ग्रेग,
ज्यांच्या उत्तेजनामुळे हे पुस्तक प्रत्यक्षात आले.

लेखिकेचे चार शब्द

ही एक सत्यकथा आहे. या पुस्तकात वर्णन केलेली सर्व पात्रे आणि प्रसंग खरे आहेत. २००१ ते २००३ या काळात मी वॉल स्ट्रीट जर्नलमध्ये या विषयावर स्फुटे लिहिली आणि पुढे २००४पासून हे पुस्तक लिहिण्यास सुरुवात केल्यापासून मी गेली ५ वर्षे यावर संशोधन केले. मी स्वत: केलेल्या निरीक्षणावरून या पुस्तकाचा काही भाग आला आहे. परंतु मुख्यत: जॉन एलिन क्रौली आणि त्यांच्या विषयाशी संबंधित पॉम्पे रोगावर उपचार शोधण्याच्या शर्यतीतील शेकडो लोकांच्या मी घेतलेल्या मुलाखतींवर हे पुस्तक आधारित आहे. शास्त्रीय साहित्य, 'नोव्हाझाईम' आणि 'जेन्झाईम' या बाबतच्या सामुदायिक नोंदी, वर्तमानपत्रे आणि व्हिडीओज् यांचाही मी आधार घेतला. माझ्या गैरहजेरीतील संभाषणे आणि देखावे या मुख्यत: त्यामध्ये सहभागी असणाऱ्यांच्या आठवणीतील संभाषणे आणि गोष्टी कशा उलगडत गेल्या यावर आधारित आहेत. त्यांच्या आठवणींच्या दिशा काही महत्त्वाच्या मुद्द्यांवर घसरल्या किंवा एखाद्या महत्त्वाच्या व्यक्तीची मुलाखत मी घेऊ शकले नाही याबाबतचे स्पष्टीकरण मी पुस्तकाच्या अखेरच्या भागात दिले आहे.

– गीता आनंद

अनुक्रमणिका

प्रास्ताविक

न्यू जर्सीमधील प्रिस्टन येथील आपल्या अभ्यासिकेतील फोन जागेवर ठेवताना जॉन क्रौलीचा हात थरथरत होता. त्याने आपल्या घाऱ्या डोळ्यांनी अपेक्षेने आपल्याकडे पाहणाऱ्या पत्नी एलेनच्या डोळ्यांत पाहिले. बराचवेळ ती त्यांच्या टेबलाशेजारी उभी राहून फोनवरील संभाषण कान देऊन ऐकत होती. ती ऑक्टोबर, २००२मधील एका शुक्रवारची संध्याकाळ होती.

तिने आपल्या चेहऱ्यावरील अपेक्षा लपवत काळजीपूर्वक तटस्थ आवाजात विचारले, ''काय झाले?''

जॉन क्षणभर थांबला आणि नंतर त्याचा चेहरा आनंदाने खुलून गेला. टेबलाला वळसा घालून जॉनने तिला मिठीत ओढले, ''एलिन, तुझा विश्वास बसणार नाही, आपल्या मुलांना त्यांचे खास औषध मिळणार आहे. अखेर ती वेळ आली. पंधरवड्यात त्यांच्यावरचा उपचार सुरू करता येईल. सर्व काही निश्चित करण्यासाठी मी शनिवारी फ्लोरिडाला जात आहे.''

ते एकमेकांच्या मिठीत असताना ती प्रतिसाद देणार इतक्यात त्यांच्यामागून एक चीत्कार आला. मुलांची आया शॅरॉन हिने स्वयंपाकघरातून हे संभाषण ऐकले होते, ती खोलीमध्ये धावत आली आणि तिने या जोडप्याला कवेत घेतले.

''जॉनसाहेब, मला इतका आनंद झाला आहे.'' असे कुजबुजत तिने आपली मिठी आणखी घट्ट केली. एलिनच्या चेहऱ्यावरील तणावाच्या सुरकुत्या हलक्या होत असलेल्या आणि डोळे पाझरू लागल्याचे जॉनने पाहिले. ते तिघे खूप काळ त्याच स्थितीत रडत राहिले. आपली मुले वाचविण्यासाठी गेली ४ वर्षे आपण देत असेलला दमछाक करणारा लढा आता जवळजवळ संपलाय यावर निराश झालेल्या एलिनचा विश्वास बसू लागला.

सर्वांत प्रथम जॉनने मिठी आणि अश्रू यांपासून स्वत:ला अलग केले. स्वयंपाकघरातून शेजारच्या मुलांच्या खेळण्याच्या खोलीमध्ये गेला. तेथे त्याची पाच वर्षांची मुलगी मेगन गुलाबी फुला-फुलांच्या पोशाखामध्ये तिच्या विजेवर चालणाऱ्या व्हिलचेअरवर बसून बार्बी बाहुलीचे केस हळुवारपणे विंचरत होती. त्याचा चार वर्षांचा मुलगा पॅट्रिक त्याच्या खोलीत जाऊन झोपला होता. प्रत्येक श्वासागणिक त्याच्या कृत्रिम श्वासयंत्रणेमधून स्ऽ स् ऽऽ असा आवाज होत होता. एक खुर्ची ओढून घेऊन जॉन मेगन शेजारी बसला.

"मेगू बाळ, तुला माहीत आहे, "बाबा एका खास औषधासाठी काम करीत होते." त्याच्या दोन्ही मुलांचे स्नायू निकामी करणाऱ्या आजारावर उपचार करण्यासाठी अत्यंत प्रभावीपणे काम करीत असलेल्या या औषधाला 'खास औषधी' अशी संज्ञा त्यांनी दिली होती. बाहुलीचे केस विंचरणे चालू ठेवून मेगनने थोडीशी मान डोलावली.

"हे 'खास औषध' मिळण्यासाठी खूप वेळ लागला, पण आता ते आम्ही तयार केले आहे आणि ते तुला देण्यासाठी खास जागाही मिळाली आहे." जॉनने स्पष्ट केले.

वर पाहात तिने विचारले, 'कुठे' या छोट्याशा हालचालींबरोबर तिच्या खांद्यावर रुळणाऱ्या तपकिरी केसांचीही हालचाल होत होती.

ती एक सुंदर मुलगी होती. गडद तपकिरी डोळे, चिनी मातीच्या भांड्यासारखी नितळ कांती, गालाची हाडे उंच असलेला चौकोनी चेहरा. तिच्या घशाला पाडलेल्या भोकातून एक प्लॅस्टिकची नळी बाहेर येऊन तिच्या व्हिलचेअरच्या मागच्या बाजूकडे जात होती. तिथे तिच्यासाठी श्वासोच्छ्वास करणारे कृत्रिम श्वसनयंत्र गुंजारव करीत होते. बोलताना तिचा आवाज दबका येत होता, जणू काही ती पाण्याखालून बोलत असावी. बोलण्यासाठी आवश्यक असणाऱ्या तोंड व घशाच्या स्नायूंच्या अशक्तपणामुळे तिला उच्चार करणे अवघड जात होते, पण तिच्या कुटुंबीयांना आणि जवळच्या माणसांना तिचं बोलणं समजायचं.

"मेगू बाळा, आपण फ्लोरिडामध्ये ते खास औषध तुला देणार आहोत"

तिने बाहुली टाकून दिली आणि अत्यंत उत्तेजित झाल्यामुळे आपली व्हिलचेअर इतक्या जोरात गर्रकन फिरविली की, आपल्या पायावरून व्हिलचेअरचे चाक जाऊ नये यासाठी जॉनला आपला पाय पटकन मागे घ्यावा लागला. पाच वर्षांच्या अनेक मुलींप्रमाणे सभोवती असलेल्यांची फिकीर न करता मेगन पटकन हलत असे, पण वेगळेपण हे होते की, ती विजेवर चालणारी ४०० पौंड वजनाची व्हिलचेअर चालवीत असे. त्यामुळे गंभीर दुखापत होऊ शकते हे त्याला माहीत होते. तिने आधीच आपल्या आजीचा अंगठा मोडला होता. घरातील भिंतीवर अनेक खोल

ओरखडे काढले होते आणि स्वयंपाकघरातील एक कपाट मोडले होते.

"मला डिस्नीवर्ल्डला जाता येईल?'' तिने थरथरणाऱ्या पण तालबद्ध स्वरात विचारले. तिचा चेहरा भावनाशून्य होता, पण डोळ्यांत आर्जव होते. मुलीच्या डोळ्यांतून बाहेर पडणारी भावनांची गर्दी पाहून जॉन नेहमीप्रमाणेच आश्चर्यचकित झाला होता. हे सर्वांबाबतच खरे असते, पण आपले तिकडे लक्ष जात नाही. चेहऱ्याचे स्नायू हलवू शकत नसलेल्या पॉम्पे व्याधी झालेल्या मुलांबद्दलच असे असते, असा विचार जॉनच्या मनात आला. डोळे ही मनातल्या भावना दाखवणारी खिडकी आहे, हे या मुलांबद्दल अत्यंत खरे आहे.

"हो, हो तुला वाटेल तेव्हा तू डिस्नीवर्ल्डला जाऊ शकतेस.'' डोके जोरात हलवत तो म्हणाला.

हवेत उंच-उंच हात नाचवत मेगन ओरडली 'हुर्योऽऽ' आणि ती जोरात खेळाच्या खोलीतून स्वयंपाकघरात गेली आणि आई व आया यांच्याभोवती गिरक्या मारत गाऊ लागली. "मी डिस्नीवर्ल्डला जाणार, जाणार मी डिस्नीवर्ल्डला.'' जॉन स्मितहास्य करीत कमरेवर हात ठेवून आपल्या मुलीच्या आनंदाने सुख अनुभवत उभा राहिला.

चार वर्षांपूर्वी जॉन आणि एलेन क्रौली यांच्या धाकट्या दोन मुलांमध्ये पूर्वी कधीही न ऐकलेल्या रोगाचे निदान करण्यात आले आणि त्यांना असेही सांगण्यात आले की, या रोगावर कोणताही उपाय उपलब्ध नाही. 'पॉम्पे' ही व्याधी क्वचित आढळणारी जनुकीय अव्यवस्था असून ती इतकी कमी प्रमाणात आढळते की, जगभरात १०,०००पेक्षा कमी व्यक्ती या व्याधीसह जन्म घेतात. या व्याधीमुळे रुग्णाचे स्नायू कालांतराने अशक्त होत जातात. इतके अशक्त की ते धड बोलू शकत नाहीत, धड चालू शकत नाहीत. एवढंच काय, ते स्वत: श्वासही घेऊ शकत नाहीत. या ऱ्हास करणाऱ्या व्याधीने पछाडले गेल्यावर लहान बाळं सहसा त्यांच्या दुसऱ्या वाढदिवसापलीकडे जगू शकत नाहीत.

परंतु जॉन खूपच आशावादी होता. तो लढवय्या होता. झगडल्याशिवाय त्याने कधीच हार पत्करली नव्हती. कोणताही पर्याय नसताना त्याने सरळ-सरळ आपली उत्तरे ठरविली होती. त्या दिवशी आधी आलेला फोन फ्लोरिडा विश्वविद्यालयातील एका डॉक्टरांचा होता. चिकित्सालयीन चाचणीतले औषध जनावरांप्रमाणेच माणसांमध्येही उपयुक्त आहे की नाही, हे ठरविण्यासाठीचा प्रयोग करायला रुग्णालय व विश्वविद्यालय यांनी मेगन आणि पॅट्रिकला मान्यता दिली असल्याचे त्या डॉक्टरांनी फोनवर सांगितले.

अशा चाचण्यांमध्ये चाचणी करण्याचे औषध वेगवेगळ्या मात्रेमध्ये रुग्णांना देऊन औषधाची परिणामकता व दुष्परिणाम यांचे मापन केले जाते. या चाचण्यांच्या

निष्कर्षांवरून हे नवीन औषध अमेरिकेमध्ये विकण्यास परवानगी देण्याइतके सुरक्षित व परिणामकारक आहे की नाही, हे अन्न व औषध प्रशासन ठरविते. जीवघेण्या आणि उपाय नसलेल्या आजाराने ग्रस्त मेगन, पॅट्रिक आणि हजारो रुग्णांना चिकित्सालयीन चाचण्या हा आशेचा एकच किरण असतो.

त्या रात्री मुले झोपल्यानंतर जॉनने आपल्या अभ्यासिकेत बसून दुसऱ्या दिवशीच्या पहिल्या विमानामध्ये गेन्सव्हिलेच्या सर्वांत जवळ असलेल्या जॅक्सनव्हिलेला जाण्यासाठी आपले आसन आरक्षित करण्यासाठी कॉन्टिनेन्टल एअर लाईन्सला फोन केला. या आठवड्याच्या शेवटी शनिवारी एलेनच्या कॉलेजमधील रूमपार्टनरचे लग्न होते. परंतु जॉनला एक दिवसाचा उशीर परवडणारा नव्हता. त्याला माहीत होते की, क्षुल्लक कारणामुळेही संधी हुकू शकते. आजपर्यंत अनेकदा त्याच्या आशांचा चक्काचूर झाला होता. औषधाच्या चाचणीसाठी सर्व तयारी नीट झाल्याची खातरी करून घेण्यासाठी ताबडतोब फ्लोरिडाला जाणे आवश्यक होते.

वरच्या खोलीतील टी.व्ही. बंद केल्याचा आवाज त्याला ऐकू आला आणि त्याने एलिन आता झोपणार असल्याचे जाणले. तिच्याजवळ जाऊन झोपण्याचा मोह टाळून त्याने हातांवर डोके टेकवून एक सुस्कारा सोडला. पुढे असणारे आव्हान किती मोठे आहे, हे त्याने कोणालाच – अगदी एलिनलासुद्धा सांगितले नव्हते.

चिकित्सालयीन चाचण्यांची नोंद करून त्यांचा मानवावरील प्रयोगांशी मेळ घालण्याचे काम त्याच्या कंपनीच्या वैद्यकीय गटाचे होते; परंतु जॉनने त्यांनाही न कळविता फ्लोरिडाच्या डॉक्टरांशी संपर्क साधल्याचे कोणालाही माहीत नव्हते. फ्लोरिडाची चाचणी सुरू झाल्यावर सहकाऱ्यांना न कळविल्याबद्दल ते नाराज होतील आणि ते त्याला अडवतील अशी शक्यता होती, परंतु अखेरीस ते त्याला थांबविणारही नाहीत, हे त्याला माहीत होते. गेल्या चार वर्षांत "परवानगी मागण्यापेक्षा क्षमायाचना करणे अधिक चांगले." असे जॉन अनेक वेळा म्हणाला होता.

४ ऑक्टोबर, २००२, रात्रीचे १२ वाजण्यास १ मिनिट कमी होते. नेवार्क विमानतळावर जाण्यासाठी निघण्यास फक्त चार तास शिल्लक होते. 'परवानगी मागण्यापेक्षा क्षमायाचना करणे अधिक चांगले,' हे वाक्य तो स्वत:शी मोठ्याने म्हणाला. याच विचाराने आयुष्याची पहिली ३५ वर्षे त्याच्या आयुष्याला गती मिळाली होती. त्याच्या मुलांवर ओढवलेल्या सगळ्यात मोठ्या प्रसंगासाठी हा विचार कामी येईल?....

१. सत्य

उन्हाळा, १९९७
केंब्रिज-मॅसॅच्युसेट्स

जून १९९७च्या एका निरभ्र, झगमगीत सूर्यप्रकाश असलेल्या दुपारी आपल्या बरोबरच्या हार्वर्ड व्यवसायिक शाळेतील स्नातकांसमोर वर्गदिनाचे भाषण देण्यासाठी जॉन क्रौली व्यासपीठाकडे गेला. पाच फूट उंची, गडद निळा सूट, काळेभोर बारीक कापलेले केस. चौकोनी चेहऱ्यावर तजेला आणि उत्सुक हावभाव अशा स्थितीत तो खांबासारखा ताठ उभा राहिला. तजेलदार डोळ्यांनी त्याने श्रोत्यांकडे पाहात एक स्मितहास्य केले.

त्याने त्याचे भाषण लिहिलेली फाइल उघडली आणि क्षणभर थांबून त्याच्या बरोबरच्या ९०० पदवीधर आणि काही हजार मित्र आणि त्यांच्या कुटुंबीयांच्या केंद्रित झालेल्या अवधानाने त्याला आनंद झाला. त्याच्यासमोर पांढऱ्या तंबूमध्ये शेकडो रांगांमध्ये मांडलेल्या लोखंडी खुर्च्या या लोकांनी भरून गेल्या होत्या. त्याच्या डावीकडे बेकर ग्रंथालय होते. श्रोतृवर्गामागे चार्लस नदी चमकत होती. नदीच्या पलीकडे इलियट हाउसचे हिरवे घुमट होते आणि झाडांच्या हिरवाईमागून कॉलेजचे वसतिगृह डोकावत होते.

१९७२मध्ये स्थापन झाल्यापासून या बिझनेस स्कूलने प्रयत्नपूर्वक आपली अशी एक ओळख निर्माण केली होती. स्वत:च्या दिमाखदार इमारती असलेला स्वत:चा परिसर मिळविला होता. विद्यार्थी एकमेकांबरोबर दररोज अनेक तास घालवित होते, त्यापेक्षाही जास्त काळ रात्री दिलेल्या गृहपाठावर गटचर्चा करत होते. येथून पदवीधर झालेल्या विद्यार्थ्यांचा मोठा समूह देशातील व्यावसायिक आणि उच्चभ्रू राजकारणातील असला, तरी येथे निर्माण झालेली दोस्ती पुढेही

चालूच राहिली. येथे आलेल्यांपैकी अनेक जण राज्यप्रमुख, राजदूत, मोठ्या कंपन्यांचे संचालक यांची मुलं होती. आणि जे उच्चभ्रूंचे वारस नव्हते, ते येथून बाहेर पडल्यावर उच्चभ्रूंपैकी एक होण्याची शक्यता होती. देशातील सर्वांत श्रीमंत ५०० कंपन्यांमधील सर्वोच्च तीन अधिकाऱ्यांमधील पंधरा टक्के व्यक्ती या कॉलेजमधून शिकून बाहेर पडलेल्या आहेत.

जॉनचे कुटुंबीय श्रोत्यांतील पुढच्या काही रांगांमध्ये बसलेले होते. त्याची आई बार्बरा, त्याचे सावत्र वडील लाऊ आणि सावत्र भाऊ जॅक्सन यांच्यासोबत बसली होती. त्यापुढील रांगेमध्ये त्याची पत्नी एलिन हिच्या मांडीवरून तोंडात बाटली धरलेली त्याची सहा महिन्यांची मुलगी मेगन वर पाहात होती. साहजिकच त्याने नजरेने तिच्या जवळच्या खुर्च्यांवर त्यांचा दोन वर्षांचा मुलगा जॉन ज्युनियर याचा शोध घेतला. एवढ्यात त्याच्या लक्षात आले की, त्याला घरी आयाजवळच ठेवण्याचे ठरले होते. उर्वरित सर्व कुटुंबीय तेथे हजर होते. एलिनची आई, वडील मार्टी आणि कॅथी आणि तिचे काका चार्लस, काकू जेन हेही हजर होते.

''हार्वर्ड बिझनेस स्कूलमधील गेल्या दोन वर्षांतील माझे अनेक अनुभव, भविष्याबद्दलच्या आशा-आकांक्षा काय आहेत, आणि हा वर्ग सर्वोत्तम ठरावा यासाठी काय करता येईल याबाबतच्या माझ्या विचारांमध्ये तुम्हाला सहभागी करून घेण्याचा हा माझा सर्वांत मोठा सन्मान आहे, असे मी मानतो. आकडेवारीत रस असणाऱ्यांना मी सांगतो की, समुदायापुढे भाषण करण्याचा हा माझा पहिलाच प्रयत्न आहे.'' असे म्हणून जॉनने वर पाहिले आणि कौतुकाने हसणाऱ्या श्रोतृवर्गाकडे पाहात स्मितहास्य केले.

''पुढचा एक-दीड तास मी तुमच्याशी बोलणार आहे – घाबरवले का मी तुम्हाला? ठीक आहे पुढची वीस मिनिटे आमच्यातील अनेकांना शिकताना आणि जगताना आलेल्या दमदार आणि हृदयस्पर्शी अनुभवांबद्दल मी बोलणार आहे.''

क्षणाची भयानकता तर जाणवेल; परंतु लांबलचक, कंटाळवाणे होणार नाही यासाठी सुरुवातीस विनोदाचे पुरेसे मिश्रण केले आहे, असा विचार मनात येऊन जॉनच्या आईने मान हलविली. त्याच्यामधून नेहमीच एका बालकाची मोहकता पाझरायची. लोकांना नेहमी त्याच्याबद्दल असे वाटे की, इतका चांगला कुणी असूच शकत नाही. पण तो खरंच तसा होता. विद्यार्थिदिनाचा वक्ता म्हणून त्याला निवडले, ही त्याच्या वर्गमित्रांची त्याच्याबद्दलच्या अत्युच्च आदराची, पावतीच होती. जॉनला पाहिले की, तिला त्याच्या पोलिस ऑफिसर असलेल्या कैलासवासी वडिलांची आठवण होत असे. फेब्रुवारी १९६६मध्ये न्यू जर्सीमधील एक ऑपरेंडी नावाच्या बारमध्ये काही मित्रांनी त्यांची ओळख करून दिली होती. आपल्या चतुर विनोदबुद्धीने त्याने तिला आपल्या प्रेमाच्या जाळ्यात अडकविले

होते. बार बंद झाल्यानंतर त्याने आणि त्याच्या भावाने तिच्या गाडीमध्ये विनोदामागून विनोद सांगत तिला हसवत ठेवले होते. एवढ्या उशिरा येतेय, याचा जाब विचारण्यासाठी तेथपर्यंत येऊन गाडीच्या काचेवर टकटक केले, तेव्हा त्यांचे खिदळणे थांबले. एप्रिलमध्ये त्यांचा साखरपुडा झाला आणि त्यांनी घाईघाईने ऑगस्टमध्ये लग्न केले, कारण ती गरोदर होऊन तिच्या पोटात जॉन वाढत होता.

जॉनच्या आयुष्यातील प्रत्येक महत्त्वाच्या क्षणी त्याच्या वडिलांना केवढा आनंद झाला असता, असा विचार बार्बराच्या मनात येई. वीस वर्षांपूर्वी जानेवारीतील एका पहाटे सात वर्षांचा जॉन आणि चार वर्षांचा त्याचा धाकटा भाऊ जोसेफ यांना जवळ बसवून तिने त्यांचे वडील वारल्याचे सांगितले होते, याची तिला आठवण झाली. सार्जंट जॉन फ्रॅन्सिस क्रौली त्याच्या नावावरूनच जॉनचे नाव ठेवले होते. रात्रपाळीच्या अखेरीस पोलिसांच्या गाडीमध्ये निर्माण झालेल्या दोषामुळे कार्बन-मोनाक्साइडच्या विषबाधेने तो मृतावस्थेत सापडला होता.

न्यू जर्सीमधील एंजलवूड शहरातील सेंट सिसेलिया कॅथॉलिक चर्चमध्ये तिचे लग्न झाले. तिच्या मुलांना बाप्तिस्मा तिथेच दिला आणि तिचे दोन्ही मुलगे व्यासपीठावरील काम करणारी मुले म्हणून वावरली. तिथल्याच उंच शिळेपाशी जोसेफला घरीच ठेवून ती जॉनसह नवऱ्याच्या अंत्यसंस्कारासाठी आली. चर्चमधील गडद रंगाच्या बाकांच्या पंचवीस रांगा भरल्यावर लोक रस्त्यावरही उभे होते. सार्जंट क्रौलीचे वडील मूळ आयरिश होते. ते रबर फॅक्टरीमध्ये कामगार होते. प्रॉस्पेक्ट रस्त्यावर विटांनी बांधलेल्या चार सदनिका असलेल्या एक मजली इमारतीमध्ये तो मोठा झाला आणि ३५व्या वर्षी त्याची प्रचंड प्रशंसा केली जात होती. वर्तमानपत्रे, मित्र आणि सहकारी त्याची विनोदबुद्धी त्याचा व्यवसायविषयीचा अभिमान याच्या कहाण्या सांगत होते. एका वर्तमानपत्राला पोलीस प्रमुख थॉमस रियान यांनी सांगितले की, सार्जंट क्रौलींना पोलीस असण्याचा इतका अभिमान होता की, त्यापुढे त्यांना कशाचेच महत्त्व वाटत नसे.

पहिल्या रांगेत बसलेल्या छोट्या जॉन क्रौलीला धर्मोपदेशक उपदेश करीत होता. त्याला सांगत होता की, त्याच्या वडिलांना इतक्या तरुणपणी देवाने त्याच्यापासून का नेले, हे समजण्यास काहीच मार्ग नव्हता. परंतु आता त्याची आई आणि कुटुंबीय यांची काळजी घेण्यासाठी मदत करणे, ही परमेश्वराची जबाबदारी आहे. सार्जंट क्रौली अमेरिकेच्या नौदलामध्ये कार्यरत होते, त्यामुळे त्यांची शवपेटी अमेरिकन ध्वजामध्ये गुंडाळलेली होती. ती शवपेटी बावीस संगमरवरी पायऱ्यांवरून खाली आणल्यावर जॉनने अंत: ऊर्मीने त्यांना सलाम केला. सर्वांनी असे गृहीत धरले की, त्याच्या आईने त्याला तसे करण्यास सांगितले होते. परंतु वास्तविक त्याच्या वडिलांनी मृतांचा योग्य सन्मान कसा

करावयाचा हे त्या मुलाला शिकविले होते. सर्व अधिकारी शवपेटीला सलाम करीत असताना त्याने पाहिले आणि त्यानेही तसेच केले. त्यानंतर एका बॅकपायपरवर 'Amazing grace' हे निरोपाचे गीत वाजविले गेले.

सार्जंट क्रौलीचे पोलिसदलावर प्रेम होतेच; परंतु त्याचे तितकेच प्रेम त्याच्या मुलांवरही होते. त्याच्या पत्नीला बाळंतपणाच्या कळा येत असताना तो धावत घरी गेला आणि आपल्या पहिल्यावाहिल्या बाळाचे स्वागत करण्यासाठी योग्य पोशाख असावा यासाठी सूट परिधान करून आला. त्याला मुलगा झाल्याचे सांगण्यासाठी डॉक्टर प्रतिक्षालयात आले त्या वेळी सार्जंट क्रौली अतिशय भावनावश झाला. शिशूवर्गाच्या पहिल्या दिवशी रात्रपाळी संपवून आलेल्या त्याच्या वडिलांनी जॉनला शाळेत पोहोचविले होते. शाळेमध्ये पोलिसांच्या गाडीमधून येणे पुरेसे नव्हते, म्हणूनच की काय गाडीचे सर्व दिवे आणि भोंगा तो गाडीतून खाली उतरत असताना सुरू केले होते. शनिवार-रविवार जॉन वडिलांबरोबर लोकांनी टाकून दिलेल्या वस्तूंच्या जुन्या बाजारात जात असे. पूर्वीचा विशेष नौदल अधिकारी सार्जंट जॉन क्रौलीने आपल्या मुलाचे कल्पनाविश्व सैनिकांच्या शौर्यगाथा आणि देशप्रेम यांनी भरून टाकले होते. जॉनने मोठे झाल्यावर आरमाराच्या शिक्षण संस्थेमध्ये जावे असे, त्यांनी सांगितले होते. नुकताच जन्मलेला जॉन त्यांची बंदूक, फुटबॉल, आरमाराचा गणवेश आणि खेळण्यातील मोटरसायकलवरील पोलीस असे त्याच्या पाळण्यासमोर ठेवून वडिलांनी काढलेला फोटो जॉनने अजूनही जपून ठेवला होता.

जॉनच्या आईने जॉनला आणि त्याचा भाऊ ज्यो याला त्यांच्या वाढत्या वयामध्ये वारंवार सांगितले होते की, "तुम्ही तुमच्या वडिलांसारखे बलदंड व्हावे, अशी त्यांची इच्छा होती.

थोरला मुलगा म्हणून जॉनने आईची जबाबदारी घेतली होती. त्याच्यामध्ये अपेक्षेपेक्षा जास्त आत्मविश्वास भरलेला होता. दुसरीत असतानाच त्यांच्या बचतीचा हिशोब ठेवणे, तिचे चेकबुक भरणे आणि ताळेबंदाचे रकाने भरणे, ही कामे करायला जॉन मदत करीत असे. ९वी व १०वीमध्ये असताना सकाळी अंथरुणातून उठल्या-उठल्या तो आईला IBMच्या भागभांडवलाच्या प्रगतीचे तक्ते दाखवित असे आणि नवीन गुंतवणुकीबाबत शिफारशी देत असे. या मायलेकांमध्ये एवढे घट्ट संबंध जुळले होते की, घर सोडून कॉलेजला गेल्यावर देखील ते जवळजवळ रोज फोनवर बोलत असत.

मुलांचे आई, वडील व आजी-आजोबा यातील कोणीच माध्यमिक शाळेपलीकडे शिकले नव्हते. बार्बरा आणि तिचे स्वर्गवासी वडील बांधकाम मुकादम असणारे फ्रँक फ्रान्सिस व्हॅकोंटिना यांचा आग्रह होता की, मुलांनी कॉलेजमध्ये जावे, कॉलेज शिक्षणासाठी तिने प्रत्येक मुलागणिक २० हजार डॉलर्सची बचत करून

ठेवली होती. जॉर्जटाउन विश्वविद्यालयातून त्याने परराष्ट्र सेवेतील पदवी घेतली. इतकेच काय पण आरमार शिक्षण संस्थेमध्ये दीड वर्षे अभ्यास केल्यानंतर त्याने नॉटर डेम येथून कायद्याची पदवी मिळविली आणि आता तो हार्वर्डचा एमबीए झाला होता.

त्याला स्टेजवर उभा असलेला पाहून बार्बराच्या मनात मुलांचे भवितव्य किती वेगळ्या तऱ्हेने घडले, असा विचार शंभराव्यांदा आला. तिचे वडील जॉन छोटा असताना त्याला 'राज्यपाल' म्हणत आणि नंतर तिचा धाकटा मुलगा ज्योकडे वळून म्हणे की, "तू एक चांगला मुलगा आहेस. तुला पेट्रोल पंप घेऊन देण्याएवढे पैसे माझ्याकडे असायला हवे होते." ज्यो पदवीधरही होऊ शकला नाही. वडिलांच्या मृत्यूनंतर त्याला सतत धडपडावेच लागले आणि त्याच्या कित्येक धडपडीचा अंत काहीतरी त्रासदायक गोष्टींमध्ये होत असे. दोन्ही मुले सारखीच खेळकर होती. खरे तर ज्यो जास्त गमत्या आहे, असे बार्बराला वाटे. पण तो थोडा बेपर्वा होता. तो आता बाल्टीमोरमध्ये एक पोलिसअधिकारी होता. त्याच्याजवळ दोन प्रकारची ओळखपत्रे होती. एकावर तो संसद टेड केनडी यांचा वैयक्तिक मदतनीस आहे, असे म्हटले होते. दुसऱ्यावर तो पॅरामाउंट स्टुडिओचा एक दूत आहे, असे म्हटले होते. कोणत्या प्रकारच्या स्त्रीवर छाप टाकायची आहे, यावर त्याची ओळख अवलंबून असे. जॉनचा अर्धा वेळ ज्योची काळजी करण्यात जाई. आणि अर्धा वेळ ज्योच्या ताज्या माकडचेष्टा वर्गमित्रांना ऐकविण्यात जाई.

जॉन आता पुढे आणखी काय करेल, असा विचार बार्बरा करीत असे. इतका गंभीर आणि भावनाशील माणूस तिच्या माहितीत कोणीच नव्हता. त्याला जॉर्जटाउन विश्वविद्यालयातील नवीन विद्यार्थ्यांनी 'नौदल प्रमुख' असे टोपण नाव दिले होते. या नावाचा संबंध नेता होण्याचे त्याच्यातील गुण आणि तो वर्गातही घालून येत असलेला नौदलाचा गणवेश यांच्याशी होता. हार्वर्डमध्ये त्याच्याबरोबर अभ्यास करणाऱ्या गटाचे विद्यार्थी त्याला 'संसद क्रौली' असेही म्हणत. या टोपणनावामागे उत्कृष्ट वक्तृत्व, आत्मविश्वास आणि लोकप्रियता हे गुण होते. जॉर्जटाउन आणि नॉटर डेममध्ये त्याने कसून अभ्यास केला. जॉन समाजात कमी मिसळला आणि त्याने क्वचितच कुणाशी मैत्री केली. परंतु हार्वर्ड बिझनेस स्कूलमध्ये त्याला त्याचे नवे व्यक्तिमत्त्व सापडले. वर्गमित्रांबरोबर गुरुवारी आणि अनेक शनिवारी-रविवारी तो रात्री उशिरापर्यंत दारू पीत बसे. व्यावसायिक व्यूहरचनेच्या चर्चांमध्ये हिरिरीने भाग घेत असे. विभागाचा मुख्य म्हणून बोलावलेल्या सभांमध्ये आपली विनोदबुद्धी वापरत असे. दर शुक्रवारी त्याने त्याच्या विभागाच्या सुरू केलेल्या पिझ्झा पार्टीचा अध्यक्ष म्हणून त्याने एक बक्षीस समारंभ सुरू केला. तो 'वर्गातला अभ्यास फार महत्त्वाचा' असं म्हणणाऱ्यांनाही बक्षीस द्यायचा

आणि वात्रटपणा करणाऱ्यांनाही बक्षीस द्यायचा. लोकांना न दुखावता त्यांची चेष्टा करण्याची त्याची खास अशी शैली होती. एकदा तर वात्रटपणासाठीचे बक्षीस त्याने स्वत:लाच जाहीर केले.

यापुढे आपण काय करावे, हे त्याने निश्चितपणे ठरविले नव्हते. परंतु त्याला एकच माहीत होते की, त्याने एक पदवी अभ्यासक्रम आणि दोन पदव्युत्तर अभ्यासक्रमासाठी घेतलेल्या शैक्षणिक कर्जाची १ लाख ४० हजार डॉलर्सची परतफेड सुरू करणे गरजेचे होते. व्यवस्थापन सल्लागार म्हणून उत्तम पगार देणारी नोकरी सुरू करून त्या मोठ्या कर्जाची परतफेड करायची, असे त्याने ठरविले. त्याला आणि एलिनला आपल्याला आणखी मुले व्हावी असे वाटे. १९९५मध्ये तो आला तेव्हा एक वर्षाचा जॉन ज्युनियर हा एकच मुलगा होता. वर्षभराने एका रात्री अभ्यासगटातून घरी परतला तेव्हा त्याला स्वयंपाकघरातील दिवा चालूच असल्याचे दिसले. दोन गुलाबी रेषा दाखविणारी गर्भारपणाचे परीक्षण करण्याची पट्टी सहज दिसेल, अशा ठिकाणी टेबलवर ठेवलेली आढळली. लाजत-लाजत एलिन शयनगृहातून बाहेर आली.

बाळाचा जन्म झाला – एक सुंदर निरोगी मुलगी – आपण आणि आपले इटालियन नातेवाईक यांच्याशी तिचे दिसण्यातले साम्य पाहून जॉनला अत्यानंद झाला. 'माझी इटालियन राजकुमारी' असे म्हणत जॉनने त्या गुबगुबीत लाल चेहरा आणि दाट काळेभोर केस असलेल्या चेहऱ्याला कुरवाळले. जॉन ज्युनियर निळे डोळे आणि लाल केस यामुळे त्याच्या स्वर्गीय आयरिश अमेरिकन वडिलांशी साम्य दाखवत होता.

जॉनचे व्यासपीठावरचे भाषण आता भावनिक झाले होते. तो आपल्या व्यावसायिक पदवीची ताकद इतरांच्या सेवेसाठी वापरण्याचा आग्रह वर्गमित्रांना करीत असताना त्याच्या भाषणातील लहान-लहान वाक्ये बंद झाली होती. हार्वर्डची आपली एमबीए पदवी आपली स्वत:ची हुशारी, आपली महत्त्वाकांक्षा यांच्याद्वारे आपल्यातील अनेक जण मोठेपणा मिळवतील. रोगांशी लढा देण्यासाठी जातीयता नष्ट करण्यासाठी आपल्या स्वत:च्या देशामध्ये नवीन काही करण्याची इच्छा वाढविण्यासाठी या मोठेपणाचा वापर करा. विशेषत: जागतिक व्यावसायिक नेतृत्व करणाऱ्या आपल्या पदाचा वापर केवळ संपन्नता आणि जगातील भांडवलशाही नव्हे, तर 'जनतांत्रिक भांडवलशाही' वाढण्यासाठी करा.''

अमेरिकेचे पूर्वीचे अध्यक्ष जॉन केनेडी यांची आठवण काढीत त्याने सांगितले की, जॉन केनेडी म्हणाले होते की, जेव्हा एक माणूस गुलाम बनविला जातो तेव्हा सर्व लोक खरे स्वतंत्र असूच शकत नाहीत.

आरशापुढे उभे राहून शाळेतील भाषणे देण्याचा सराव तासन्‌तास केल्याचा

उपयोग त्याला होतो आहे, याचा बार्बराला अभिमान वाटला. मार्टिन ल्यूथर किंग, 'ज्युनियर रॉबर्ट केनेडी, अध्यक्ष जॉन फ्री केनेडी, आणि इतर महान वक्ते यांच्या भाषणाच्या पुस्तकांनी त्याची पुस्तकाची मांडणी भरून गेली होती. केनेडींचे उद्‌घाटनाचे भाषण, अब्राहम लिंकन यांचे दुसरे उद्‌घाटनाचे भाषण आणि डॉक्टर किंग यांचे, 'माझे एक स्वप्न आहे' या भाषणांमधील उतारे त्याने पाठ केले होते.

आज जॉन जगाच्या सर्वोच्च शिखरावर असल्यासारखा दिसत होता. त्याचे सरळ नाक, गालाची उंच हाडे आणि चमकदार स्मित यामुळे बार्बराला तो सिनेमातील अभिनेता वाटला. उंची कमी असली तरी सैनिकासारख्या कमावलेल्या शरीरामुळे आसपासच्या सर्वांचे लक्ष वेधून घेत होता. त्याच्याजवळ त्याची पत्नी, मुले, उच्च शिक्षण, प्रवृत्ती, व्यक्तिमत्त्व, स्वरूप सारं काही आहे. असे तिच्या मनात आले. श्रोत्यांनी टाळ्यांचा कडकडाट केला. जॉन स्मित हास्य करीत व्यासपीठावर त्याच्या आसनावर येऊन बसला. बार्बराच्या चेहऱ्यावरही स्मित उमटले.

दुसऱ्या दिवशी पदवीदान समारंभाच्या वेळी पदवी स्वीकारताना व्यासपीठावर आपली मुले घेऊन येण्याची हार्वर्डची परंपरा होती. जॉनने आपल्या डाव्या हातामध्ये पांढरा वेश आणि हॅट परिधान केलेल्या मेगनला घेतले होते आणि डबल ब्रेस्टचा नेव्ही कोट घातलेल्या जॉन ज्युनियरला उजव्या हातात घेतले होते. जॉनचे नाव सुरुवातीलाच पुकारले होते. व्यासपीठाच्या पायऱ्या चढून अधिक्षक किम क्लार्क यांच्याशी हस्तांदोलन करताना त्याच्या सहकाऱ्यांनी टाळ्यांचा कडकडाट केला. त्यानंतर तो त्याच्या विभागाच्या प्रतिनिधी नॅन्सी कोएन यांच्याकडे वळला. हार्वर्ड टी शर्ट घातलेल्या टेडी बेअर्सची पेटी त्यांच्याजवळ होती. त्यांनी मेगन आणि जॉन ज्युनियरला एक-एक टेडीबेअर दिले. जॉन वळला आणि त्याने कॅमेऱ्यासमोर एक स्मितहास्य दिले.

व्यासपीठाच्या पायऱ्या हळूहळू उतरू लागल्यावर अचानकपणे हात पसरून मेगन मागे पडली. जनसमुदायाने एकदम श्वास रोखला. डावीकडे झेप घेऊन त्याने मेगनला पकडले आणि आपला मुलगा आणि पदवी प्रमाणपत्र हेही पकडून ठेवले. आणि लोकांनी सुटकेचा निश्वास सोडला. खाली जमिनीवर पोहोचल्यावर त्याने मेगनला एलिनकडे दिले. तिने मेगनची हॅट नीट केली आणि ती हसू-खिदळू लागेपर्यंत तिला खेळविले.

कोणाच्याही लक्षात आले नाही, परंतु त्याच्या छोट्याशा मुलीबाबत काहीतरी बिघडले असल्याची ही पहिली खूण होती.

२. संकट

हिवाळा, १९९७ ते वसंतऋतू, १९९८
वॉलनट क्रिक-कॅलिफोर्निया

नोव्हेंबरच्या सुरुवातीला जॉन आणि एलिन यांनी मुलांना त्यांच्या गाडीमधील आसनांवर बसविले, पट्टे बांधले आणि ते वॉलनटक्रिक कॅलिफोर्निया येथून बालरोगतज्ज्ञाच्या कार्यालयाकडे निघाले. माराकॉन असोसिएटस, सॅनफ्रॅन्सिस्को या आर्थिक सल्लागार, पेढीमधील नोकरीसाठी जॉन पदवीधर झाल्यानंतरच्या उन्हाळ्यात ते इथे राहायला आले होते. वॉलनटक्रिक, सॅनफ्रॅन्सिस्कोच्या पूर्वेकडे सुमारे वीस मैलांवर, असून अतिशय मनोहर आणि चैतन्यमय होते. रस्त्यांच्या कडेला झाडे होती, एक विविध वस्तू मिळण्याचे मोठे दुकान होते.

जॉनचे काम थकवून टाकणारे होते. हार्वर्डमध्ये असताना मोठमोठ्या कागदपत्रांचे विश्लेषण करून प्रत्येक प्रकरणाचा अभ्यास करण्याचे कटकटीचे काम तो त्याच्या अभ्यासगटातील इतरांवर ढकलत असे. त्याला माहीत होते की, माराकॉनमध्ये आर्थिक विश्लेषण करावे लागेल. परंतु, त्याने ते काम स्वीकारले होते आणि काही काम करावे लागले तरी तो करू शकेल, याची त्याला खातरी होती. हार्वर्ड बिझनेस स्कूलमधून भरती करणाऱ्या सर्व कंपन्यांमध्ये सर्वांत जास्त बोनस व पगार देणारी ही कंपनी होती. ६०,००० डॉलर्स बोनस + ९०,००० डॉलर्स मूळ पगार. बिझनेस स्कूलमध्ये त्या काळात त्याने व एलिनने दैनंदिन खर्चातील खूपसा भाग क्रेडिट कार्डवरून केला होता. त्यांना आता ४०,००० डॉलर्स + जॉनचे १ लाख ४० हजार डॉलर्स शैक्षणिक कर्ज अशी देणी होती. माराकॉनमध्ये १-२ वर्षं राहून आपल्या कर्जातील मोठा भाग फेडून टाकण्याचा जॉनचा मानस होता. मुळातच आशावादी असणारा जॉन हार्वर्ड बिझनेस स्कूलची पदवी जवळ

असल्यामुळे अधिकच आशावादी झाला होता. तो किंवा त्याचे कुटुंबीय यांना कधीच माहीत नसलेली आर्थिक सुरक्षितता नजरेच्या टप्प्यांत आल्याचे त्याला दिसत होते.

या जोडप्याने तपकिरी रंगाचे चार शयनकक्ष असलेले एक घर भाड्याने घेतले होते. परसबागेला जाळीदार कुंपण होते. ते गुलाबांनी झाकून गेले होते. तिथून काही मैलांवरचे माउंट डायाब्लो हे निसर्गरम्य ठिकाण दिसत असे. रात्री दुरून टेकडीवरून घुबडांचा आवाज यायचा.

जॉन पदवीधर झाल्यानंतर एक आठवड्याने एलिनला ती तिसऱ्या वेळेस गरोदर असल्याचे समजले. तिचे वजन वाढत होते व ती अधिक दमत होती. तिला मुले अतिशय आवडतात. इतक्यात नाही, पण तिने आणि जॉनने पाच मुले असल्याचे स्वप्न पाहिले होते. कुटुंब नियोजनाच्या गोळ्या घेण्याबाबत एलिन जरा बेफिकीरच होती. वस्तू उचलणे आणि फिरणे याबाबतही ती अशीच बेफिकीर होती. मेगन आणि आत्ताचे गरोदरपण हे दोन्हीही नियोजित नव्हते. चार महिन्यांत मार्चच्या सुरुवातीस या बाळाचा जन्म होणार होता.

जॉन ज्युनियर आणि मेगन यांना सांभाळणे, हे एक वेगळ्या प्रकारचे आव्हान होते. जॉन ज्युनियरच्या हालचाली कधीच थांबत नसत. मेगन थोडी शांत होती, पण वडिलांच्या हट्टीपणाचा वारसा तिने घेतला होता. तिला थोडे अंतरावर असलेले खेळणे हवे असेल, तर कुणीतरी (नेहमी एलिनच) उठून तिला ते देईपर्यंत ती किंचाळत असे. अशा वेळी कुटुंबात चेष्टेने म्हटले जाई की, मेगनचे कडक व्यक्तिमत्त्व तिला जॉनकडून मिळाले होते. मोठे अंगण आणि उबदार हवा यामुळे मुले काहीतरी उद्योग करण्यात गुंतून राहात.

जॉन ज्युनियर पाइड पायपर बालवाडीमधून घरी आल्यावर एलिन दोन्ही मुलांना परसबागेत ठेवीत असे, मेगनला तिच्या पांगुळगाड्यात आणि छोट्या जॉनला त्याच्या छोट्या खेळण्यातील गाडीमध्ये. काही वेळाने तो जर गाडीला कंटाळला, तर एलिन फार वाढलेल्या भाज्यांच्या बागेचा उपयोग मनोरंजनासाठी करीत असे. त्याच्या खेळण्यातील गाडीच्या मागच्या भागात ती सडके टोमॅटो भरीत असे. त्यानंतर ती आणि तिचा मुलगा आळी-पाळीने ते टोमॅटो कुंपणापलीकडे फेकीत असत.

एलिन आपल्या मुलांना जवळ-जवळ दररोज मोठ्या दुकानात घेऊन जाई. खरेदी ही एलिनची आवडती गोष्ट होती. परिणामी तिची मुले नीटनेटकी आणि ताजीतवानी दिसत असत. एका वेळी ती एक किंवा दोनच गोष्टी चोखंदळपणे निवड करून इतर दुकानातील वस्तूंशी तुलना करून ती वस्तू आपल्या आर्थिक क्षमतेत बसेल, याची काळजी घेई. तिची मुले नेहमीच उत्तम पोशाख केलेली असत. 'गॅप' या दुकानात तिला आवडलेल्या एम्ब्रॉयडरी केलेल्या मत्स्यकन्येच्या

जाकिटावर झडप न घालता, ते जाकीट सेलमध्ये येईपर्यंत ती थांबली. आता मेगन दररोज फुलाफुलांच्या कपड्यावर ते जाकीट घालते. छोटा जॉन त्याच्या वडिलांप्रमाणे खाकी गणवेश आणि निळा स्वेटर घालत असे. प्रत्येक केस चापून बसविलेला हा मुलगा त्याचा रंग सोडला, तर त्याच्या वडिलांप्रमाणेच दिसत असे. खरेदीनंतर ते कित्येकवेळा शेजारील बागेमध्ये जात. तिथे वाळूच्या पेटीशी तासन्तास खेळत असत. एलिन मेगनला झोपाळ्यावर झोके देत असे. वरचेवर एलिन तिथल्या गवतामध्ये एक-दोन मिनिटे स्वस्थ बसून राही. तिच्या मनात येई की, हे जीवन थकविणारे असले तरी सौंदर्य आणि शक्यता यांनी काठोकाठ भरलेले आहे.

वॉलनटक्रिकमध्ये पाऊस पडण्याचा खास उत्सव असे. त्यासाठी जॉन खास प्रयत्न करून शनिवार-रविवार घरी राहात असे. पांढराशुभ्र स्वेटर, त्यावर भडक रंगाच्या फुलांची एम्ब्रॉयडरी आणि निळी जीन्स घातलेल्या मेगनला धरून हातवारे करीत मोठ्याने हसत ओरडत असे. जॉन ज्युनियरला ते त्याला भीती वाटणार नाही, अशा कोणत्याही गाडीवर रपेट मारण्यासाठी पाठवत. त्यातील काही सवाऱ्या त्याच्या वयापेक्षा मोठ्या वयाच्या मुलांसाठी असत.

वॉलनटक्रिकमधील पहिल्या पंधरवड्यातच एलिन आणि जॉन मुलांना घेऊन एका तरुण बालरोगतज्ज्ञाकडे डॉ. मॉन्टगोमरी काँग यांच्या अत्यावश्यक भेटीला गेले. मुले आरोग्यसंपन्न होती. काही महिन्यांची होईपर्यंत मेगनला सर्दी-खोकला होत असे. परंतु तिला कॅलिफोर्नियाचे वातावरण मानवले होते. ऑगस्टमध्ये इकडे बिऱ्हाड हलविल्यापासून ती कधीच आजारी पडली नाही. त्या तरुण जोडप्याने डॉ. काँगना सांगितले की, अडीच वर्षांचा जॉन अजून चालत नव्हता, याची त्यांना थोडी काळजी वाटत असे. आठ महिन्यांची झालेली मेगन रांगत किंवा पुढे सरकत नव्हती. डॉक्टरांना काळजी करण्यासारखे काहीच दिसून आले नाही. तरीही त्यांनी सांगितले की, काही महिन्यांत मुलांची प्रगती झाली नाहीतर तुम्ही परत या.

नोव्हेंबर उजाडला तरी मेगन अजून रांगत नव्हती आणि जॉन ज्युनियर अजूनही बोलत नव्हता. जॉन आणि एलिनने आपली काळजी न दाखविता डॉक्टरांची भेट मागितली.

डॉ. काँगच्या झगमगीत आणि आनंदी वातावरण असलेल्या दवाखान्यातल्या गुळगुळीत टेबलावर फक्त लंगोट स्थितीमध्ये जॉन ज्युनियर बसला होता. पाच महिन्यांची गरोदर असलेल्या एलिनला आरामात कोपऱ्यातील खुर्चीवर बसता यावे, यासाठी जॉन टेबलच्या समोर उभा राहिला.

जॉनने घड्याळाकडे पाहिले ते तपासणीच्या खोलीमध्ये पंधरा मिनिटे वाट पाहत थांबले होते. एलिन फिकुटलेली आणि शक्ती गेलेली दिसत होती.

कमरेवर हात घट्ट रोवून असहमती दर्शवत तो मुलांकडे पाहत होता. "माझी मुलं दोन गोष्टींमध्ये तरबेज असावी. त्यांना समाजापुढे उत्कृष्ट भाषण देता आले पाहिजे आणि मुलीच्या डोक्यावर टप्पल देत मुलाकडे पाहत तो म्हणाला त्यांच्या शरीराची वरची बाजू बलवंत असावी. मग एलिनकडे डोळे मिचकावत पाहात तो म्हणाला, तुम्ही दोघे अतिशय निराशाजनक आहात." तीस वर्षांच्या जॉन रोज सकाळी जोरबैठका काढून आपले स्नायू बळकट करून नंतर कामावर जात असे. एलिन ओळीने दोन दिवस क्वचितच व्यायाम करीत असे आणि अंथरुणात कूस बदलून डोके हलवून कुरकुरत असे.

'कशासाठी हे सारे' असे म्हणत परत झोपत असे. ती खिदळत असे आणि त्याच्याकडे पाहून मुलेही दात दाखवित असत. हा कौटुंबिक विनोद ऐकून त्यांच्या हास्यात सामील होत मुलांनीही दात दाखविले.

या कौटुंबिक विनोदाचा अखेरचा भाग ऐकत डॉ. काँग त्यांच्या हास्यात सामील झाला. तो उंच आणि मनमिळाऊ होता. जॉन आणि एलिनने आळीपाळीने सांगितलेल्या त्यांच्या काळज्या त्याने ऐकून घेतल्या. तो काय बोलतो त्यातील एकही अक्षर मला समजत नाही आणि तो पुढच्या महिन्यामध्ये तीन वर्षांचा होईल.

डॉ. काँगने त्याचा घसा व कान यामध्ये काही जंतुप्रादुर्भाव झाला आहे का, ते पाहिले. त्याचे तापमान घेतले ते योग्य होते, "तुम्ही काय बोलता आहात ते त्याला समजते का?"

"त्याला प्रत्येक गोष्ट समजते. तो अनेक गोष्टींबद्दल बोलतो, पण त्याचा अर्थ काय आहे हे आम्हालाही समजत नाही."

काँगने त्यांची समजूत घातली की, "तो कदाचित उशिरा बोलणाऱ्यांपैकी असेल. बोलण्याचे उपाय करण्याकरिता मी तुम्हाला एका व्यक्तीकडे पाठवितो. आपण त्याचा उपयोग होतो का हे आधी पाहू." त्यानंतर डॉक्टर मेगनकडे वळले, "आणि ही अजून रांगत नाही? तिला शक्य असलेल्या सर्व गोष्टी घेण्यासाठी ती धडपडते, परंतु ती रांगण्याचा प्रयत्नही करीत नाही." त्यांनी त्यांना एक नाव व फोन नंबर दिला आणि भेटण्याची वेळ ठरविण्यास सांगितलं.

त्यांच्या काळजीविषयी आस्था दाखवल्याबद्दल जॉन व एलिन यांनी डॉक्टरांचे आभार मानले आणि मुलांना कपडे घालून ते घरी आले.

काळजी करीत न बसता एलिनने आपले लक्ष ताबडतोबीच्या कामांवर केंद्रित केले. जॉन ज्युनियरला बालवाडीत नेणे, दर आठवड्याला त्याच्यावर उपचार करणाऱ्याच्या भेटी आणि त्यानंतर मेगनबद्दल. जॉनने असे गृहीत धरले की, मेगन उशिरा चालायला शिकणाऱ्यांपैकी असावी. जॉन ज्युनियरही उशिराच

चालायला लागला. परंतु आशावादी स्वभाव असूनही या छोट्या मुलाला काय झाले असावे, या प्रश्नावर त्याच्या मनात परत-परत विचार येत राहिले. त्याला बोलण्याचा काही गंभीर आजार असेल तर? त्याची आई त्याला सांगत असे की, दोन वर्षांचा असताना जॉन खूप बडबड्या होता. त्याची आई त्यांची जुनी शेव्हरोलेट इम्पाला गाडी चालवत असताना जॉन तिच्या शेजारी मजेत बसत असे आणि अनेक गोष्टींबद्दल प्रश्न करीत असे. एकदा तिच्या रागाने तिच्यावर मात केली आणि तिने गाडी थांबवून त्याला जाब विचारला, "तू इतके प्रश्न का विचारतोस?" पोलीस अधिकारी असलेल्या वडिलांनी शिकविल्याप्रमाणे दोन वर्षांचा असताना 'सावधानतेचे इशारे' त्याला तोंडपाठ होते. "तुला गप्प राहण्याचा अधिकार आहे." त्याने आईला सांगितले. त्याच्या स्वत:च्या मुलाला बोलण्याचा गंभीर आजार असेल तर ती गोष्ट त्याला चिरडून टाकणारी ठरली असती.

पुढच्या महिन्यात जॉनने सुटीला जोडून थोड्या दिवसांची रजा काढली. तो आणि एलिन नवतरुण असताना भेटले त्यानंतर प्रथमच इतर नातेवाईक वगळून त्यांनी नाताळची तयारी केली. जॉनने त्याच्या मुलाकडे विशेष लक्ष दिले. शेकोटीसाठी लाकडे गोळा करण्यासाठी तो त्याला बाहेर नेई आणि प्रत्येक रात्री त्याला गोष्टी वाचून दाखवित असे. एका संध्याकाळी गादीवर डॉ. स्युस यांची गोष्ट वाचून दाखविल्यानंतर जॉन त्याच्याकडे प्रेमळ हास्य करीत वळला आणि म्हणाला, 'तू माझा लाडका मित्र आहेस.' छोटा जॉन ज्युनियर वडिलांकडे वळला. त्याने तोंडातील चोखणी बाहेर काढली आणि म्हणाला, 'लाडका'. आपल्या मुलाने त्याचा पहिला शब्द उच्चारल्याचे ऐकले हे समजण्यापूर्वीच्त अनेक शब्द बोलल्याचे चित्र जॉनच्या डोळ्यांसमोर येऊन गेले.

'एलिन, एलिन' त्याने मोठ्या आवाजात हाका मारल्या. मेगनला घेऊन ती दुसऱ्या खोलीतून धावतच आली. वडिलांनी ढोसल्यावर त्या छोट्या बाळाने आपल्या आईकडे पाहिले. आपले चार दात दाखवित ओठ पसरले आणि अभिमानाने तो परत म्हणाला, 'लाडका'.

बोलण्यावरील उपचारांचा त्याला उपयोग होत होता. बाळाने अखेरीस बोलण्यास सुरुवात केली होती. नाताळपूर्वी दोन दिवस कुटुंबाला मिळालेली ही फार सुंदर भेट होती.

जॉनला नेहमी वाटे त्याप्रमाणे ठरविल्याप्रमाणे घडविता येत होते. त्याचा मुलगा जर एक शब्द परत परत बोलू शकत असेल, तर कालांतराने इतरांसारखे चांगले बोलू शकेल. मेगनही कदाचित केव्हाही रांगण्यास सुरुवात करेल. नवीन बाळ येणार होते. सर्व काही छान होईल.

जॉनने एक डॉलरची नोट खिशातून बाहेर काढली. त्यावर 'लाडका' हा

शब्द लिहिला आणि त्याच्या मुलाच्या खोलीमध्ये भिंतीवर ती नोट चिकटवली. महत्त्वाच्या प्रसंगी जॉनच्या आईचे आई-वडील त्याला नेहमी पैसे देत आणि त्या प्रसंगाची आठवण त्या नोटांवर लिहिलेली असे. त्याच्या आजोबांनी त्याच्या लग्नाच्या वेळेस दिलेली १० डॉलर्सची नोट त्याने जपून ठेवली होती. त्यावर लिहिलेले होते, जॉन आणि एलिन विवाहानिमित्त अभिनंदन.' एलिनला ही परंपरा कधीच समजली नाही. ही काहीतरी इटालियन पद्धत असेल.' असे म्हणत गमतीने डोके हलवित ती हसत असे.

ऑकलंड चिल्ड्रेन हॉस्पिटल आणि संशोधन केंद्रामधील लहान मुलांच्या मज्जासंस्था विशेषज्ञाला मेगनची पूर्व नियोजित वेळ या सुटीच्या मोसमातच आली. हे केंद्र अर्ध्या तासाच्या अंतरावर होते. तपासणीच्या खोलीमध्ये डॉ. डॅनियल बर्नबॉन होते. ते एक सडपातळ, टक्कल पडू लागलेले, शांत स्वभावाचे गृहस्थ होते. त्यांनी मेगन रांगू किंवा उभी राहू शकत नाही, याचे वर्णन शांतपणे ऐकून घेतले. प्रतीक्षालयात भरलेला माहितीचा तक्ता डॉक्टरांनी पाहिला आणि विचारले, ही अकरा महिन्यांची आहे ना?' त्या दोघांनी मानेने 'हो' म्हटले.

डॉक्टरांनी तिला तिच्या पाठीवर ठेवले. तिच्या प्रतिक्षिप्त क्रिया आणि हाता-पायांच्या हालचाली तपासण्यास सुरुवात केली. तिचे पाय वाकविले आणि सोडून दिले. ते लगेचच टेबलास टेकून कमरेच्या बाजूला पडले. त्यांच्या कपाळावर आठ्या आल्या आणि याची नोंद तिच्या कागदांवर केली.

'पाहा तिचे पाय, बेडकाच्या स्थितीत राहतात. हे स्नायूंच्या व्याधीचे लक्षण असू शकते.'

जॉन आणि एलिन यांनी एकमेकांकडे पाहिले. डॉक्टरांना निश्चित काय म्हणावयाचे आहे, याची त्यांना खातरी नव्हती. परंतु असा अधिकारवाणीने वापरलेला वैद्यकीय शब्द चांगला नाही अशी त्यांची खातरी होती. 'याचा अर्थ एवढाच की, काही तरी बिघडले असावे.' त्यांचा सूर धीर देणारा होता. तरीही एलिनच्या अंगावर काटा आला. हे काहीतरी किरकोळ असू शकेल. आपल्याला तिचे रक्त तपासावे लागेल. ते परत म्हणाले, एलिनने मेगनला मांडीवर घेतले असताना एका परिचारिकेने रक्तवाहिनी मिळण्यासाठी तिच्या हातावर अनेक वेळा टोचले. रक्ताबरोबरच तिच्या किंकाळ्याही येत होत्या.

काही दिवसांनंतर त्यांच्या फोनच्या आन्सरिंग मशिनवर त्या परिचारिकेने निरोप ठेवला होता. तिचा आवाज प्रयत्नपूर्वक तटस्थ होता. त्यांनी तिला परत फोन करावा इतकेच तिने कळविले होते. जॉनने रुग्णालयात फोन केला तेव्हा एलिन शेजारीच उभी होती. परिचारिकेने सांगितले की, रक्ताच्या तपासणीमध्ये

विशिष्ट द्रव्याची पातळी खूप वाढली असून यावरून संभाव्य समस्या दर्शविली जाते. स्नायूंचा तुकडा तपासणीसाठी दिल्यावर वेळापत्रक सांगण्यात आले; यावरून क्रौली दांपत्यास समजले की, हे भुलीखाली केले जाणारे ऑपरेशन असून शल्यचिकित्सक मेगनच्या पायावरील स्नायूचा एक लहानसा तुकडा काढून घेतील. हे फार भयानक होते.

जॉनने विचारले, 'तिच्या रक्ताच्या तपासणीत काय दोष होता?'

मेगनच्या रक्तामध्ये सीपीकेची पातळी उंचावलेली होती. त्या परिचारिकेने सांगितलेली ही आणखी एक वैद्यकीय संज्ञा जॉनला समजली नाही. नेव्हल ॲकॅडमीमधील शास्त्राच्या वर्गांचा तो का द्वेष करीत असे याचे कारण त्याला माहिती होते.

'ते काय आहे?' असे त्याने विचारले. पूर्व परिचित नसलेले वैद्यकीय शब्द फोनमधून बाहेर पडू लागले, आणि त्याला पोटात भयानक खड्डा पडत असल्यासारखे वाटू लागले.

'क्रिएटिनीन फॉस्फोकायनेझ' याला थोडक्यात 'सीपीके' म्हणतात. हे द्रव्य नेहमीच स्नायूच्या पेशींमध्ये असते. त्याच्या रक्तात वाढलेल्या पातळीवरून असे दर्शविले जाते की, तिचे स्नायू दुर्बल असून काहीतरी बिघडले आहे. कशामुळे तरी तिच्या स्नायूतील तंतू तुटत आहेत. आपल्याला ते शोधून काढायचे आहे.' असे परिचारिका म्हणाली. 'हे काय असू शकेल?' जॉनने अस्वस्थ होऊन विचारले.

कमावलेल्या आवाजात परिचारिका थोडक्यात म्हणाली, 'अनेक शक्यता आहेत. पण निश्चित काय आहे, हे तपासणीसाठी तुकडा काढल्याशिवाय कळणार नाही. १२ फेब्रुवारी तुम्हाला ठीक वाटतो का?'

जॉन बिझनेस स्कूलच्या शिक्षणापूर्वी वकिली करत होता. एखादा वकील ज्याप्रमाणे त्याला हवं ते उत्तर मिळेपर्यंत समोरच्याची पाठ सोडत नाही, त्याप्रमाणे जॉनने त्या परिचारिकेला चिवटपणे विचारले,

'पण शक्यता काय आहेत?'

'वास्तविक शक्यता काय आहेत, याचा तुम्ही इतक्यात विचार करण्याची गरज नाही. त्या कळण्याचा काहीच मार्ग नाही.' असे परिचारिका म्हणाली.

''पण 'बायोप्सी'ला तर खूप वेळ आहे. तुम्ही आम्हाला काहीतरी कल्पना द्या ना.'' अजिजीने जॉन म्हणाला.

चाचरत ती परिचारिका म्हणाली, ''हे स्नायू नष्ट होत जाणे किंवा तसेच आणखी काही असेल.' तिचा आवाज विरत होता.

बायोप्सीसाठी १२ फेब्रुवारी ठीक आहे, असे म्हणून त्याने फोन बंद केला

आणि एलिनकडे पाहिले, 'ती म्हणते मेगनला स्नायू नाश होण्याची व्याधी असू शकते. तुला माहीत आहे का ते काय असते?'

काळजीने पांढऱ्याफट्ट पडलेल्या गालावर तिचे विस्कटलेले केस अस्ताव्यस्त पसरले होते. तिने हळूहळू नकारार्थी मान हलविली, तेव्हा तिचे केस घसरत होते. जॉनप्रमाणेच तिने या व्याधीचे नाव ऐकले होते, पण तिला त्याचा निश्चित अर्थ माहीत नव्हता. ज्या आजारासाठी लोकांनी आयर्लंडचे राष्ट्रीय चिन्ह एका डॉलरसाठी दुकानात विकून टाकले, त्या आजारासारखे हे नाव तिला वाटले. कदाचित हाच तो आजार असावा, ज्याच्यासाठी अग्निशामक दलाचे लोक बादल्यांमध्ये पैसे जमा करीत असत किंवा जेरी लुईस ज्या व्याधीसाठी पैसे उभे करीत असे ती हीच होती का?

मेगन दुसऱ्या खोलीमध्ये रडू लागली. त्या तणावपूर्ण शांततेमधून ते दचकून भानावर आले. दुपारच्या झोपेनंतर मनातील भयानक प्रश्न तिने दैनंदिन कामाच्या आनंदामध्ये गाडून टाकले.

त्या रात्री एलिनने मेगनला खोलीतील लाल गुबगुबीत खुर्चीमध्ये नेहमीच्या नजाकतीने झोपविले. ती तिला हळुवारपणे डोलावत संध्याकाळची दुधाची बाटली देत आणि तिच्यासाठी बालगीते गात बसली.

जॉन मात्र स्नायुनाशाबद्दल विचार करणे थांबवू शकला नाही. दुसऱ्या दिवशी सकाळी वॉलनटक्रिकमधील बार्नस आणि नोबलस या दुकानात जाऊन त्याने या रोगावरील चार पुस्तके विकत आणली. दुसरा दिवस त्याने बेचैनीमध्ये ती पुस्तके चाळण्यात घालवून स्नायुनाशाच्या विविध प्रकारांची माहिती घेतली. सर्वसाधारणपणे आढळणारा ड्यूचेन स्नायुनाशाचा प्रकार मुलांना सुमारे पाच वर्षांचे असताना सुरू होतो. हळूहळू स्नायू दुर्बल होत जातात. त्यांना चालता येईनासे होते आणि अखेरीस मृत्यू येतो. त्याने अत्यंत घाबरलेल्या अवस्थेत एका मुलीचे चित्र पाहिले. तिचे गडद रंगाचे केस आणि फिकटलेला चेहरा यांचे मेगनशी भयानक साम्य होते. तिच्या पायांना आधाराच्या पट्ट्या होत्या आणि प्रत्येक हाताखाली एक कुबडी. त्याच्या कुटुंबामध्ये कोणीही पंगू नव्हते. त्याच्या मुलीला कुबड्यांची गरज पडेल, अशी त्याला कल्पनाही करवत नव्हती. त्याची नेहमी इच्छा असल्याप्रमाणे ती फूटबॉल कशी खेळू शकेल किंवा शाळेमध्ये मुलाबरोबर डौलदार नृत्य कसे करेल?

त्याच्या रात्री वाचण्याच्या पुस्तकांमध्ये ती पुस्तके अनेक दिवस होती. एकदा त्याने त्या पुस्तकांना स्पर्श करताना एलिनला पाहिले. तिने सर्वांत वरचे पुस्तक उचलले. मुखपृष्ठावरील कुबड्या घेतलेल्या मुलीचे चित्र पाहिले. "नाही, नाही." असे पुटपुटत पुस्तक जागेवर आपटले.

त्यानंतर त्याने ती पुस्तके त्याच्या गादीखाली दिसणार नाहीत, अशा ठिकाणी ठेवली.

६ मार्चला मेगनच्या भवितव्याच्या विचाराने झाकोळलेल्या अवस्थेत तिसऱ्या मुलाच्या जन्मासाठी जॉन व एलिन वॉलनटक्रिकमधील जॉन मूर वैद्यकीय केंद्रामध्ये गेले. मेगनच्या स्नायूचा तुकडा तपासणीसाठी काढला होता. परंतु, त्याचे निष्कर्ष अजून आले नव्हते. एलिनचे माता-पिता मार्टी आणि कॅथी हॉलेरॉन न्यू जर्सीहून विमानाने येऊन जॉन ज्युनियर आणि मेगन यांची काळजी घेत होते. एलिनचे सिझेरियन ठरविल्याप्रमाणे झाले. ते इतके विनाप्रयास झाले की, तिचे डॉक्टर आणि जॉन ऑपरेशन थिएटरमध्ये हसत-खेळत चर्चा करीत होते. जॉनपेक्षा काही वर्षांनी लहान असलेले, छान व्यक्तिमत्त्व असलेले डॉक्टर जवळजवळ १० पौंड वजन असलेल्या बाळाला उचलत म्हणाले, आपल्याला एक हरिण मिळाले आहे.'

'केवढा मोठा आहे हा! अगदी त्याच्या बापासारखा!' साडे-पाच फूट उंचीचा जॉन एलिन एवढाच उंचीला होता. पण त्याच्या उंचीबद्दल केलेल्या चांगल्या विनोदाचा त्याला कधीच राग येत नसे.

जॉन हसू लागल्यावर डॉक्टर उद्गारले, 'याचा खरा बाप खरोखरच दणदणीत माणूस असला पाहिजे.' एलिनचा थकलेला आवाज त्यांच्यामागून आला. उपरोधाने बाळंतिणीच्या खोलीला तो 'वटवाघळाचा पिंजरा' म्हणत असे. शस्त्रक्रियेची जागा आणि ती यांच्यामध्ये पडदा होता. त्यामागून ती म्हणाली, 'तुम्ही दोघे आता गप्प बसाल का?' नवीन बाळाचे नाव त्यांनी 'पॅट्रिक' ठेवले होते. त्याला तपासण्यासाठी डॉक्टर कॉंग संध्याकाळी आले. इतर कोणत्याही डॉक्टरांनी त्यांच्या आधीच्या दोन मुलांना इतके काळजीपूर्वक तपासले नव्हते. त्या पाच तासांच्या वयाच्या मुलाचा प्रत्येक भाग तपासण्यासाठी डॉक्टर कॉंगनी खूप वेळ घेतला. संपणारच नाही असे वाटणाऱ्या वीस मिनिटांनी पॅट्रिकला एलिनकडे दिले. 'याची तब्येत उत्तम दिसते.' सुटका झाल्यासारखे वाटत हसतमुखाने एलिनने पॅट्रिकला कुरवाळले आणि परिचारिकेकडे काळजी घेण्यासाठी सोपविले. हात धुऊन डॉक्टर खोलीच्या बाहेर आले. जॉन त्यांच्या पाठीमागे गेला.

एलिनला ऐकू येणार नाही, एवढ्या अंतरावर गेल्यावर दबक्या आवाजात जॉनने डॉक्टर कॉंगला विचारले, ''डॉक्टर कॉंग तुम्ही मेगनच्या बायॉप्सीबद्दल काही ऐकले आहे काय?''

खाली पाहत डॉक्टर कॉंग म्हणाले, ''काही प्राथमिक निष्कर्षाबद्दल ऐकले आहे. पण आताच निश्चित काही सांगता येत नाही. हे सर्व प्राथमिक आहे.

पुढच्या आठवड्यामध्ये डॉ. बिनॉम तुमच्याशी चर्चा करायला तुम्हाला बोलावतील.''

जॉनला खांद्यावर थोपटून डॉ. कॅाँग गडबडीने त्याच्यापासून लांब व्हरांड्यातून भरभर चालत गेले. ते कोपऱ्यावर वळेपर्यंत जॉन त्यांच्याकडे टक लावून पाहत होता. फुलांनी भरलेल्या खोलीमध्ये एलिन नव्या बाळाची काळजी घेत होती, तिकडे त्याची पावले परत फिरली.

३. निदान

मार्च, १९९८
ऑकलंड-कॅलिफोर्निया

जॉन आणि एलिन आठवड्याभरातच लहान मुलांचे हॉस्पिटल व संशोधन केंद्राच्या पहिल्या मजल्यावरच्या लहान मुलांच्या 'मज्जाविकार विभागा'मध्ये आले. ते गेल्या खेपेला आले होते, त्या वेळी प्रतीक्षालयात खूप गर्दी होती. परंतु या वेळी ते पूर्ण रिकामे होते. दोन दिवसांपूर्वीच एलिनला रुग्णालयातून घरी पाठवले होते आणि तिच्या आईचा आग्रह होता की, तिने घरीच थांबून विश्रांती घ्यावी. त्या दोघांमध्ये जॉन अधिक भावनिक होता आणि मेगनच्या बायॉप्सीचे निष्कर्ष ऐकण्यासाठी तो एकटाच असू नये, असे एलिनला वाटत होते. मोठ्या दोन्ही मुलांना एलिनच्या आईजवळ ठेवून ते इथे आले होते. छोटा पॅट्रिक झोपेतून उठला, तर एलिन त्याची काळजी घेऊ शकेल, यासाठी त्याने फक्त छोट्या पॅट्रिकला बरोबर घेतले.

गाडीमध्ये बसविण्याच्या आसनासह जॉन पॅट्रिकला घेऊन आत जाण्यासाठी स्वागतकक्षामध्ये आला. या वेळी त्यांना अजिबात थांबावे लागले नाही. त्यांना लगेचच मागच्या छोट्या खोलीमध्ये नेण्यात आले. त्या खोलीमध्ये एक छोटे तपासण्याचे टेबल आणि भिंतीला लागून तीन गुबगुबीत खुर्च्या होत्या. एक गंभीर चेहऱ्याची महिला एका खुर्चीवर बसली होती. तिच्या पुढच्या खुर्चीमध्ये एका पेटीमध्ये पेशीसमूह ठेवलेले होते. टेबल मागून डॉक्टर बिनाम उभे राहिले आणि त्यांनी खुर्चीवर बसलेल्या त्या महिलेची ओळख करून दिली.

ही जिल कूपर, ती एक सामाजिक कार्यकर्ती आहे. त्याने शांत आवाजात सांगितले. जॉनला थोबाडीत मारल्यासारखे वाटले आणि तो खरोखरच घाबरून गेला.

एका सामाजिक कार्यकर्तीला बोलावले गेले आहे, त्या अर्थी परिस्थिती किती

वाईट असेल? मेगनला काही तरी आजार आहे, हे तिच्या स्नायूंबद्दल असणार. अरे देवा! ही कधीच चालणार नाही का? ती कुबड्या वापरेल? कदाचित उर्वरित आयुष्यभर तिला व्हीलचेअरवर बंदिस्त राहावे लागेल. त्याने प्रयत्नपूर्वक त्याचे विचार थांबवले. पुढे विचार करण्याआधी थांबण्याचे ठरविले. तो आणि एलिन सामाजिक कार्यकर्तीच्या शेजारी दोन मोकळ्या आसनांवर बसले. पॅट्रिक अजून झोपला होता, हे बरे होते. त्याचे गाडीतले आसन जॉनने टेबलाखाली सरकवले. परत आपल्या आसनावर बसत बिनामने विचारले, 'कशी आहे मेगन आता?' जॉनने सांगितले, ती चांगली आहे, 'ती अजून पुढे सरकत नाही. पण मला वाटते, एका दिवशी ती थोडी मागे सरकली. उशिरा का होईना ती अखेरीस प्रगती करू लागली आहे, असे मला वाटते.'

"छान, छान. पण मला माहीत आहे, तुम्ही बायॉस्पीचा निष्कर्ष ऐकण्यासाठी अधीर आहात." असे म्हणून डॉक्टर क्षणभर थांबून त्यांनी एक दीर्घश्वास घेतला. मेगनच्या स्नायूंचे तंतू ग्लायकोजेनने भरून गेले आहेत. ते भरपूर प्रमाणात मिळाले. आम्हाला असे वाटते की, मेगनला भरपूर ग्लायकोजेन साठवण्याची पॉम्पे व्याधी झाली आहे.

एलिनचा चेहरा तोंडाभोवती अनेक सुरकुत्या उमटून गंभीर झाला. आसनावरून पुढे झुकत तिने विचारले, 'हे फार गंभीर आहे का?'

डॉक्टर बिनाम म्हणाले, 'हो, मला वाटते, हे फारच गंभीर आहे. अतिशय वाईट निदान आहे. हा एक वाढत जाणारा रोग आहे. त्याच्यामुळे स्नायू अधिकाधिक दुर्बल होत जातात.'

जॉन आणि एलिनने मूकपणे एकमेकांकडे पाहिले. परिचारिकेच्या फोनवरील बोलण्यावरून स्नायुनाशाची शक्यता त्यांना जाणवली होती. अन्यथा स्नायुनाश हे त्यांच्यासाठी एक गूढच होते.

अखेरीस जॉनने विचारले, 'ही व्याधी कशामुळे होते?'

बिनामने एक जाड पुठ्ठ्याचे मोठे पुस्तक टेबलवरून उचलले. पिवळी खूण घालून ठेवलेले एक पान उघडले. त्यांनी मोठ्याने वाचण्यास सुरुवात केली. अधे-मधे स्पष्टीकरण देण्यासाठी ते वाचन थांबवत होते. जॉनच्या लक्षात आले त्यांचे हात थरथरत होते.

'पॉम्पे व्याधी हा एक आनुवंशिक जनुकीय नैसर्गिक बिघाड आहे. विशिष्ट द्रव्याच्या दोषामुळे किंवा अभावामुळे हा रोग होतो. या द्रव्याच्या अभावी अतिशय महत्त्वाच्या ग्लायकोजेन या शर्करेचे विघटन होत नाही. पॉम्पे व्याधीच्या रुग्णांच्या शरीरात चिकट द्रव्य साचत राहते. रुग्ण अधिकाधिक दुर्बल होत जातो. अशाच प्रकारच्या इतर ४८ व्याधी आहेत. शरीराच्या महत्त्वाच्या पदार्थांचे विघटन करण्यासाठी

आवश्यक असलेल्या द्रव्यातील उणिवा किंवा अभावांमुळे या व्याधी होतात. सुदैवाने या सर्व व्याधी अतिशय दुर्मीळ आहेत. पॉम्पे व्याधी ४०,००० लोकांत एखाद्याच व्यक्तीला होते. त्यामुळे मी आजवर पाहिलेल्या रुग्णांमध्ये तुमच्या मुलीचे उदाहरण पहिलेच आहे. या व्याधीचे तीन प्रकार आहेत – शिशूंमध्ये, बालकांमध्ये आणि प्रौढांमध्ये सुरुवात होणारी. शिशूंमध्ये सुरुवात होणारा प्रकार सर्वाधिक तीव्र असतो.

बिनामने पुस्तक बंद करून मेजावर ठेवून दिले. ते जे सांगत होते. त्यातील बहुतेक सर्व जॉन आणि एलिनला समजत होते. परंतु, पूर्ण नाही. त्यांनी त्यातील सर्वांत वाईट भाग मात्र मागे ठेवला होता.

'ही एक प्राणघातक व्याधी आहे!' त्यांनी अत्यंत सौम्य आवाजात सांगितले. त्यांनी आधी जॉनकडे पाहिले, नंतर एलिनकडे. त्यानंतर पूर्णपणे त्यांच्यापासून दूर पाहत ते म्हणाले, 'मला सांगायला अतिशय वाईट वाटतंय, पण सांगितल्याशिवाय गत्यंतर नाही. ज्यांना शिशुअवस्थेत हा रोग जडतो, ते दोन वर्षांपेक्षा जास्त काळ जगू शकत नाहीत.'

हातात डोके धरून एलिन रडू लागली. सामाजिककार्यकर्तीने त्यांना रुमाल दिले. जॉनने नाक शिंकरले आणि एलिनला जवळ घेतले.

त्याने थरथरत्या आवाजात विचारले, 'यावर काही उपाय आहेत का?'

मेजावर पुढे वाकून बिनामने नकारार्थी मान हलविली, मी वैद्यकीय संशोधनाची माहिती देणारी सर्वांत मोठ्या 'Medline'मध्ये पाहिले आणि मला काहीही सापडले नाही.'

जॉनची नजर पॅट्रिकवर पडली. तो अजूनही शांतपणे टेबलाखाली ठेवलेल्या आसनावर झोपला होता. 'यालाही हा आजार असण्याची शक्यता आहे का?' असे त्याने विचारले. शांत झोपलेल्या पॅट्रिकच्या गोल गालांवरून त्याची नजर हटत नव्हती.

डॉक्टर म्हणाले, 'हो, जर आई-वडिलांच्या जनुकांमध्ये विशिष्ट बदल झाले असतील तर असते. तुमच्यात असे बदल झाले असावेत. तुमच्या प्रत्येक मुलाला ही व्याधी होण्याची २५ टक्के शक्यता आहे.

'अरे देवा!' जॉन म्हणाला, हे ऐकून एलिन अधिक जोरात रडू लागली.

बिनामने अखेर त्यांच्याकडे नजर वळविली आणि जॉनच्या नजरेस नजर मिळविली. जॉनला त्यांच्या डोळ्यांत दुःख व पूर्ण निराशा दिसत होती. हातात हात गुंफत ते परत म्हणाले, ''मला अतिशय दुःख होतय.''

आणखी एक मज्जासंस्थातज्ज्ञाला दाखवून त्याचे मत घ्यावे असा सल्ला देऊन त्यांनी डॉक्टर मिलर यांचे नाव दिले आणि त्यांच्याशी संपर्क कसा

साधावयाचा ते सांगितले. त्यानंतर ते डॉक्टर व ती सामाजिककार्यकर्ती उभे राहिले. त्या जोडप्याला आणखी काही प्रश्न विचारावयाचे असतील, तर त्याचे उत्तर आम्ही आनंदाने देऊ आणि ते केव्हाही भेटू शकतात, असे त्यांनी सांगितले. पूर्वेच्या २४ क्रमांकाच्या रस्त्यावरून घरी जात असताना जॉनचे मन नियंत्रणाबाहेर पळत होते. अतिविचाराने झोप येत नसली की, एलिन अनेकदा म्हणायची, "डोक्यात विचारांचा नुसता धुमाकूळ चाललाय." त्याचे वडील गेल्यानंतर त्याला किती तरी आठवडे चिरडून टाकणाऱ्या वेदना आणि एकटेपणाची जाणीव होत असे आणि त्याच वेदना कोणत्याही पित्याला आणि मुलाला एकत्र पाहिल्यावर त्याला प्रत्येक वेळी होत असत. पण त्या अकाली निधनाच्या अनुभवानंतरही संकटाला तोंड देण्याची त्याच्या मनाची तयारी झाली नव्हती. कदाचित त्याच्या सर्वच मुलांना प्राणघातक व्याधी होती, ज्यावर काहीही इलाज नव्हता. बरे होणे तर लांबच.

अजून बाहेर काळोख होता आणि वारा सुटला होता. घरी गेल्यानंतर एलिनचे वडील मार्टी यांना फोन करून कॅलिफोर्नियाला परत या असे सांगायचे असे त्याने ठरविले. अशा परिस्थितीत काय करावे, हे ठरविण्यास मार्टींची मदत होईल. एलिनच्या कुटुंबात केव्हाही मदतीस बोलवावे, अशी ती व्यक्ती होती. प्रत्येक कुटुंबात अशी कोणती ना कोणती व्यक्ती असते. मार्टी एकोणिस वर्षांचे असताना, त्यांची आई गेली. त्यामुळे त्यांचे वडील इतके खचून गेले की, आपल्या धाकट्या दोन भावंडांना सांभाळण्याची जबाबदारी त्यांच्यावर येऊन पडली. तेव्हापासून त्यांच्या मोठ्या कुटुंबात ज्याला काही गरज भासेल तो मार्टी यांना बोलवित असे. जॉनलाही ते पित्यासमान होते. माध्यमिक शाळेत असताना तो आणि एलिन यांच्या गाठीभेटी सुरू झाल्या. काय करावे हे मार्टींना बरोबर माहीत होते. काही क्षणांसाठी जॉनला बरे वाटले. त्यानंतर मार्टींना इतकी भयानक बातमी प्रत्यक्ष सांगायची या विचाराने त्याचा चेहरा उतरला. आपल्या मित्रांना, आईला हे कसे सांगायचे?

"डॉक्टरांचे निदान चुकत असेल तर?" तो एलिनकडे पाहत बडबडला.

"आत्ता लगेच आपण त्याचा विचार करायला नको." एलिनने तिचे रडणे थांबविले होते आणि ती खिडकीतून बाहेर जाणाऱ्या ढगांकडे एकटक पाहत होती.

परिस्थिती समजून जॉनने रेडिओ सुरू केला. मनातील काळज्या बोलून टाकणे त्याला आवडत असे, परंतु एलिन शांत वातावरण किंवा लक्ष दुसरीकडे वळविणे पसंत करीत असे. रेडिओवर नटाली मर्चंटचे 'वंडर' हे गाणे लागले होते. ते एक लोकप्रिय गाणे होते. त्यानेही ते पूर्वी ऐकले होते, पण आज प्रथमच

तो त्याचे शब्द लक्षपूर्वक ऐकत होता. 'आनंद आणि आशावाद यांनी भरलेला उच्च स्वर, बाळापासून मिळणारे आनंद आणि अनेक डॉक्टरांचे उपचार घ्यावे लागले तरीही ती जगेल ही जाणीव. प्रेमाने, धीराने, श्रद्धेने ती मार्गी लागेल.' मर्चंट गात होती. त्याचे हृदय भरून आले आणि त्याच्या गालांवर अश्रू ओघळले.

अखेरीस त्याच्याकडे पाहत एलिन म्हणाली, "अरे जॉन, गाडी बाजूला घेऊन थांबत का नाहीस. नाहीतर तू अपघात करशील." जॉनने गाडी चालवणे चालूच ठेवले. "मला फक्त घरी जाऊन मेगनला मिठीत घ्यायचे आहे!"

४. आशा

वसंतऋतू, १९९८
वॉलनट क्रिक-कॅलिफोर्निया, ग्रेट नेक-न्यूयॉर्क

त्याच्या आयुष्यातील बत्तीस वर्षे कोणतेही संकट आले, तरी धीरोदात्त निर्धाराने त्याने संकट संपविले होते. आईसाठी आत्मविश्वासू आर्थिक सल्लागार, एक सुयोग्य पुत्र बनून त्याने वडिलांच्या मृत्यूशी सामना केला होता. त्याच्या आजोबांचा आरोग्य विमा हरवला त्या वेळी जॉन अजून कायद्याच्या महाविद्यालयात शिकत होता. त्याने नवीन योजना शोधून काढली आणि स्वत:च्या शैक्षणिक कर्जामध्ये काही हजार डॉलर्सची भर टाकून नव्या योजनेचे पैसे वळते केले आणि तो प्रश्न मिटविला. लहानपणापासूनच त्याची कौटुंबिक आर्थिक परिस्थिती डळमळीत होती. ती स्थिर करण्यासाठी त्याची हार्वर्ड एमबीएची पदवी आणि जास्तीत जास्त पगार देणारी नोकरी याद्वारे तो कुटुंबाची आर्थिक परिस्थिती नीट करीत होता.

आता त्याचे लक्ष डॉक्टर बिनामच्या निदानावर केंद्रित झाले होते. मेगनला एक प्राणघातक आजार झालेला होता. ज्यावर काहीच उपाय नव्हता. तो उपाय सापडण्यासाठी जॉन काय करू शकतो, फक्त याचाच विचार तो करू शकत होता.

निळी झालर लावलेल्या पाळण्यामध्ये पॅट्रिक झोपला होता. त्याच्या शेजारी एलिनला झोप लागल्यानंतर त्यांच्या शयनकक्षातील सोफ्याच्या टेबलासमोर जॉन बसला. त्याने नुकताच कम्प्युटर विकत घेतला होता. आठवड्यांतच त्याने त्याला इन्टरनेट जोडून घेतले. शोधण्याच्या खिडकीमध्ये त्याने पॉम्पे व्याधी ही अक्षरे टाइप केली. एक बटण दाबून व्याधी आणि त्यावर सापडलेल्या औषधांच्या एका नव्या जगात त्याने प्रवेश केला. पुढील नऊ वर्षे तो हे नवे जग सोडणार नव्हता.

त्याने जाणले की, डच रोगनिदानतज्ज्ञ जे.सी.पॉम्पे यांनी १९३२मध्ये या

रोगाचा शोध लावला. हृदय विकाराने मृत झालेल्या सात महिन्यांच्या बालकाचे शवविच्छेदन केल्यावर त्यांना असा शोध लागला की, ग्लायकोजेन नावाच्या दाट चिकट पदार्थाने त्याच्या पेशी भरून वाहत होत्या. बाळाच्या स्नायूपेशींमधून ग्लायकोजेन वाहणे आणि हृदयाचा वाढलेला आकार आणि मृत्यूस कारणीभूत ठरणारे स्नायूंचे दौर्बल्य यांचा परस्पर संबंध त्याने सर्वप्रथम शोधून काढला.

दुसऱ्या महायुद्धामुळे डॉक्टर पॉम्पेंचे काम थांबले. नाझींना विरोध करणाऱ्या डच गटांमध्ये ते सामील झाले. त्यांच्या प्रयोगशाळेमध्ये नाझींना छुपा रेडिओ ट्रान्समीटर मिळाला. त्यांना कैद करून त्यांचा वध करण्यात आला. पुढील दोन दशकांमध्ये डॉक्टर आणि वैज्ञानिकांना अशा आणखी रुग्णांच्या तपासण्यांचे निष्कर्ष मिळाले आणि या व्याधीला 'पॉम्पे व्याधी' म्हणून ओळखले जाऊ लागले. शिशू वयातील पॉम्पे व्याधी म्हणून निदान झालेल्या अनेक रुग्णांमध्ये मेगनसारखीच लक्षणे दिसून येत होती. सपाट पृष्ठभागावर पाठीवर ठेवल्यावर त्यांचेही पाय स्नायूंच्या अशक्तपणामुळे बेडकांच्या पायाच्या स्थितीमध्ये पडत असत. ही व्याधी शरीराचा ऱ्हास करत जाणारी होती आणि रुग्णाला हळूहळू अधिकाधिक दुर्बल करणारी होती. पॉम्पे व्याधीचा परिणाम इतर स्नायूंच्या गटापेक्षा काही विशिष्ट स्नायूगटांवर अधिक आणि लवकर परिणाम करतो असे दिसते. पायांबरोबरच चेहऱ्याचे स्नायू, हृदय आणि फुफ्फुसांचे स्नायू अशक्त होत जातात. परंतु सर्वसाधारणपणे हातांमधील अशक्तपणा जास्त काळ टिकते. पॉम्पे रुग्णांमध्ये ॲसिड अल्फा ग्लूकोसिडेज हा विकर कमी प्रमाणात असतो. १९६३ साली बेल्जियम शास्त्रज्ञ हेंद्री हर्स यांना असा शोध लागला. १९६० व १९७०च्या दशकांमध्ये युरोप आणि अमेरिकेमधील संशोधकांनी अशाच ४० पेक्षा अधिक प्रकारचे रोग शोधून काढले. लायसोझोम या पेशी आपल्या आसपासच्या भागातील टाकाऊ पदार्थांवर एका विकराच्या साहाय्याने प्रक्रिया करतात. अशा आजारांमध्ये हे विकर विकृत असतात. टाकाऊ पदार्थ नष्ट करण्याच्या कामामध्ये या विकरातील दोषांमुळे अडथळा येऊन टाकाऊ पदार्थ साठत जातात.

वैज्ञानिकांनी १९८०च्या दशकामध्ये जनुकांचा अर्थ समजण्याचे नवीन तंत्रज्ञान विकसित केले आणि ते प्रयोगशाळेमध्ये जनुके आणि इतर प्रथिने यांची प्रतिकृती निर्माण करण्याचा प्रयत्न करीत होते. त्यामुळे पॉम्पे व्याधीवर संशोधन करणाऱ्या मूठभर वैज्ञानिकांमध्ये या रुग्णांमधील विकृती निर्माण करणाऱ्या जनुकीय संरचनेचा अर्थ लावण्याची स्पर्धा सुरू झाली. जर ॲसिड अल्फा ग्लुकोसिडेज या विकराची जनुकीय सांकेतिक रचना समजली तर प्रयोगशाळेमध्ये कृत्रिम ॲसिड अल्फा ग्लुकोसिडेज तयार करून रुग्णांना देता येईल आणि रुग्णांना आशेचा किरण दाखविता येईल असा या वैज्ञानिकांचा अंदाज होता.

१९८६मध्ये डॉक्टर रोषेल हिर्शार्न एनवाययू वैद्यकीय केंद्राचे प्राध्यापक यांनी या जनुकाचा काही भाग प्रकाशित केला. त्यानंतर दोन वर्षांनी डॉक्टर अर्नाल्ड रुसर या डच वैज्ञानिकाने या संपूर्ण जनुकाचे वर्णन केले. रुसर यांचे काम आणि जनुकाची त्यांनी केलेली काही चुकीची वर्णने यावर हार्यबॉर्नने अधिक काम केले. रुसर आणि इतरांनी हा विकर पुरेशा प्रमाणामध्ये निर्माण करण्याचा प्रयत्न सुरू केला. या विकारांमुळे पॉम्पे रुग्णांवर उपचार करता येणार होते.

हे वाचून जॉनच्या आशा खूप उंचावल्या. त्यानंतर पुढील लेख पाहण्यासाठी त्याने बटन दाबले आणि त्याचा खूपच विरस झाला. औषध म्हणून वापरण्यासाठी प्राणिज पदार्थ बनविणे, हे अतिशय आव्हानात्मक आणि खर्चिक होते. ५००० रुग्णांना आवश्यक असलेल्या या विकराचे उत्पादन आवश्यक असणाऱ्या लक्षावधी डॉलर्सची गुंतवणूक करण्यासाठी अनेक वर्ष प्रयत्न करूनही कोणताही कारखाना तयार झाला नाही. प्रचंड गुंतवणूक आणि त्या प्रमाणात मिळणारा फायदा यांचे गणित जुळत नव्हते. हार्वर्ड स्कूलची पदवी असलेला जॉन या आर्थिक निर्णयामागील भयानक तत्त्वज्ञान समजू शकत होता. ड्यूक युनिव्हर्सिटी मेडिकल सेंटर या अमेरिकेतील संस्थेतील मूळचे तैवानी असलेले वैद्यकीय वैज्ञानिक डॉ. वाय. टी. चेन यांच्या सहयोगाने रुसर यांनी काही काळ काम केले. पॉम्पे व्याधीमध्ये अभाव असलेला विकर तयार करून रुग्णांना देण्यामध्ये या डॉक्टरांना रस होता.

१९९०च्या सुरुवातीला अमेरिकेतील जैविक तंत्रज्ञानावर काम करणाऱ्या जेन्झाईम कार्पोरेशन या छोट्याशा कारखान्याने हे सिद्ध केले की, केवळ काही हजार रुग्णांनाच हे विकर आवश्यक असले तरी विकर तयार करून रुग्णांना देण्याच्या उपचारामध्ये फायदा मिळविणे शक्य आहे. स्निग्धांवर प्रक्रिया करण्यासाठी आवश्यक असणारा विकर लायसोसोमल याच्यात उणीव असल्यामुळे गौचर व्याधी होते. यावर उपचारासाठी आवश्यक असणारा विकर जेन्झाईम कंपनीने बाजारात आणला. अंदाजे चार हजार लोकांसाठी आवश्यक असणाऱ्या या उपचारासाठी प्रत्येक रुग्णाला प्रतिवर्षी दोन लक्ष डॉलर्स किंमत मोजावी लागते. तरीही 'जेन्झाईम कॉर्पोरेशन' पाहत-पाहता फायदेशीर ठरली.

गौचर व्याधींवरील औषधाचे यश पाहून उत्साहित झालेल्या रुझर आणि चेन यांनी स्वतंत्रपणे जेन्झाईमशी संपर्क साधला आणि पॉम्पेवरील उपचारामध्ये त्यांना गुंतवणूक करण्यासाठी उद्युक्त करण्याचा प्रयत्न केला. परंतु व्यवस्थापन अजून लहान होते आणि जुन्या संचालकांना हा धोका आपण घेऊ शकत नाही असे वाटले. या दोन संशोधकांना इतर मोठे जबाबदारी घेणारे भेटले. १९९३मध्ये रुझरने एका डच औषधनिर्मिती करणाऱ्या संस्थेबरोबर सहभाग घेतला.

औषधोपचारासाठी आवश्यक असणारे मानवी विकर जनावरांच्या दुधामध्ये तयार करण्यासाठी जनावरांच्या जनुकांमध्ये बदल करणे, हे यांचे वैशिष्ट्य होते. रुझर एक जनुक ज्यांच्यामध्ये अधिक घातलेल्या ॲसिडयुक्त सशांची निपज करीत असे. त्यामुळे त्यांच्या दुधामध्ये मानवी ॲसिडयुक्त अल्फा ग्लुकोसिडेज हा विकर तयार होई. अशा शेकडो सशांपासून मिळालेल्या दुधातील हा विकर शुद्ध केला जाई.

याच काळाच्या सुमारास चेनने सिन्पॅक फॉर्मस्युटिकल्स या तैवानच्या कंपनीशी सहयोग सुरू केला. बिअर तयार करण्यासाठी वापरल्या जातात. तशाच स्टेनलेस स्टिलच्या मोठ्या भांड्यांमध्ये त्याने ॲसिड ग्लुकोसिडेज तयार केले. जैविक तंत्रज्ञानाचे पदार्थ बनविण्यासाठीची ही पद्धत सुयोग्य पद्धत म्हणून भरभराटीस आली. चिनी हॅम्सटरच्या स्त्रीबीज कोषापासून ॲसिड अल्फाग्लूकोसिडेजचा मानवी प्रकार तयार करण्यासाठी जनुकीय बदल केलेल्या पेशी ज्यांना शास्त्रीय भाषेमध्ये 'सीएचओ' म्हटले जाते. अशा पेशींनी प्रतिक्रियेची भांडी भरली जातात असे म्हटले जाते. त्यामध्ये या पेशी भरल्या जातात.

ड्यूक युनिव्हर्सिटीने इंटरनेटवर दिलेल्या प्रसिद्धी पत्रिकेपर्यंत पोहोचण्यास जॉनला जवळजवळ तीन तास लागले. केवळ एक महिना अगोदर दिलेल्या या प्रसिद्धी पत्रकांमध्ये असे जाहीर केले होते की, या प्रायोगिक विकराच्या परीक्षणासाठी बालकांवर चिकित्सालयीन चाचणी करण्याची चेनची योजना होती. या पत्रकात असे म्हटले होते की, 'पॉम्पे व्याधी झालेल्या जपानी क्वेल पक्ष्यांवर या प्रायोगिक औषधांची चाचणी केली होती. हे पक्षी इतके दुर्बल झाले होते की, त्यांना पंख फडफडविणे किंवा उडणे शक्य नव्हते. उच्च मात्रेमध्ये दिलेल्या 'जीएए' उपचारामुळे दोन्ही पक्ष्यांच्या स्नायूंची ताकद इतकी वाढली की, पाठीवर थापटले असता ते पंख फडफडवत. एक पक्षी तर थोडे अंतर उडूही शकला.' जॉनने हाच भाग परत स्वत:शी वाचला. या निष्कर्षांच्या आधारावर चेन अमेरिकेच्या अन्न आणि प्रशासनाबरोबर चर्चा करीत होता. चिकित्सालयीन चाचणी सुरू करता यावी यासाठी ही चर्चा सुरू होती. चेन आणि त्याच्या सहकाऱ्यांना आशा होती की, त्यामुळे क्वचित आढळणाऱ्या आणि नेहमी जीवघेण्या ठरणाऱ्या पॉम्पे व्याधीच्या मुलांवर उपचार करता येतील.

आणखी काही वेळा बटण दाबल्यावर जॉनने असे वाचले की, रुझर आणि त्याची सहकारी कंपनी 'फार्मिंग' हे देखील पॉम्पे व्याधी असलेल्या चार शिशूंबरोबर त्यांच्या विकराची चिकित्सालयीन चाचणी करण्याच्या तयारीत होते. या घटना इतक्या नव्या होत्या की, डॉक्टर विर्नोमना त्याची कल्पनाही नव्हती.

हे सर्व छापले जाण्याचे बटन दाबून जॉन खुर्चीमध्ये आरामात बसला आणि

डोळे मिटून दीर्घ श्वास घेऊ लागला. डॉक्टर बिनाम यांच्या विधानानंतर वॉलनटक्रिकमधील त्याच्या हिरव्यागार पाँटीयाक बोनेव्हिले या घराच्या आसपास तो दुपारभर रडत आणि प्रार्थना करीत गाडी फिरवित राहिला. त्याने देवाकडे भीक मागितली, 'देवा, कृपया मेगन तिच्या दुसऱ्या वाढदिवसापर्यंत जगू दे.' स्वत:च्या इच्छाशक्तीवर प्रचंड विश्वास असूनही मनातून जॉन धार्मिक होता. त्याच्या आयुष्यातील तणावपूर्ण काळामध्ये तो दररोज सामूहिक प्रार्थनेलाही जाई. कॅथॉलिक चर्चमध्ये संगोपन झालेला तो केवळ श्रद्धाळू मुलगाच नव्हता, तर त्या चर्चमधील फादरशीही त्याचे कौटुंबिक जिव्हाळाचे नाते होते.

मेगनच्या निदानानंतरच्या संध्याकाळी ती बातमी ऐकल्यानंतर लगेच विमानाने येणाऱ्या एलिनच्या वडिलांना घेण्यासाठी तो सॅनफ्रॅन्सिस्कोच्या विमानतळावर गेला. गाडीतून घरी जाताना थेट समोर पाहत त्याचे सासरे मार्टी म्हणाले, 'कसे ते मला माहीत नाही, पण यातून आपण बाहेर पडणार आहोत.' मेगनच्या निदानामुळे ते अचंबित झालेले दिसले. जॉन यावर काहीच म्हणाला नाही. त्याची नजर समोरच्या काळ्या रस्त्यावर रोखलेली होती. मार्टी यांना दिलासा मिळावा असे काहीतरी बोलावे, अशी त्याची इच्छा होती. परंतु त्या निराशाजनक परिस्थितीमध्ये त्याला शब्द सापडेनात.

डॉक्टरांच्या भयानक निदानांनंतर काही तरी सत्य, शास्त्रीय शोध, विजय मिळवून देणारा आशेचा किरण सापडला होता. प्रिंटरमधून या रोगाबाबतच्या माहितीच्या शब्दांमागून शब्द, पानांमागून पाने घुसळून बाहेर पडत होती. त्याकडे तो पाहतच राहिला आणि त्याची छाती, हृदय आणि आत्मा आशेने भरून गेले. त्याला ही बातमी कुणालातरी सांगाविशी वाटत होती.

त्याची पत्नी अंधाऱ्या कोपऱ्यात झोपली होती, तिकडे पाहत तो कुजबुजला 'एलिन'. ती हललीही नाही. पण इतक्यात तिच्या शेजारी पाळण्यामध्ये पॅट्रिक रडू लागला. एलिन गडबडून उठून बसली आणि अंधारात तिने बाळाला चाचपडले. जॉनने प्रिंटरमधून आलेला कागदाचा ढीग उचलला आणि तो एलिनच्या बाजेपाशी ड्यूक युनिव्हर्सिटीच्या वैद्यकीय चाचणीचे निवेदन वाचत आला. 'जागी हो आणि हे पाहा. हे आश्चर्यजनक आहे. यात म्हटले आहे की, ड्यूकमधील काही डॉक्टर्स पॉम्पेवर काम करीत आहेत.'

अजूनही अर्धवट झोपेत असलेली आणि पॅट्रिकला कुरवाळत असलेली एलिन जॉनकडे पाहत राहिली. तो काय सांगत आहे, हे समजण्याचा प्रयत्न करीत राहिली. जॉन उत्साहाने पुढे सांगतच राहिला, यात पुढे म्हटले आहे की, ''ड्यूकमधील डॉक्टर चेन पॉम्पेमधील उपचारांबाबत काम करीत आहेत. त्यांच्या प्रयोगशाळेमध्ये त्यांनी एक विकर तयारही केला आहे. पॉम्पे व्याधी असलेल्या

जपानी क्वेल पक्ष्यांना त्यांनी तो दिला आणि तो उपयुक्त ठरला.''

एलिन मध्येच म्हणाली, ''हा विकर कुणाला दिला म्हणालास?''

जॉनने उत्तर दिले, ''क्वेल्स – एक प्रकारचे पक्षी.''

''जॉन मला वाटते, मला क्वेल्स माहीत आहे. पण त्याचा मेगनच्या आजाराशी काय संबंध?'' ती चिडखोर आवाजात म्हणाली.

''चाणाक्ष मुली – याचा अर्थ की, आपल्या मुलीप्रमाणे तीच व्याधी आणि तोच अभाव असलेला विकर त्या पक्ष्यात होता. अशा पक्ष्याला तो विकर दिला आणि त्यामुळे तो पक्षी अधिक बलवान झाला. हे पाहा, इथे यात म्हटले आहे की, तो पक्षी चक्क उडाला.'' त्या छापलेल्या कागदांवरील एक परिच्छेदावर त्याने जोराने बोट दाबले आणि तो कागद उत्साहाने हवेत फडफडवला, ''विश्वास बसतो का तुझा, तो बेटा पक्षी उडाला.''

''याचा अर्थ काय?'' एलिनने सावधपणे विचारले. जॉनने तिच्या डोळ्यांत पाहिले, आपल्या नवजात मुलाच्या केसांवरून हात फिरवित सावकाश म्हणाला, ''याचा अर्थ – आशा; एलिन, याचा अर्थ – आशा.''

प्रसिद्धी पत्रकातील भाग वाचत, 'हे पाहा, लक्षपूर्वक ऐक. या निष्कर्षावरून आम्हाला असा विश्वास वाटतो की, माणसांमध्ये होणाऱ्या पॉम्पे व्याधीवरही असा उपचार होऊ शकतो. डॉक्टर चेन म्हणाले की, सुरुवातीला काही थोड्याच मुलांवर या उपचाराचा आम्ही प्रयत्न करू. हे यशस्वी झाले तर संपूर्ण आयुष्यभर, मुलांना विकर पुरवावा लागेल.'

एलिनने ताठ बसून पॅट्रिकला ढेकर येण्यासाठी एका खांद्यावर घेतले आणि जॉनला जरा हळूहळू वाचण्यास सांगितले. साहजिकच हे ऐकत असताना तिचा चेहरा उजळला आणि डोळे चमकू लागले. तिचा पती तिला सांगत होता की, त्यांच्या सोनुल्या मेगनला झालेली मृत्युदंडाची शिक्षा दूर करण्याचा एक मार्ग होता. एलिनने पॅट्रिकला अलगद पाळण्यामध्ये ठेवले. ती थरथरत उभी राहिली आणि जॉनभोवती हात सरकवत त्याला घट्ट मिठी मारली.

उत्साहित पण खातरी नसलेल्या एलिनने विचारले, ''पण आता काय करायचे?'' तिला माहीत होते की, जॉनजवळ याचे उत्तर निश्चित असणार. तिच्या वडिलांप्रमाणेच काय करायचे, परिस्थितीचा ताबा कसा घ्यायचा आणि गोष्टी घडवून कशा आणावायाच्या हे नेहमीच त्याला माहीत असल्यासारखे दिसे.

''आपण ड्यूकला फोन करू या.'' ते एकमेकांच्या मिठीत असताना तो कुजबुजला. पॅट्रिकच्या कुरकुरीचे रूपांतर मोठ्यांदा रडण्यापर्यंत होईपर्यंत ते दोघे तसेच एकमेकांच्या मिठीत उभे राहिले. एक निःश्वास सोडून एलिनने त्यांच्या मुलाची काळजी घ्यायला सुरुवात केली आणि त्या छापलेल्या गोष्टींचा अभ्यास

करण्यासाठी जॉन परत टेबलाशी गेला. चिकाटीने आणि प्रेमाने तिने मुलांची काळजी घ्यायची आणि त्याने विचार करून योजना आखायची हा त्यांच्या आयुष्याचा पायाभूत नमुना ठरून गेला होता.

त्या शनिवारी जॉन किंगकॉसला गेला आणि त्याने तपकिरी रंगाचे आच्छादन असलेल्या पुस्तिका एकत्रित केल्या. त्यावर लिहिलेले होते, 'मेगन कॅथरिन क्रौली हिच्या वैद्यकीय अहवालांचा सारांश.' सोमवार सकाळपर्यंत तो जागत राहिला. इरॅस्मस युनिव्हर्सिटीमध्ये डच वैज्ञानिक डॉक्टर रुझर (ज्यांनी सशाच्या दुधापासून तो विकर काढण्यावर आपले लक्ष केंद्रित केले होते.) सकाळी नऊ वाजता रॉटरडॅम येथे कामावर येत असावेत. त्या वेळी त्यांना जॉनला फोन करायचा होता.

"मी अमेरिकेतून बोलत असून मला डॉक्टर आर्नोल्ड रुझर यांच्याशी बोलायचं आहे." सावकाश आणि मोठ्या आवाजात जॉन फोनवर म्हणाला, अस्खलित इंग्रजीमध्ये आवाज आला, "अच्छा, अच्छा! तुम्हाला अर्नी पाहिजे. फोन चालू ठेवा."

काही क्षणांत आपल्या प्रेमळ आणि दयाळू आवाजात रुझर म्हणाले की, "हो, मी फार्मिंगबरोबर काम करतो. पण मी एक संशोधक आहे. मी रुग्णांवर उपचार करीत नाही. तुम्ही तुमच्या मुलीला मॅन हॅसेट या न्यूयॉर्कच्या उपनगरामध्ये नॉब शोअर युनिव्हर्सिटी हॉस्पिटलमध्ये डॉक्टर अल्फ्रेड स्लोनिम यांना दाखविण्यासाठी घेऊन जा. डॉक्टर स्लोनिम या व्याधीवर उपचार करण्यात तरबेज आहेत आणि युनायटेड स्टेटसमध्ये आमच्या विकराच्या उपचाराच्या वैद्यकीय चाचणीच्या योजनेमध्ये ते सहभागी आहेत. औषधी कंपन्या केवळ ज्ञानासाठीच नव्हे तर वैद्यकीय चाचण्यांसाठी रुग्ण सहज उपलब्ध व्हावेत यासाठी डॉक्टरांचे सहकार्य घेतात."

एका पंधरवड्यानंतर जॉन एलिन आणि मेगन नॉर्थशोअर युनिव्हर्सिटी हॉस्पिटलपासून थोड्याच अंतरावर असलेल्या ग्रेट नेक' या पाच मजली हॉटेलमध्ये आले. तेथे डॉक्टरांनी मुलाला तपासावे असे अपेक्षित नव्हते. परंतु, स्लोनिमच्या परिचारिकेने सांगितले होते की, त्या दिवशी डॉक्टर तेथे काही भेटीगाठी घेणार होते. पॉम्पेवरील उपचारात तरबेज असणारे एक डॉक्टर आणि फार्मिंग कंपनीचे व्यावसायिक अधिकारी यांच्याबरोबर अमेरिकेमध्ये वैद्यकीय चाचणी घेण्याच्या योजनेबाबत ते चर्चा करणार होते. आपल्या मुलीच्या लक्षणांच्या जॉनने केलेल्या वर्णनावरून ती परिचारिका म्हणाली की, तिला पॉम्पे व्याधीचा नेहमी न सापडणारा प्रकार झाला असावा आणि डॉक्टरांना या प्रकाराबद्दल विशेष कुतूहल होते. त्यांच्या डच पाहुण्यांनी या प्रकारचा रुग्ण कधीही पाहिला नव्हता आणि त्यांना या प्रकारचा रुग्ण दाखवायचा होता. जॉन अगदी योग्य वेळी त्यांना भेटला होता.

सद्भाग्य आणि अंत:प्रेरणा यांच्यामुळे स्लोनिम पॉम्पे व्याधीवरील संशोधन करणाऱ्या क्षेत्रात आले होते.

स्लोनिम पुराणमतवादी ज्यू होते. जे ऑस्ट्रेलियातील मेलबॉर्नमध्ये लहानाचे मोठे झाले आणि त्याने पहिले वर्ष बालरोगतज्ज्ञ म्हणून इस्त्राईलमध्ये व्यथित केले. १९७४मध्ये त्यांनी अमेरिकेतील व्हॅंडर बिल्ट विश्वविद्यालयामध्ये अंत:स्त्राव ग्रंथींचा तज्ज्ञ म्हणून पदव्युत्तर पद घेतले. त्याच्या पहिल्या काही रुग्णांमध्ये पॉम्पेसारख्या व्याधींनी ग्रस्त असलेली एक सोळा वर्षांची मुलगी होती. तिच्या रक्तातील साखर अतिशय कमी झाली होती. या व्याधीवर काहीच इलाज नव्हता, म्हणून स्लोनिमने त्यापुढील सर्वोत्तम गोष्ट केली होती. त्यांनी त्या मुलीच्या आहाराबाबत प्रयोग सुरू केले. अतिशय कमी पिष्टमय पदार्थ असलेला आहार स्लोनिमने तयार केलेले विशिष्ट मिश्रण रात्री नळीद्वारे दिले जायचे. त्यामुळे ती मुलगी प्रथमच शाळेत जाऊ लागली.

या चमत्काराची बातमी सगळीकडे पसरली आणि लवकरच पॉम्पे व्याधीसह संबंधित व्याधी असलेल्या मुलांच्या कुटुंबीयांनी त्यांच्याशी संपर्क साधणे सुरू केले. या डॉक्टरांनी सांगितलेला आहार आणि व्यायामाचा कार्यक्रम यामुळे संबंधित व्याधी वाढण्याचा वेग कमी झाला असे दिसून आले.

अमेरिकेत प्रतिवर्षी शेकडो रुग्ण पॉम्पे व्याधीसह जन्म घेत होते. परंतु अनेक बालकांना काय झाले आहे हे माता-पित्यांना कळण्यापूर्वीच मृत्युमुखी पडत. या बालकांचे निदान झाले तरीदेखील डॉक्टर सर्वसाधारणपणे वैद्यकीय पुस्तकांमध्ये 'यावर काही उपचार नसल्यामुळे काहीही आशा नाही.' असे सांगून रुग्णांना घरी पाठवत असत. एकमेकांना सांगण्यामधून स्लोनिमच्या रुग्णांना किंवा नुकत्याच सुरू झालेल्या इंटरनेटवरून रुग्णांना स्लोनिमची माहिती मिळत असे. जॉनने संपर्क साधण्यापूर्वी त्यांनी पॉम्पेच्या सुमारे २० रुग्णांवर उपचार केले होते.

हॉटेल ग्रेट नेकच्या दुसऱ्या मजल्यावर मेगनला बाबागाडीत बसवून जॉन व एलिन लिफ्टने आले. सभागृहाच्या वाटेवर जॉन पुढे चालत होता. एलिन मागून जात होती. बाबागाडीच्या मुठीवरील तिचे हात पांढरेफट्ट पडले होते. त्या हिरव्या दरवाजावर टकटक करून ते खोलीत आले. तिथे गडद रंगाच्या टेबलाभोवती सहा व्यक्ती बसल्या होत्या आणि मेज कागदांनी झाकून गेले होते. त्यांच्या दिशेने हात पुढे करीत रुंद खांद्याचा, टक्कल पडू लागलेला साठीतील एक मनुष्य भरभर आला.

तो मोठे स्मितहास्य करीत ऑस्ट्रेलियन उच्चारात म्हणाला, "मी अल्फ स्लोनिम." त्याने जॉन व एलिनबरोबर जोरात हस्तांदोलन केले आणि लगेच

मेगनच्या बाबागाडीजवळ गुडघ्यावर बसला.

तो मेगनच्या तोंडापासून सुमारे ६ इंचावर तोंड नेऊन "काय छोट्या मुली!" असे मोठ्यांदा म्हणाला. नंतर अधिक शांत आवाजात स्वत:शीच पुटपुटला, "हो, सुंदर, सुंदर छोटी मुलगी. अतिसुंदर."

मेगन तिच्या गुलाबी पेहरावामध्ये बाबागाडीत बसून पुढे झुकली. त्याच्याकडे टक लावून पाहत राहिली.

"छोट्या बाळा, तुझा गुलाबी बो किती सुंदर आहे." आणि मेगनशी बोलत, "मला भेटण्यासाठी तू खूपच लांबचा प्रवास करून आली आहेस. तुला इथे यायला मिळावे यासाठी तुझ्या बाबांनी माझ्या परिचारिकेबरोबर सातत्याने संबंध वाढवले." यावर जॉनला हसू आले आणि तिथे बसलेल्या व्यक्तींमध्येही खसखस पिकली.

बालगीतासारखे उच्चार करीत त्यांनी विचारले, "बाळा तुझे नाऽऽव काय? मेगन आईकडे पाहत कुरकुरली. तिच्या आईने या प्रश्नाचे उत्तर द्यावे म्हणून. दीनवाणी हसत एलिनने आपला जबडा सैल केला आणि म्हणाली, "डॉक्टर स्लोनिम, ही मेगन."

स्लोनिम यांचे वय, त्यांचे हळुवार वागणे, त्यांचा दयाळू चेहरा यांमुळे जॉनला त्याचे आजोबा, आईचे वडील यांची आठवण आली. जॉनचे वडील वारल्यानंतर त्यांनी जॉनला मोठा होण्यास मदत केली होती. जॉनच्या लहानपणी ते दोघे सतत बरोबर असत आणि दोन वर्षांपूर्वी फ्रँक व्हॅलेन्टीनो यांचा मृत्यू होईपर्यंत त्या दोघांचे संबंध घनिष्ट होते. अंत:प्रेरणेमुळे जॉनला जाणवले की, डॉक्टर स्लोनिम हा एक चांगला माणूस आहे, आणि तो त्यांच्यावर विश्वास ठेवू शकतो. नुकतीच भेट झाली असूनही डॉक्टर स्लोनिम त्याला खूपच ओळखीचे वाटत होते.

जॉनने त्या बैठकीतील सर्वांकडे पाहिले. त्या खोलीमध्ये असलेले इतर कोण आहेत, हे जाणण्याची त्याला उत्सुकता होती.

मेजाच्या टोकाला बसलेली व्यक्ती इतरांना म्हणत होती, "थोडा आराम घ्यायला ही चांगली वेळ आहे." ते एक उंच जाडजूड, भरपूर तांबूस केस असलेली व्यक्ती होते. जॉन व एलिनशी हस्तांदोलन करण्यासाठी टेबलाच्या कडेला येऊन ते म्हणाले. रॅन्डॉल हाउस छतावरच्या दिव्यांमुळे त्यांच्या हातातील सोन्याचे रोलेक्स घड्याळ चमकत होते. "अनेक आठवड्यांपूर्वी तुम्ही माझ्या पत्नीशी बोललात!"

जॉनला त्यांचे नाव आठवले. मेगनचे निदान झाल्याच्या रात्री इंटरनेटवरून श्री. हाउस यांचा दूरध्वनी क्रमांक त्याला सापडला होता. त्यांच्या मुलीला 'पॉम्पे' व्याधी

असल्याचे निदान झाले होते. (ॲसिड मायटेजचा अभाव, जो मोठ्या मुलांना होतो.) तीन वर्षांपूर्वी हे निदान झाल्यापासून रॅन्डॉल आणि त्यांची पत्नी मेरिलीन यांनी 'ॲसिड मायटेज डेफिसिएन्सी असोसिएशन' असा एक सल्ला देणारा संघ स्थापन केला होता. आता पंधरा वर्षांची झालेली 'तिफानी' हिला बाल्यावस्थेत होणारा पॉम्पे व्याधीचा प्रकार अशा नावाने ओळखली जाणारी व्याधी झाली होती. शिशू अवस्थेत होणाऱ्या प्रकारापेक्षा हा प्रकार कमी गंभीर होता. परंतु तीसुद्धा प्रौढावस्थेपर्यंत जगेल अशी अपेक्षा नव्हती. शिशु अवस्थेमध्ये होणारी ही व्याधी होणाऱ्या रुग्णांमध्ये जवळजवळ कोणताच विकर नीट तयार होत नाही. परंतु बाल्य किंवा प्रौढावस्थेमध्ये ही व्याधी होणाऱ्या रुग्णांमध्ये उपयुक्त विकर १ ते ४० टक्क्यांपर्यंत तयार होतो. तरीही तो पुरेसा नसतो आणि पौगंडावरचा किंवा प्रौढावस्था येईपर्यंत लक्षणे दिसू लागण्याइतके ग्लायकोजेन शरीरात साठते. नेहमीच पाय आणि फुप्फुसे यांमध्ये दौर्बल्य आधी येते. पॉम्पे व्याधीने ग्रस्त शिशूंची हृदये फार मोठी झालेली असतात आणि वयाच्या दुसऱ्या वर्षापर्यंत निकामी होतात. बाल्यावस्थेतील व मोठे झाल्यावर पॉम्पे व्याधी होणारे रुग्ण यांना सुरुवातीस हृदयाचा काहीच त्रास नसतो. व्याधी अतिशय हळूहळू वाढते पण कालांतराने त्यांनाही श्वास घेण्याचा त्रास होऊ लागतो आणि हृदयाचे त्रास सुरू होऊन लवकरच मृत्यू येतो.

हाउस कुटुंबीयांचा सॅन फ्रॅन्सिस्कोमध्ये एक यशस्वी बांधकाम व्यवसाय होता. १९९६ साली पॉम्पे संशोधकांची पहिली सभा त्यांनी वैयक्तिक पैसे वापरून बोलावली. त्यासाठी त्यांनी जगभरातील उत्तम संशोधक आणि डॉक्टर्स सँट अन्टोनिओ'मध्ये बोलविले होते. जॉन त्यांच्याकडे पाहत म्हणाला, "ओऽऽ! श्री. हाउस. तुम्हाला भेटून मला खूप आनंद झाला आणि तुमच्या संघामध्ये सहभागी होणे मला अतिशय आवडेल."

हाउस म्हणाले, "तुमचा पाठिंबा आम्हाला अतिशय आवडेल. परंतु तुमच्या या मुलीची काळजी घेणे, हे आत्ता सर्वांत महत्त्वाचे आहे."

स्लोनिम त्यांचे संभाषण तोडत मध्येच तोडत म्हणाले, "श्री. हाउस आणि अन्सहॅनडर प्लोएग नेदरलंडमधील पॉम्पे व्याधीवरील तज्ज्ञ यांनी या खोलीतच थांबावे. मी मेगनला तपासणार आहे." जॉन आणि एलिन यांनी होकारार्थी मान हलविली.

मेगनला उचलण्यासाठी पुढे वाकत स्लोनिमनी एलिनला विचारले, "तुझी हरकत नाही ना?"

"नाही-नाही, तुम्ही तिला तपासा." असे म्हणत एलिन मागे सरकली. कडेने कागदांचे ढीग असलेल्या टेबलाच्या मध्यावर मेगनला डॉक्टर ठेवत असताना मेगनने विरोध केला नाही. स्लोनिम आणि जॉन यांनी ते कागद

टेबलाच्या एका टोकाकडे सरकविले. एलिनने तिच्या मुलीचे कपडे काढले. एकत्र करीत असलेल्या कागदांकडे त्याने एक नजर टाकली. एका दस्तऐवजाच्या वेष्टनावर फार्मिंग स्टडीची नियमावली, असे लिहिले होते. त्याचे डोळे विस्फारले.

"मेगन तुझे हात वर करशील का?" स्लोनिमने विचारले. फक्त लंगोटावर असलेल्या मेगनने आई-बाबांकडे बघत हात वर केले.

"ती सर्वसामान्यांपेक्षा जास्त आज्ञाधारक आहे." स्लोनिम त्यांना म्हणाले.

"हो, डॉक्टर आणि किती हुशार आहोत, हे दाखवायला तिला आवडते." जॉन हसत म्हणाला.

एलिन त्याला चिमटा काढीत म्हणाली, "बापावर गेलीय." मन बरेच शांत झाल्यामुळे नवऱ्याची चेष्टा करण्याची संधी एलिनने सोडली नाही. कण्हत जॉनने 'आई गं!' केले आणि मेगनकडे डोळे मिचकावित म्हणाला, "आईचं म्हणणं बरोबर आहे नाही का गं, मेगन."

मेगनने होकारार्थी मान हलविली. यावर स्लोनिम म्हणाले, "वा! फारच छान. तू एक तरतरीत मुलगी आहेस. आता तुला वळता येईल का?" एलिनने मेगनला पोटावर झोपविले. मेगन पटकन वळून पाठीवर झाली.

डॉक्टरांनी बॅगेतून स्टेथोस्कोप काढून कानामध्ये घातला. काहीशा आठ्या घालून त्यांनी मेगनची फुप्फुसे व हृदय तपासले. धातूच्या थंड स्पर्शाने तिला शिरशिरी आली आणि तिने प्रश्नार्थक नजरेने आईकडे पाहिले. डॉक्टरांनी तिच्या पोटाला स्पर्श करीत हळुवारपणे पोट तपासले. "आपल्या अपेक्षेप्रमाणे तिच्या यकृताचा आकार वाढला आहे." असे म्हणत त्यांनी त्याच्या तक्त्यावर तशी नोंद केली.

"आता आपण जमिनीकडे जाऊ या आणि तिला रांगता येते का पाहू या."

मेगनच्या कानात उत्तेजना देणारी काही वाक्ये पुटपुटत त्यांनी मेगनला गालिच्यावर ठेवले. जॉनने तिच्यापासून काही फुटांच्या अंतरावर खेळणे ठेवले. तो श्वास रोखून पाहत होता. हाता-पायांवर स्वत:ला थोडेसे उचलत, हातांनी शरीर मागे ढकलत ती थोडी सरकली. तिचे पाय अजिबात हलले नाहीत आणि ती रडू लागली.

तिला उचलून घेत, कुरवाळत जॉन स्लोनिमकडे पाहत म्हणाला, "अरेरे, तिला रांगता येत नाही."

एलिनने मेगनच्या जाकिटाला अडकविलेली चोखणी काढून तिच्या तोंडात धरली व तिला शांत केले. तिच्या मुलीच्या पिळवटून टाकणाऱ्या दुर्बलतेबाबत ती काहीच करू शकत नव्हती. परंतु किमान तिच्यातील आईच्या अंत:प्रेरणेमुळे बाळाची ताबडतोबीची गरज भागवू शकत होती.

"तिला अन्न गिळता येते का?" डॉक्टरांनी विचारले. एलिनने मान डोलावली.

"मी तिचे एक्स-रे पाहू का?" जॉनने दोन महिन्यांपूर्वीच कॅलिफोर्नियामध्ये काढलेले एक्स-रे त्यांच्याकडे दिले.

स्लोनिमनी व्हँडरप्लोएग आणि श्री. हाउस यांना आपल्यामागे उभे राहून एक्स-रे पाहण्यास खूण केली. 'वरवर पाहता ती पुरेशी शक्तिवान वाटते, हे तुमच्या लक्षात आले असेल. परंतु हे पाहा तिच्या हृदयाचा आकार खूप वाढलेला आहे.' एक्स-रे वरील आकार बोटाने दाखवित ते दबक्या आवाजात म्हणाले, फुफ्फुसांवरही दडपण आलेले आहे आणि त्यामुळे लवकरच तिला श्वसनाचे त्रास सुरू होऊ शकतात.'

त्यांनी जॉन व एलिनला बसण्यासाठी खुर्च्या पुढे ओढल्या. ते बसले. एलिनने मेगनला मांडीवर घेऊन तिला कपडे घालण्यास सुरुवात केली आणि जॉन डॉक्टरांना प्रश्न विचारू लागला. डॉक्टर, मेगन आजारी आहे यावर विश्वास ठेवणे, आम्हाला अजूनही कठीण जात आहे. ती इतकी सर्वसाधारण दिसते. मला सांगा हिला 'पॉम्पे' आहे हे तुम्हाला सांगितले नसते, तर केवळ तिच्याकडे पाहून तुम्ही जाणू शकला असता?'

स्लोनिमने उत्तर दिले, 'ती चांगली दिसते हे मला सांगितलेच पाहिजे, परंतु आम्हाला माहीत असलेली व्याधी उघड करणारी लक्षणे तिच्यात आहेत. पाहा, तिचा चेहरा काहीसा सपाट आहे, तिचे तोंड जवळजवळ सतत थोडेसे उघडे राहते आणि जर ती हसत असेल तर फारच थोडे. या सर्वांना कारण तिच्या चेहऱ्याचे स्नायू अशक्त आहेत आणि तुम्ही पाहत आहात ना तिचे तोंड उघडे असताना जिभेचा थोडासा भाग दिसू शकतो. पॉम्पेबाधित सर्व बालके अशीच दिसतात.'

जॉन डोके हलवित शांतपणे मेगनकडे रोखून पाहत होता आणि एलिन तिच्या गुलाबी रिबनने केस नीट बांधत होती. यांची मुलगी अशी का दिसत होती, त्या सगळ्याचा अर्थ अचानकपणे त्यांना समजू लागला. जॉन म्हणाला, 'आम्हाला नेहमी आश्चर्य वाटे की, ती इतकी गंभीर का दिसते आणि कधीच हसत का नाही. मी नेहमीच तिला छोटी गंभीर इटालियन राजकुमारी म्हणत असे.'

मेगनच्या गालाचा पापा घेत एलिन म्हणाली, "मी तिला नेहमी म्हणत असे, तू हसत का नाहीस? मला खातरी आहे तू आनंदात आहेस. खूप प्रयत्न केल्याशिवाय तिला हसताच येत नाही असे आम्हाला वाटत असे."

स्लोनिम मध्येच म्हणाले, पण खरोखरच ही चांगली गोष्ट आहे, अशी दाट शक्यता आहे की, पॉम्पेचा जो विशिष्ट प्रकार आहे तो तिला नसावा. नाहीतर ती इतकी बळकट राहिली नसती. क्वचित काही मुलांमध्ये आढळणारा शिशू आणि

बाल्यावस्थेत होणाऱ्या प्रकारांमधला हा मिश्र प्रकार असावा. खास विशिष्ट नसलेला हा 'शिशूप्रकार' असे मी त्याला संबोधतो. हे सर्व शब्दजंजाळ आहे हे मी समजतो, परंतु याचा अर्थ असा की, तुमच्या हातात थोडा अधिक काळ आहे. खूप नाही, पण थोडासा योग्य आहार आणि पोषण याद्वारे तिची शक्ती काही काळ टिकून राहू शकते. अशातली अनेक मुले पाच वर्षांपर्यंत जगू शकतात.'

'डॉक्टर ही फारच चांगली बातमी आहे.' जॉन म्हणाला. मेगनला प्रायोगिक अवस्थेत असलेली औषधे मिळून ती वाचू शकेल यासाठी त्यांच्या हातात काही महिने नाहीत, तर काही वर्षे आहेत हे ऐकून जॉन अतिशय उत्साहित झाला होता. शेजारी बसलेल्या एलिनने मान डोलावली.

'तुमची मुलगी बळकट असली तरीही ती पटकन आजारी पडू शकते. येत्या वर्षात ती गंभीर आजारी होऊ शकते. तिला जितके शक्तिमान बनविता येईल, तितके तुम्ही बनवणे गरजेचे आहे.'

डॉक्टर सांगत राहिले, 'हे पाहा, मेगनला पुरेसे पोषण मिळणे अतिशय महत्त्वाचे आहे. तिच्या आहाराला अधिक पोषणाची पुष्टी देण्यासाठी मेगनवर जठरामध्ये एक नळी घालण्याची शस्त्रक्रिया करण्याबाबत आपण विचार केला पाहिजे. तुम्ही शक्य तितक्या लवकर हे केले पाहिजे असा सल्ला मी देईन.'

जॉन आणि एलिनच्या चेहऱ्यावरील हास्य लोपले आणि ते स्तब्ध राहून डॉक्टरांनी आणखी काहीतरी सांगण्याची वाट पाहू लागले. मेगनला कमी गंभीर प्रकारचा आजार होता हे डॉक्टरांनी खातरीने सांगितल्यावर त्यांना खूपच दिलासा मिळाला होता. त्यांनी आत्ताच सांगितले होते की, त्यांच्या मुलीच्या आयुष्याची अजून काही वर्षे शिल्लक आहेत आणि दुसऱ्या क्षणी उघड उघड सांगत होते काहीच आजार नसलेल्या त्यांच्या छोट्या मुलीवर एक भयानक शस्त्रक्रिया करण्यास ते सांगत होते. काळ इतका मौल्यवान आहे, हे त्यांना कधीच जाणवले नव्हते. फक्त बेशुद्ध अवस्थेत असलेल्या व अतिदक्षता कक्षातील रुग्णांच्या जठरांमध्ये नळी घालतात एवढेच त्यांना माहीत होते.

त्यांच्या स्तब्धतेचा अर्थ बरोबर समजून घेऊन स्लोनिम दयार्द्रपणे म्हणाले, 'माझ्यावर विश्वास ठेवा. ती आहे त्यापेक्षा शक्तिमान होणार नाही. येत्या वर्षभरात ती आणखी दुर्बलच होणार आहे. जसे तिचे स्नायू दुर्बल होतील तशी ती पुरेसे उष्मांक गिळू शकणार नाही. या व्याधीच्या मुलांना श्वसनसंस्थेचा जंतुप्रादुर्भाव फार घातक ठरू शकतो. ती यातून वाचावी यासाठी, तुम्ही तिला बलवान ठेवण्यासाठी सर्व काही करणे आवश्यक आहे आणि हे मी सर्वप्रथम करीन.'

'मला माहीत आहे हे टोकाचे वाटेल, पण हे पाहा जॉन, मी गंभीरपणे

शिफारस करतो.’ डॉक्टर पुढे म्हणाले, ‘न्यूयॉर्कमधील माझ्या एका रुग्णाचा आजार अतिशय गतीने वाढत होता. त्याला आहार पुरविण्यासाठी आम्ही त्याच्या पोटात एक नळी घातली आणि त्यामुळे तो आता खूपच शक्तिवान झाला आहे. कृपया विश्वास ठेवा माझ्यावर.’

त्या जोडप्याने खिन्नपणे होकारार्थी मान हलविली. स्लोनिम इतके माहीतगार आणि काळजी घेणारे वाटत होते की, त्यांनी त्यांच्या शब्दांवर शंकाही घेतली नाही.

आवंढा गिळत एलिनने विचारले, ‘आपण हे केव्हा आणि कोठे करून घ्यायचे?’

तुम्ही पोटाच्या विकाराच्या तज्ज्ञाला भेटणे आवश्यक आहे. मला न्यू जर्सीमधील एक चांगला तज्ज्ञ माहीत आहे. मी तुम्हाला त्याच्याकडे पाठवीन. तुम्ही त्याच्याकडे एका चांगल्या तज्ज्ञाच्या ताब्यात असाल.

मेजावरील दस्तऐवजांकडे पाहत जॉनने विचारले, ‘तुमच्या चिकित्सालयीन चाचण्यांबद्दल काय? तुमच्या या अभ्यासामध्ये मेगन असू शकेल काय?’

“रुग्णांची यादी बनवायला अजून खूप अवकाश आहे. अजून काही तांत्रिक गोष्टी पूर्ण करणे बाकी आहे.” असे म्हणत स्लोनिम उभे राहिले आणि यांनी टेबलावरील कागदांच्या ढिगाकडे आणि कोपऱ्यात उभ्या असलेल्या श्री. रँडॉल हाउस आणि व्हँडर प्लोएग यांच्याकडे पाहिले. “आम्ही या चाचणीचा आकृतिबंध अजून ठरवत आहोत. उपचार या उन्हाळ्यात सुरुवात करता येईल अशी आम्हाला आशा आहे. त्यांच्या स्मितहास्याने जॉन व एलिनला खूप आशा वाटू लागली. चोखणी तोंडात धरून एलिनच्या मांडीवर शांतपणे बसलेल्या मेगनकडे पाहत स्लोनिम म्हणाले, “तुमच्या मुलीला पॉम्पे व्याधी होणारच होती हे स्वीकारले तर या व्याधीसह जन्म घेण्यास ही अगदी चांगली वेळ आहे, हे लक्षात ठेवा.”

५. परमेश्वर तुम्हाला झेपेल एवढेच देतो!

वसंतऋतू ते उन्हाळा, १९९८
वॉलनट क्रिक-कॅलिफोर्निया, रमसन-न्यू जर्सी

वॉलनटक्रिकमधील आपल्या घरामध्ये जॉन व एलिन पाळण्यात झोपलेल्या मेगनकडे पाहत होते. तिची खोली लहान पण उबदार होती. भिंतींना गुलाबी फिका रंग दिला होता. पाळणा उजव्या भिंतीला टेकून लावला होता. पाळण्यावर टांगलेल्या मोबाइल फोनशी रंगसंगती साधण्यासाठी चादरीवर जनावरांची चित्रे लावलेली होती. मेगन नेहमीप्राणेच डाव्या कुशीवर लयीत श्वास घेत झोपलेली होती.

आपल्या मुलीच्या पाठीवर हळुवारपणे थोपटत जॉन म्हणाला, "किती शांत दिसते ही! तो धातूचा दांडा सोडला तर ती आजारी आहे, असे तुम्हाला वाटणारच नाही."

पूर्वेकडील डॉक्टरांच्या भेटी घेऊन आणि ईस्टरचा सण एलिनच्या आईवडिलांकडे करून ते घरी आले होते. काही तासातच वैद्यकीय वस्तू पोहोचविणारा ट्रक आला. त्यामधून सलाइन लावण्याचा स्टँड आला. त्यावर मेगनच्या पोटात पाडलेल्या भोकातून आत गेलेल्या नळीतून तिला पोषण देणारी पिशवी टांगायची होती. ती अजून तरी नेहमीसारखीच खात-पित होती. पण या नळीमधून दिलेल्या पूरक पोषणामुळे ती अधिक शक्तिवान होणार होती आणि तोंडाने पुरेसे पोषण न मिळाल्यामुळे ती अधिक अशक्त होणे, तरी वाचविता आले असते. डॉक्टर स्लोनिम यांच्या सल्ल्याप्रमाणे त्यांनी न्यू जर्सीमध्ये असताना पोटाला भोक पाडण्याची शस्त्रक्रिया करून घेतली होती. तेव्हापासून एक ओशट मिश्रण असलेली प्लॅस्टिकची पिशवी मेगनच्या अंथरुणाशेजारी दररोज रात्री टांगलेली असे. डॉक्टरांनी केलेल्या भोकातून एका पाव इंच जाडीच्या नळीद्वारे हे मिश्रण

तिच्या जठरात सोडले जाई. दिवसा एका चिमट्याने ही नळी बंद करून ठेवली जाई.

जॉनला दाराकडे खेचत एलिन म्हणाली, 'चला आता थोडे जेवू या.' पॅट्रिक आणि ज्युनियर जॉन आपापल्या खोल्यांमध्ये झोपले होते.

एलिनने स्वयंपाकघरामध्ये एका पातेल्यात पाणी उकळले आणि पाश्त्याची एक पिशवी उघडली. हसत-हसत ती म्हणाली, 'हे स्वस्त, करायला सोपे आणि चविष्ट असते.' जॉनने तांबड्या वाइनची एक बाटली उघडली आणि एका ग्लासात ओतली.

स्वयंपाकघराचे व जेवणघराचे दोन्हीही दरवाजे दिवाणखान्यात उघडत असत व एक घोट घेतल्यावर गालिच्यावरील ज्या जागी काही महिन्यांपूर्वीच ताज्या पाइनची ख्रिसमस ट्री उभी होती, त्या जागेकडे तो टक लावून पाहत होता. ''मेगनचा आजार आटोक्यात ठेवण्यासाठी आपल्या हाताशी केवळ सहा ते बारा महिनेच आहेत, यावर विश्वासच बसत नाही. या सगळ्याचा मला अर्थच कळेनासा झाला आहे.''

''अगदी बरोबर. ती खणखणीत दिसते. सुंदर आणि खणखणीत'' एलिन शांतपणे म्हणाली.

जॉन जवळ येऊन तिने स्वत:साठी वाइनचा एक ग्लास उचलला.

''तुला खरंच वाइन पिण्याची इच्छा आहे? पॅट्रिक अजून अंगावर पितो आहे.'' ती हसत म्हणाली. ''पॅट्रिकला जरा चांगली झोप लागायला मदत होईल. तो आयरिश आहे. तो ती पचवू शकतो.''

मुले झोपली आहेत. तो आणि एलिन दोघेच आहेत. अशी संध्याकाळ जॉनला फार आवडत असे. तीन वर्षांच्या आतल्या तीन मुलांची काळजी घेण्यामागे ते धडपडत असताना त्याच्या मनात असलेल्या अनेक गोष्टी तो दिवसभरात बोलू शकला नव्हता.

''इतर दोन्ही मुलांशी तुलना करता ती नक्कीच अशक्त आहे. पॅट्रिक अजून दोन महिन्यांचाही झाला नाही, पण तो तिच्यापेक्षा शक्तिवान वाटतो. काहीतरी गडबड आहे हे नक्कीच.''

''पॅट्रिक खरंच सशक्त आहे.'' एलिनने होकार भरला. तिचे लक्ष पाश्त्यामधले जादा पाणी काढून टाकण्याकडे होते. तिने दोन पात्रांमध्ये ते विभागले. जॉनने मेगनच्या आरोग्याशिवाय अन्य कुठल्यातरी विषयावर बोलावे, अशी तिची इच्छा होती. तिची सतत त्या गोष्टीवर विचार करण्याची इच्छा नव्हती. तसे केले नाहीतर आपण दु:ख आणि भीतीमध्ये बुडून जाऊ असे तिला वाटे. परंतु १९८४मध्ये मित्राच्या पार्टीमध्ये भेटल्यापासून तिने जॉन असाच सतत बोलणारा आणि सतत योजना आखत राहणारा पाहिला होता. तो शाळेमध्ये तिच्यापेक्षा वरच्या वर्गामध्ये होता आणि पार्टीसाठी फादरचा वेष करून आला होता. ती

लहान होती आणि खास वेश करण्याची तिला आवड नव्हती. पुढील काळामध्ये तू योजना आखल्याशिवाय एकही पाऊल टाकत नाहीस, असे ती त्याला चिडवीत असे. त्या वेळी जॉन अन पोलीसमधील नौदल प्रबोधिनीमध्ये होता. तिने वॉशिंग्टन डी.सी.मधील ट्रिनिटी कॉलेज निवडले. कारण त्यामुळे ती जॉनच्या जवळपास राहणार होती. त्यानंतर कित्येक वर्षांनी जॉर्जटाउन विश्वविद्यालयातून पदवीधर होण्याच्या आदल्या रात्री जॉनने तिला लग्नाची मागणी घातली, तेव्हा तिला अजिबात आश्चर्य वाटले नाही. कारण त्या दोघांनाही माहीत होते की, ते दोघे लग्न करणार आहेत. सुट्यांमध्ये 'ब्लूमिंग डे' आणि अशा अनेक ठिकाणी त्याने अर्धवेळ नोकऱ्या केल्या होत्या आणि त्यातून पैसे जमवून घेतलेली दोन कॅरटची हिऱ्याची अंगठी त्याने पँटच्या खिशातून काढली. पास्त्याचे वापरलेले पातेले उचलून ठेवताना तिने पाहिले की, ती हिऱ्याची अंगठी तिच्या बोटांवर चमकत होती.

तिच्या शेजारी उभे राहत जॉन म्हणाला, ''या हिवाळ्यात थंडी टाळण्यासाठी आपण मेगनला एखाद्या उबदार ठिकाणी घेऊन जाऊ. ते औषध मिळेपर्यंत आपण तिचे संरक्षण केलेच पाहिजे. मॅरिनारा सॉस ओतत काहीशा आव्हानात्मक आवाजात एलिन म्हणाली. ''जॉन, या मुलांना मी कोंडून ठेवणार नाही. इतर दोघांचाही विचार कर. बहिणीला सर्दी होऊ नये म्हणून कोंडून ठेवले आहे. हे कसले आयुष्य? ही त्यांच्या जगण्याची पद्धत असू शकत नाही.''

वाद टाळण्यासाठी जॉन म्हणाला, ''हिवाळ्यापूर्वी ते औषध आपल्याला मिळेल अशी मला खातरी वाटते.'' एकमेकांशी ओळख झाल्यापासूनच्या पंधरा वर्षांमध्ये ते जवळजवळ कधीच भांडले नाहीत. कारण एलिन तिच्या मतांना फारशी चिकटून राहत नसे आणि संघर्ष टाळीत असे. शिवाय तिच्या अखत्यारीतील समजल्या जाणाऱ्या गोष्टींबद्दल उदा. मुले, घर आणि सामाजिक जीवन याबाबत जॉन मनावर घेत नसे. ''कसेही असो, पण एक-दोन महिन्यांतच तिची चिकित्सालयीन चाचणी सुरू होईल.''

पास्त्याची भांडी स्वयंपाकघरातील टेबलावर नेत, ''पाहू या काय होते ते? आपण बसून खाऊ या. चल, आता मात्र आपण काहीतरी छान गोष्टींबद्दल बोलूया! आपण या शनिवार-रविवारी काय करणार आहोत?''

''बरं का मला वाटते आपण ड्यूक आणि लाँग आयलंडला लवकरच परत जायला हवे.'' जॉनने आपले बोलणे चालूच ठेवले. तो आपल्या विचारात इतका गर्क होता की, एलिनचा विषय बदलण्याचा उघड प्रयत्न त्याच्या लक्षातही आला नाही. आपण त्यांच्या नजरेसमोर सतत राहू याची मला खातरी करून घ्यायची आहे. सतत कुरकुरणाऱ्या चाकालाच वंगण घातले जाते. चिकित्सालयीन चाचण्या

कुणावर करायच्या हे ठरविताना डॉक्टरांच्या मनात आपण असले पाहिजे. ते ज्या गोष्टी फोनवर बोलता येत नाहीत, अशा अनेक गोष्टी प्रत्यक्ष समोर हजर असल्यास लोक बोलतात. मला वाटते आपण परत पूर्वेकडे जायला हवे.''

''तुझ्या नोकरीचे काय?'' तिच्या हातातील काटा गळून पडला आणि आश्चर्याने ती जॉनकडे पाहतच राहिली. ''आपण आता आठ महिन्यांपूर्वी तर इकडे आलो.''

''मी रोज येऊन नोकरी करेन.''

''तुला माहीत आहे रोज जाऊन-येऊन करणे खूप त्रासाचे होईल. इथेसुद्धा चांगले डॉक्टर मिळतील याची मला खातरी आहे.'' पुढे वाकून तिने त्याचा चेहरा न्याहाळला. तीव्र भावनांमुळे तो लाल झाला होता. तो याचा किती विचार करीत होता! जॉनने एकदा एक गोष्ट ठरविली की, त्याचे विचार बदलणे जवळजवळ अशक्य असते हे तिला माहीत होते.

''पुढे येऊन त्याने एलिनचा हात धरला आणि थरथरत्या आवाजात तो म्हणाला, ''चांगले डॉक्टर मिळतील कदाचित, पण मला चांगल्यांसाठी वेळ नाही. मला मेगनसाठी सर्वोत्तम डॉक्टरच हवेत.''

जॉनच्या भावनांनी हेलावली आणि तिचे डोळे भरून आले. एक दीर्घ श्वास घेऊन तिने जॉनचा हात जोरात दाबला. ''हनी, आय लव्ह यू. अर्थातच मलाही मेगनसाठी सर्वोत्तमच हवे. सांग आपण काय करावे असे तुला वाटते?''

भावना ताब्यात राहण्यासाठी त्याने त्याचा खालचा ओठ चावला आणि म्हणाला, ''मला वाटते आपण परत पूर्वेकडे बिऱ्हाड हलवायला हवे.''

तिने आपले पडलेले खांदे ताठ केले. रुमालाने डोळे पुसले. ''ठीक आहे. मग आपण तसेच करू या.''

एलिन जर्सीमधल्या रमसन येथील वडिलांच्या पाच शयनकक्षांच्या घरामध्ये मेच्या अखेरीस मुलांसह विमानाने जाऊन स्थिरस्थावर झाली. मुले मोठी होऊन त्यांची स्वत:ची घरे झाली असली तरी एलिनच्या आई-वडिलांनी मोठे घर विकत घेतले. हे कुटुंब त्यांच्यासाठी सर्वस्व होते. भिंतीवर लावलेल्या बहुतेक सर्व फोटोंपैकी जास्तीत जास्त फोटो चौकटीत बसविलेल्या त्यांच्या मुलांचे आणि नातवंडांचे होते. सुट्यांमध्ये त्यांची तिन्ही मुले बायका-मुलांसह आरामात त्या घरात राहू शकावी असे त्यांना वाटे. तीन मुलांमधील एलिन मधली व एकटीच मुलगी. एलिन आणि तिची तीन मुले तिथे राहायला आली, तरीही त्या घरात गर्दी वाटत नव्हती.

शेवटी एलिनला माहेरच्या घरामध्ये आल्यावर थोडी विश्रांती मिळाली.

मदतीचा हात पुढे करीत कोणी ना कोणी सारखे भेटीला येत होते. विशेष म्हणजे सगळ्यात मोठा आणि आरोग्यपूर्ण असलेला जॉन ज्युनियर याच्याकडे हवे तेवढे लक्ष दिले जात नव्हते, आणि आता अचानक चार मोठी माणसे त्याच्या दिमतीला होती. तिचा भाऊ मार्टी ज्युनियर फिलाडेल्फियाला बाहेर राहत असे आणि त्याला शनिवार-रविवार हॉटेलमध्ये घेऊन जात असे. तिचे वडील मागच्या गच्चीमध्ये फेऱ्या मारत तासन-तास या मुलाबरोबर घालवीत. त्यांचा गरम पाण्याचा हौद रिकामा करावयाचा आणि बागेतील पाण्याच्या नळीने परत भरावयाचा हा उद्योग चाले. काही शनिवारी संपूर्ण कुटुंब समुद्रकाठी जाई. इतर शनिवारी दुपारी बार्बेक्यू खाण्यासाठी ते मित्र व त्यांच्या कुटुंबीयांना बोलावत असत. एलिनचे आईवडील आपल्या घरी पार्ट्या ठरवायला नेहमीच तयार असत. त्यांच्याप्रमाणेच एलिन मोकळ्या स्वभावाची समाजप्रिय होती. आणि सतत येणाऱ्या माणसांच्या प्रवाहामुळे मन दुसरीकडे वळण्याचा आनंद घेत होती. बहुतेक सर्व वेळी सर्व काही ठीक असल्याचे सोंग ती करू शकत होती.

सुरुवातीस जॉन फक्त शनिवार-रविवारी घरी येत असे. आठवड्याच्या बाकी दिवसांच्या रात्री तो त्यांच्या कॅलिफोर्नियाच्या घरी राहत असे. मुलांची खोली, फर्निचर आणि त्याचे कपडे सोडल्यास ते घर रिकामेच होते. एक-दोन महिन्यातच एकटे-एकटे वाटून आणि थकून त्याने कनेक्टीकट येथील स्टँपफोर्टच्या ऑफिसमध्ये काम करण्याची परवानगी त्यांच्या कंपनीकडून मिळवली होती. त्यामुळे तो एलिनच्या माहेरच्या घरामध्ये आपल्या कुटुंबीयांबरोबर राहू शकत होता. अजूनही त्याला दोन-दोन तास स्थानिक रेल्वेने जावे लागत असे. परंतु किमान दर आठवड्याला विमानाने जाणे थांबले होते. त्याने वर्तमानपत्रात नोकरीविषयक जाहिरातीमध्ये कामाचे कमी तास असलेली आणि रमसनपासून अधिक जवळ असलेली नोकरी शोधायला सुरुवात केली. त्याने औषधाच्या एखाद्या कंपनीमध्ये नोकरीचा विचारही केला नव्हता. पण त्याच क्षेत्रातल्या नोकऱ्यांच्या जाहिरातींनी वर्तमानपत्रे भरलेली होती. न्यू जर्सीला जगाची औषधांची राजधानी असे अनेकदा संबोधले जाई. एलिनची आत्या सँड्रा ही ब्रिस्टॉल येथील मायर्स स्क्वीब कंपनीमध्ये उच्च मानवी साधन अधिकारी म्हणून काम करत होती. त्या मोठ्या औषध-निर्माण संस्थेमध्ये तिने त्याच्या मुलाखतीची व्यवस्था केली. लवकरच त्याची दुसरी मुलाखतही झाली.

एलिन खेळाच्या वेळी आणि बागेमध्ये तिच्या प्रत्येक मुलाला पॉम्पे व्याधी होण्याची शक्यता असल्याचे डॉक्टर बिनाम यांनी बजावल्याचे आठवत असे आणि ती सतत पॅट्रिक व इतर बाळे यांची तुलना करीत असे. तिचा गुबगुबीत निळ्या डोळ्यांचा मुलगा त्याच्यापेक्षा काही महिन्यांनी मोठ्या असलेल्या बाळापेक्षा

चांगलाच सशक्त दिसत होता. तो खूप जोशात खेळत असे. त्याच्या गुबगुबीत पायांवर तो थोडे वजन पेलू शकत असे. तिच्या पैलवानसारख्या दिसणाऱ्या आणि वागणाऱ्या या बाळाबद्दल काळजी करण्याची अजिबात गरज नाही, असे तिने स्वत:ला सांगितले. डॉक्टर स्लोनिम व डॉक्टर चेन यांच्या फेरतपासणीच्या तारखा जॉनने जुलैमध्ये ठरवून घेतल्या. मेगनच्या निदानानंतर त्यांच्या पूर्वेकडील भेटीमध्ये ते या डॉक्टरांना भेटले होते. चाचण्यांबाबत पुढे काय झाले हे माहिती करून घेणे आणि त्यामध्ये मेगनचा समावेश होईल, याची खातरी करून घेणे आवश्यक असल्याचे जॉनने एलिनला सांगितले. 'सूचना मिळाल्यापासून एका क्षणात आम्ही कोठेही येण्यास तयार आहोत, हा संदेश आपण त्यांना द्यायला हवा.'

या वेळी त्यांची पहिली भेट ड्यूक युनिव्हर्सिटी केंद्रामध्ये डॉक्टर चेन यांचेबरोबर होती. बिऱ्हाड हलविण्यामध्ये त्यांची बँकेतील शिल्लक संपत आली होती. रॅले-डरहॅम विमानतळापर्यंत जाण्यासाठी सर्वांत कमी तिकीट असणाऱ्या विमान कंपनीचे तिकीट प्रत्येकी आठशे डॉलर्स होते. यामुळे विमानाने जाण्यापेक्षा त्यांनी आपल्या फोर्ड गाडीमध्ये सामान भरले आणि सहा तास गाडी चालवीत नॉर्थ कॅरोलिनाला पोहोचले. एलिनच्या आईला दोन मुलांची काळजी घ्यावी लागू नये म्हणून त्यांनी छोट्या जॉनला घरीच ठेवले. आणि एलिनला त्याची काळजी घेता यावी यासाठी पॅट्रिकला बरोबर घेतले.

प्रवास लांबचा आणि हवा गरम होती. ते व्हर्जिनियातील क्वँटिको येथील अमेरिकेच्या नौदलाच्या तळाच्या इमारतींजवळून गेले. मागील आसनावर पॅट्रिक जागा असल्याचे पाहून जॉन त्याला नौदल तळाबाबत सांगू लागला,

"तुला माहीत आहे का पॅट्रिक तुझे बाबा आणि त्यांचे वडील यांच्यासारखाच धिप्पाड आणि शक्तिमान होणार आहेस तू. आजोबा नौदलातील एक कणखर सैनिक होते. ते दुसऱ्या 'Second Force Recon' शक्तिशाली दलामध्ये होते. पॅट्रिक तुला माहीत आहे ते काय असते?"

यावर डोळे उडवत एलिन म्हणाली, "हो नक्कीच जॉन! चार महिन्यांच्या सगळ्याच बाळांना हे माहीत असते."

"एलिन, तो लक्षपूर्वक माझे बोलणे ऐकत आहे. मागे पाहत त्याच्या डोक्याच्या स्थितीवरून मी सांगू शकतो, तो लक्ष देऊन ऐकत आहे."

पॅट्रिकचे गाडीतील आसन मागे तोंड करून होते आणि तो शांत बसला होता. जो कोणी बोलत असेल त्याच्याकडे आपल्या निळ्या डोळ्यांनी टक लावून खोलवर पाहण्याची त्याची सवय होती. जणूकाही त्याला बोललेले समजत होते. जरी वडील त्याला दिसत नसले, तरी त्याच तीव्रतेने तो लक्षपूर्वक ऐकत आहे, अशी जॉनला खातरी होती. त्याच्या शेजारी मेगन समोर तोंड केलेल्या तिच्या

आसनामध्ये झोपली होती. डोके छातीकडे झुकलेले, हात आणि पाय पसरलेले.

'Second Force Recon' हे श्रेष्ठ नौदल सैनिक असतात बरं का, पॅट्रिक. हे एक खास दल असते. तुझे आजोबा अनेक वाईट व्यक्तींनाही भेटले. तुझे बाबाही गणवेश घालून संचलन करीत असत. खूप वर्षांपूर्वी एका उन्हाळ्यामध्ये मी क्वँटिको येथील नौदलाबरोबर होतो. मी नौदल प्रबोधिनीमध्ये असताना बंदुका चालविल्या. हेलिकॉप्टरमधून बाहेर उड्या मारल्या.'' नौदल प्रबोधिनीबद्दल बोलल्यानंतर तो नेहमी गप्प राहत असे, तसाच तो आताही बसला. कदाचित यामुळेही असेल की, त्याचे वडील नौदल सैनिक होते आणि दीड वर्षांनंतर जॉर्जटाउनला बदलून जाण्याऐवजी त्याने प्रबोधिनीतच थांबावयास हवे होते, असे त्याला अनेकदा वाटे. गणित आणि शास्त्र यांच्या अभ्यासाच्या प्रचंड दबावाखाली त्याला नैराश्य आले. आणि त्यांनी नाताळच्या वेळी ठरलेल्या समुद्रावरील दुसऱ्या फेरीला न जाण्याचे ठरविले. त्यांना दुपारच्या जेवणाच्या वेळी करावी लागणारी धावपळ आठवली. बँक्रॉफ्ट हॉलमधील त्याच्या खोलीपासून धावत जाताना तर्जनीने त्याचा कमरेचा पट्टा आणि कमीज नीट ओळीत आहेत ना, हे चाचपत मोठ्या मैदानामध्ये ५००० जवान आणि अधिकारी 'सावधान'मध्ये त्यांच्या तीन मिनिटे चालणाऱ्या पाहणीसाठी उभे असत. तो एक आदर्श नौदल विद्यार्थी होता.

''पॅट्रिक तुला सांगतो, इतर कशाहीपेक्षा लष्करातील जीवन अधिक अर्थपूर्ण असते.'' क्षणभराने तो म्हणाला, ''तुझे बाबा हार्वर्डची एमबीए पदवी घेऊन जे काही करू शकतात त्यापेक्षाही कितीतरी अधिक अर्थपूर्ण गोष्टी लष्करातील नोकरीत असतात.''

''जॉन... जॉन... जॉन...'' त्याचा खांदा हलवत एलिन म्हणाली. प्रबोधिनी सोडण्याचा निर्णय घेताना त्याला किती त्रास झाला होता, याची जाण इतर कुणाहीपेक्षा एलिनला जास्त होती. जॉन दुसऱ्या वर्षाला असताना त्याचे वडील वारले होते. लष्करात आयुष्यातील काही काळ नोकरी करून देशाची सेवा करण्यात मिळणारा आनंद फार मोठा आहे, हा विश्वास त्यांनी मुलांमध्ये ठासून भरवला होता. अमेरिकेच्या युद्धांमध्ये आपले आयुष्य अर्पण करणाऱ्यांसाठी तसाच सखोल आदर आपल्या मुलांना द्यायचा होता. त्याची मुले ही लष्करी नोकरीतील परंपरा पुढे चालू ठेवतील, अशी त्याची इच्छा होती.

''एकवीस वर्षांनी तू सेकंड लेफ्टनंट झालेला असशील. नौदलातील एक अधिकारी सेकंड लेफ्टनंट पॅट्रिक फ्रान्सिस क्रौली! तेव्हा तुझे वडील आणि आजोबा यांना तुला गर्व वाटेल.

महिन्याचा पहिला गुरुवार डॉक्टर चेन यांचा तपासणीचा दिवस असे. ते तेथे आले. जनुकीय व्याधी ही डॉक्टरांची खासियत असल्यामुळे त्यांचे मोठे प्रतीक्षालय जनुकीय व्याधी असलेल्या मुलांनी भरून गेले होते. आत जाण्यासाठी मेगन पुढे आणि पॅट्रिक मागे असे ते रांगेत उभे होते. त्यांनी त्यांची गाडी आपल्याकडे तोंड करून लावली होती. एलिनने मागे वळून पाहिले आणि तिला बाबागाडीत बसलेला तपकिरी केसांचा मुलगा दिसला. तो अतिशय ओळखीचा वाटत होता. त्याचा चेहरा काहीसा चपटा वाटत होता. आणि जवळजवळ भावनाशून्य होता. त्याचे तोंड पूर्ण बंद होत नव्हते आणि त्यातून जीभ डोकावत होती. तिने त्या बाळाच्या आई-वडिलांकडे पाहिले. ते तिच्यासारख्याच जाणिवेने मेगनकडे पाहत होते.

त्या जोडप्याकडे हसत पाहत एलिन म्हणाली, "आम्ही डॉक्टर चेनला भेटावयास आलो आहोत.

त्या बाळाची आई म्हणाली, "आम्हीही डॉक्टर चेनला भेटावयास आलो आहोत. मी डेबी वॉल्टर. हे माझे पती बो आणि हा आमचा जोसेफ." असे म्हणत ती आपल्या मुलाकडे पाहत हसली. आम्ही आलाबायामधील पिंसनमधून तीन वर्षांच्या जोसेफला तपासून घेण्यासाठी आलो आहोत. एलिन आणि जॉन वॉल्टर जोडप्याची नोंदणी होईपर्यंत तिथेच थांबले. त्यांचे झाल्यावर ते चौघेही स्वागत कक्षाकडे गेले.

एलिनने विचारले, "जोसेफचे निदान केव्हा झाले?"

सौ. वॉल्टर म्हणाल्या, "एका वर्षापूर्वी. आमच्यावर फारच संकटे कोसळत राहिली. आमचा थोरला मुलगा दोन वर्षांपूर्वी गाडीच्या अपघातात वारला."

एलिन सुन्न झाली आणि तिचे डोळे विस्फारले. "अरे बापरे! किती वाईट!" जॉनने त्याचे डोके हलविले आणि तो त्यालाही दु:ख झाल्याचे म्हणाला. कोणीतरी आपल्यापेक्षा अधिक दु:खात असलेला पाहून आपण स्वत:बद्दल वाईट वाटून घेणे थांबवितो. अशा व्यक्तीशी एक संभाषण पुरेसे होते.

मत्स्यकन्येच्या वेषात असलेल्या मेगनच्या तोंडात चोखणी होती. तिच्या मागील बाळाकडे बघत सौ. वॉल्टरने विचारले, "हा तुमचा धाकटा का?"

"हो! हा लाल डोक्याचा छोटा. कोणाला वाटेल हा सावत्रच आहे. चांगली तब्येत असलेल्या बाळाबद्दल कित्येक वेळा विसरायलाच होते." असे एलिन विनोदाने म्हणाली. "तो फार शांत आणि चांगला मुलगा आहे. जॉन नावाचा आम्हाला आणखी एक मोठा मुलगा आहे. तो घरी त्याच्या आजीजवळ – माझ्या आईजवळ आहे."

सौ. वॉल्टरने विचारले, "ते दोघे कसे आहेत? त्यांच्यात काही लक्षणे....?"

"ते दोघेही छान आहेत." एलिन पटकन म्हणाली.

"वा! छान! कारण ही व्याधी असणाऱ्या इतर काही कुटुंबांशी आम्ही फोनवर बोललो आहोत. कधी-कधी भावंडांना ही व्याधी होऊ शकते." सौ. वॉल्टर.

इतक्यात स्वागतिकेने मेगनचे नाव पुकारले. त्या जोडप्याने एकमेकांना आपापले दूरध्वनी क्रमांक दिले आणि लवकरच फोन करू असेही सांगितले. डॉक्टर चेन मागच्या भेटीइतकेच आपुलकीने वागणारे आणि काटेकोरपणे तपासणारे होते. त्यांनी मेगनच्या पोटाच्या छिद्राची तपासणी केली आणि आता त्यांनी माहीत असलेली नेहमीची पॉम्पे व्याधीचीही तपासणी केली. त्यांनी मेगनचा हात वर करण्यास सांगितले. तिला पोटावर झोपविले आणि तिने हात-पाय हलविले. त्यांच्याकडे निरखून पाहत त्यांनी सांगितलेल्या सर्व गोष्टी तिने उत्साहाने केल्या. तिचा अशक्तपणा फारसा वाढला नव्हता. त्यांनी काही नोंदी केल्या आणि निरोप देण्याच्या तयारीतच असतानाच त्यांचे लक्ष एलिनच्या मांडीवर झोपलेल्या पॅट्रिककडे गेले. त्यांनी विचारले, "हा छोटा कसा आहे?" "तो अतिशय सशक्त आहे." जॉन म्हणाला. "त्याचा आहार चांगला आहे आणि त्याचे पाय पाहा." त्याचा गुबगुबीत पाय दिसण्यासाठी एलिन त्याच्या चड्डीचा एक पाय खाली ओढत म्हणाली.

"तो इथे आहेच तर तुमची हरकत नसल्यास त्याला पॉम्पे ही व्याधी नाही ना, हे पाहण्यासाठी त्याच्या रक्ताची तपासणी करणे मला आवडेल."

मेगनने तिचे रक्त काढताना कशा किंकाळ्या फोडल्या होत्या त्याची आठवण येऊन जॉन म्हणाला, "डॉक्टर मला नाही वाटत त्याची गरज आहे. पॅट्रिक सशक्त आणि आरोग्यपूर्ण आहे. मेगन नेहमीच अशक्त होती. हा तिच्यापेक्षा वेगळा आहे."

डॉक्टर चेन मृदू परंतु निश्चयात्मक आवाजात म्हणाले, "केवळ मनःशांतीसाठी आपण त्याची चाचणी घेऊ या." एलिनने मान डोलावली आणि तिने माघार घेतली. परिचारिका पॅट्रिकचे रक्त काढत असताना तिने पॅट्रिकला धरून ठेवले आणि मेगनला परत तपासणीसाठी आणणाऱ्या कारणांकडे संभाषणाचा ओघ वळवला.

"तर डॉक्टर, त्या चिकित्सालयीन अभ्यासाबाबत कशी प्रगती आहे?" आठ्या घालत आणि डोके हलवीत डॉक्टर म्हणाले. 'चो'चे खूपच प्रश्न निर्माण झाले आहेत.

"हे काय आहे?" जॉन विचार करत होता की, डॉक्टर चेन एकदा चिनी शब्द वापरत असावेत. चेनच्या बोलण्यामध्ये चिनी भाषेचे प्रचार खूपच होते. 'सीएचओ' ही अक्षरे चिनी हॅम्स्टर ओव्हरीज यापासून घेतलेली आहेत. या पेशींमध्ये आम्ही तो विकर तयार करतो. दुर्दैवाने याबाबत खूपच कटकटी निर्माण होत आहेत.

जॉनने अधिक तपशिलांचा आग्रह धरला आणि चेन धीरोदात्तपणे विवेचन करू लागला. जॉनला त्यांनी सांगितले की, सीएचओ सेल्सद्वारे मोठ्या भांड्यांमध्ये हा विकर तयार केला जातो. मेगनच्या निदानानंतरच्या रात्री इंटरनेटवर हे वाचल्याचे आठवले. परंतु ही प्रक्रिया त्याला नीटशी समजली नव्हती.

पॉम्पे व्याधीमध्ये अभाव असलेला विकर ॲसिड अल्फा ग्लुकोसिजेड छोट्या-छोट्या कारखान्यांप्रमाणे काम करणाऱ्या पेशींमधून बाहेर टाकला जातो. संशोधकांना असे दिसून आले की, हॅम्स्टरच्या या जातीच्या स्त्रीबीजांड कोशातील पेशी परीक्षा नळीमध्ये आपली संख्या भराभर वाढवितात आणि विकर व इतर काही प्रथिने निर्माण करतात. ही विकरे माणसांमध्ये परिणामकारकरीत्या काम करतात. हा शोध लागल्यापासून गेली सुमारे दहा वर्षे ही प्रक्रिया वापरली जाते.

चेननी सांगितले की, निर्मितीची ही प्रक्रिया अतिशय गुंतागुंतीची असते. त्यासाठी कला आणि शास्त्र या दोन्हीची आवश्यकता असते. या पेशी काळजीपूर्वकरीत्या निर्जंतुक वातावरणात वाढवाव्या लागतात. लहानशा चुकीमुळेही उत्पादन दूषित होऊ शकते. आणि ही प्रथिने तयार करण्याची तीन महिन्यांची प्रक्रिया परत पहिल्यापासून सुरू करावी लागते.

"आमच्यासाठी हा विकर वाढविणाऱ्या कॅलिफोर्नियातील कारखान्यांमध्ये नेमके हेच घडले. जंतू आत शिरले. कदाचित हवेतून असतील. कदाचित स्वच्छता नीट न केल्यामुळे असतील. हे खूपदा घडते. त्यांनी घसा साफ केला आणि खांदे उडवीत म्हणाले, "काहीही असो, आपण त्या विकराशिवाय सुरुवात करू शकत नाही. नजीकच्या काळामध्ये या चाचण्या आपल्याला सुरू करता येणार नाहीत."

एलिन खाली पाहत गप्प बसली. मोठे नाव असलेल्या रुग्णालयात प्रसिद्ध डॉक्टर्स काम करीत असताना काही चूक घडू शकते, हे तिच्या मनातही कधी आले नव्हते.

दोन दिवसांनी एलिनच्या वडिलांच्या घरातील फोन वाजला. डॉक्टर चेन बोलत होते. एलिन ओठ चावत फिकटलेल्या चेहऱ्याने फोन घेण्यासाठी वडिलांच्या अभ्यासिकेकडे गेली. त्या घरातील उर्वरित खोल्यांप्रमाणेच अभ्यासिकेच्या भिंतीवरदेखील सोनेरी कडांच्या कौटुंबिक छायाचित्रांनी गर्दी केली होती. खोलीच्या मध्यावरील लाकडी मेज आणि मांडणीवरील काही पुस्तके एवढे सोडल्यास अभ्यासिका मुले आणि नातवंडे यांच्या छायाचित्रांनी भरून गेली होती.

फोन उचलल्याबरोबर एलिनच्या लक्षात आले की, दाराबाहेर तिची आई उभी आहे. एकटे राहावेसे वाटत असल्याने फोन बंद करावा व नंतर डॉक्टरांना

फोन करावा, अशी ऊर्मी तिला झाली. परंतु डॉक्टरांना काय सांगायचे आहे, हे जाणण्याची तिला घाई झाली होती.

काळजीयुक्त शांत आवाजात चेन एलिनला 'हॅलो' म्हणाले आणि त्यांनी "मुले कशी आहेत?" असे विचारले. "छान आहेत." ती म्हणाली. नंतर पाल्हाळ न लावता ते म्हणाले, "मला सांगण्यास वाईट वाटते की, पॅट्रिकच्या चाचणीमध्येही मेगनप्रमाणेच तोच विकर अधिक प्रमाणात सापडला आहे. सीपीके – क्रियाटिनीन फॉस्पो कायनेझ. परंतु क्रौलीबाई, आपण आणखी एका रक्ताची चाचणी करेपर्यंत तुम्ही फार विचार करू नये, असे मला वाटते. कधी-कधी चाचणीच्या वेळी पुरेसे रक्त न मिळाल्यामुळे चाचणीचे निष्कर्ष चुकू शकतात. पॅट्रिकला जवळच्या एखाद्या रुग्णालयात नेऊन रक्ताचा दुसरा नमुना घेऊन ड्यूक हॉस्पिटलमध्ये निश्चिती करण्याच्या चाचणीसाठी पाठवा."

"ही वाईट आणि गोंधळून टाकणारी बातमी दिल्याबद्दल सॉरी."

एलिनने त्यावर काहीही विचारले नाही. थँक्स म्हणत फोन ठेवला आणि डोके मेजवर टेकविले. मागून येऊन तिच्या आईने तिच्या भोवती हात घालून तिला घट्ट मिठीत धरले. परंतु एलिनने तिला दूर ढकलले. हे असे कसे होऊ शकते? चेन म्हणाले होते की, हे निष्कर्ष विश्वासार्ह नाहीत. पण केवळ धक्क्याचा परिणाम सौम्य करण्यासाठी ते असे म्हणाले असतील, हे तिला माहिती होते. निष्कर्ष विश्वासार्ह आहे. तिचा मुलगा पॅट्रिक यालासुद्धा पॉम्पे व्याधी होती.

फोन वाजला तेव्हा जॉन स्टँपफोर्डमधील मॅरॅकॉन येथे त्याच्या टेबलापाशी होता. 'तुझा विश्वास बसणार नाही' एलिन म्हणाली. ती संभाषणाची सुरुवात एखाद्या प्रश्नाने किंवा तिला काय सांगायचे आहे, याचा अंदाज विचारून करत असे. तिचा नेहमीचा उत्साही आणि गोड आवाज लांबून येत असल्यासारखा खरखरीत आणि रागीट होता.

"डॉक्टर चेतनचा आत्ताच फोन आला होता. पॅट्रिकच्या रक्ताची चाचणी झाली आहे. असे दिसते की, त्यालाही तीच व्याधी आहे."

फोन बंद केल्यावर जॉन त्याच्या मेजापाशी नुसता बसून राहिला. सगळेच थांबले होते. सगळेच बदलले होते. त्याला वेळ पाहिजे होता. त्याच्या कुटुंबाला सावरण्यासाठी वेळ हवा होता. यापुढे रात्री उशिरापर्यंत कामावर थांबायचे नाही. कचेरीमध्ये फोन घेत बसायचे नाही. घरापासून दोन तास दूर.

त्याने आपल्या वरिष्ठ सहकाऱ्याला फोन केला. त्यांच्यात थोडे संभाषण झाले आणि पटकन मुद्द्यावर येत जॉन म्हणाला, "कौटुंबिक कारणांसाठी मी निर्णय घेतला आहे की, मॅरॅकॉन ही माझ्यासाठी सर्वोत्तम जागा नाही."

"मी समजू शकतो." असे तोलून-मापून प्रत्युत्तर आले. या आणि इतर सहकाऱ्यांना मेगनच्या भयावह निदानामुळे स्टॅंपफोर्डच्या कचेरीत बदली मिळण्यासाठी त्याने अर्ज केला होता. मी निराश झालो आहे. पण तुझी कौटुंबिक परिस्थिती मी समजू शकतो. तू केव्हा सोडायचे योजत आहेस?"

"दोन आठवडे." शेजारीच बसणाऱ्या सहकाऱ्याला पॅट्रिकबद्दलची नुकतीच ऐकलेली हादरवून टाकणारी बातमी सांगण्याबद्दल त्याने विचार केला, पण तो सांगू शकला नाही. रात्री गाडीने घरी येत असताना त्याची आई म्हणत असे ते आठवले. 'तुम्हाला झेपेल त्यापेक्षा जास्त परमेश्वर तुम्हाला कधीच देत नाही.' तिचा हा पूर्णपणे गैरसमज होता. त्याला लहानपणीच वडील वारण्याचा मोठा धक्का बसला होता. त्याचे उर्वरित आयुष्य खातरीने सुरळीत जाईल असे ती त्याला अनेकवेळा सांगत असे. प्रेमळ परमेश्वर एखाद्या व्यक्तीला, एखाद्या कुटुंबाला, त्यांच्या दुसऱ्या मुलाला दिलेली मृत्युदंडाची शिक्षा झेलू शकेल, हे अनाकलनीय आणि अकल्पित होते.

तो पुढील दाराने घरात आला आणि पॅट्रिक एकटाच दिवाणखान्यामध्ये त्याच्या स्वयंचलित झोपाळ्यावर होता. जॉनने झोपाळ्याचे बटन बंद केले आणि बाळाला उचलून आपल्या डोक्यावर उंच धरले. बाळाने तोंड उघडले. लाळेची एक तार हवेमध्ये जॉनच्या चेहऱ्यावर हेलकावत होती.

जॉन कुजबुजला, "माझ्या छोट्या बाळा, तू आजारी पडणार नाहीस. तू आजारी पडणे शक्यच नाही."

६. सत्तेचा आणि प्रभावी बनण्याचा मार्ग

पानगळ, १९९८
रमसन-न्यू जर्सी, ॲमस्टरडॅम-नेदरलँड, गील-बेल्जियम

१९९८च्या उन्हाळ्यामध्ये सर्वांना मेगन आणि पॅट्रिक सशक्त, खेळकर आणि इतर चांगल्या मुलांप्रमाणे दिसत होते. त्यामुळे जॉन व एलिन त्यांच्या व्याधीकडे जागृत राहून दुर्लक्ष करू शकले. खूप कामे करायची होती. जॉनने नोकरी शोधण्यावर लक्ष केंद्रित केले. आणि त्याने अनेक मुलाखतींनंतर प्रतिवर्षी १ लाख २० हजार डॉलर्स या पगारावर ब्रिस्टॉल मायर कंपनीचा एक संचालक म्हणून काम करण्यास मान्यता दिली. या पगाराने तो पुलकित झाला. त्यांना हे काम आठ ते दहा तास दररोज सल्लागार म्हणून काम करण्याच्या कामातील अपेक्षांपेक्षा एखाद्या सुटीसारखेच वाटले. ब्रिस्टॉल मायरने त्याला मज्जासंस्थेवरील औषधे विक्रीचा प्रमुख म्हणून नेमला. एक व्यावसायिक गट चालविण्याची कल्पना त्याला आवडली. तो आणि एलिन यांनी प्रिन्स्टॉनमधील ब्रिस्टॉल मायरच्या मुख्यालयालगत विकाऊ असलेल्या घरांचा शोध घेण्यास सुरुवात केली.

एलिनचा दिवसभरातील जवळ-जवळ प्रत्येक क्षण मुलांना खाऊ घालणे, अंघोळ घालणे आणि त्यांच्याबरोबर खेळणे यात जाई. ती तिच्या आईजवळ घरी एक मूल ठेवत असे आणि इतर दोघांना घेऊन जवळचा पोहण्याचा तलाव किंवा बागेमध्ये घेऊन जात असे आणि आळीपाळीने प्रत्येक मुलाला घराबाहेर जाण्याची संधी मिळेल, याची दक्षात घेत असे. जॉन ज्युनियर तीन वर्षांचा झाला होता आणि तो तिला जास्तीतजास्त दमवीत असे. तो अति चळवळ्या होता. त्याच्यापुढे खाण्याचे भांडे ठेवल्यावर तो त्यातील तीन चमचे ओळीने खाईल, अशी अपेक्षा करणेही चुकीचे होते. ती ज्यूसचा कप आणण्यासाठी वळली रे वळली

की, हा उडी मारून त्याच्या खोलीकडील अर्धा जिना चढून गेलेला असे. कपाटातून जादा पंचा आणण्यासाठी तिने पाच सेकंद त्याला स्नानगृहात एकटा ठेवला, तर तो नागडा आणि ओला अशा विचित्र अवस्थेत घरभर पळत असे. वॉलनटक्रिक सोडण्यापूर्वी हा आणि याची दोन धाकटी भावंडे ती एकटी कशी सांभाळीत असेल, याचे आश्चर्य तिच्या आईने बोलून दाखविले होते. आई-वडिलांच्या घरातून बाहेर पडल्यावर या तीन मुलांना कसे सांभाळायचे हेच मला समजत नाही, असे तिने जॉनला सांगितले. तिला वाटणारी काळजी लक्षात घेऊन, त्यांनी एका कार्यक्रमात पाहिलेल्या जाहिरातीवरून कामासाठी एक जोडपे मिळविण्यासाठी ताबडतोब अर्ज भरला.

जॉनन सासऱ्याच्या अभ्यासिकेमध्ये रात्री शांतपणे पॉम्पे व्याधीबद्दल माहितीचा शोध चालू ठेवला. फक्त संगणकाचा निळसर चंदेरी प्रकाश त्याच्याकडे येत होता. इंटरनेटच्या फाइल्समध्ये काही नवी आशा सापडते का? हे तो पाहत होता. पॉम्पे व्याधीच्या जगताबाबत ताजी बातमी देणाऱ्या रँडॉल हाउसच्या रुग्णांच्या गटाची वेबसाइट तो नियमितपणे तपासत असे.

एका रात्री जॉनला त्या वेबसाइटवर एक नवीन प्रसिद्धीपत्रक मिळाले. ते दोन पानी लांब होते आणि त्यामध्ये फार्मिंग आणि जेन्झाईम यांच्यातील भागीदारी जाहीर करण्यात आली होती. जेन्झाईम ही कंपनी केंब्रीज मॅसॅच्युसेट्स येथील असून पॉम्पेसारख्याच गौचर या व्याधीवरील औषधाची विक्री करीत असे. ती जगभरातल्या जैविक तंत्रज्ञानामध्ये सर्वांत यशस्वी कंपन्यांपैकी एक कंपनी होती. 'ह्या जीवरक्षक उपचारासाठी फार्मिंगबरोबर काम करायचे या कल्पनेने आम्ही फार प्रोत्साहित झालो आहोत,' असे हेंद्री टर्मीर यांच्या मुख्याधिकाऱ्यानी म्हटल्याचे सांगितले होते. त्या प्रसिद्धीपत्रकात पुढे असेही म्हटले होते की, या वर्षअखेरीस फार्मिंग चिकित्सालयीन चाचण्या चालू करेल. 'जेन्झाईम' हे नाव जॉनला ओळखीचे वाटले आणि त्याच्या लक्षात आले की, त्याच्या हार्वर्डमधील वसतिगृहाच्या समोर प्रचंड मोठा विटा तयार करण्याचा कारखाना होता. जेन्झाईमच्या वेबसाइटवरून त्याला असे दिसून आले की, त्यांच्याकडे पाच हजार कामगार होते, आणि त्यांची स्टॉक मार्केटमधील किंमत सुमारे दोन कोटी डॉलर्स होती.

'अशी मोठी संस्था पॉम्पे व्याधीमध्ये रस घेत असेल, तर ती फारच चांगली बातमी म्हटली पाहिजे.' तो त्या अंधाऱ्या खोलीमध्ये मोठ्या आवाजात म्हणाला. हा व्यवहार म्हणजे फार्मिंगच्या प्रयोगावस्थेतील पॉम्पेवरील औषधाचे अधोरेखन असून त्याच्या मुलांसाठी आशेचा एक किरण आहे, असे त्याला वाटले. मेगन आणि पॅट्रिक यांचे जीव वाचवायचे असतील, तर त्या प्रसिद्धीपत्रकात सांगितलेल्या रुग्णालयीन चाचणीमध्ये त्यांचा समावेश होणे आवश्यक होते. आपल्याबरोबर

पदवीधर झालेले कोणी पदवीधर जेन्झाईम किंवा फार्मिंगमध्ये काम करीत आहेत का, यांचा शोध त्याने घेतला. त्यामुळे हार्वर्ड बिझनेस स्कूलच्या आयव्हीचे सभासदत्व मिळण्यासाठी त्याला वशिला लावण्याची संधी मिळेल, अशी आशा होती आणि त्याचा उपयोग त्याच्या मुलांना झाला असता. जेन्झाईममध्ये पंधरा पदवीधर काम करीत होते. पण त्यातील कोणालाच तो नावाने ओळखत नव्हता. फार्मिंग कंपनी खूपच लहान होती. या कंपनीत सुमारे शंभर कामगार होते. त्यामध्ये एकही पदवीधर नव्हता.

जॉनला आठवले की, हॉटेलच्या सभासदांमध्ये डॉक्टर स्लोनिम यांची भेट झाली असताना त्यांनी फार्मिंगमधील एक अधिकारी जर्वेन मुल्टीझेन यांची ओळख करून दिली होती आणि त्याचे ओळखपत्र जॉनने जपून ठेवले होते. फार्मिंगमध्ये त्याचे स्थान रुग्णालयीन चाचणीमध्ये कोणा कोणाला घ्यायचे याच्या निर्णयात भाग घेण्याएवढे मोठे आहे की, नाही असा विचार करीत त्याने आपल्या बॅगेतून ते ओळखपत्र काढले. मेगन आणि पॅट्रिक या चाचणीमध्ये असावयासच हवेत. जे कोणी फार्मिंगचे मुख्य अधिकारी असतील त्यांच्या पुढे आपल्या मुलांचे प्रकरण आलेच पाहिजे. त्यासाठी नेदरलँडस्‌ला जावे लागले तरी चालेल. नेदरलँडला तो पूर्वी कधीच गेला नव्हता आणि त्याने तसा विचारही केला कधी केला नव्हता. दुसऱ्या दिवशी कामावर गेल्यावर जॉनने डॉक्टर स्लोनिम यांना फोन केला आणि त्यांचे नेदरलँडला जाण्याबाबत मत विचारले. स्लोनिम म्हणाले, ''हो नक्कीच जॉन, तू तिथे जा आणि तेथे काय काय चालले आहे, ते स्वतः पाहा. एखाद्या भेटीतून काय बाहेर येईल, हे कधीच सांगता येत नाही. गतवर्षी मी स्वतः तेथे गेलो आणि काय झाले पाहा, – मी फार्मिंगच्या चाचण्या अमेरिकेत घेणार आहे.'

फोन बंद करून जॉनने एक कागद लिहिला आणि एक पत्र लिहिण्यास सुरुवात केली. 'ग्रेटनेकमधील हॉटेलमध्ये आपली भेट झाली. तेथे डॉक्टर स्लोनिम माझी मुलगी मेगन हिला तपासत होते. त्यानंतर मला समजले की, माझा मुलगा पॅट्रिक यालाही पॉम्पे व्याधी आहे. यावर जे उपचार तयार होत आहेत, त्याबाबत जास्तीत जास्त जाणायला मला आवडेल. पुढच्या आठवड्यात नेदरलँडला येऊन तुमची भेट घ्यावी आणि तुमचे काम हिंडून पाहावे, अशी माझी इच्छा आहे.' एवढे लिहून त्याने पेन खाली ठेवले. कंपनीच्या अधिकाऱ्यांना खूश करून आपल्या मुलाला चाचण्यांमध्ये प्रवेश मिळावा, अशा प्रकारच्या अधीर माता-पित्यांच्या पत्रांचा फार्मिंगकडे महापूर लोटला असेल. आपले वेगळेपण दाखविण्यासाठी काहीतरी वेगळे करण्याची गरज आहे, असे जॉनला वाटत होते.

त्यांनी बैठकीच्या महत्त्वाच्या जागेवर बसलेल्या रँडॉल यांची आठवण

आली. ते, मूल्हीझेन आणि स्लोनिम चिकित्सालयीन चाचणीची योजना आखत होते. रँडॉल यांच्यात इतर सर्वांपेक्षा वेगळेपण काय होते? उत्तर उघड होते. ते रुग्णांच्या एका गटाचे प्रमुख होते आणि पॉम्पे व्याधीवर काम करण्याच्या वैज्ञानिकांच्या संशोधनाबाबतच्या बैठकीसाठी त्यांनी पैसे पुरविले होते. ते एक श्रीमंत व्यक्ती होते.

पैसा! शेवटी सर्व गोष्टी पैशापाशी येतात. असा जॉनच्या मनात विचार आला. त्याने पेन उचलले आणि लिहिलेल्या पत्रावर एक रेघ मारली आणि नव्याने सुरुवात केली, 'नुकत्याच स्थापन झालेल्या मुलांच्या पॉम्पे संस्थेचा मी कार्याध्यक्ष आहे. आमचे पुढील काही महिन्यांमध्ये एक दशलक्ष डॉलर्स जमविण्याचे ध्येय आहे. तुमचे तंत्रज्ञान आणि नियोजित चिकित्सालयीन चाचण्या याबाबत मुलांची पॉम्पे संस्था तुमच्या संस्थेच्या प्रयत्नांना कशा प्रकारे मदत करू शकेल या बाबत चर्चा करायला मला आवडेल.'

ही खरे तर थाप नाही, त्याने स्वतःला सांगितले एका रात्री उशिरापर्यंत तो आणि त्याचे सासरे यांनी वाइन पिता-पिता या व्याधींसाठी निधी उभारण्याबाबत एक संस्था उभारण्याची चर्चा केली होती. इंटरनेटवरून अशा संस्थेसाठी लागणाऱ्या कराबाबतचा फॉर्म मिळविला होता. अशी संस्था सुरू करण्याची त्याची इच्छा होती आणि तो तसे निश्चित करणार होता. त्याच्या तीन मुलांचे एलिनने तयार केलेल्या छायाचित्राकडे तो रोखून पाहत राहिला. गारगोटीसारखी दिसणारी मेगन, डोक्यावर पॉनिटेल, गुबगुबीत पॅट्रिक, त्याचे मोठे व देवदूतासारखे दिसणारे आणि जॉन ज्युनियर त्याचे मोठे पुरुषी स्मित. मुलांइतके अन्य कशावरही त्याचे इतके प्रेम नव्हते. त्यांच्या जन्मापासूनच तो त्यांच्यावर अतिशय प्रेम करीत होता. त्यांना वाचविण्यासाठी तो काय-काय करू शकेल? हे पत्र टंकलिखित करण्यासाठी सचिवाकडे देण्यासाठी तो उभा राहिला. आणि नंतर एका त्रासदायक विचाराने त्याला परत खुर्चीवर ढकलले. अजून अस्तित्वातच नसलेल्या एका संस्थेचा प्रमुख म्हणून दावा करणे कितपत योग्य आहे? जॉन क्रौली एक पोलीसचा मुलगा, नौदल प्रबोधिनीतील पूर्वीचा एक उत्तम विद्यार्थी, शिक्षणाने एक वकील, एका मोठ्या औषधी कंपनीमध्ये असलेला अधिकारी अशा व्यक्तीचे असे वागणे सुसंगत आहे का?

त्यानंतर त्याला उमगले की, फार्मिंगबरोबर पूर्णपणे बरे वागावे की नाही, याची त्याला अजिबात फिकीर नव्हती. हे नौदल प्रबोधिनीमध्ये बढती मिळण्यासाठी सर्व नियमांचे पालन करण्यासारखे नव्हते. पुढील वर्षामध्ये त्याची मुले मध्येच काहीतरी वेगळे घडले नाहीतर कशी अशक्त आणि आजारी पडतील. याचे भयानक चित्र डॉक्टर स्लोनिम यांनी रंगविले होते. मेगन आणि पॅट्रिकची

रुग्णालयीन चाचणीसाठी निवड होईल, याची कोणीही खातरी ठेवू शकत नव्हते. इतर कोणीही विसंबून राहण्यासारखं नव्हतं. त्याची मुले वाचवू शकेल, असे कोणीही नव्हते आणि त्या प्रायोगिक औषधाविना, त्याची मुले मरणार होती.

जॉन गडबडीने त्याच्या सचिवाकडे गेला आणि त्याने पत्र तिच्याकडे दिले. काही मिनिटातच टाइप केलेले पत्र तिने त्याच्यापुढे सरकविले. त्याने ते वाचून काही दुरुस्त्या केल्या आणि तिला सांगितले 'हा नेदरलँडमधील फोन नंबरवर हे ताबडतोब फॅक्स कर.'

अगदी दुसऱ्याच दिवशी मूल्हीझेन फोन करून जॉनला भेटीबद्दल तारखा सुचवित होता. जॉनचा आतला आवाज अगदी बरोबर होता. रुग्णांच्या गटाकडे औषध निर्माते लगेच लक्ष देतात. ते औषध निर्मात्यांना महत्त्वाच्या संशोधनासाठी पैसे पुरवू शकतात. राजकारण्यांना प्रभावित करू शकतात आणि अन्न आणि औषध प्रशासनावर एखाद्या औषधाला लवकर मान्यता देण्यासाठी दबाव टाकू शकतात. नेदरलँडला जाण्यापूर्वी 'हाउस' कुटुंबीयांना फोन करायचा होता.

हे संभाषण फार सोपे नव्हते, याची जॉनला कल्पना होती. पॉम्पेवरील संशोधन चालू राहण्यासाठी रँडॉलची RMDA स्वत: स्थापन केलेली संस्था शक्य ते सर्व करीत आहे, हे जॉनला माहीत होते. रँडॉलची स्वत:ची मुलगी तिफीनी हिला फार्मिंगला होऊ घातलेल्या चाचण्यांमध्ये जागा मिळवण्याच्या रँडॉल अगदी जवळ आला होता, हे मात्र जॉनला माहीत नव्हते. फार्मिंगच्या उच्च अधिकाऱ्यांशी तीन वर्षे जिव्हाळ्याचे संबंध प्रस्थापित केल्यानंतर त्याची छोटी प्रतिकृती असलेल्या तिफिनीला मागे टाकून नवीन कोणी बाळ पुढे सरकल्यामुळे तिफीनीला वाचविण्याच्या सर्व प्रयत्नांवर पाणी फिरलेले त्याला अजिबात चालणार नव्हते.

जॉनने फोनवर मुलांच्या पॉम्पे संस्थेबाबत त्याच्या योजनेचे वर्णन केले. ध्येय धोरणाच्या दृष्टीने एएमडीएशी स्पर्धा करणारी ही संस्था होती. त्याला जरी ठाऊक होते की, रँडॉल अनुत्सुक असतील तरी त्याला कल्पना नव्हती की, या कल्पनेला त्यांचा किती खोलवर विरोध असेल.

'ही काही विशेष कल्पना नाही आणि मला ती अजिबात आवडली नाही' असा प्रतिवाद त्या रँडॉलने दिला. एएमडीने आधीच पुढाकार घेतलेला होता. त्याच कार्यात आणखी एक संस्था येणे म्हणजे पाणी गढूळ करण्यासारखे होते. आणि कदाचित एएमडीएपासून देणग्या आणि लक्ष अशा दोन्ही गोष्टी दुसरीकडे वळल्या असत्या. थंड आवाजात ते जॉनला म्हणाले, ''तुमची सूचना म्हणजे वेळ आणि पैसा वाया घालविण्यासारखे आहे. तुम्ही तुमच्या मुलांची काळजी घेणे हे सर्वांत श्रेयस्कर आहे.

"आम्ही तुमच्याशी स्पर्धा करू इच्छित नाही. आम्ही तुमच्या विरुद्ध हेतूने काम करणार नाही. आमचे कुटुंबीय आणि मित्र यांच्याकडून पैसे जमवायची आमची इच्छा आहे आणि आमचे कुटुंब त्यात पुढाकार घेत असेल, तर आम्ही हे काम अधिक चांगले करू शकू."

"मला वाटते ही फार वाईट कल्पना आहे." रँडॉल त्याच आवाजात परत म्हणाले, "आणखी काही वेळा बोलणी मागे-पुढे झाल्यावर हे स्पष्ट झाले की, दोघांपैकी कोणीच दुसऱ्याचे मन वळवू शकणार नव्हता. संभाषणाचा शेवट करत नम्र परंतु ठाम आवाजात जॉन म्हणाला, "ठीक आहे रँडॉल. तुम्हाला असे वाटते मी दुःखी आहे. आपण आपापले मार्ग निवडले पाहिजेत. आपल्या कुटुंबासाठी सर्वोत्कृष्ट वाटेल ते केले पाहिजे. मेगन आणि पॅट्रिकसाठी संस्था सुरू करणे सगळ्यात चांगले आहे असे मला वाटते आणि म्हणून मी तसेच करणार आहे."

आपण योग्य निर्णय घेतला का याचा विचार करीत जॉनने फोन बंद केला.

एका आठवड्यानंतर जॉन विमानाने ॲमस्टरडॅमला गेला. नौदलात असतानाचा प्रवास सोडला तर तो देशाबाहेर एकदाच गेला होता. तो कायद्याचा पदवीधर झाल्यावर लगेच एलिनच्या आईवडिलांनी त्यांना एक आठवड्याच्या सुटीवर इटलीला पाठविले होते. त्याला थोडीफार इटालियन भाषा येत असल्यामुळे तिथे हिंडणे-फिरणे सोपे गेले. पण जिथली भाषा बोलता येत नाही, अशा देशांमध्ये तो कधीच गेला नव्हता.

हॉलंडमधील जवळजवळ प्रत्येक जण इंग्रजी बोलत होता. या गोष्टीचा त्याला आनंद झाला. त्याला हॉटेलवरून आणण्यासाठी फार्मिंगने एक लहान मर्सिडीज पाठविली. गाड्यांची आवड असल्यामुळे त्याच्यावर छाप पडली. पण लवकरच त्याच्या लक्षात आले की, रस्त्यावर फिरणारी प्रत्येक टॅक्सी मर्सिडीजच होती. चालकाने त्यांची गाडी गावाबाहेर दक्षिणेकडे काढली. दोन्ही बाजूस शेते होती आणि प्रत्येक शेतामध्ये एक-एक पवनचक्की आणि झाडांचा हिरवा गालीचा पसरला होता. मूळ रस्ता सोडून गाडी, 'फार्मिंग' अशी छोटी पाटी असलेल्या काँक्रीटच्या इमारतीपुढे उभी राहिली.

'पॅट्रिकबद्दल ऐकून मला फार वाईट वाटले." कार्यालयात बसल्यावर उंचापुरा, चष्मा असलेला, जॉनच्या वयाचा मूल्हीझेन म्हणाला, "त्यांनी सांगितले की, पुढच्या महिन्यात चिकित्सालयीन चाचण्या युरोप आणि अमेरिकेत करण्यासाठी सरकारी मान्यता मिळण्यासाठी आवश्यक कागदपत्रे सादर करण्याचा आमचा विचार आहे. चिकित्सालयीन चाचण्यांच्या आधी जनावरांवरील चाचण्या आधीच

पूर्ण झाल्या आहेत.''

"त्याचे परिणाम अतिशय चांगले आहेत.'' असे म्हणत त्यांनी ८ इंच ११ इंच अशी दोन चकचकीत पांढरी छायाचित्रे दिली. ती जांभळ्या आणि गडद गुलाबी रंग दिलेल्या पेशी समूहाची सूक्ष्मदर्शक छायाचित्रे होती.

'हे पहिले चित्र पॉम्पे व्याधी झालेल्या उंदराच्या स्नायूच्या धाग्यांचे फार्मिंगच्या विकराचा उपचार देण्यापूर्वीचे छायाचित्र आहे. जवळजवळ संपूर्ण पान भरून टाकणारे जांभळ्या रंगाचे समूह ग्लायकोजेनचे आहेत आणि त्यांनी स्नायू आच्छादून टाकला आहे. दुसऱ्या चित्रामध्ये उंदराला आमच्या विकराचा उपचार दिल्यानंतरचे चित्र आहे. पाहा ते जांभळे समूह, लहान गोलामध्ये परिवर्तन झाले आहेत.

एका चित्राकडून दुसऱ्या चित्राकडे पाहत जॉनने पाहिले की, लहान-जांभळ्या समूहाच्या जागी लाल धागे आले होते. पट्ट्यापट्ट्याच्या जुडग्याकडे निर्देश करीत मूल्हीझेन म्हणाले. हे आरोग्यपूर्ण स्नायूंचे समूह आहेत.

चित्रांकडून वर पाहत स्मितहास्य करीत जॉनने विचारले, "रुग्णालयीन चाचण्या तुम्ही केव्हा चालू कराल असे तुम्हाला वाटते?''

मूल्हीझेन म्हणाले, "जर सर्व काही ठीक झाले, तर अगदी लवकरच येत्या काही महिन्यातच चाचण्या करण्याची योजना आम्ही आखत आहोत. आमच्याकडे अगदीच थोड्या प्रमाणात विकर आहेत. त्यामुळे एक वर्षाच्या आतील बाळ हे पहिले रुग्ण असतील. विकरही कमी प्रमाणात लागतो. प्रत्येकावरच उपचार करण्याची आमची इच्छा आहे. परंतु आमच्याकडे पुरेसा विकर नाही.''

मूल्हीझेन काय म्हणाले, त्याचा अर्थ समजताच जॉनच्या चेहऱ्यावरील हसू मावळले. ती चाचणी एक वर्षाच्या आतील बाळांसाठी असेल तर आता दीड वर्षांच्या मेगनचा सहभाग त्यामध्ये होऊ शकणार नाही.

आपली नाराजी व्यक्त करण्यापूर्वीच त्यांनी त्याच्या टेबलावर लाकडी स्टँडवर ठेवलेल्या दोन परीक्षा नळ्यांमध्ये कंपनीच्या विकर उपचाराचे नमुने असल्याचे सांगितले.

त्यांतील एक परीक्षा नळी जॉनकडे देत ते म्हणाले, "पाहून घे.''

इतक्यात फोन वाजला तो उचलून त्यांनी खुर्ची बाजूस सरकविली. जॉनने परीक्षा नळी धरली आणि तिच्या तळाशी असलेल्या स्वच्छ द्रवाकडे तो टक लावून पाहत राहिला. आपण हातात धरलेला पदार्थ आपल्या मुलांचे जीव वाचविणार आहेत या विचाराने त्याचा ऊर भरून आला.

त्याने मूल्हीझेनकडे पाहिले. ते अजूनही फोनवरील संभाषणात गुंतलेले होते. अचानक ती परीक्षानळी आपल्या खिशात सरकविण्याची त्याला जबरदस्त इच्छा झाली. एक परीक्षानळी खिशात टाकली तर मूल्हीझेन यांच्या लक्षात

येईल? नाहीतर दोन्ही परीक्षा नळ्या घ्याव्यात काय? एक मेगनसाठी व एक पॅट्रिकसाठी. अचानकपणे खोलीत फार गरम होते आहे. टाय आणि जाकीट फार घट्ट बसले आहे असे त्याला वाटू लागले.

तत्क्षणीच त्याची सद्सद्विवेकबुद्धी जागृत झाली आणि त्याला हेही वाचल्याचे आठवले त्या विकराची एकच मात्रा व्याधी पूर्ण बरी करणार नव्हती. रुग्णांना हा विकर दर काही आठवड्यांनी कदाचित आयुष्यभर शिरेतून द्यावा लागणार होता. तो एक-दोन कुप्या चोरू शकला असता. पण पुढील मात्रा त्याने कोठून मिळविल्या असत्या? पुढे झुकून त्याने परीक्षानळी जागेवर ठेवली.

संभाषण संपवून मूल्हीझेन फोन जागेवर ठेवत असताना त्याच्या मनाने आणखी एक झेप घेतली. थोडी वेगळ्या प्रकारची व्याधी असलेल्या मेगन सारख्यांसाठी जर तो सुरू करणार असलेल्या संस्थेने थोड्या मोठ्या असलेल्या मुलांसाठी रुग्णालयीन चाचणी घेण्याकरिता पैसे पुरविले तर...? मेगनवरही उपचाराची चाचणी घेण्याची खातरी होईल.

'संशोधनासाठी आम्ही जवळजवळ एक दशलक्ष डॉलर्स जमविले आहेत.' शब्द त्याच्या तोंडातून न अडखळता बाहेर पडले. 'वयाने थोडी जास्त असलेली मुले ज्यांना या व्याधीचा असामान्य प्रकार झाला आहे त्यांच्यावर चिकित्सालयीन चाचणी करण्यासाठी निधी देण्यास आम्ही तयार आहोत.' अर्थातच त्याने अजून एक दमडीही जमविली नाही. खरं तर त्याने अजून निधी गोळा करायला सुरुवात केली नव्हती. मूल्हीझेनना त्याने पत्रामध्ये निधी गोळा करण्याच्या यशाबद्दल सांगताना त्याला अपराधी वाटले नाही. आता त्याला खातरी होती की, बोलल्याप्रमाणे घरी गेल्यावर निधी गोळा करण्यास तो सुरुवात करेल. एक दशलक्ष डॉलर्स कसे उभे राहतील याबद्दल त्याला खातरी नव्हती. एवढी मोठी रक्कम प्रचंड आणि जवळजवळ काल्पनिक वाटत होती. पण त्याने हा विचार मागे सारून त्याबाबत नंतर विचार करण्याचे ठरविले.

मूल्हीझेन म्हणाले, ''मी याबाबत माझ्या येथील लोकांशी बोलेन.'' त्यांच्या डोळ्यांत चमक होती.

नंतर दुपारी मुल्हिझेन आणि जॉन दक्षिणेकडील गील-बेल्जियम येथे गेले. फार्मिंग कंपनी पॉम्पे विकर तयार करण्यासाठी नवीन उत्पादन संयंत्राची उभारणी करीत होती. खूप अंतर गेल्यावर ते औद्योगिक वसाहतीपाशी आले. देखण्या चमकदार इमारतीचा दुसरा मजला फार्मिंगने व्यापला होता. मूल्हीझेन जॉनला घेऊन एक निर्जंतुक कपडे बदलण्याच्या भागाकडे घेऊन गेले आणि त्यांनी त्याला पांढरा सुती पेहराव, बूट आणि टोपी घालण्यास मदत केली. तशाच वेशात त्यांनी स्वत:ला झाकून घेतले. चित्रपटामध्ये जीवनरक्षक औषधे आणि

लसी तयार करणाऱ्या अशा निर्जंतुक प्रयोगशाळा दाखवतात. अगदी तशाच प्रयोगशाळेमध्ये तो आता उभा होता. आपल्या मुलांचे औषध येथे तयार होत आहे. त्यामध्ये आपण प्रवेश करत आहोत आणि रँडॉल हाउसप्रमाणे त्याच्या गाभ्यातील एक आहोत असा विचार अखेरीस जॉनच्या मनात आला.

मूल्हीझेन त्याला झगमगीत प्रकाश असलेल्या एकामागून एक खोलीत घेऊन गेले. त्या खोल्या लोखंडी मेजांनी भरलेल्या होत्या आणि ती मेजे प्रयोग साहित्याने भरून गेलेली होती. त्यानंतर ते दोघे एका फ्रीज असलेल्या खोलीमध्ये घेऊन गेले. फ्रीज उघडून मूल्हीझेनने जॉनच्या घरातील मोयक्रोवेव्ह ओव्हनच्या एवढ्या गोठलेल्या दुधाच्या ठोकळ्यांकडे निर्देश केला. दर सोमवारी त्यांची कंपनी हजारो सशांचे दूध काढीत असे. त्यापासून तो ठोकळा बनविण्याचे त्यांनी सांगितले. ते खोलीतील तपमानापर्यंत कोमट केले जाई आणि शुद्ध करून त्यातील ॲसिड अल्फा ग्लुको सिडेज काढण्यात येई. 'जनावरे आणि माणसे यांचे शरीर एकाच पद्धतीचे विकर वापरून काम करतात. ॲसिड अल्फा ग्लुकोसिडेज विकर नुसता सशांमधून काढून माणसांमध्ये टोचून त्याचा अभाव असलेल्या व्यक्तींवर उपचार करता येत नाही.

सशांमधील विकर मानवी शरीरापेक्षा पुरेसा वेगळा असल्यामुळे शरीर त्याला अनोळखी पदार्थ ठरवून त्याच्याविरुद्ध प्रतिक्रिया सुरू करते. यासाठी वैज्ञानिकांनी प्रत्येक सशामध्ये ॲसिड अल्फा तयार करणारे जनुके घातलेले असते. त्यामुळे हे ससे मुख्यत: मानवी ॲसिड अल्फा ग्लुकोसिडेज तयार करतात. हा विकर तयार करण्यासाठी फार्मिंग गाईला अधिक पसंती दिली असती. कारण त्यांचे दूध काढणे अधिक सोपे असते. परंतु गाय वयात यायला फार वेळ लागतो. वैज्ञानिकांनी सशाची निवड केली. कारण ते लवकर वयस्क होतात आणि प्रजनन खूप लवकर करतात.'

आणखी एका खोलीमध्ये त्यांनी जॉनला एक मोठे काच आणि धातूपासून बनविलेले वळणे घेत जाणारे उपकरण दाखविले. सशाचे दूध शुद्ध करण्याची ही प्रणाली असून हे दूध येथे हळूहळू तापविले जाते. त्यामुळे बाष्पीभवन होऊन फक्त विकर शिल्लक राहतात. दूध काढण्यापासून शुद्ध विकर मिळण्याची ही प्रक्रिया तीन दिवस चालते.

मूल्हीझेननी पेहराव काढून नेहमीच्या पोशाखात आल्यावर ते जॉनला बाहेर एका चिखलाने भरलेल्या शेतात घेऊन आले. तेथे एक ५०,००० चौरस फुटाची कॉंक्रीटची स्लॅब आणि कडेने बांधकाम साहित्य पडलेले होते. स्लॅबच्या मध्यावर उभे राहून या बाजूच्या इमारतीच्या अर्ध्या भागात १०,००० ससे पाळले जातील, असे त्यांनी सांगितले. दुसऱ्या बाजूला प्रयोगशाळा, फ्रीज

आणि शुद्धीकरण करण्याची उपकरणे असतील. सहा महिन्यांत ही इमारत पूर्ण होऊन त्यानंतर लवकरच जगातील सर्व पॉम्पे रुग्णांना पुरेसा विकर फार्मिंगकडे असेल.

बेल्जियममधील फार्मिंग कार्यक्रमांचे मुख्याधिकारी आणि मूल्हीझेन यांचे वरिष्ठ रेन स्ट्रिजकर यांना भेटण्यासाठी बांधकामाच्या एका भागामध्ये जॉनला घेऊन गेले. ते एका मोठ्या चकचकीत लाकडी टेबलासमोरच्या खुर्चीवर गडद रंगाचा सूट आणि लाल टाय लावून बसले होते. ओळख करून घेतल्यावर आणि हस्तांदोलन झाल्यानंतर खुर्चीवर मागे रेलत त्यांनी विचारले, 'श्रीयुत क्रौली, मी तुम्हाला कशी मदत करू शकतो?'

'फार्मिंग चिकित्सालयीन चाचण्या लवकरच सुरू करणार आहे. पण फक्त एक वर्षाच्या आतील मुलांसाठी असतील असे मला समजले.'' जॉन अधीरतेने म्हणाला, ''मी एक कौटुंबिक न्यास चालवितो. असामान्य प्रकारची पॉम्पे व्याधी असलेल्या मोठ्या मुलांसाठी चाचणी करण्यासाठी मी निधी देण्यास तयार आहे.

स्ट्रिजकर खुर्चीत ताठ बसून म्हणाले, ''यात आम्हाला निश्चित रस आहे. तुम्ही आतापर्यंत किती पैसे जमविले आहेत?''

''काही लाख डॉलर्सची वचने माझ्याकडे आहेत. सहा महिन्यांच्या आत आणखी अनेक मिळतील असे मला वाटते. माझे ध्येय एक दशलक्ष डॉलर्सचे आहे.' मान जोरजोरात हलवीत आपण विश्वासार्ह वाटू अशा आशा करीत जॉन म्हणाला.

स्ट्रिजकर खुर्चीत मागे टेकले आणि म्हणाले, ''ते खूप उत्साहपूर्वक आहे जॉन. तुझे उद्दिष्ट पूर्ण झाल्यावर आपण परत बोलू.''

७. मेगन

पानगळ, १९९८
प्रिन्स्टन-न्यू जर्सी, लाँग ब्रँच-न्यू जर्सी, माउंटनसाइड-न्यू जर्सी

सोमवार सप्टेंबर १४ला सकाळी लवकरच ब्रिस्टॉल मायर कंपनीमध्ये जॉन आपल्या टेबलापाशी होता तेव्हा एलिनचा फोन आला. मेगन जोरजोरात श्वास घेत होती आणि बालरोगतज्ज्ञाने तिला तत्काळ उपचारासाठी रुग्णालयात आणायला सांगितले होते. जॉनने मी नक्की तेथे भेटतो असे सांगितले.

नेदरलँडहून परत आल्यापासून ब्रिस्टॉल मायरमध्ये त्याची खूपच धावपळ चालू होती. विक्रीमध्ये त्याची महत्त्वाची भूमिका असलेल्या प्रतिजैविकांचा एक गट चिंतानाशक आणि औदासिन्य विरोधी औषधे यांच्याबद्दलच्या माहितीचे ढिगारे तो मिळवत होता. कंपनीच्या विभागीय विक्री निर्देशांकाच्या एका बैठकीसाठी तो सँडीॲगो येथे विमानाने गेला. तेथे पुढील वर्षासाठीच्या त्यांच्या व्यापारासाठीच्या योजना नमुन्याबरहुकूम लिहिण्याची पद्धत मांडली. ते निर्देशक वयाने त्याच्यापेक्षा मोठे होते आणि औषधी निर्माण क्षेत्रामध्ये त्यांचा अनुभवही खूपच जास्त होता. त्याने मांडलेली कल्पना त्यांनी शंकेखोर मनाने स्वीकारली. परंतु त्याचे वरिष्ठ अधिकारी ब्रायन मार्किसन यांना ती योजना फारच आवडली आणि त्यांनी ह्या योजनेचा प्रमुख म्हणून जॉनला नेमले. जॉनला खूप काळानंतर आपण कामात बुडून गेल्यासारखे वाटले. या सर्व विक्री निर्देशकांना त्यांची कार्यपद्धती बदलावयास लावणे, हे एक आव्हान होते. हे करण्याची अंतिम तारीख जरा जवळचीच होती. पण इतकी नाही की, त्याला दडपण येईल. परंतु ती त्याला कामास उद्युक्त करण्यास पुरेशी होती. औषध निर्माण व्यवसायासाठी सर्व विभागाच्या योजना एकत्र करून ३० सप्टेंबरपर्यंत एकच सुटसुटीत योजना त्याला करावयाची होती.

जॉन त्याच्या जुन्या व्होल्वोसेडन गाडीत चढून वैद्यकीय केंद्राकडे रस्ता क्रमांक १९५वर गाडी चालवू लागला. ही जुनी गाडी खडखडाट करीत ६० मैल प्रतितास यापेक्षा जास्त वेगाने पळू शकणार नव्हती. त्यामुळे रुग्णालयात पोहोचण्यास त्याला एक तास लागणार होता. मेगनला आठवड्याच्या अखेरीस सर्दी झाली होती. परंतु ती तितकीशी गंभीर वाटली नव्हती. त्यांचा बालरोगतज्ज्ञ गरजेपेक्षा अधिकच काळजी करीत होता का?

गाडीच्या काचा खाली करत असताना जॉनला आठवले त्याने अजून मुलांची पॉम्पे संस्था सुरू करण्यासाठीचे अर्ज भरले नव्हते. त्याच्या नोकरीव्यतिरिक्त त्याने खरेदी केलेल्या घराचे कागदपत्र तयार करण्यात तो गुंतून गेला होता. शेवटी एलिनने आणि त्याने प्रिन्स्टनच्या जवळील पेनिंग्टन या एका नव्या वसाहतीमध्ये चार शयनकक्ष असलेले घर ठरविले होते. संस्था सुरू करण्याच्या कागदपत्रांबाबत कोणताही उशीर त्याला परवडणारा नव्हता. आज घडल्याप्रमाणेच मेगनबाबत आरोग्याचा एखादा प्रश्न केव्हाही अचानक उपटू शकला असता. मेगन गंभीर आजारी होण्यापूर्वीच मेगनचा रुग्णालयीन चाचणीमध्ये प्रवेश होणे आणि त्यासाठी त्याची संयुक्त संस्था सुरू होणे गरजेचे होते. घरी गेल्यावर रात्री लगेच त्या अर्जाची पूर्तता करण्याचा त्याने निश्चय केला.

त्याला मेगन तत्काळ सेवेच्या तपासणीच्या टेबलावर दिसली. तिच्या केसांमध्ये एक मोठी निळी रिबीन फूल करून लावलेली होती. आपल्या वडिलांना पाहिल्याबरोबर आपल्या डाव्या पायाच्या अंगठ्याकडे निर्देश करीत ती रडू लागली. रक्तातील प्राणवायूची पातळी समजण्यासाठी तिच्या त्या अंगठ्याला एक चिमटा बसविला होता. तो टोचत होता. आणि ते काढून टाकावे असे, तिला वाटत होते. एका डॉक्टरांनी तिच्या प्राणवायूची पातळी पाहिली. सर्वसाधारण पातळीपेक्षा पातळी २० टक्के खाली असल्याचे त्यांनी सांगितले. त्यांच्या हातामध्ये एक एक्सरे होता. तो त्यांनी प्रकाशित पडद्याच्या एका कोपऱ्यात अडकविला. फुप्फुसाच्या चित्रामध्ये गडद रंगाच्या एका भागाकडे निर्देश करीत ते म्हणाले, ''तुमच्या मुलीला न्यूमोनिया झाला आहे.''

जॉन आणि एलिन यांनी एकमेकांकडे पाहिले. कोणत्याही बाळासाठी न्यूमोनिया धोकादायक असतो. आणि स्नायुदुर्बलतेची व्याधी असणाऱ्या बाळासाठी तो अधिकच वाईट असणार हे त्यांना माहीत होते. 'दक्षतेचे एक पाऊल म्हणून तिला रुग्णालयात दाखल करण्याचा सल्ला मी देईन.'' डॉक्टर म्हणाले.

काही तासातच मेगनची व्यवस्था बालरुग्ण विभागाच्या एका खोलीमध्ये करण्यात आली. एका बारीक नळीने तिच्या नाकापाशी हळूहळू प्राणवायू सोडला जात होता. त्यामुळे तिचे श्वसन सहजपणे होऊ लागले. तिच्या निळ्या कपड्यांखाली

तिच्या हृदयाची स्थिती दाखविणाऱ्या तीन यंत्रांची टोके चिकटविलेली होती. तिच्या डाव्या हातावर शिरेतून औषध देण्याची परिचारिकेने एक नळी लावली होती. सुई आत घुसविताना प्रत्येक वेळी तिने किंकाळ्या फोडल्या. आता ती शांतपणे गादीवर बसून टी.व्ही. पाहत होती. त्या रात्री आणि नंतरच्या तीन रात्री एलिन मेगनच्या खोलीतल्या खुर्चीवर झोपली. दाखल केल्यानंतर तीन दिवसात गुरुवारी मेगन बरी दिसली आणि डॉक्टरांनी श्वास घ्यायला मदत होण्यासाठी आणखी दोन दिवस प्राणवायूची टाकी घेऊन घरी जाण्यास सांगितले. परंतु सायंकाळचे पाच वाजले तरी प्राणवायूची टाकी घरी वापरण्यास नेण्यासाठी विमा कंपनीने मान्यता दिली नाही आणि तिच्या डॉक्टरांनी तिला घरी सोडणे आणखी एक दिवस लांबविले. शुक्रवारी रात्री जॉन आपणहून हॉस्पिटलमध्ये थांबला.

त्या संध्याकाळी मेगन लवकरच झोपी गेली आणि जॉन खुर्चीत वाचण्यासाठी बसला. टॉम क्लॅन्सीच्या Executive Orders या पुस्तकाच्या मध्यावर तो आला होता. एक अतिरेकी कॅपिटॉलमध्ये एक जेट विमान पाडून अध्यक्षाची हत्या करतो. याबाबत हे पुस्तक होते. जॉन जेथे-जेथे जाईल तेथे-तेथे हे पुस्तक बरोबर नेत असे. त्याला कादंबऱ्या, युद्धकथा किंवा इतिहासाची पुस्तके वाचनाचा अतिशय कंटाळा आला होता. थोड्या वेळाने तो टी.व्ही. सुरू करून ट्वेन्टी-ट्वेन्टी मॅच बघू लागला आणि नंतर झोपी गेला.

रात्रभर मॉनिटरचा बीप आवाज त्याला जागा करीत होता. मेगन हलल्यावर प्रत्येक वेळी हृदयाचा मॉनिटर बंद पडे. पहाटे साडेचारच्या सुमारास त्याला बीपऽ आवाज परत ऐकू आला आणि त्यानंतर मोठमोठ्याने गजर. उठून त्याने मेगनच्या दिशेने पाहिले. ती अर्धवट बसलेली होती आणि हातवारे करीत होती. जॉन झटकन तिच्या अंथरुणापाशी आला. तिने ओकारी केली होती आणि ती गुदमरत होती. मॉनिटरवर तिच्या हृदयाची गती प्रचंड वाढल्याचे आणि प्राणवायूचे प्रमाण भरभर कमी होत असल्याचे दिसत होते. बोलविण्याच्या घंटेच्या बटनाचा शोध घेण्याचा त्याने निष्फळ प्रयत्न केला. दुसऱ्या दालनाकडे जाणाऱ्या अंधाऱ्या मार्गाकडे तो पळत मोठ्यांदा ओरडत होता. "मदत, मदत. कुणी आहे का तिथे? कृपया मदत करा, मदत!"

मेगनची खोली बालरुग्णांच्या मध्यावर होती. परिचारिका बसण्याच्या जागेपासून सुमारे सहा दरवाजे खाली. काही क्षणात एक परिचारिका खोलीमध्ये आली. आता बेशुद्ध असलेल्या मेगनकडे तिने पाहिले आणि धावत बाहेर जाऊन किंकाळू लागली. "कुणीतरी मदत करा! मला मदतीची गरज आहे!"

इतर अनेक परिचारिका, एक शिकाऊ डॉक्टर आणि तिथे राहणारा बालरोगतज्ज्ञ एकापाठोपाठ आले. तिथे राहणारी बारकुडी मिश्रवर्णीय महिला, तिने मेगनच्या

घशामध्ये बोट खुपसले आणि श्वसनाचा मार्ग मोकळा करण्याचा प्रयत्न केला. पण त्या छोटीने श्वास घेतला नाही किंवा फुप्फुसामध्ये हवा ढकलण्यासाठी डॉक्टरबाईंनी मेगनच्या चेहऱ्यावर एक मुखवटा ठेवून हवेची पिशवी दाबण्यास सुरुवात केली. (आपोआप हवेने परत भरली जाणारी ही पिशवी अत्यवस्थ रुग्णाला वाचविण्यासाठी वापरली जाते.)

"लहान मुलांच्या अतिदक्षता विभागाकडे तिला घेऊन जाऊ या." ती म्हणाली. वैद्यकीय कर्मचारी आणि जॉन यांनी मेगनची कॉट ढकलत नेली.

तिच्याबरोबर ती डॉक्टरही पळत होती. आणि मेगनचा श्वासोच्छवास चालू राहण्यासाठी हवेची पिशवी सतत दाबत होती. खाटेची चाके मोठ्यांदा कुरकुरत होती. आणि मेगनच्या खोलीपासून बालरुग्णाच्या अतिदक्षता विभागापर्यंत संपूर्ण मार्गावर काळ्या खुणा उठवत होती. घाईमध्ये ते सर्व जण चाकांचे कुलूप काढायचे विसरले होते. मेगन बेशुद्धच राहिली. तिचा चेहरा करड्या रंगाचा आणि ओठ निळे झाले होते.

बालरुग्ण अतिदक्षता विभाग ही एक मोठी खोली होती. मध्यावर परिचारिकांची जागा आणि दोन बाजूस दोन-दोन खाटा होत्या. त्या सर्व रिकाम्या होत्या. एका परिचारिकेने मेगनला उचलून उजवीकडच्या पहिल्या खाटेवर ठेवले. डॉक्टरीणबाई इतर परिचारिकांना एकापाठोपाठ एक इंजेक्शने देण्याची आज्ञा देत होती. जॉनला मेगनच्या हृदयाचा मॉनिटर दिसत होता. मेगनच्या हृदयाच्या गतीत वारंवार बदल होत होते. तिचे हृदय मध्येच खूप भरभर तर मध्येच खूप हळूहळू पळत होते.

हवेची पिशवी दाबणे चालूच ठेवून डॉक्टरीणबाईंनी एका परिचारिकेला डॉक्टर हॉफ्लींना बोलावण्यास सांगितले.

जॉनची एलिनला फोन करण्याची इच्छा होती. परंतु त्याला मेगनच्या खाटेपासून लांब जाण्याचे धाडस होत नव्हते. पुढचा अर्धा तास परिचारिका आणि ती डॉक्टर, मेगनचे हृदय आणि श्वासोच्छवास स्थिरपणे चालावा यासाठी धडपडत होते. मेगनच्या खाटेच्या काही पावले मागे उभे राहून जॉन तिला मृत्यू येऊ नये अशी मनातल्या मनात प्रार्थना करीत होता. त्याच्या मनात एक विचार आला. चार रात्री एलिन तिच्याबरोबर असताना ती किती छान राहिली होती. एक रात्र फक्त ती आपल्या ताब्यात होती. आपण तिच्याकडे पुरेसे लक्ष न दिल्यामुळे हा त्रास झाला, असा दोष एलिन आपल्याला देणार नाही ना? रुग्णालय तिला आदल्याच दिवशी घरी पाठविण्यास तयार होते. अशा स्थितीमध्ये हे घडावेच का?

अखेरीस डॉक्टर मार्क हॉफ्ली तिच्या खाटेशेजारी आले. शांत अधिकारवाणीने

ते म्हणाले, "काय-काय चालले आहे ते मला सांगा." डॉक्टरीण आणि परिचारिकांचे चेहरे एकदम शांत झाले. हॉफ्ली बालरोगतज्ज्ञ होते आणि बाळांच्या आणीबाणीच्या वेळी देणाऱ्या वैद्यकीय सेवेचे त्यांनी खास शिक्षण घेतले होते. रुग्णालयातील लहान मुलांच्या अतिदक्षता विभागाचे काम ते पाहत होते. ते जॉनच्याच वयाचे, त्याच्या एवढ्याच उंचीचे, बारीक तांबूस केस आणि चौकोनी चष्मा लावणारे होते. पण त्यांना मिळत असलेला मान त्यांनी खोलीत पाऊल टाकल्यापासून लगेच जाणवत होता.

आपण तिला नळी घालायला हवी. ते मेगनच्या घशातून श्वासोच्छ्वासासाठी नळी घालण्याची गरज असल्याचे दर्शवित होते. ते तिथे येण्यापूर्वी डॉक्टरीणबाई आणि परिचारिकांनी मेगनला नळी घालण्याचे अनेक निष्फळ प्रयत्न केले होते.

जॉन कोपऱ्यात उभा असल्याचे हॉफ्लींच्या लक्षात आले, आणि त्याच्या जवळ येत ते प्रेमळपणाने म्हणाले, "आम्ही तिच्या श्वासासाठी आणि इतर काही महत्त्वाच्या नळ्या घालत असताना तुम्हाला बाहेर जायला लागेल." जॉनने मान डोलावली आणि इतका कार्यक्षम डॉक्टर आल्यामुळे त्याच्या मनावरील ताण कमी झाला. एलिनला फोन करण्यास तो अधीर झाला होता. त्याने बालरुग्ण अतिदक्षता विभागाच्या बाहेरील नाणे टाकून फोन करण्याच्या यंत्रावरून एलिनच्या वडिलांच्या घरी फोन केला. गोल्फ खेळण्यास जाण्याच्या तयारीत असलेले एलिनचे वडील मार्टी यांनी फोन घेतला. ताणलेल्या आवाजात जॉन म्हणाला, "बाबा, मोठे संकट निर्माण झाले आहे." त्यावर त्याने काय काय घडले ते मार्टींना सांगितले. "मला नाही वाटत ती यातून बाहेर पडेल." एवढे म्हणून जॉन थांबला. एकही प्रश्न न विचारता ते "मी लगेच एलिनला घेऊन येतो." असे म्हणाले.

अतिदक्षता विभागाच्या बाहेर उभे राहून छोट्याशा खिडकीतून तो आत पाहू लागला. मेगनच्या भोवती अजूनही परिचारिकांचा गराडा होता. ती खाटेवर नग्न आणि बेशुद्ध अवस्थेत पडून होती. प्रत्येक अवयवाला एक नळी किंवा मॉनिटरची तार जोडलेली होती. "मेगन, प्लीज मरू नकोस." तो हळुवारपणे म्हणाला. "धीर धर मेगन. आशा सोडू नकोस." त्याला गरगरत आणि मळमळत होते. त्याला जाणवले, त्याला घाम फुटला होता. त्याने स्वेटर काढून ठेवून एका खुर्चीवर ठेवला. रिकाम्या व्हरांड्यामध्ये तो येरझारा घालू लागला.

त्या खिडकीतून त्याने परत पाहिले. मेगनच्या भोवताली परिचारिका धावपळ करीत होत्या. त्याच्या लक्षात आले की, ती खाटेचा वरचा फक्त पाव भाग व्यापत होती. तिला वेदना होत असतील का? तिला सहन होत असेल का? त्याच्या छोट्या मुलीला वेदना देणाऱ्या कशाचाही विचार करणेदेखील त्याला

सहन होत नव्हते.' 'कृपाळू परमेश्वरा, तिला वेदना होऊ देऊ नको,' त्याने प्रार्थना करण्यास सुरुवात केली. त्याचे नाक खिडकीवर दाबले गेले. त्याला आठवले डॉक्टर स्लोनिमनी येत्या वर्षात ती किती पटकन अशक्त होईल, याचे वर्णन ठामपणे केले होते. आणखी वेदना सहन करण्यापेक्षा कदाचित ती आताच मेलेली बरी.

तो आतापर्यंत इतके वाईट कधीच बोलला नव्हता. परंतु आपल्या बधिर ओठांमधून तो प्रयत्नपूर्वक म्हणाला, "देवा, तिला आणखी वेदना सहन करायला लावू नकोस. मृत्यू टाळता येणार नसेल, तर आत्ताच येऊ दे."

दचकून त्याच्या लक्षात आले की, तो आता मेगनला पाहू शकत नव्हता. त्याच्या जोराच्या रडण्यामुळे खिडकीची काच धूसर झाली होती. हातरुमालाने त्याने काच पुसली आणि परत व्हरांड्यात येरझारा घालणे सुरू केले.

जरी मृत्यू मेगनसाठी सर्वोत्तम असला तरी तिचे जाणे एलिन कसे सहन करेल? नवरा आणि मुलीचा बाप म्हणून तिथे असल्यामुळे त्यालाच ते एलिनला सांगावे लागेल. आधीच विदीर्ण झालेल्या एलिनला मोडून टाकणार नाही, अशा रितीने त्याने कसे सांगावे? त्याने असे म्हणावे की, 'डिअर, मेगन आज सकाळीच वारली. तू किंवा अन्य कोणीही काही करू शकणार नव्हते. केवळ या शब्दांच्या विचाराने दु:खाने त्याला वेदना होऊ लागल्या. कदाचित तो असे म्हणेल, 'डिअर, मेगनचे तुझ्यावर अतिशय प्रेम होते आणि तू तुला शक्य असलेले सर्व काही केलेस. आता ती शांत झाली आहे.' एलिनचा चेहरा पाहिल्यावर त्याच्या तोंडातून एकतरी शब्द फुटेल का? एक श्रद्धाळू कॅथॉलिक म्हणून जगल्यावर अनेक वर्षे जॉनने आपल्या मनात कुठे तग धरून ठेवण्यास आधार मिळतो का, हे पाहिले. तो चर्चचा सक्रिय कार्यकर्ताही होता. त्याचे वडील वारले त्यावर्षी चर्चची परीक्षा देण्यासाठीचे दुसऱ्या श्रेणीचे पुस्तकही अजून त्याच्या जवळ होते. वडिलांच्या मृत्यूसारखे मोठे संकट येऊनही त्याचा अजून धर्मावर विश्वास होता. कदाचित त्यामुळे असेल त्याने जॉर्जटाउनसारखे नवीनच असताना दररोजच्या सामूहिक प्रार्थनेला जाणे चालू ठेवले होते. हार्वर्डमध्येदेखील तो रोज जात असे. सामूहिक प्रार्थनेच्या कार्यक्रमामुळे त्याला एक प्रकारची शांतता आणि रोजच्या धावपळीच्या आयुष्यात स्वत:बद्दल विचार करायला न मिळणारी जागा मिळत असे. हल्ली तो कामावर जाताना सकाळी ६.४५ वाजता प्रिन्स्टनमधील सेंट पॉल चर्चमध्ये थांबत असे. तेथील पाद्री मॉसिनार बोलन यांनी काही वर्षांपूर्वी बाळंतपणामध्ये आपली पत्नी आणि नवजात बालक गमावले होते. आणि जॉनला वाटले की, या दु:खात त्याच्या स्वत:च्या दु:खाशी काहीतरी साम्य होते.

मेगन वारली तर तिचे काय होईल? प्रार्थना करा किंवा करू नका जॉनला

मान्य करावेच लागले की, स्वर्ग आहे की नाही; माहीत नाही, पण त्याचा विश्वास होता की, स्वर्ग आहे. त्याचा असा विश्वास होता की, काहीतरी मोठी आपल्यापेक्षाही चांगली शक्ती या जगात कार्यरत आहे. जॉन आणि एलिनला अशी भयानक व्याधी झालेली दोन मुले व्हावीत, याचे कारण समजण्याचा प्रयत्न करणारे अनेक लोक म्हणत असत की, 'देवाने तुमची निवड काहीतरी खास कारणाने केली असेल.' तेव्हा जॉन होकारार्थी मान हलवत असे. परंतु वास्तविक मुलांना ही व्याधी होण्यामध्ये देवाची काही महत्त्वाची भूमिका असेल असे त्याला वाटत नसे. त्याने कुठेतरी वाचले होते की, निसर्ग दुष्ट नाही; फक्त निर्हेतुकपणे अमानुष आणि क्रूर आहे. या विधानात सत्य आहे, असा त्याचा विश्वास होता. तुमच्या वाट्याला आलेले जीवन तुम्ही कसे जगावे, या संबंधित धर्म असतो. जीवनाने तुम्हाला कितीही वाईट गोष्टी दिल्या तरी धर्म चांगल्या गोष्टीची निवड करण्याबाबत सांगतो, असा त्याचा विश्वास होता.

एलिन आली तेव्हा डॉक्टर हॉफ्लीन आणि त्यांचे सहकारी यांची मेगनला जिवंत ठेवण्याची धडपड चालूच होती. तत्काळ सेवेच्या खोलीमधून हॉफ्ली बाहेर आले आणि गेले काही दिवस मेगनला ज्या खोलीत ठेवले होते, तेथे त्यांना थांबण्यास सांगितले.

गंभीरपणे डॉक्टर म्हणाले, "पुढील दोन तास फार महत्त्वाचे आहे. अशी शक्यता आहे की, मेगन सकाळपर्यंत जगणार नाही आणि यासाठी तुम्ही मनाची तयारी करावयास हवी."

आपले वडील आणि जॉन यांच्यामध्ये एलिन अस्वस्थपणे बसली. मनाची तयारी कशी करायची, हेच तिला समजत नव्हते. तिचे डोळे लालबुंद पण कोरडे होते. काय विचार करायचा हेच तिला समजत नव्हते. आणि काही विचार करण्याची तिची इच्छा नव्हती. केवळ काहीतरी घडल्याची वाट पाहणेच तिच्या हातात होते. पुढचे काही तास डॉक्टर हॉफ्ली वरचेवर येऊन त्यांना सांगत होते की, ते अजूनही मेगनसाठी प्रयत्न करीत आहेत आणि तिची प्रकृती अस्थिरच आहे.

इतरांना सांगून जॉन फोनच्या मशिनकडे गेला त्याला काय घडतंय ते आई आणि भाऊ ज्यो यांना सांगायचे होते. बाल्टीमोरमधील पोलीस स्टेशनमध्ये ज्यो कामावर असताना त्याचा ज्योशी संपर्क झाला. बोलण्यास सुरुवात करताना जॉन रडायला लागला. थोरल्या भावाने आपल्याला आधार देण्याची सवय असलेल्या ज्योला सांत्वनाचे शब्दच सापडेनात. मला वाईट वाटतंय, मला दुःख होतंय असे, तो परत परत म्हणत राहिला. दुपारच्या सुमारास हॉफ्ली परत आले. या वेळी त्यांच्या चेहऱ्यावरील सुरकुत्या नाहीशा झाल्या होत्या. आणि त्यांचा मृदू आवाज कुठल्याही परिस्थितीला स्वीकारायला तयार असल्यासारखा वाटत होता.

जणू काही त्यांनी सहन केलेली दीर्घ लढाई संपली होती. ही लढाई कशी संपली याची जॉनला खातरी नव्हती. विचारण्याची त्याची इच्छा होती. पण मिळणाऱ्या उत्तराची त्याला भीती होती. म्हणून डॉक्टर काय सांगतात, हे ऐकण्यासाठी तो श्वास रोखून वाट पाहत राहिला.

अखेरीस हॉफ्ली बोलले, 'गेले काही तास अतिशय दीर्घ आणि कठीण अवस्थेत गेले हे मी जाणतो. आणि सांगण्यास मला आनंद होतो की, तुमच्या मुलीची प्रकृती आता स्थिर आहे.'' चला. तिला भेटावयास मी तुम्हाला घेऊन जातो. ती परत शुद्धीवर आल्यावर तिने श्वसनाच्या नळ्यांची ओढाओढ करून श्वसनाला मदत करणाऱ्या यंत्रांना विरोध सुरू केला. म्हणून मी तिला तात्पुरते बधिर करणारे औषध दिले आहे.

''तुमची मुलगी एक लढवय्यी आहे.'' ते सौम्यपणे जॉन आणि एलिनकडे मान हलवीत म्हणाले. ''डोळे मिटून शांतपणे तिने विश्रांती घ्यावी. पण तिने जागे राहण्याचा निर्धार केला आहे.'' जॉन आणि एलिनने बालरुग्ण अतिदक्षता विभागात प्रवेश केल्यावर पाठीवर झोपलेली, डोळे उघडे ठेवून खोली न्याहाळणारी मेगन त्यांना दिसली. तिचे डोळे त्यांच्यावर स्थिरावले आणि ताबडतोब अश्रूंनी भरून आले. एलिन तिचा मुका घेण्यासाठी तिच्याकडे धावत गेली.

मेगन सकाळच्या सर्व दिव्यातून बाहेर पडली, यावर जॉनचा अजूनही विश्वास बसत नव्हता. तिच्या चिकट झालेल्या केसांवरून हात फिरवत तिच्या मोठ्या काळ्याभोर डोळ्यांमध्ये गंभीरपणे पाहत तो म्हणाला, ''ठीक आहे बाळा, तुझी लढण्याची इच्छा असेल तर आम्ही तुझ्याबरोबर लढू.''

रुग्णालयात दाखल केल्यापासून तिला स्टॅफिलोकॉकस या जंतूंचा प्रादुर्भाव झाला असावा, असे डॉक्टर हॉफ्लींनी निदान केले होते. पुढचे काही आठवडे मेगन त्याच्याशी लढत होती. या जंतूप्रादुर्भावामुळे पू निर्माण झाला होता. अशा परिस्थितीमध्ये शरीरातील अवयव काम करेनासे होतात आणि अनेकदा रुग्णाचा बळी जातो. रुग्णालयाच्या नियमाप्रमाणे अतिदक्षता विभागामध्ये कोणालाही झोपण्याची परवानगी नव्हती. त्यामुळे झोपता येईल अशा आरामदायी खुर्च्याही तेथे नव्हत्या. जॉन आणि एलिनने जवळच्याच रोनाल्ड मॅग्नोडाल्ट हॉटेलमध्ये खोली घेण्याचा विचार करावा, असा आग्रह परिचारिकांनी केला. दोन वर्षांच्या छोट्या मुलीला आणि तीही गंभीर आजारी असताना एकटी सोडून जाण्याचा विचारही ते करू शकत नव्हते. तिच्या खाटेशेजारी आळीपाळीने रात्रभर ताठ पाठीच्या खुर्चीमागे बसणे त्यांनी पसंत केले.

मॉनिटरवरील आकडे काळजीपूर्वक पाहण्यात एलिन तरबेज झाली. त्यामुळे

मेगनचा ताप वाढणे, हृदयाच्या स्पंदनांची गती कमी होणे किंवा शरीरातील प्राणवायूची पातळी कमी होणे, या गोष्टी तिला लगेच समजू लागल्या. सुरुवातीच्या काही आठवड्यांमध्ये मेगनचे हृदय तीन वेळा थांबले. प्रत्येक वेळी डॉक्टर्स आणि परिचारिका धावत तिच्याभोवती आले. एलिन शांतपणे डोळे कोरडे ठेवून मेगनचा हात धरून तिच्या नळ्या नीट करत असे आणि सूचनाही देत असे. रुग्णालयीन चाचण्यांबाबतचे ड्यूक आणि फार्मिंगच्या परिपत्रकांच्या प्रती डॉक्टर हॉफ्लींनी अतिदक्ष विभागातील परिचारिका यांना मुद्दामहून दिल्या. त्याचा हेतू असा होता की, मेगनचे संभाव्य पूर्वनिदान भयानक असले तरी त्यातून तिला वाचविण्याचा निकराचा प्रयत्न करणे गरजेचे होते. कारण ती बरी होण्याच्या आशा होत्या.

आपल्या मुलीची प्रमुख भूमिका असलेल्या एखाद्या नाटकाच्या प्रवेशामध्ये आपण आलो आहोत, असे अनेकदा एलिनच्या आई-वडिलांना वाटे. मार्टी होलेरान यांना खातरी होती की, त्यांची मुलगी स्थिर वृत्तीची, मोठ्या मनाची आणि दयाळू होती. आयुष्याच्या कोणत्या अनुभवाने या प्रसंगासाठी तिला तयार केले, हे त्यांना कळत नव्हते. प्रथम अमेरिकेच्या पायदळामध्ये आणि नंतर जनरल इलेक्ट्रिक कॉर्पोरेशनमध्ये सतत प्रगतीच्या पायऱ्या चढत असल्यामुळे तिच्या कुटुंबाला सतत जागा बदलत राहाव्या लागल्या. एवढा तणाव सोडला, तर आजपर्यंतचे तिचे आयुष्य अगदी तणावमुक्त गेले होते. या बदल्यांचादेखील तिला कधीही त्रास झाला नाही. तिची अभ्यासातील प्रगती चांगली होती आणि प्रत्येक शाळेमध्ये तिचा मित्रपरिवार मोठा होता. हे सहज आणि आनंदी बालपण तिच्या प्रौढ आयुष्यातही तसेच चालू राहील, याची खातरी मार्टींनाला आजपर्यंत वाटत असे.

सुमारे तीन आठवड्यानंतर मेगनची परिस्थिती पुरेशी सुधारली आणि आता कामावर पूर्णवेळ सहज जाता येईल, असे जॉनला वाटले. ब्रिस्टॉल मॉयरमधील त्याचे वरिष्ठ अधिकारी आणि सहकारी त्याला अतिशय आधार देणारे होते. जॉनने केलेल्या व्यवसायाच्या योजना त्यांनी पूर्ण करून टाकल्या होत्या आणि ३० सप्टेंबरची अखेरची तारीख तो गाठू शकला. मेगन रुग्णालयात असताना तिच्या शेजारी रात्रंदिवस राहून पॉम्पे न्यास सुरू करण्याचे कागदपत्र पूर्ण करून ते त्याने अंतर्गत आर्थिक सेवा या खात्याकडे पाठविलेही होते. या खात्याकडे फोन करून तिथल्या एका कर्मचारी महिलेला मेगनचा आजार आणि त्याला मदत करण्यासाठी निधी उभा करण्यासाठी न्यासाची गरज तिला समजावून समजावून सांगितली. आणि तिनेही लवकर मंजुरी मिळण्यासाठी प्रयत्न करेन, असे सांगितले.

जॉनने आपल्या नव्या न्यासासाठी सभासद मिळविण्यासाठी सुरुवात केली. मेगन आणि पॅट्रिक यांना असलेल्या प्रकाराचीच पॉम्पे व्याधी असलेल्या मुलांची यादी त्याने डॉक्टर स्लोनिम यांच्याकडून मिळविली होती. मिशीगन येथील ग्रँड रॅपिडजवळच्या एका साधने भाड्याने देण्याच्या कंपनीचे शाखाधिकारी ग्रेग ॲसिक यांना त्याने सुरुवातीलाच फोन लावला.

"नमस्कार ग्रेग, डॉक्टर स्लोनिमनी तुमच्याबद्दल सांगितले. माझे नाव जॉन क्रौली. पॉम्पे व्याधी असलेल्या दोन मुलांचा मी बाप आहे. तुमच्या केल्सीलाही त्या प्रकारची व्याधी असल्याचे मला समजले." जॉन म्हणाला.

ग्रेगने सहानुभूतीने प्रत्युत्तर दिले, "तर आपण दोघेही एकाच नावेचे प्रवासी आहोत. मलाही गंभीर पंगुत्व असलेली दोन मुले आहेत. माझा दोन वर्षांचा मुलगा ऑटिस्टिक आहे आणि पाच वर्षांच्या केल्सीला पॉम्पे आहे. तुम्ही आमच्याशी संपर्क साधलात याचा मला खूप आनंद झाला. जॉन, तुम्ही आणि तुमची पत्नी परिस्थितीशी कसा सामना करीत आहात?"

"आम्ही ठीक आहोत. पण तुम्हाला माहीत आहे काही दिवस कठीण असतात. ग्रेग, आणि ते सहज जात नाहीत." जॉन म्हणाला. आयुष्यात दुसऱ्या वेळेला त्याला असे आश्चर्य वाटले होते. आपण आपली मुले केव्हाही गमावू हे माहीत असण्याच्या भयानक अनुभवातून आपल्याप्रमाणेच जात असलेल्या संपूर्ण अनोळखी व्यक्तीशी किती सहजपणे संवाद साधता येतो? डॉक्टर चेन यांच्या कार्यालयामध्ये वॉल्टर कुटुंबीय भेटल्यानंतर अशीच सहजता त्याला प्रथम जाणवली होती. त्या वेळेप्रमाणेच आजही तो बोलतच सुटला होता. आणि त्याच्या अगदी जवळच्या मित्रांनाही न सांगितलेल्या गोष्टी तो ग्रेगबरोबर बोलत होता. आम्ही आमच्या छोट्या मेगनला जवळजवळ गमावलेच होते. ती दोन वर्षांची आहे. अजूनही रुग्णालयात अतिदक्षता विभागात आहे. आमचा धाकटा एक वर्षाचा पॅट्रिक अजून चांगला सशक्त आहे. परंतु त्यालाही तीच व्याधी आहे. मेगनच्या मृत्यूच्या दारापर्यंत जाऊन येण्यामुळे माझी खातरी झाली आहे की, ग्रेग, आता थांबणे आपल्याला परवडणारे नाही. काळ हाच आपला खरा शत्रू आहे. पॉम्पे व्याधी असलेल्या सर्व मुलांच्या आईवडिलांनी एकत्र आलेच पाहिजे. सर्व रुग्णालयीन चाचण्या एक वर्षांच्या आतल्या मुलांवर केल्या जात आहेत. आपल्याला आपली मुले वाचवायची असतील, तर त्यापेक्षा मोठ्या मुलांसाठी संशोधन व्हावे यासाठी आपण जोर लावण्याची गरज आहे.

"तुम्ही हे कसे साधणार आहात?" ग्रेगने विचारले. मी ब्रिस्टॉल मायरचा निर्देशक असून लवकरच उपाध्यक्ष होणार आहे." आपली विश्वासार्हता वाढविण्यासाठी नुकत्याच मिळालेल्या पदोन्नतीचा अभिमानाने उल्लेख करीत जॉन म्हणाला. "आम्ही

वैयक्तिकदृष्ट्या श्रीमंत नाही. श्रीमंतीच्या जवळही नाही. पण आमचा लोकसंग्रह चांगला आहे. मी वॉटरडेम लॉ स्कूल आणि हार्वर्ड बिझनेस स्कूल येथे शिकलो. माझे सासरे जनरल इलेक्ट्रिकचे उपाध्यक्ष होते. मेगन आणि केल्सीला असलेल्या पॉम्पे व्याधीच्या प्रकाराने आजारी असलेल्या मुलांसाठी संशोधनासाठी निधी उभारण्याच्या उद्दिष्टाने आम्ही मुलांची पॉम्पे संस्था सुरू करीत आहोत. अशा प्रकारची पॉम्पे व्याधी असलेल्या मुलांवर रुग्णालयीन चाचण्या सुरू करण्यासाठी निधी गोळा होण्यासाठी आपले सर्व संबंध वापरण्याचा आमचा विचार आहे.''

ग्रेग म्हणाले, ''आम्ही एएमडीएला पैसे देत आलो आहोत. आमचे चर्च आणि कुटुंबीय सर्व जण एएमडीएला निधी देतो. रँडॉलची संस्था. हृदयाचा एकही ठोका चुकवू न देता जॉन म्हणाला, '' एएमडीए उत्कृष्ट काम करीत आहे. संशोधनासाठी पैसे पुरविण्याचे मोठे काम त्यांनी केले आहे. परंतु मला वाटते एकापेक्षा अधिक संस्थांना काम करण्यास वाव आहे. आणि विशिष्ट उद्दिष्ट ठेवणाऱ्या आमच्या संस्थेसारख्या संस्थेला तर निश्चितच.

ग्रेगला त्याच्या आवाजातील उत्साह आवडला आणि तो म्हणाला, ''ते खरेच आहे.''

जॉन म्हणाला, ''ग्रेग, यावर जरा विचार कर. आम्ही हे करीत आहोत. कारण वेळ आपल्या हातातून निसटून चालला आहे. आपण वाट पाहत राहिलो आणि लहान बाळांवरील चाचण्या फक्त चालू राहू दिल्या तर मेगन, पॅट्रिक, केल्सी, यांच्यासाठी फार उशीर झालेला असेल. आणि तेव्हा त्यांच्यावर उपचार करण्यास कंपन्या तयार होऊन काय उपयोग?''

ग्रेग म्हणाला, ''जॉन मला वाटते आपली व्यक्तिमत्त्वे एकाच प्रकारची आहेत. आपण दोघेही Aटाइप व्यक्तिमत्त्वे आहोत. पुढे हसून तो म्हणाला, ''मी एक असेल तर तू तिप्पट Aटाइप आहेस. मला तुझ्याबरोबर काम करण्यास आवडेल. मला माझ्या पत्नीशी बोलू दे आणि ती काय म्हणते ते पाहू.''

काही दिवसांनंतर ग्रेगने जॉनला फोन केला. त्याने जॉनला सांगितले की, त्यांच्यात मागे झालेल्या चर्चेनंतर त्याने पत्नीशी गंभीरपणे चर्चा केली. त्यांच्या मुलांच्या व्याधीमुळे ते अतिशय धार्मिक बनले होते. त्या रात्री मार्गदर्शनासाठी त्यांनी प्रार्थना केली. बायबलच्या अभ्यासाच्या सहा जणांच्या गटामध्ये जॉनबाबत चर्चा करण्यात आली. इतकेच काय पण डॉक्टर स्लोनिमना फोन करून त्यांनी जॉन क्रौलीबाबतची माहिती विचारली होती. माझे कुटुंब आणि माझे चर्च आम्हा सर्वांनाच वाटते की, आम्ही तुमच्या बरोबर काम केले पाहिजे. तुम्हाला आमचा संपूर्ण पाठिंबा आहे.''

पॉम्पे व्याधी घरात असलेल्या कुटुंबीयांना फोन करीत असताना त्याने सामान हलवून देणाऱ्या एका व्यवस्थापनाला फोन केला. त्याने आणि एलिनने तिच्या वडिलांच्या तळघरामध्ये काही पेट्या आणि फर्निचर ठेवले होते. ते सामान नव्या घरात हलविण्याची व्यवस्था केली. सप्टेंबरच्या अखेरीस नवीन घरात जाण्याचे त्यांनी ठरविले होते. त्या आधीच मेगनला रुग्णालयात दाखल करावे लागल्यामुळे त्यांना अर्थातच हा कार्यक्रम पुढे ढकलावा लागला.

जॉन ज्युनियरचा नवीन शिशुवर्ग–होपवेल प्रेसीबटेलियन. आठवड्यातून तीन वेळा सुरू झाला होता. आणि नवीन घरापासून जवळच होता. शाळेच्या आदल्या रात्री जॉन आणि त्याचा मुलगा नवीन घरामध्ये न उघडलेल्या पेट्यांच्यामध्ये झोपत असत. नंतर जॉन कामावर जाई आणि त्यानंतर रुग्णालयात कित्येक तास थांबत असे.

काही रात्री तो रुग्णालयातच थांबत असे. तो आणि एलिन आळीपाळीने मेगनच्या शेजारी थांबत असत. अतिदक्षता विभागात एक जण थांबल्यावर दुसरा प्रतीक्षालयात झोप काढीत असे. इतर रात्री जॉन रात्रीची एक छान झोप मिळावी यासाठी सासुरवाडीस जात असे. त्यांनी जाहिरात दिल्याप्रमाणे त्यांना एक तरुण जर्मन ॲन नावाची स्त्री मदतनीस म्हणून मिळाली होती. आणि तीही एलिनच्या वडिलांच्या घरात राहत होती. एलिनची आई आणि ॲन दोघी मिळून पॅट्रिक आणि छोट्या जॉनची काळजी घेत असत. या काळात ओळीने बेचाळीस रात्री एलिनने रुग्णालयात काढल्या होत्या. एके रात्री जॉन एलिनला म्हणाला, मी एक गंमत आणणार आहे. त्याने रुग्णालय सोडले आणि मेगनच्या खाटेशेजारी लवकरच परत आला. त्याने बरोबर इटालियन पद्धतीचे जेवण, शॅम्पेनची बाटली एका तपकिरी पिशवीमध्ये लपवून आणली होती. मेगन झोपली होती तिच्या शेजारील दोन खुर्च्यांपैकी एका खुर्चीवर एलिन बसली होती. कसनुसं हसत जॉनने तपकिरी पिशवीतील द्रव एका थर्मोकोलच्या कपामध्ये ओतला आणि एलिनला दिला. त्यानंतर त्याने स्वत:साठी एक कप भरला आणि तिच्या खुर्चीला खुर्ची चिकटवून त्यावर बसला.

एकत्र बसून ते शॅम्पेन जरा भराभर घेत होते. दुसऱ्या टोकाला बसलेल्या परिचारिकांना त्यांची लबाडी कळली असेल का? याबाबत विनोद करीत होते. लवकरच बाटली मोकळी झाली. त्याने परिचारिकांच्या दिशेने एक चोरटा कटाक्ष टाकून एलिनला मिठीत घेतले आणि उत्कटतेने तिचा मुका घेतला. अखेरीस तिच्या चेहऱ्यापासून थोडे लांब होत तो कुजबुजला, "तू किती सुंदर आहेस!" एलिनने तिचे डोळे मिटले. ती एक हात आपल्या केसांमध्ये फिरवीत हसत म्हणाली, "या आधी मी कधी मेकअप केला होता, ते मला आठवतदेखील

नाही. मी खूप भयानक दिसत असणार.''

निषेध दर्शवीत तो म्हणाला, ''तू नेहमी उन्मादक दिसतेस. मला तिच्या बोटांचे व हनुवटीचे आणि कपाळाचे चुंबन घेत तिच्या डोळ्यांत खोलवर पाहत ''हे इतके कठीण आहे याबद्दल मला वाईट वाटते. तू मनाने इतकी घट्ट असशील अशी मला कल्पनाही नव्हती. एलिन गालातल्या गालात हसत राहिली. त्याने विचारले, ''आपण पहिले चुंबन केव्हा घेतले होते आठवते का?''

''अर्थातच, तुझ्या आईच्या घरामध्ये कोचावर बसून 'The Spy who loved me' या चित्रपटाचा शेवट पाहत असताना. 'Nobody does it better' हे गाणे सुरू झाले आणि तू जवळजवळ दहा सेकंद माझे चुंबन घेतलेस आणि माझ्याकडे पाहत म्हणालास, 'हे सुखद होते.' ''

पुढे हसत-हसत जॉन म्हणाला, ''या परिचारिका बहुतेक आपल्याला न्याहाळत असणार. पण आपले लक्ष गेलेले नाही, असे ढोंग करीत असणार.''

ती हळुवारपणे म्हणाली, ''त्यांना कदाचित आपली दया येत असेल. पण मला मात्र कुणाचीही कसलीच फिकीर वाटत नाही. जॉन मला तू हरवल्यासारखा वाटतोस.''

एलिनच्या कानात कुजबुजत तो म्हणाला की, ''माझ्याजवळ आणखी एक नवल आहे'' असे म्हणत जॉनने तिला अतिदक्षता विभागाबाहेर एका व्हरांड्यातून खाली नेले आणि अचानकपणे उजवीकडील एक दार त्याने उघडले आणि तिला आत ओढून घेतले.

एलिनच्या लक्षात आले की, ते धुणे धुण्याच्या खोलीमध्ये आहेत आणि फरशी पुसण्याचे पिळे दोन्ही बाजूस टांगलेले होते. 'संध्याकाळी इकडून जात असताना ही जागा मला सापडली.' उत्तेजित होऊन तिचा नवरा कुजबुजला. ''आपण संग केला नाही त्याला चार आठवडे झाले. आता एक दिवसही मी थांबू शकत नाही.' एलिनने आपल्या ओठांनी त्याचा आवाज बंद केला आणि स्वर्गीय सुख देणारे ते प्रेम, आनंद आणि सुखाला जवळ केले. ते तिला केवळ त्याच्यामुळेच जाणवले होते. पिळांच्या भिंतीमध्ये पूर्वी कधीही न अनुभवलेले हळुवारपणे त्यांनी प्रेम केले. त्यांनी एकत्र अनुभवलेल्या वेदनांनी त्यांच्या भावना अति उच्च झाल्या होत्या.

ते अतिदक्षता विभागाकडे परत आले तेव्हा ते बाहेर पडताना तिथे जितकी शांतता होती तितकीच आताही होती, असे त्याला दिसून आले. मेगन अजूनही झोपलेलीच होती. परिचारिका एकमेकींशी गप्पा मारीत होत्या आणि त्यांच्या प्रशिक्षित नजरा मॉनिटरवर होत्या. केस विस्कटलेल्या अवस्थेत लाजत एलिन खुर्चीत बसली. जॉनने तिच्यावर पांघरूण घातले आणि ते तिच्या भोवती खोचले.

तिचे विस्कटलेले केस नीट करीत तिच्या गालांचे चुंबन घेतले. आणि प्रतीक्षालयाकडे काही तासांची झोप घेण्यासाठी दोन्ही हात खिशात घालून स्मितहास्य करीत तो चालू लागला.

घुसमटून जवळजवळ मृत्युमुखी पडलेल्या रात्रीपासून जवळजवळ सतत मेगन कृत्रिम श्वसनयंत्रावर होती. पहिल्या रुग्णालयीन चाचणीसाठी योग्यता सिद्ध करण्यासाठी मेगनने स्वत: श्वासोच्छ्वास करणे आवश्यक होते. डॉक्टर हॉफ्ली म्हणाले, ''मला माहीत नाही की, हे ती करू शकेल की, नाही पण आपण प्रयत्न करूया.'' श्वसनाच्या यंत्राशिवाय तिने श्वास घ्यावा यासाठी त्यांनी अनेक वेळी प्रयत्न केला. परंतु ती स्वत: श्वास घेऊ शकली नाही. आणि एकदा तर तिची हृदयक्रिया थांबली.

''अखेरचा प्रयत्न केल्यावर डॉक्टर हॉफ्ली म्हणाले, ''तिच्या स्नायूंमध्ये श्वास घेण्याएवढीही ताकद उरली नाही. तिच्या श्वासनलिकेला भोक पाडणे आवश्यक आहे.''

नाखुशीनेच जॉन व एलिन यांनी मान्यता दिली. डॉक्टर मायकेल टॅव्हील हे कान, नाक, घसा तज्ज्ञ त्यांच्या ओळखीचे आणि विश्वासाचे होते. त्यांनी मुलांवर यापूर्वीही उपचार केले होते. आणि तेही शस्त्रक्रिया करू शकत होते. हॉफ्लींनी आवश्यक त्या व्यवस्था केल्या आणि दुसऱ्या दिवशी रुग्णालयाच्या हिरव्या वेषामध्ये बसलेली मेगन जॉन व एलिन यांच्यासह शस्त्रक्रिया दालनाच्या टोकापाशी आल्यावर त्यांनी तिचा मुका घेऊन तिचा निरोप घेतला. त्या वेळीही तिला शस्त्रक्रिया दालनात आणून अर्धा तास चालणारी ती शस्त्रक्रिया केली. तिच्या श्वासनलिकेवर छेद घेऊन त्यातून एक श्वासासाठीची नळी जोडली गेली. त्याद्वारे कायम चालणारे कृत्रिम श्वसनयंत्र ती वापरू शकेल. हा रोग बरा करणारा उपचार निघाल्याशिवाय मेगन स्वत:हून श्वास घेऊ शकणार नव्हती. शस्त्रक्रिया दालनाच्या बाहेरील धातूच्या सरळ खुर्च्यांवर एलिनने आपल्या मनात श्वासनलिकेला भोक पडण्याची शस्त्रक्रिया अटळ असल्याचे समजल्यापासून दाबून ठेवलेला प्रश्न विचारला.

''जॉन, याचा अर्थ तिच्यावर रुग्णालयीन चाचणी कधीच होणार नाही का?''

''ती आता अगदीच बाळ नसल्यामुळे तिचा चाचण्यांमध्ये समावेश होणे कठीण आहे.'' थकलेल्या आवाजात जॉनने कबूल केले. त्यानंतर तो ताठ झाला आणि निर्धाराने भरलेल्या आवाजात तो म्हणाला, ''मला अगदी खातरी आहे मी यातून मार्ग काढीनच.''

मेगन सहा आठवडे रुग्णालयात राहिल्यानंतर अखेरीस डॉक्टर हॉफ्ली

तिला घरी सोडण्यास तयार झाले. मेगनच्या आई-वडिलांनी श्वसनयंत्र कसे कार्यान्वित करायचे आणि यंत्राला घशापासून जोडणारी नळी कशी जोडायची हे शिकवल्याशिवाय मेगन लवकर घरी जाऊ शकत नव्हती. घरामध्ये परिचारिकेची मदत थोडीफार होऊ शकली असती. पण त्यांनीच मेगनची काळजी घेणे आवश्यक होते. कारण तेथे परिचारिका चोवीस तास असणार नव्हती.

कृत्रिम श्वसनयंत्रावर असणाऱ्या बालकांसाठी असलेल्या खास रुग्णालयामध्ये मेगनला पाठविण्याचे डॉक्टर हॉफ्लींनी ठरविले. हे रुग्णालय न्यू जर्सीमध्ये पर्वतीय भागात होते. आपल्या बाळाची काळजी कशी घ्यायची हे आई-वडिलांनी शिकेपर्यंत काही बालके तात्पुरत्या काळासाठी तेथे असत. बाकीची मुले कायम तेथेच राहत. रुग्णालयाच्या प्रमुखांनी आई-वडिलांना प्रशिक्षणासाठी तीन आठवड्याचे प्रशिक्षण दिले. परंतु जॉन आणि एलिन म्हणाले, ''एका आठवड्यात आम्ही त्याबाबतचे सर्व काही शिकून घेऊ.'' मेगनला घरी आणण्यासाठी ते अधीर झाले होते.

मधल्या काळात रुग्णालयात खाऊ, खेळणी आणून देणे, याशिवाय आणखी काही मदत करण्यास एलिनचे नातेवाईक उत्सुक होते. त्यांनी आपण होऊन एलिनचे नवीन घर एलिनसाठी तयार करण्याचे ठरविले. ब्रिस्टॉल मायरमध्ये काम करणारी तिची आत्या 'सॅन्ड्रा', तिची बहीण मार्शा, त्यांचे पती जिम आणि जेल आणखी एक दूरची बहीण बेव्हर्ली एका शनिवार-रविवार त्याच्याकडे आली. त्यांनी पेट्या उघडल्या. सर्व फर्निचर जागेवर लावले. आपण मजूर आहोत, असे समजून त्या उत्साहात ते इतके बुडून गेले की, त्यांनी कपडे कपड्याच्या कपाटात नीट ठेवले, उंचीवर चित्रे लावली. पुस्तके मांडणीवर मांडली आणि घराच्या पायऱ्यांवर अवाक्षरही न काढता बसले.

पुनर्वसन रुग्णालयात आल्यापासून एलिन आणि जॉन यांना मेगनबद्दल वाईट वाटण्याचे प्रमाण कमी होऊ लागले. तेथील अनेक मुलांना कोणीही भेटावयास येत नव्हते. ती मुले रडत आणि जॉन व एलिनकडे झेपावत. एलिन आपल्या मनाला आवरत असे. कारण तिला माहीत होते की, एकदा गुंतले की त्यातून बाहेर येणे अशक्य. परंतु जॉनने शेजारच्या खाटेवरील रडणाऱ्या मुलाला थोड्यावेळासाठी उचलून घेतले, मात्र त्याला खाली ठेवताच तो किंचाळायला लागला, त्यामुळे 'श्वसनाच्या नळ्या ओल्या होऊ न देता, मेगनला अंघोळ कशी घालायची,' हा त्याचा धडा मात्र चुकला.

पुनर्वसन रुग्णालयातील त्यांच्या वैद्यकीय कौशल्याची परीक्षा घेण्याचा दिवस आला. जॉन आपण होऊन पहिला गेला. मेगनची श्वसनाची नळी जागेवर राहण्यासाठीचा वेलक्रोचा पट्टा एका परिचारिकेने काढला. त्यामुळे श्वसनाची नळी

तिच्या घशातून बाहेर पडली. ती परत आत कशी ठेवायची, हे जॉनने दाखवायचे होते. मेगन रडत नळी ढकलू लागली. नळीशिवाय ती श्वास घेऊ शकत नव्हती. जॉनने एका हाताने तिचे हात धरले आणि दुसऱ्या हाताने नळी परत जागेवर बसविण्याचा प्रयत्न केला. त्याने खूप प्रयत्न करूनही तो नळी आत सरकवू शकला नाही. मेगनचा चेहरा अधिक फिकट आणि अधिक त्रासिक होत होता. त्याने परिचारिकेकडे असाहाय्यतेने पाहिले.

उडी मारून एलिन म्हणाली, ''मी हे करू शकते. मेगन बाळा, आई आता नळी परत नीट ठेवत आहे.'' तिने जॉनच्या हातातून नळी घेतली आणि मेगनच्या घशावरील भोकात अलगद सरकविली. परत अशी नळी बाहेर येईल त्या वेळी बाळाचे प्राण वाचविण्यासाठी तिने जे पाहिले ते पुरेसे होते की, नाही ते ठरविण्याचा प्रयत्न करीत परिचारिकेने दोघांकडेही पाहिले. अखेरीस तिने मान डोलावली आणि मेगनला जिवंत ठेवण्यास क्रौली सक्षम आहेत, असे दर्शविणाऱ्या प्रमाणपत्रावर सही केली. अखेरीस मेगनला घरी नेण्याची त्यांची तयारी झाली होती.

८. परिषद

पानगळ, १९९८
पेनिंग्टन-न्यू जर्सी, बिथेस्डा-मेरीलँड

आयुष्य नाट्यमयरीत्या बदलून गेले होते. जॉन आणि एलिनचे नवे घर जणू रुग्णालयच बनले होते. परिचारिका आणि उपचार करणारे यांची ये-जा रात्रंदिवस सुरू होती. त्यांच्या घराच्या किल्ल्या हरविल्या होत्या. आणि त्याजागी दुसऱ्या ठेवण्याची फिकीरही त्यांना नव्हती. प्रत्येक संध्याकाळी जॉन इंटरनेटवरून माहिती तरी घेत असे किंवा IRS खात्याकडून त्याच्या न्यासाचे कागदपत्र मंजूर होण्याबाबत फोन तरी करीत असे.

रात्रंदिवस मेगनच्या श्वसनयंत्राच्या स्सऽऽऽ आवाजाने घर भरून जात असे. तिच्या अशक्त फुफ्फुसांमध्ये दर मिनिटाला बावीस वेळा श्वास फुंकला जात असे. त्याच्या लावलेल्या गतीनुसार मोठा किंवा लहान, भरभर किंवा हळू होत असे. दर दिवशी दहा-बारा वेळा गजर वाजत असे आणि मेगनचा श्वासोच्छ्वास कुठेतरी बिघडला आहे किंवा ती श्वासनलिकेच्या छेदाला जोडलेली प्लॅस्टिकची लांब नळी आणि श्वसनयंत्र यातील संपर्क कुठेतरी तुटला आहे, याची सूचना तो गजर देत असे. तिने आपली पाठ वाकविली किंवा अचानक हालचाल केली तर घशाच्या छेदाची नळी बाहेर येत असे. एलिन किंवा जॉनला धावत जाऊन ती परत आपल्या जागी ओवावी लागे. श्वसनयंत्राला जोडणारी ती नळी जर तिने ओढली किंवा ज्युनियर जॉनचा त्यावर पाय पडला, तर नळीचे एक टोक निघून येत असे. कफाचे गोळे वरचेवर तयार होऊन नळी तुंबत असे आणि हवा जाणे-येणे थांबत असे. त्यामुळे ताबडतोब आणीबाणी निर्माण होत असे.

सुरुवातीच्या काळात गजराचा आवाज झाल्याबरोबर जॉन आणि एलिन

दोघेही पळत सुटत. सात-आठ वेळा गजर झाल्यावर परिचारिकेला दोष सापडून तो लगेच ठीक करता आलेला नाही, असे त्यांच्या लक्षात येई आणि त्यानंतरच आपण पळापळ करायची. तोपर्यंत थांबायची ही गोष्ट ते लवकरच शिकले. दिवसातून एकदा तरी तिच्या श्वसनामध्ये आणीबाणीची वेळ येणार याची मेगनला सवय झाली होती. निर्माण झालेला दोष नीट करीत असताना जॉन आणि एलिनच्या चेहऱ्यावर काळजी, आवाज चढणे, एखादी आठी दिसणे, असे दिसून आले नाहीतर तिचे शांत काळे डोळे आई-वडिलांकडे शांतपणे रोखलेले असत. असे काही दिसून आले तर ती छोटी दंगा करीत असे. श्वसनाची नळी धरून ओढत असे आणि ती नळी परत घशात ओवणे, हे अधिकच कठीण होऊन जाई. परंतु या आकांतानंतर श्वास परत नीट सुरू झाल्यावर मेगन बाहुल्यांचा नवा खेळ सुरू करीत असे.

पॉम्पे व्याधीवर संशोधन करणारे आणि जगभरातले डॉक्टर्स असे ६५ जण नोव्हेंबरमध्ये राष्ट्रीय आरोग्य-संस्था–मेरीलँडमधील बेथेस्डा येथे परिषदेसाठी जमणार होते. रँडॉल, मेरीलिन हाउस आणि त्यांचे एएमडीए हे मिळून पॉम्पेवरील संशोधकांची तिसरी वार्षिक परिषदेचे आयोजन व खर्चाची बाजू उचलणार होते. पॉम्पे व्याधीवरील संशोधन करणाऱ्यांच्यामध्ये एकमेकांशी पुरेसा संपर्क व सहकार्य यांचा अभाव असल्यामुळे या जोडप्याने दोन वर्षांपूर्वी सॅन अ‍ॅन्टोनिओ या आपल्या गावी पहिली पॉम्पे व्याधीवरील परिषद आयोजित केली. पॉम्पे आणि संबंधित व्याधीवर संशोधन करणारे सुमारे तीस संशोधक या 'ह्याट' हॉटेलमध्ये परिषदेसाठी प्रथमच जमले होते. गेली अनेक वर्षे मिळालेल्या शास्त्रीय ज्ञानाबाबत ते एकमेकांशी स्पर्धा करीत होते. परंतु एकत्र येऊन ज्ञानाची देवघेव करण्याची संधी त्यानंतर कधीच मिळाली नव्हती. उत्तमोत्तम संशोधकांनीही कौतुक करावे अशा पद्धतीने मेरीलीनने पॉम्पे झालेल्या मुलीची–तिची स्वत:ची मुलगी टिफीनी हिची सविस्तर माहिती या परिषदेत सांगितली. स्मितहास्य करणारी, केसांची पोनिटेल बांधलेली, पॉम्पे व्याधीमुळे कमरेत पूर्ण वाकलेली, ती मुलगी चालताना तिला होणारा त्रास हे पाहणे इतके मर्मभेदक होते की, ते संशोधक एकत्र काम करण्यास उद्युक्त झाले.

संशोधनावरील कागदपत्रांपेक्षा प्रत्यक्ष रुग्ण त्यांच्या मनाला अधिक ठसले. आपापल्या घरी प्रयोगशाळांमध्ये परत गेल्यानंतर विचार, डीएनएचे नमुने, उंदीर यांची देवाणघेवाण सुरू केली. पुढची दहा वर्षे पॉम्पे संशोधकांच्या तोंडी आयुष्य बदलून टाकणारी त्यांची पहिली परिषद, कामाची पद्धत बदलणारा अनुभव आणि त्यांना एकत्र आणणाऱ्या संस्थांचे योगदान हेच विषय होते.

नवीन काही माहिती आणि आशा यांच्या शोधात जॉनने डॉक्टर स्लोनिमला फोन केला आणि रँडॉल्फच्या पुढील परिषदेचे त्याला निमंत्रण कसे मिळविता

येईल याबाबत विचारले. आतापर्यंत स्लोनिम यांना जॉन आवडू लागला होता. त्याचे वरचेवर येणारे फोन आणि त्याची अधीरता याचे त्यांना कौतुक वाटत असे. एकदा आपल्या परिचारिकेला ते म्हणाले, ''केवळ त्याच्या मुलासाठीच नव्हेतर त्याच्या स्वत:साठीही जॉनचा परिषदेमधील सहभाग आवश्यक आहे. या परिषदेला हजर राहण्यासाठी त्यांनी जॉनला प्रोत्साहन दिले. आणि निमंत्रितांच्या यादीत त्याचा समावेश करण्यासाठी रँडॉल यांना फोन करण्यास सांगितले.

फोन बंद करून त्याने लगेच रँडॉल्फच्या कार्यालयाचा फोन क्रमांक फिरविला. स्वत:चा न्यास सुरू करण्याची त्याची योजना रँडॉलला आवडली नव्हती, हे त्याला माहीत होते. पण त्याने आशा केली की, त्याचे विचार आणखी पुढे गेले असतील.

''हॅलो जॉन, तू कसा आहेस?'' रँडॉलने प्रेमळपणाने विचारले. उत्साहित होऊन जॉन म्हणाला, ''रँडॉल, मी छान आहे.''

''मेगन आणि पॅट्रिक कसे आहेत?''

''रँडॉल, खरेतर गोष्टी अधिक चांगल्या असावयास हव्या होत्या. आम्हाला अतिशय कठीण काळातून जावे लागले. मेगनला न्यूमोनिया झाला आणि रुग्णालयातच स्टॅफिलोकॉकस जंतूंचा प्रादुर्भाव झाला. ती रुग्णालयात सहा महिने होती. पण आम्ही अखेरीस आता तिला घरी आणले आहे.''

रँडॉल म्हणाले, ''हे ऐकून मला अतिशय वाईट वाटले.'' आणि जॉनचा त्यावर विश्वास होता.

प्रत्येक दिवस आपल्या मुलाच्या मृत्यूच्या छायेखाली जगण्याच्या जगातील अगदीच थोड्या लोकांपैकी रँडॉल्फ एक होता. एक दीर्घ श्वास घेऊन जॉनने थेट आपली विनंती मांडली.

रँडॉल, बेथेस्डा येथे होणाऱ्या परिषदेबद्दल मी ऐकले आहे. तेथे हजर राहण्यास मला आवडेल.'' ''जॉन, असे आहे की, ही परिषद फक्त संधोधकांसाठी आहे. कोणाच्याही आईवडिलांना आम्ही आमंत्रित करीत नाही.'' रँडॉल्फच्या आवाजातील प्रेमळपणा संपला होता.

आपले म्हणणे पुढे रेटत जॉन म्हणाला, ''परंतु या डॉक्टर्सना भेटणे मला आवश्यक आहे. त्यांना मेगन आणि पॅट्रिकबद्दल सांगितले पाहिजे. कोणते नवीन संशोधन चालू आहे, हे मला समजले पाहिजे. माझ्याजवळ वेळ फार थोडा आहे.

''आम्ही तुम्हाला निमंत्रण दिले, तर इतरही आईवडील येऊ पाहतील. शास्त्रीय चर्चेमध्ये ते व्यत्यय आणतील. या व्याधीवर लवकरात लवकर उपाय सापडावा यासाठी संशोधकांमधील एकमेकांबद्दलचे ज्ञान आणि सहकार्य वाढवावे

हे या परिषदेचे उद्दिष्ट आहे ही, आई-वडिलांची परिषद नाही.''

अजिजीच्या स्वरात जॉन म्हणाला, ''असे कसे म्हणता रँडॉल? मी तिथे असलेच पाहिजे.''

''मी म्हणतो आहे की, तुम्ही त्या परिषदेत असू शकत नाही.'' असे ठामपणे म्हणून रँडॉलनी संभाषण बंद केले.

जॉन आपल्या टेबलापाशी बसला. त्याला धक्काच बसला होता. त्याने डॉक्टर स्लोनिमला फोन करून घडलेले सर्व सांगितले. राष्ट्रीय आरोग्य संस्था या परिषदेची प्रायोजक होती. त्यामध्ये काम करणारे एक शास्त्रज्ञ डॉक्टर पॉल प्लॉटझ यांना डॉक्टर स्लोनिमनी फोन करून जॉनच्या परिषदेला हजर राहण्याच्या इच्छेबद्दल सांगितले. प्लॉटझ म्हणाले की, परिषदेला हजर राहण्यापासून कोणालाही प्रतिबंध करता येत नाही आणि आई-वडिलांना तर नाहीच नाही. रँडॉलना फोन करून तसे सांगण्याचे त्यांनी मान्य केले. काही दिवसांनी जॉनच्या ऑफिसमधील फोनवर मेरीलीन हाउस आणि तिचे वकील बोलत होते.

''तुमच्या माहितीसाठी सांगत आहे की, तुम्ही येऊ शकता. पण तुमचे स्वागत होणार नाही.'' ती धुमसत म्हणाली, ''मी आणि माझे पतीच नाहीतर तिथल्या डॉक्टरांनाही तुम्ही तेथे नको आहात. आम्ही उपचार मिळण्याच्या अगदी जवळ आहोत. तुम्ही यात आलात तर सगळा गोंधळ करून टाकाल.''

आम्ही मूलभूत नियम ठरविणार आहोत आणि ते अतिशय काटेकोर असतील. तुम्ही मागच्या ओळीत बसावयास हवे. तुम्ही बोलू किंवा प्रश्न विचारू शकत नाही. चर्चासत्रांच्या मधल्या सुट्यांमध्ये तुम्ही डॉक्टरांशी बोलता कामा नये.''

त्यानंतर वकिलांनी जॉनला सांगितले की, जॉनला एक गोपनीयतेच्या करारावर सही करावी लागेल, आणि त्याला परिषदेमध्ये समजलेली शास्त्रीय गुपिते उघड करता येणार नाहीत.

''हे माझ्यासाठी ठीक आहे.'' जॉन म्हणाला. मेरीलीनच्या रागीट आणि भाषणे देण्याच्या सुराचा तो द्वेष करीत होता. आपण एक लहान मूल असल्यासारखे ती बोलत होती, असे त्याला वाटले. पण त्याला माहीत होते की, त्याने पहिली फेरी जिंकली होती. ते जे काही कागद समोर ठेवतील त्यावर सही करण्यास तो तयार होता. पुढील काळात हा एक महत्वाचा विजय ठरणार होता.

२ डिसेंबरला बेथेस्डामधील ह्यात हॉटेलमध्ये त्याने प्रवेश घेतला.

फार्मिंगमधील पॉम्पे व्याधीबाबतचे संयोजक जेर्बेन मुल्हिझेन यांच्याबरोबर त्या दिवशी रात्री एक छोटी पार्टी ठरविली होती. काही महिन्यांपूर्वी तो नेदरलँडमध्ये

एक दिवसभर त्यांच्याबरोबर राहिला होता. हॉटेलच्या बारमध्ये ते भेटले होते. आल्हाददायक व्यक्तिमत्त्वाच्या मुल्हिझेननी जॉनजवळ मुलाची चौकशी केली. जॉनने त्यांना मेगनच्या तब्येतीवरील आलेल्या संकटाबद्दल सांगितले.

"आणि मुलगा कसा आहे?" मूल्हीझेन.

"पॅट्रिक अजूनतरी चांगला आहे. पण त्याच्या अशक्तपणाच्या काही खुणा मला जाणवत आहेत. हे आमच्या लक्षात आले नसते, तर बरे असे आम्हाला वाटते. परंतु या मुलाला गिळताना थोडा त्रास व्हायला सुरुवात झाली आहे. आणि कदाचित जठराला छिद्र पाडण्याची गरज पडेल."

त्या दोघांनी एकेक बीअर मागविली. पहिला घोट घेत असताना मुल्हिझेनच्या डोळ्यांत थेट पाहत, त्याने आपल्या मुलांसाठी पहिली सरळ-सरळ विनंती केली.

"हे औषध माझ्या मुलांना खरोखरच लवकर मिळण्याची गरज आहे."

"जॉन, मी प्रयत्न करतो आहे. पण त्याचे उत्पादन अतिशय अवघड आहे. हा विकर सशांमधून मिळविणे आम्हाला वाटत होते तितके सोपे नाही."

जॉनने विचारले, "रुग्णालयीन चाचण्यांची काय प्रगती आहे?" "अगदी लवकरच युरोपमध्ये एक वर्षाच्या आतील बाळांवर चाचण्या सुरू करण्याची आमची योजना आहे." मूल्हीझेन उत्तरले.

"युनायटेड स्टेटसमधील चाचण्यांबाबत काय विचार आहे?"

खाली पाहत मूल्हीझेन म्हणाले, "त्याला काही काळ लागेल. फार्मिंगच्या बेल्जियममधील नवव्या उत्पादन संयत्राला अन्न आणि औषध प्रशासनाने परीक्षण करून त्यास मान्यता देणे आवश्यक आहे. त्याशिवाय युनायटेड स्टेटस्‌मधील रुग्णांमध्ये या विकरचे उपचार करता येणार नाहीत आणि फार्मिंगला अन्न आणि औषध प्रशासनाने पुढे जाण्यास मान्यता दिली तरी दुसऱ्या चाचणीसाठी पुरेसे औषध काही काळापर्यंत तयार करणे जमणार नाही.

जॉनने विचारले, "जेन्झाइमबद्दल काय?" फार्मिंगची सहकारी असलेल्या जेन्झाइमच्या सर्वदूर शाखा असून त्यांच्याकडे उत्पादनतज्ज्ञ आहेत आणि ते हे प्रश्न सोडवू शकतील. मूल्हीझेन म्हणाले, "ही भागिदारी फारशी चांगली चाललेली नाही. सशांच्या बरोबरचा प्रश्न सोडविण्यासाठी जेन्झाईम आम्हाला मदत करू शकत नाहीत."

सशांचे दूध काढणे कठीण आहे आणि त्यांच्या वाढत्या वयाबरोबर त्यातील विकराचे प्रमाणही कमी कमी होत जाते. सशांच्या कळपापासून मूठभर रुग्णांवरच उपचार करता येतील. यापेक्षा जास्त विकर मिळविणे अशक्य आहे."

जॉनने बिअरचा एक मोठा घोट घेत आपली निराशा त्यात बुडविली. जेन्झाईमची भागीदारी, नेदरलँडची भेट आणि फार्मिंगच्या उत्पादनाची सुविधा हे

सर्व पाहिल्यानंतर कंपनीच्या रुग्णालयीन चाचण्यांकडे तो आपल्या मुलांसाठी जीवरक्षक तराफा म्हणून पाहत होता. एका क्षणात मूल्हीझेनने त्याचे हे स्वप्न त्याच्यापासून ओढून लांब केले होते. रुग्णालयीन चाचण्यांना निधी देण्यासाठी तो जगातील सर्व पैसे गोळा करू शकला असता. परंतु उत्पादनकर्त्या संस्था पुरेसे औषध निर्माण करू शकत नसतील तर त्याची धडपड व्यर्थ होती.

राष्ट्रीय आरोग्य संस्थेच्या इमारतीचा पसारा इतका मोठा होता की, दुसऱ्या दिवशी सकाळी परिषदेचे सभागृह शोधण्यासाठी जॉनला दीड तास लागला. तो क्लॉईस्टर नावाच्या पूर्वीच्या चर्चमध्ये पोचला तेव्हा परिषद आधीच सुरू झाली होती. एका मोठ्या सभागृहातून चालत जॉन शेजारच्या खोलीमध्ये गेला. तेथे सुमारे साठ लोक लक्षपूर्वक ऐकत बसले होते. मागील एका खुर्चीमध्ये बसलेल्या डॉक्टर स्लोनिम यांचे केस विरळ होत चाललेले डोके त्याला दिसले. त्यांच्या शेजारी मोकळ्या खुर्चीवर तो हळूच जाऊन बसला. स्लोनिमनी आपला उजवा हात बाहेर काढून जॉनच्या पाठीवर थोपटले. जणू काही जॉनचे उशिरा पोहोचणे आणि या सभेमध्ये जबरदस्तीने प्रवेश मिळवण्याबाबतची अपराधी भावना स्लोनिमला जाणवत होती. जॉन ज्यांना ओळखत नाही असा एक शास्त्रज्ञ व्यासपीठावरून त्याच्या प्रयोगशाळेतील प्रयोगांबद्दल सांगत होता.

काय चालले आहे, ते समजून घेण्याचा प्रयत्न करीत जॉन शांत बसून राहिला. त्याच्या लवकरच लक्षात आले की, तो शास्त्रज्ञ सांगत असलेल्या माहितीतील एक अक्षरही त्याला समजत नव्हते. या आधी जीवशास्त्र तो केव्हा शिकत होता हे आठविण्याचा त्याने प्रयत्न केला. बर्जेन कॅथॉलिक हायस्कूलमध्ये दहावीत शिकत असताना शाळेचे कुस्तीचे सहशिक्षक त्यांना जीवशास्त्र शिकवीत. त्याला जर संशोधन-न्यास चालवायचा असेल, तर खूपच शास्त्रीय माहिती शिकणे त्याला आवश्यक होते.

दिवस पुढे सरकत गेला. तसा एकेक वक्ता उठून आपल्या कामाबद्दल बोलत होता. त्यांची नावे त्याने इंटरनेटवर पाहिलेली होती. पॉम्पे व्याधीच्या जैविक अणुशास्त्रावरील ती एक टोकाची कार्यशाळा होती. पॉम्पे व्याधीवर आयुष्यभर पायाभूत काम करणारे डच शास्त्रज्ञ अर्नाल्ड रुझर हे व्यासपीठावर बोलायला उभे राहिले. हडकुळे, विस्कटलेले पांढरे केस, नाटकी परंतु प्रतिभावंत रुझर यांनी एकामागोमाग एक स्लाइडस दाखविण्यास सुरुवात केली. त्याने नेदरलँडमध्ये काही महिन्यांपूर्वी अशाच स्लाइडस पाहिल्या होत्या. उंदराच्या पेशी जांभळ्या रंगाच्या ग्लायकोजेनच्या मोठ्या साठ्यांनी भरलेले आणि त्यामध्ये अगदी थोडे स्नायुतंतूंचे लाल धागे आणि नंतरच्या स्लाइडसमध्ये उपचारानंतर

जांभळे ठिपके अगदी लहान झालेले.

''पाहा आमच्या विकरामुळे ग्लायकोजेनचे साठे एकदम लहान होऊन गेले आहेत आणि या क्षेत्रातील प्रत्येकासाठी हे अतिशय उत्तेजक ज्ञान आहे.'' रुझर म्हणाले.

जॉनला रुझरची भावनोत्कटता आणि आशावाद आवडला.

त्याच्या मुलांचे स्वत:चे डॉक्टर चेन यांनी आपल्या हळुवार आवाजात सीएचओमध्ये वाढविलेला विकर जपानी क्वेल्समध्ये देण्याच्या प्रयोगाचे वर्णन केले. पॉम्पे व्याधी निसर्गत: ज्या प्राण्यामध्ये होऊ शकते, अशा अगदी थोड्या जातींमध्ये 'क्वेल' हा प्राणी आहे. त्यांनी दाखविलेल्या छायाचित्रांमध्ये जे क्वेल फक्त छोट्या उड्या मारू शकत होते, ते काही आठवडे या विकराची इंजेक्शने दिल्यानंतर उडू लागले होते. जॉनच्या मनात आले की, हे डॉक्टर्स आणि वैज्ञानिक एका दिवशी मेगन आणि पॅट्रिकच्या स्नायूंमधील विकराचा उपचार घेतल्यानंतर ग्लायकोजेन नाहीसे झाल्याच्या स्लाइडस दाखवीत असतील. या व्हिडीओमध्ये उडणारे क्वेल दाखविण्याऐवजी माझी मुले चालताना दाखविली जातील.

न्यूयॉर्क विश्वविद्यालयातील एक साहाय्यक संशोधक डॉक्टर फ्रँक मार्टीन्युक यांनी यावरचा उपाय म्हणून जनुकांचा उपचार सांगितला. पॉम्पे विकर तयार करणाऱ्या संकेताचे जनुक 'जनुक बंदुकी'मधून उंदरांमध्ये घातल्याचे त्यांनी सांगितले. ज्या स्नायुपेशींमध्ये हे जनुक घातले गेले त्या पेशींमध्ये ॲसिड अल्फा ग्लुकोसिजेड हा पॉम्पे विकर निर्माण करण्यास सुरुवात केली. शरीरातील सर्व स्नायुपेशीमध्ये हे जनुक कसे घालायचे हे मोठे आव्हान होते.

पुढच्या दिवशीच्या पहिल्या भाषणाने तो खूपच अस्वस्थ झाला. एका चिडखोर पांढऱ्या दाढीच्या संशोधकाने असे सुचविले की, चेन किंवा रुझर यांचा विकर उपयुक्त ठरणार नाही. या डॉक्टर संशोधकांचे नाव होते – डॉक्टर विल्यम कॅनफिल्ड. ते ओक्लाहोमा विश्वविद्यालयामध्ये जैविक रसायन तज्ज्ञ होते.

कॅनफिल्ड म्हणाले, ''विकर बरोबर बनविणे पुरेसे नाही. तर विकर योग्य रीतीने शरीरात घेतला जाण्यासाठी त्याचे बरोबर ग्लायकोसिलेशन होणे गरजेचे आहे.'' जॉनने हा शब्द कधीच ऐकला नव्हता. आणि परिषदेमध्ये अन्य कोणी हा शब्द वापरला आहे, असे वाटत नव्हते.

जॉनने कुजबुजत स्लोनिमला विचारले, ''ग्लायकोसिलेन म्हणजे काय?''

'विकराला चिकटलेले कार्बोहायड्रेड आणि फॉस्फेट यांच्या महत्त्वाबाबत ते बोलत आहेत. चर्चा सत्रातील इतर प्रत्येक जण फक्त विकरावर लक्ष केंद्रित करीत आहेत' स्लोनिमने हळूच सांगितले.

कॅनफिल्ड म्हणाले, ''सीएचओ पेशी किंवा सशाच्या दुधापासून बनविलेला या

दोन्ही विकरांमध्ये कार्बोहायड्रेट आणि फॉस्फेट यांची योग्य जोडणी नाही. स्नायुपेशींच्या लायसोझोममध्ये जाण्यासाठी ही आवश्यक असते, आणि तेथेच त्याची गरजही असते. योग्य जुळवणी कशी करावी यासाठी त्यांनी त्यांच्या प्रयोगशाळेमध्ये दहा वर्षे काम करून योग्य रीत मिळविली होती असा त्यांचा विश्वास होता.

पुढच्या रांगांमध्ये बसलेले फार्मिंग आणि ड्यूकचे संशोधक यांना हे मान्य नव्हते असे त्यांच्या नकारार्थी माना हलविण्यावरून जॉनला जाणवले. ते बहुतेक सर्व अणुजैविक शास्त्रज्ञ होते. जैविक रसायनतज्ज्ञ असलेल्या कॅनफिल्डला ते ओळखत नव्हते, आणि ते त्याच्याशी स्पष्टपणे असहमत होते. जॉनलाही कॅनफिल्ड नाव विचारातून काढून टाकावे असे वाटत होते.

"हा माणूस खरं बोलतोय का?" जॉन कुजबुजला. त्याची अपेक्षा होती की, स्लोनिम या संशोधकाच्या नकारात्मक वक्तव्याबाबत काहीतरी अपमानकारक बोलतील.

कॅनफिल्ड सांगत असलेल्या प्रत्येक गोष्टीचा अर्थ असा होता की, फार्मिंग आणि जेन्झाईम यांचे उपचार कधीच परिणामकारक ठरणार नाहीत.

नीना आणि पॉलला असे वाटते की, 'त्याच्या बोलण्यात काही तथ्य आहे. त्यांनीच त्याला येथे बोलाविले आहे.' डॉक्टर नीना रॅबेन आणि डॉक्टर पॉल प्लॉटझ हे राष्ट्रीय आरोग्य संस्थेचे संशोधक होते.

जॉन गप्प बसला. कॅनफिल्ड जर बरोबर असतील, तर पूर्वी वाटत होते त्यापेक्षा आशा आणखी दूरच गेली होती.

सगळ्या वक्त्यांची भाषणे संपल्यानंतर जॉनने पाहिले की, खोलीच्या मागील बाजूस संशोधकांच्या एका गटामध्ये आत्मविश्वास कमी पडत असलेले कॅनफिल्ड उभे होते. चर्चासत्रातील गेल्या दोन दिवसांप्रमाणेच डॉक्टर स्लोनिमनी जॉनला कॅनफिल्डकडे नेऊन नुकत्याच निर्माण झालेल्या मुलांच्या पॉम्पे न्यासाचे प्रमुख म्हणून त्याची ओळख करून दिली. त्या दोघांनी हस्तांदोलन केले.

रँडॉलनी व्यासपीठावर येऊन संशोधकांना रात्रीच्या जेवणाचे आमंत्रण दिले. 'ला मिशे' या हॉटेलमध्ये त्याने आरक्षण केले होते आणि 'ह्याट' हॉटेलबाहेर संध्याकाळी सात वाजता त्यांना जेवणास घेऊन जाण्यासाठी एक बस ठरविली होती.

स्लोनिम इतर शास्त्रज्ञांशी गप्पा मारीत असताना जॉन शांतपणे शेजारी उभा होता. त्याला माहीत होते की, बहुधा जेवणाच्या निमंत्रणाशी त्याचा संबंध नव्हता. पण तो जर या कार्यक्रमामध्ये काहीतरी युक्तीने घुसू शकला तर आणखी काही संशोधकांशी ओळख करून घ्यायची संधी त्याला मिळेल असे त्याला वाटले. कदाचित रँडॉलशीही बोलून त्यांच्याशी संबंध सुधारण्यात येतील.

हॉटेलवर परत आल्यावर जेवायला जाण्यासाठी त्याने खाकी पँट, त्यावर निळा शर्ट आणि निळा कोट घातला. व्हरांड्यामध्ये उभे असताना रँडॉल एका शाळेच्या बसशेजारी उभा असलेला त्याला दिसला. बसमध्ये शिरण्यासाठी संशोधकांची एक रांग लागली होती. त्या गटातील जवळजवळ सर्व जण रँडॉलपासून पुढे जात असताना जॉन व्हरांड्यातच थांबला आणि नंतर रांगेच्या शेवटी उभा राहिला.

त्याची पाळी आल्यावर हात पुढे करीत तो म्हणाला, "नमस्कार रँडॉल!"

डोके हलवीत बसच्या प्रवेशद्वारापाशी उभे राहून रँडॉलने हात आडवे घातले. 'नाही, नाही. तुम्ही या जेवणासाठी येऊ शकत नाही. हे मी दिलेले जेवण आहे आणि तुम्हाला निमंत्रण नाही.'

जॉनने रँडॉलकडे पाहिले. सहा फुटांपेक्षा जास्त उंच, हातात सोनेरी रोलेक्स घड्याळ, जॉनपाशी नसलेले सर्व काही त्याच्याकडे होते – मोठेपणा, श्रीमंती, व्यवसायातील अनुभव आणि पॉम्पे जगतातही. आपली गोंधळलेली अवस्था तो थांबवू शकत नाही. आपण वर्णन न करता येण्याजोगे छोटे, गरीब आणि लहान आहोत असे त्याला वाटत होते.

"ठीक आहे, रँडॉल, ठीक आहे." परत जाण्यासाठी वळत जॉन म्हणाला. चर्चासत्राला आलेल्या सर्वांना घेऊन ती बस हॉटेलबाहेर गेली. आपल्या खोलीच्या वरच्या मजल्याकडे जाण्यासाठी आपले बूट निरखत तो लिफ्टमध्ये बसला. त्याने मागविलेले जेवण त्याच्या खोलीत येईपर्यंत त्याच्या आईचा विचार करीत डोके दोन्ही हातात धरून तो खाटेवर बसून राहिला. अध्यक्ष केनेडी आणि इतर मोठ्या व्यक्तींनी न्याय आणि समान संधीसाठी केलेल्या प्रयत्नांचे कौतुक करीत असतानाच सध्याची व स्वतःची एक भर तो त्यात घालीत असे आणि सांगत असे की, पैशाशिवाय तुम्ही जगात कोणीही असू शकत नाही.

त्याची आई बरोबरच होती. पैशामुळे सत्ता येते. समावेश करायचा की, वगळायचे याची ही सत्ता! शेजारच्या टेबलावरील टी.व्ही.चा रिमोट त्याने जोरात फेकला. भिंतीवर आपटून बर्फाच्या बादलीचे झाकण जमिनीवर पाडले गेले. शिव्या देत त्याने रिमोट उचलून टी.व्ही. चालू केला. कोठेतरी वाचलेला एक विचार विचित्र आवाजात तो मोठ्यांदा म्हणाला, 'जीवनात न्याय नाही. त्याची सवय करून घ्या.'

९. विवाह

हिवाळा ते वसंतऋतू, १९९९
पेनिंग्टन-न्यू जर्सी, लाँग बँच-न्यू जर्सी

जॉनने हार्वर्ड बिझनेस स्कूलमधील त्याच्याच 'जे' भागामध्ये असणाऱ्या वर्गमित्रांना, त्याच्या नव्या न्यासासाठी प्रत्येकी ५०० डॉलर्सची देणगी द्यावी अशी विनंती करणारे पत्र लिहिणे संपविले, त्या वेळी रात्रीचा १ वाजला होता. जवळचे तीन मित्र आणि हार्वर्डमधील त्याच्या अभ्यासगटातील ज्या व्यक्तींनी ही विनंती त्यांच्या भागातील सभासदांना पाठवू असे सांगितले होते, त्या सर्वांना या पत्राचा मसूदा त्याने ई-मेल केला. हार्वर्डच्या जुन्या विद्यार्थ्यांचे प्रसिद्ध जाळे आणि त्यांचा दानशूरपणा यावर भिस्त ठेवून आपली नवी संस्था जोरात सुरू होईल असा त्याला विश्वास होता.

त्याने त्याच्या अभ्यासिकेतील संगणक बंद केला आणि नेहमीप्रमाणे मेगनच्या शयनकक्षामध्ये अखेरची नजर टाकण्यासाठी जिना चढून तो डावीकडे वळला. रात्रीच्या दिव्याच्या फिकट पिवळसर प्रकाशात आपल्या आवडत्या पिंकी या कुत्र्याला मिठीत घेऊन मेगन डाव्या कुशीवर झोपलेली होती. तिच्या गालाचा मुका घेत 'शुभरात्री मेगु' असे तो कुजबुजला. ती हलली. तिने आपले डोळे उघडले. उजवा हात वर करून आपली गुलाबी तर्जनी आणि अंगठा हवेत वर करून मधले बोट आणि त्याच्या शेजारचे बोट खाली केले. तिने 'माझे तुझ्यावर प्रेम आहे.' हे खुणांच्या भाषेत सांगितले. तिला एक शिक्षिका खुणांची भाषा शिकवत होती आणि ती शब्द आणि खुणा याद्वारे संपर्क साधत होती.

स्मितहास्य करत जॉन खाली वाकला आणि आणखी एकदा त्याने तिचा मुका घेतला. त्यानंतर त्याने वर रात्रपाळीच्या परिचारिकेकडे पाहिले. हातात डोके

धरून ती लठ्ठ बाई टेबलाच्या कोपऱ्यापाशी बसली होती. त्याने दोन्हीचे परीक्षण केले होते – मेगनचे आणि ती परिचारिका झोपली होती याचे.

'माफ करा हं!' असे म्हणत जॉनने परिचारिकेच्या खांद्याला हळूच थापटले. ती दचकून जागी झाली. त्याच्याकडे लाल झालेल्या डोळ्यांनी पाहात ती माफीचे काही शब्द पुटपुटली. 'मी खूप दमले. काल रात्री तर मुलांना खूप त्रास झाला.' ती खुर्चीमधून उभी राहिली आणि लटपटत्या पावलांनी त्याच्याजवळ आली. तिच्या श्वासाचा वास लक्षात घेऊन त्याला धक्काच बसला.

''तू दारू प्यायली आहेस'' जॉन म्हणाला.

मागे सरकत ती म्हणाली, ''नाही, नाही, मी नाही दारू प्यायली.''

''तू प्यायलेलीच आहेस. मला दारूचा वास येतो आहे. गेट आऊट, या घरातून ताबडतोब चालती हो.'' तिच्यावर अविश्वास दाखवत जॉन म्हणाला.

ती जाताना त्याने पाहिले. त्यानंतर खाली आपल्या शयनकक्षात येऊन एलिनजवळ उभा राहिला. ती झोपलेली होती.

जॉन म्हणाला, ''एलिन, तुझा कधीच विश्वास बसणार नाही, त्या संस्थेने पाठवलेली आजच्या रात्रपाळीची परिचारिका दारू प्यायलेली आहे.''

अर्धवट झोपेत एलिन म्हणाली, ''काय?''

'ती हरामखोर परिचारिका दारू प्यायलेली आहे, मला तिच्या तोंडाचा वास आला.'

'ती दारू प्यालेली नाही, ती विक्षिप्त आणि दमलेली आहे. त्या सगळ्याच विचित्र आणि दमलेल्या असतात. ही किमान जागी तरी आहे.' त्याच्याकडे हात हलवत एलिन म्हणाली, 'जा जाऊन झोप.'

'एलिन, मी बोलतोय ते तुला कळतेय ना? त्याचा राग वाढतच होता. ''ती परिचारिका बोलताना अडखळत होती. मी तिला जायला सांगितले.

अंथरुणावर उठत पूर्ण जागी होऊन एलिन म्हणाली, ''अरे देवा! जॉन आता आपण काय करणार?''

'अशा कुणालातरी मेगनची काळजी घेण्याची परवानगी तू कशी देऊ शकतेस?' त्याच्या संतापाचा स्फोट झाला.

'जॉन तू किंचाळत आहेस, शांत हो.' ती चिडखोर आवाजात म्हणाली, 'तुझ्या आवाजाने मुले उठतील. आणि मला वाटते तू मला दोष देणे थांबवावेस. १० आठवड्यांत १० परिचारिकांना तू हाकलले आहेस.'

'आपल्याला अधिक चांगल्या परिचारिकांची गरज आहे. मी उद्या परिचारिकांच्या कार्यालयात फोन करून सांगणार आहे की, असल्या निरुपयोगी परिचारिका आमच्याकडे पाठविण्याचे बंद करा.

“आपण दोघांनीही त्या नालायक प्रतिनिधी कार्यालयाला या परिचारिका नुसत्या बिनकामाचे पैसे घेतात, अशी तक्रार करणारा फोन दहादा तरी केला आहे.” असे म्हणताना संतापाने एलिनचा गळा भरून आला. ‘जॉन, परिचारिकांची भयानक कमतरता आहे. कोणीही मदतीला आले तर मी त्यांची ऋणी होते.’

जोरात श्वास घेऊन स्वत:ला शांत करण्याचा प्रयत्न करीत जॉन म्हणाला, “आपण मेगन आणि पॅट्रिकची काळजी घेण्यासाठी असली माणसे ठेवू शकत नाही.’

एलिन म्हणाली, ’त्यांच्याकडे पाठवण्यासाठी आणखी कोणीही नाही. मी पॅट्रिकला भरवत असताना मेगनशी खेळण्यासाठी मला आणखी दोन हातांची गरज आहे. मी त्या वाईट परिचारिकांजवळ मेगनला एकटी कधीच सोडत नाही. तू मला दूषणे देऊ नकोस.’

थंड नजरेने एलिनकडे रोखून पाहात डोके हलवून जॉन म्हणाला, ‘मेगनच्या खोलीमध्ये रात्रीचा पहिला अर्धावेळ मी झोपेन आणि तू दुसरी पाळी कर.’ कपाट धुंडाळून त्याने स्लीपिंग बॅग बाहेर काढली. खाटेवरील उशी उचलली आणि पावले आपटत मेगनच्या शयनकक्षाकडे गेला.

बाहेर गाडी सुरू झाल्याचा आवाज एलिनने ऐकला. तिने खिडकीत उभे राहून पाहिले, परिचारिकेची जुनी ब्युक गाडी बाहेर पडत होती.

दुसऱ्या दिवशी सकाळी पावणेसात वाजता जॉन कामावर गेला. जाताना त्याने परिचारिकांच्या कार्यालयामध्ये त्या दारूड्या परिचारिकेची तक्रार सांगून तिच्या ऐवजी दुसरी कुणीतरी पाठविण्यास सांगितले. वर न पाहता जॉन ज्युनियरचे बूट बांधत ती म्हणाली, “मी ते प्रकरण हाताळते.”

भाषा शिकत घरकाम करणाऱ्या मुलीबरोबर जॉन ज्युनियरला शाळेत पाठवण्याऐवजी आज एलिन स्वत:च त्याला शाळेत घेऊन गेली. मुलाबाबत काही बोलण्यासाठी जॉनच्या शिक्षिकेने एलिनला बोलवले होते. त्यांची सर्वांत चांगली परिचारिका आज कामावर होती त्यामुळे एलिनने मेगनला घरीच ठेवले.

त्या शिक्षिकेचे व्यक्तिमत्त्व शांत आणि सौम्य होते. ती थोड्या खेदाने हसत एलिनला तिच्या मुलाबाबतच्या तक्रारी सांगू लागली. ती म्हणाली, ‘तो एक गोड मुलगा आहे पण सूचनांचे पालन करत नाही. ‘वर्गात १८ विद्यार्थी आणि तिला एकच साहाय्यक. त्यामुळे विद्यार्थ्यांना सांगितलेली क्रमाने करावयाची साधी कामे विद्यार्थी करू शकले पाहिजेत अशी तिची अपेक्षा होती. ‘मी तुमच्या मुलाला एप्रन घालून खाली बसून दुसऱ्याच विचारात वाहवत न जाता रंगकाम करायला

सांगू शकत नाही. त्याच्या कोणत्याही कृतीमध्ये त्याच्याशेजारी शिक्षकाने बसून सहभागी व्हावे लागते.’

एलिन गंभीरपणे म्हणाली, ‘मला वाईट वाटते, पण मी घरी त्याच्याबरोबर काम करीन. हे वर्ष आम्हाला फारच त्रासदायक गेले आणि आम्ही त्याच्याकडे पुरेसे लक्ष देऊ शकलो नाही. त्याची बहीण खूप आजारी आहे.’’ शिक्षिकेने सहानुभूतीने मान डोलावली. शाळेच्या सुरुवातीचे काही आठवडे जॉन शाळेत असताना मेगन रुग्णालयात असल्याचे तिने ऐकले होते.

ती घरी आली आणि मग ती रडून मोकळी झाली. ज्युनियर जॉनच्या शाळेत अश्रू बाहेर येऊ नयेत, यासाठी तिला महाप्रयत्न करावे लागले होते. जॉन ज्युनियरला लक्ष केंद्रित करणे त्रासाचे होते, हे तिला माहीत होते. परंतु तो शाळेत जाऊ लागल्यानंतर हा त्रास जाईल अशी तिला आशा होती. ती आणखी एका संकटाला सामोरी जाऊ शकत नव्हती. गेल्या ११ महिन्यांत मुलांच्या आजारपणामुळे त्यांचे वैवाहिक जीवनही कुरतडले जाऊ लागले होते. जॉनला वाटत होते की, एलिन आळशी आहे आणि तिला वाटत होते की, तिच्या कामाची तो तिला दाद देत नाही. परिचारिकांवरून आदल्या रात्री झालेल्या भांडणामुळे त्या दोघांनाही आपले लग्न टिकेल की, नाही असे वाटू लागले होते. घरी आल्यावर एलिनला दिसले की, मेगन आणि पॅट्रिक कोचावर शेजारी-शेजारी बसून टी.व्ही.वर मुलांसाठीचे कार्यक्रम पाहत होते. परिचारिका त्या दोघांच्यामध्ये बसली होती आणि भाषा शिकवण्यासाठी आलेली शिक्षिका स्वयंपाकघरामध्ये मॅक्रोनी आणि चीझ बनवत होती. एलिनने उत्साहाने प्रत्येकाला ‘हॅलो’ म्हटले आणि कोचापुढे बसून दोन्ही मुलांचा मुका घेतला.

‘आणि उद्या वाढदिवस कुणाचा आहे रे?’ तिने विचारले. मेगनने पॅट्रिककडे पाहिले आणि त्याने स्वत:कडे बोट केले.

‘आणि आता तू केवढा मोठा होणार?’

पॅट्रिकने तिच्याकडे बघत स्मितहास्य केले आणि एक बोट उंचावले. ‘अगदी बरोबर’ माझे बाळ केवढे मोठे होणार आहे.’

एलिन स्वयंपाकघरात जाऊन गडबडीने कामाला लागली. तिने आईला फोन करून तिच्या घराशेजारील प्रसिद्ध बेकरीमधून पॅट्रिकसाठी वाढदिवसाचा केक आणण्यास सांगितला.

तिने चॉकलेट कुकिजचे पीठ फ्रीजमधून बाहेर काढले आणि ते दोन भांड्यांमध्ये घातले.

मुलांच्या छोट्या खोलीकडे वळून तिने विचारले, ‘कुकीज कुणाला करायच्या आहेत?’ डोळ्यांच्या दोन जोड्या चमकल्या. तिने मेगनला उचलले आणि

मागून श्वसनयंत्र घेऊन यायला परिचारिकेला सांगितले. श्वसनयंत्राची मोठी पेटी सुमारे ५० पौंड वजनाची होती. स्वयंपाकघरातील टेबलावर त्यांनी मेगन आणि मशिन ठेवले आणि शेजारी पिठाचे भांडे ठेवले. नंतर एलिनने पॅट्रिकला बहिणीशेजारी त्याच्या भांड्यासह बसवले.

मुलांनी मूठ-मूठ पीठ घेऊन त्याचे गोळे बनवले आणि तव्यावर ते चपटे केले, त्यामध्ये सुकामेवा मिसळण्यासाठी एलिनने सुक्यामेव्याची पिशवी ठेवली. मेगनने त्यातील मूठभर सुकामेवा घेऊन जमिनीवर फेकला.

'मेगन ते कुकीजसाठी आहे. जमिनीवर फेकण्यासाठी नाही.' एलिन रागातच म्हणाली. मेगनने भांड्यामध्ये परत हात घातला आणि मूठभर सुकामेवा परत जमिनीवर फेकला. 'मेगन तू परत असे केलेस ना तर तुझे काही खरे नाही.'

आईवर नजर रोखत मेगनने ओंजळभर सुकामेवा घेतला आणि हवेत उधळला ते सर्व आईच्या पायापाशी पसरले.

नि:शब्दपणे एलिनने तिला उचलले आणि श्वसनयंत्र जोडलेल्या अवस्थेतच तेथील खुर्चीला पट्ट्यांनी बांधून ठेवले. हातांची घडी, ओठांचा चंबू, अशा स्थितीत मेगन खुर्चीत बसून समोर बघत राहिली. तिच्या आई आणि भावाने उर्वरित सुकामेवा कुकीजच्या पिठात घातला. शिक्षा होऊनही मेगन बेपर्वा होती. ती रडणार नव्हती.

सकाळी उशिरा जॉनने फोन केला. पूर्वीच्या उत्साही आवाजात त्याने विचारले, 'काय मंडळी कशी काय आहेत?'

'फार छान, आम्ही कुकीज बनवितो आहोत.' त्याच्या सारख्याच उत्साही आवाजात एलिन म्हणाली, "त्यांना हातावरचे कुकीजचे पीठ चाटताना तू पाहायला हवेस."

'परिचारिका प्रतिनिधींच्या कार्यालयाला तू फोन केलास का,' त्याने विचारले. एलिन पटकन म्हणाली, 'कुकीज करून झाल्या की, मी लगेच त्यांना फोन करेन. चिडचिड झाल्यामुळे तिचे नाव लांबवत तो म्हणाला, 'एलिन कृपा करून तू काही करशील का? काहीही करण्यासाठी मी तुझ्यावर विसंबू शकत नाही का?'

'हो, हो, ठीक आहे, मला माफ कर जॉन. मी लगेच फोन करते.' आपला ओठ चावत तिने प्रत्युत्तर दिले.

एलिनने फोन बंद केला आणि स्वयंपाकघराच्या सिंकमध्ये मुलांचे हात धुण्यास परिचारिकेला मदत केली. 'अरेरे, कुकीजचे पीठ त्यांच्या केसांमध्ये आणि कपड्यांवर आहे. आपल्याला त्यांना अंघोळच घालायला हवी,' असे म्हणत तिने सुस्कारा सोडला. एलिनने मेगनला घेऊन जिना चढला. श्वनसयंत्र घेऊन परिचारिका तिच्या पाठोपाठ आली. नंतर आणखी एक हेलपाटा मारून

तिने पॅट्रिकला घेतले. परिचारिकेने पॅट्रिकला घेतले. परिचारिका पॅट्रिकशी खेळत राहिली आणि एलिनने मेगनला तिच्या प्लॅस्टिकच्या वर्तुळात उभी करून अंघोळ घातली. मेगन आनंदाने पाणी उडवत होती. तिचे प्लॅस्टिकचे कप परत परत भरत होती. ती शिक्षा आणि अंघोळ या दोन्ही बाबत जशी निर्विकार होती तसेच तिचे श्वसनयंत्र तिच्या टब शेजारी निर्विकारपणे प्रतिमिनिट बावीस याप्रमाणे नेहमीप्रमाणेच तिच्या फुफ्फुसात हवा ढकलत होते.

दुपारी जॉन ज्युनियरला घेण्यासाठी एलिन त्याच्या शाळेत परत आली. त्याच्या शिक्षिकेच्या कसनुशा हसण्यावरून तिला जाणवले की, होपवेल शिशुवर्गामधील तो आणखी एक वाईट दिवस होता. मुलांची झोपण्याची वेळ आणि जॉनची निधी गोळा करण्यासाठीची धावपळ आणि संगणक यामध्ये शक्य झाल्यास ती जॉन ज्युनियर बद्दलच्या शिक्षिकेने सांगतिलेल्या तक्रारीबद्दल चर्चा करणार होती. जॉनला या तक्रारीबद्दल सांगण्यास ती विसरली होती.

घरी येताना पेनिंग्टन बाजारात वाढदिवसाच्या मेजवानीसाठी लागणाऱ्या वस्तू घेण्यासाठी ती आणि जॉन ज्युनियर थांबले. सामान घेण्याच्या छोट्या गाडीमध्ये जॉनला बांधून तिने गाडी ढकलत मेणबत्त्या, फुगे, बशा, रुमाल इत्यादी गोळा केले.

"उद्या वाढदिवसाच्या मेजवानीला कोण येणार आहे माहीत आहे का?" तिने विचारले. त्याने मान हलवली. तो अजूनही फारसा बोलत नव्हता. नाना आणि पॉपी येणार आहेत. तिच्या आई-वडिलांचा उल्लेख करत ती म्हणाली. 'आणि बार्ली, मोठे पॉपी येणार आहेत.' ही मुलांनी ठेवलेली जॉनची आई व सावत्र वडील यांची नावे होती. 'आणि मार्टीकाका, मोठी आजी, मिशेल आत्यासुद्धा. पॅट्रिकसाठी आपण मोठी मेजवानी करणार आहोत.'

जॉन सहाच्या सुमारास घरी आला त्या वेळी एलिन मेगन आणि पॅट्रिकला भरवत होती. आता मेगनला अन्न अजिबात गिळता येत नव्हते. तिचे सर्व पोषण तिला पोटाच्या नळीतून दिवसा व रात्री मिळत असे. इतर दोघांच्या तोंडामध्ये चमच्याने सफरचंदाचा सॉस एलिन भरवत असताना मेगन टी.व्ही.समोर बसत असे. कोचावर आपल्या नेहमीच्या जागेवर बसलेली मेगन आणि स्वयंपाकघरात खुर्चीवर बसलेल्या पॅट्रिककडे पाहात जॉनने विचारले, 'आर्ची आणि एडिथ कसे आहेत?' आडमुठेपणाने काळे डोळे वडिलांवर रोखत मेगन दबक्या आवाजात म्हणाली, 'आम्ही आर्ची आणि एडिथ नाही.'

'हो, हो, आत्ता माझ्या लक्षात आले, तुम्ही फ्रीक आणि फ्रँक आहात.' आरडा-ओरडा करत मेगनने डोके हलवले. सफरचंदाच्या सॉसने भरलेले तोंड

दाखवत पॅट्रिक हसला.आणि वडिलांकडे त्याने त्याचा आवडता बार्नी चमचा हलवला.

'मी कसा काय विसरतो' त्याने विचारले. जेर्ट्रड आणि स्टॅन्ली. तू जेर्ट्रड आहेस आणि तू स्टॅन्ली.' मेगन म्हणाली, 'हा स्टॅन्ली आहे आणि मी छोटी मत्स्यकुमारी आहे. मी एक राजकुमारी आहे.' नंतर मेगनला त्या दिवशीच्या तिच्या कामाबद्दल आठवले. 'बाबा इकडे या, हे पाहा'', ती म्हणाली. स्वयंपाकघराच्या कट्ट्यावर ठेवलेल्या प्लॅस्टिकच्या कुकीजच्या ताटलीकडे तिने बोट दाखवले. 'मेगन, त्या तू माझ्यासाठी बनवल्यास का?'

'नाही.'

'मग कुणासाठी बनवल्यास?' जॉन

तिने स्वत:कडे बोट दाखवले आणि म्हणाली, 'तुम्ही फक्त एकच घेऊ शकता.' जॉन हसत म्हणाला, 'माझं बाळ ते. ती नेहमीच क्रमांक एकचा विचार करते.' मुलांना भरवत भरवत एलिन तिच्या खुर्चीतून म्हणाली, 'मेगनवर आज मी पहिल्यांदा रागावले.' 'नाही' मेगन ओरडली. 'तू काय केलेस ते मी बाबांना सांगू?' एलिनने विचारले. हातवारे करत मेगन परत ओरडली, 'नाही.'

एलिन म्हणाली, 'ठीक आहे. मी नाही सांगणार, मी फक्त एवढेच म्हणेन की, मेगनमुळे कुकीज तयार करण्यासाठी आपल्याकडे पुरेसा सुकामेवा नव्हता.''

संध्याकाळ मुलांना गोष्टी सांगण्यात गेली. जॉनने The Little Mermaid हे मेगनचे नवीन आवडते पुस्तक, मेगनला वाचून दाखवले. एलिनने पॅट्रिकला कार्टूनचे पुस्तक वाचून दाखवले. आणि जॉन ज्युनियर टी.व्ही. पाहात बसला. नंतर तिने मोठ्या मुलाला आणखी एक गोष्ट वाचून दाखवून झोपवले. तिने स्वत:ला सांगितले की, मोठ्या मुलाकडे अधिक लक्ष देण्यासाठी तिने अधिक वेळ आणि शक्ती मिळवणे आवश्यक आहे.

जॉनने येताना बांधून आणलेला पास्ता खाण्यासाठी ते बसले. त्या परिचारिकांच्या कार्यालयात तू फोन केलास का?' त्याने विचारले

'नाही ना, मी इतकी बिझी होते', जेवणाचा काटा उचलत ती म्हणाली, 'मला माफ कर. मी उद्या नक्की फोन करीन.'

आपला काटा-चमचा टेबलावर जोरात आपटत तो खेकसला, 'एलिन, एक साधी गोष्ट तुला करता येत नाही? काय हे! मी दिवसभर मर-मर मरत असतो. अर्धी रात्र न्यायासाठी निधी गोळा करण्यासाठी जागा असतो. तुला फक्त परिचारिकांची व्यवस्था करता येत नाही?'

'इतके ज्यादा काम करत असशील तर ती तुझी चूक आहे, जॉन. मला दोष देऊ नकोस.' तिच्या रागाचा पारा चढला होता. इथे इतक्या गोष्टी घडत होत्या

दर थोड्या वेळाने. शी-शू करणाऱ्या तीन पोरांची काळजी घेण्याचा तू प्रयत्न कर आणि त्या परिचारिकांच्या संस्थेकडे तक्रारीचा फोन करण्यातही काय अर्थ आहे? आपल्याकडे पाठवण्यासाठी अधिक चांगल्या परिचारिका त्यांच्याकडे नाहीत. त्यांनी किती वेगवेगळ्या प्रकारे तीच गोष्ट सांगायची? त्यांच्याकडे ज्यादा परिचारिका नाहीत.'

एकमेकांकडे रोखून पाहण्यात काही तणावपूर्ण क्षण गेले. त्यानंतर जॉन माघार घेत म्हणाला, 'ठीक आहे. पण आज रात्री तरी आपल्याकडे परिचारिका आहे का?' त्याचा सूर मदत करण्याचा होता.

एलिन शांतपणे म्हणाली, 'आज रात्री आपल्याकडे कोणीही नाही. कारण जॉन तू परिचारिकेला रात्री हाकललीस.

निःशब्द अवस्थेत त्यांनी उरलेले जेवण घेतले.

वाढदिवसाच्या दिवशी सकाळी पॅट्रिक सर्दीने बेजार होऊनच उठला. त्याचे डोळे लाल व उदास होते. पाठोपाठ दोन रात्री मेगनच्या खोलीत जमिनीवर झोपून आणि अर्धी अर्धी रात्रपाळी करून एलिन आणि जॉन दोघेही थकलेले होते. एलिनने पॅट्रिकला निळ्या आणि हिरव्या पट्ट्यांचा नवा वेश चढविला आणि त्याला घेऊन ती खाली आली. तिथे मेगन आपल्या वडिलांच्या मांडीवर बसली होती आणि जॉन ज्युनियर शेजारी होता.

'वाढदिवसाच्या शुभेच्छा पॅट्रिक बाळ.' जॉन ज्युनियर ओरडला. नव्याने आलेले आपले पुढचे दात दाखवत पॅट्रिक हसला. मेगनने आपले दोन्ही हात वर केले आणि आपल्या छोट्या भावाला जवळ आणण्यास एलिनला खुणावले. त्याच्या गालाचा पापा घेत ती म्हणाली, 'वाढदिवसाच्या शुभेच्छा.' तासाभराने नातेवाईक यायला लागले. सगळ्यात आधी एलिनचे आई-वडील आले. पाठोपाठ तिचा भाऊ मार्टी. लवकरच जॉनचे कुटुंबीय – त्याची आई, आजी, सावत्र वडील, सावत्र भाऊ आणि मिशेल आत्या आल्या. सर्दीने वैतागलेला पॅट्रिक चिडचिडच करत होता. पण त्याने केक पाहिला. त्यावरील पांढरे आयसिंग, लाल, निळ्या, हिरव्या फुग्यांची सजावट पाहिली आणि तो किंचाळू आणि टाळ्या वाजवू लागला. नातेवाईक शुभचिंतनाचे गाणे गात असताना पॅट्रिकने हसत मेणबत्ती फुंकली. जॉनने पॅट्रिकच्या गोंडस चेहऱ्याकडे पाहिले. त्याचे मुळचे निळे असलेले डोळे आता पिंगट झाले होते. आणि चेहऱ्याभोवती फिक्या तपकिरी केसांचे झुबके होते. जॉनच्या मनात आले तो खरोखर आजारी पडायला अजून किती वेळ लागेल? त्याने एलिनच्या हसऱ्या चेहऱ्याकडे पाहिले. सौंदर्य प्रसाधनाने तिची दमणूक झाकली होती. तिने वाढदिवसाच्या शुभेच्छांचे गाणे

सगळ्यांना परत एकदा म्हणायला लावून मेगनलाही मेणबत्ती फुंकण्याची संधी मिळवून दिली. एलिनचा उच्च स्वरातील आवाज किती छान आहे असे त्याला वाटले. विश्वविद्यालयातील समूहगाण्याची ती मुख्य गायिका होती. तिचे गाणे ऐकणाऱ्या प्रत्येकाला वाटत होते की, तिने व्यवसाय म्हणून गाणे निवडावे. परंतु या कल्पनेवर विचार करण्यासही तिने नकार दिला. त्या वेळी डोके हलवत ती म्हणाली होती, 'मला फक्त एक आई व्हायचे आहे.'' आणि तेव्हापासून ती असे अनेक वेळा म्हणाली होती.

जॉन ज्युनियरने रडून आपला निश्चय व्यक्त केला. त्यालाही मेणबत्ती फुंकण्याची एक संधी हवी होती. खुदूखुदू हसत एलिनने मेणबत्ती तिसऱ्या वेळी परत पेटवली आणि सर्वांना ते गाणे आणखी एकदा संपूर्ण म्हणायला लावले. तिच्याकडे पाहताना जॉनच्या लक्षात आले की, या क्षणी तिच्या मनात कोठेही मुलांचा आजार नव्हता. आपल्या मुलांच्या सहवासात आणि सारे कुटुंबीय यामुळे ती अगदी आनंदात होती. मेगन आणि पॅट्रिकच्या भवितव्याचा विचार सोडून देऊन आपणही तिच्यासारखाच आनंद उपभोगू शकलो पाहिजे असे त्याला वाटले. पण त्याला दबून गेल्यासारखे वाटत होते. नवीन उपचाराने वेगळे वळण दिले नाही तर ही मुले पाच वर्षांची होण्यापूर्वी मरणार हा विचार तो क्षणभरही थांबवू शकत नव्हता.

आताचा हा चालू वर्तमान होता. एलिनच्या मांडीवरील पॅट्रिकने गुंडाळलेला कागद काढायला मदत केली त्यातून एक गाणारी बाहुली बाहेर आली. 'I Love You, You Love Me.' हे गाणे ती पोट दाबल्यावर गात होती. गुंडाळलेले कागद काढल्यावर कॉमिक कोडे, कॉमिक पुस्तकांचा एक ढीग मिळाला. मेगनने गाणारी बाहुली 'माझी, माझी' असे ओरडत पॅट्रिककडून हिसकावून घेतली. एलिनने हळुवारपणे तिची बोटे सोडवत बाहुली पॅट्रिकला परत दिली. त्या छोट्या मुलीने मोठ्या आवाजात दंगा सुरू केला आणि तिच्याकडे जाणारा हवेचा प्रवाह थांबल्यामुळे श्वसनयंत्राचे गजर जोरात वाजू लागले आणि तरी ती ओरडतच होती.

'मेगन, चल आपण एक फेरी मारून येऊ या.' असे म्हणत जॉन ताबडतोब उभा राहिला. एका हातात मेगन आणि दुसऱ्या हातात तिचे श्वसनयंत्र घेऊन तो तिला आपल्या अभ्यासिकेत घेऊन आला आणि त्याने तिला आपल्या मांडीवर बसवले. मेगन रडायची थांबली आणि जवळच असलेली दोन चित्रे घेऊन वडिलांकडे दिली. टेबल आणि भिंती ज्या लोकांच्या छायाचित्रांनी भरून गेल्या होत्या, त्यांच्याबद्दलच्या गोष्टी जॉनकडून ऐकण्यास तिला आवडत असे.

'हे नौदलाच्या गणवेशातील माझे वडील, तुला माहीत आहे मेगन, मोठी

झाल्यानंतर तूही तुझ्या आजोबांसारखी नौदल सैनिक होऊ शकतेस. तुला आणि मला दोघांनाही माहीत आहे की, कुठल्याही नौदलाच्या मुलापेक्षा तू अधिक कडक सैनिक होऊ शकतेस.' सहा महिन्यांपूर्वी मॉन माऊथ वैद्यकीय केंद्रामध्ये मरण तिने कसे नाकारले होते, याची त्याला आठवण आली. गंभीरपणे मान डोलावत मेगनने वर त्याच्याकडे पाहिले. तिचा पूर्ण विश्वास होता की, ती एके दिवशी सर्वाधिक शूर नौदल महिला सैनिक असेल. त्यानंतर तिने दुसऱ्या चित्राकडे बोट दाखवले.

दोन दिवसांनंतर पॅट्रिकची सर्दी त्याच्या छातीत शिरली. एलिनला त्याच्या छातीतून येणारी घरघर ऐकू येत होती. डॉक्टर हॉफ्लींनी बाळाला मॉन माऊथ वैद्यकीय केंद्रामध्ये घेऊन येण्यास सांगितले. गेल्या पानगळीमध्ये मृतप्राय झालेल्या मेगनची त्यांनी तिथेच काळजी घेतली होती. रक्ताच्या तपासणीवरून असे दिसून आले की, पॅट्रिकला RSV या विषाणूंची बाधा झाली होती. ही लहान मुलांना धोकादायक होऊ शकणारी परिस्थिती होती. पॅट्रिकला एक आठवडाभर रुग्णालयात राहावे लागले. एलिन त्याच्याबरोबर होती. त्याचे अंथरूण एका प्लॅस्टिक तंबूमध्ये झाकले होते. ज्यामध्ये प्रतिजैविकाचे धुके भरलेले होते. मेगनची वैद्यकीय निगा कोणाही परिचारिकेवर सोपवण्यास तयार नसलेला जॉन काम सोडून घरी राहिला.

विषाणूंवर मात करून पॅट्रिक परत घरी आला. परंतु दोन आठवड्यातच श्वास घ्यायला त्रास होऊ लागल्यामुळे त्याला परत रुग्णालयात जावे लागले. या वेळी डॉक्टर हॉफ्लींनी त्याचे निदान फुफ्फुसदाह असे करून त्याला अतिदक्षता विभागात दाखल केले. श्वासनलिकेत श्वासाची नळी घालण्यासाठी घशाला भोक पाडण्याची शस्त्रक्रिया केली.

पॅट्रिकला रुग्णालयात जाऊन काही दिवसच झाले होते. तेव्हा जॉनने एलिनला रुग्णालयात फोन करून सांगितले की, मेगनच्या छातीतूनही 'सुई' आवाज येत होते. मेगनची काळजी घेण्यासाठी एक परिचारिका होती. परंतु तातडीच्या वेळी त्याचा तिच्यावर विश्वास नव्हता.

'हे मी एकटा नाही करू शकत.' जॉनने कबुली दिली. एलिनने मेगनला रुग्णालयात घेऊन यायला सांगितले.

त्यांच्या फोर्ट गाडीच्या मागच्या बैठकीवर जॉनने मेगनला ठेवले. आणि तिचे कृत्रिम श्वसनयंत्र आणि प्राणवायूचा डबा तिच्या पायापाशी ठेवला. त्याने परिचारिकेला मधल्या सीटवर बसायला सांगितले. जॉन ज्युनियरला दुसऱ्या बाजूस त्याच्या सीटवर पट्ट्याने बांधले नंतर वेगाने क्र. १९५ आंतरराज्य रस्त्याने

तो रुग्णालयाकडे गेला.

काही मिनिटेच गाडी चालवल्यावर जॉन ज्युनियर कुरकुरला, 'बाबा, मला भूक लागली आहे.' समोरच्या घड्याळाकडे बघितल्यावर जॉनच्या लक्षात आले की, संध्याकाळचे चार वाजले होते आणि सकाळच्या नाष्ट्यानंतर त्याने आपल्या मुलाला काहीच भरवले नव्हते.

जॉनला वळणावरच्या बर्गरच्या उपहारगृहाची आठवण झाली. त्या छोट्या मुलाच्या गुडघ्यावर थोपटत जॉन म्हणाला, "पुढच्या बर्गरच्या उपहारगृहात थांबून तुला काय हवे ते आपण घेऊ या." गाडी उपहारगृहाच्या दिशेने वळवली. तेवढ्यात मेगनच्या श्वसनयंत्राचा गजर वाजू लागला. परिचारिकेने नळ्या व त्यांची जोडणी तपासून पाहिली. सर्व ठीक असूनही गजर वाजतच राहिला, 'मला वाटते श्वसनयंत्रामध्येच काहीतरी गडबड असावी.' मेगन रडू लागली व नळ्या ओढू लागली.

जॉन जोरात ओरडला, 'तात्पुरती लावायची पिशवी जोड.' परिचारिकेने ते नेहमी गाडीमध्ये बरोबर घेत असलेली तातडीच्या साधानांची पिशवी उघडली आणि मेगनच्या श्वासाच्या नळीला तात्पुरती लावायची पिशवी जोडली आणि मेगनच्या फुफ्फुसांमध्ये हवा ढकलण्यासाठी ती पिशवी दाबली. श्वसनयंत्र बंद पडलेल्या वेळी तात्पुरता उपाय म्हणून ही पिशवी वापरली जाते. मेगनचे रडणे आणि अशक्त होणे चालूच राहिले.

'इकडे माझ्याकडे पिशवी दे' जॉन म्हणला. मेगनला ती परिचारिका नीट हाताळू शकेल यावर त्याचा विश्वास नव्हता. उजव्या हाताने पिशवी दाबत डाव्या हाताने गाडीचे चक्र धरून त्याने गाडी उपहारगृहाकडे घेतली. परत एकदा बहिणीची तब्येत बिघडल्यामुळे आपल्या खाण्याच्या योजनेत व्यत्यय येणार अशा भितीने जॉन ज्युनियर किंचाळला, 'मला भूक लागली आहे.' दोन्ही मुलांच्या रडण्यावर आवाज चढवून जॉनने खाण्यासाठी दोन चीज बर्गर, दोन मोठे चिकन नगेटस, दोन डाएट कोक आणि एक दूध मागवले. अस्वस्थपणे श्वासाची पिशवी दाबणे चालूच ठेवले.

काही क्षणांतच उपहारगृहाच्या नोकराने जॉनने मागवलेल्या वस्तू गाडीत दिल्या. त्याने गाडीत चाललेल्या गोंधळाकडे अंचब्याने पाहिले आणि गाडीच्या मागच्या जागेतून निघून गेला.

मॉनमाऊथ वैद्यकीय केंद्रामध्ये ते पाऊण तासाने पोहोचले. त्यांनी मेगनला चाकांच्या गाडीवर बसवून रुग्णालयात नेले. मोठ्या माणसासाठीच्या गाडीवर बसलेली मेगन तिच्या वडिलांना तर फारच लहान वाटली. तिने तिच्या खेळण्यातला पिंकी कुत्रा मिठीत घेतला होता आणि श्वसनयंत्र तिच्यापुढे ठेवले होते. श्वासाची

पिशवी दाबत दाबत एक नोकर गाडीच्या बाजूने चालत होता.छोट्या जॉनचा हात धरून पोटात ढवळत असलेला जॉन मागून चालत होता. त्याला धाप लागली होती आणि गाडीच्या त्या भयानक प्रवासापेक्षाही तो अधिक घाबरलेला होता. अर्थात आपण घाबरलो आहोत हे तो कबूल करत नव्हता.

'जॉन, आई दररोज हे सगळे कसे करत असेल, हे मला समजत नाही. मुलाशी नाही, खरे तर तो स्वत:शीच बोलत होता. तिथे कुणीतरी बोलण्यासाठी असायला हवे होते. अचानक केव्हातरी जीवघेणी तातडीची परिस्थिती निश्चित येणार आणि अशा वेळी या मुलांचे जीवन केवळ तिची चपळाई आणि तिच्या योग्य प्रतिक्रियांवर अवलंबून असणार होते. अशा परिस्थितीत दिवसांमागून दिवस मुलांची काळजी ती कशी घेत असेल, याची कल्पनाही जॉन करू शकत नव्हता. त्या रात्री रुग्णालयात मेगनचा जीव जवळजवळ गेला होता आणि तो किती घाबरला होता, त्याला हताश वाटले होते या आठवणीने तो शहारला. लवकरच मेगनचा रुग्णालयीन चाचण्यांमध्ये प्रवेश होऊन तिच्यावर उपचार सुरू होतील याबद्दल देवा, तुला धन्यवाद. या व्याधीच्या भीतीच्या छायेखाली हे कुटुंब फार काळ राहणार नाही.

लहान मुलांच्या अतिदक्षता विभागांमध्ये मेगनला आणले गेले, तेव्हा तेथील तीन परिचारिकांनी तिचे 'हॅलो' म्हणून स्वागत केले. दुसऱ्या टोकाला एका खाटेवरच्या पॅट्रिकशिवाय तो विभाग मोकळाच होता. मेगनने हात उंचावला आणि गेल्या पानगळीच्या दिवसात खूप काळ काढलेल्या अतिदक्षताविभागात आल्याचा तिला आनंद झाल्याचे जॉनला जाणवले.

दोन्ही मुलांना फुफ्फुसदाह झाल्याचे दिसून आले. दिवस जसे पुढे जात होते तसे दडपून टाकणाऱ्या नैराश्याने एलिनला घेरून टाकले. वैद्यकीय गोष्टींमध्ये ती तरबेज झाली होती. मॉनिटरमधील आकड्यांचा अर्थ तिला समजत होता. काळजी करण्यासारखी परिस्थिती निर्माण झाल्यास परिचारिका किंवा डॉक्टर हॉफ्ली यांना ती बोलवू शकत होती. दोन सलग आठवडे दोन मुलांना सांभाळणे हे दिव्य होते. दोन वर्षांची आणि एक-एक वर्षांचा. एकाच खोलीमध्ये दोन्ही मुले अंथरुणाला खिळलेली होती. त्यांची काळजी घेणे आणि मनोरंजन करणे, हे तिच्यापुढचे आव्हान होते आणि तिची दमछाक होत होती. ती पॅट्रिकसाठी एका पाठोपाठ एक कार्टूनच्या सी.डी. लावत होती, पण त्यालाही त्याचा कंटाळा येऊ लागला होता. तिथे आल्यापासून दिवसभरात दररोज १०-१२ वेळा तेच कोडे जोडले होते. आणि कशाही पेक्षा जास्त खरे, तर एलिनला घरी जाण्याची ओढ लागली होती.

एके दिवशी दुपारी ती डुलक्या घेत असलेल्या दोन्ही मुलांच्यामध्ये बसली

होती. अतिदक्षता विभागामध्ये मुलांच्या श्वसनयंत्राच्या आवाजा व्यतिरिक्त नीरव शांतता होती. तिला अचानक अटलांटिक शहरात रस्त्याच्या कडेला बसलेल्या तिचा हात बघून भविष्य सांगणाऱ्या बाईचे शब्द आठवले. आई-वडिलांबरोबर समुद्रकिनाऱ्याच्या घरात राहात होती. भविष्य सांगणाऱ्या त्या बाईच्या टपरीमध्ये जमिनीवर बसून हात पुढे करून ती बसली असताना ती बाई भविष्यवाणी सांगत होती. 'तू २२ वर्षांची होशील तेव्हा तुझे लग्न Jo किंवा Jc आद्याक्षरे असमाऱ्या व्यक्तीशी होईल.' एलिनच्या हाताकडे डोळे बारीक करून निरखत ती वृद्धा म्हणाली होती, 'तुला तीन मुले होतील त्यातील मधली मुलगी असेल' एलिनने आनंदाने मान डोलावली. 'अरे बापरे, मुली, मी इथे पाहू शकते. तू एक परिचारिका होणार आहेस.' भविष्यवाणीच्या शेवटच्या भागाने एलिनला तिच्या कल्पनाविश्वातून बाहेर फेकले आणि तिने डोके हलवले.

'परिचारिका बनण्याचा भाग सोडला तर बाकी सर्व ठीक आहे.' तिने हसत भविष्य सांगणाऱ्या बाईला सांगितले की, ती एक शिक्षिका होणार आहे किंवा स्वत:चे कपड्याचे दुकान काढणार आहे.

जॉनला भेटल्यावर एलीनने Jc आद्याक्षराबद्दल आणि तीन मुले होण्याबद्दल आठवणीने सांगितले होते. परंतु या क्षणापर्यंत परिचारिका होण्याबद्दलच्या भविष्यवाणी बद्दल ती सर्व काही विसरून गेली होती. ती प्रशिक्षित परिचारिका नव्हती परंतु बहुतेक सर्व दिवस मुलांच्या वैद्यकीय गरजांसाठी काळ घालवत होती. तिने पाहिलेल्या स्वप्नांपेक्षा तिचे आयुष्य किती वेगळे झाले होते याचा विचार करताना तिच्या गालावर अश्रू ओघळले. तिने तीन सुंदर बाळांना जन्म दिला होता. पण बहुतेक सर्व दिवस ती त्यांची आई असण्यापेक्षा ती त्यांची परिचारिकाच झाली होती.

जॉन ज्युनियरला घेऊन जॉन आला आणि त्याने पाहिले की, एलिन पांढरीफट्ट आणि निराश झालीय. त्याने तिचा मुका घेतला आणि विचारले, 'तू ठीक आहेस ना?'

तोंड दुसरीकडे फिरवत ती म्हणाली, 'मी ठीक आहे.'

जॉनने आणखी काही विचारले नाही, पण तिच्या तुटकपणामुळे तो थोडा त्रासला. दोन्हीही धाकटी मुले घराबाहेर असल्यामुळे थोडे मोकळे वाटल्याच त्याला जाणवले आणि अचानकपणे त्याला अपराधीही वाटू लागले. गेले काही दिवस परिचारिकांचे येणे जाणे, कृत्रिम श्वसनयंत्र आणि दोन आजारी मुले घरात नसल्यामुळे घर शांत वाटत होते. खरे तर एलिन नसल्यामुळेही त्याला शांत वाटत होते.

एप्रिल महिन्याच्या सुरुवातीला जॉन व एलिन त्यांनी रुग्णालयातून मेगन व पॅट्रिकला घरी आणले.

लवकरच एलिनने तिच्या दिवसा काम करणाऱ्या सर्वोत्तम परिचारिकेला ती रात्रीही थांबेल का म्हणून विचारले त्यामुळे त्यांच्या वैवाहिक आयुष्यात घुसू पाहणारा परिचारिकेबाबतचा तणाव कमी होईल अशी तिला आशा होती. हार्वर्डच्या वर्गमित्रांनी आत्तापर्यंत पाठविलेल्या ५०,००० डॉलर्सच्या देणग्यांबद्दल धन्यवादाची पत्रे लिहिण्यामध्ये जॉन गुंतला होता. आणखी देणग्या येतच होत्या. त्याचे जवळचे मित्र शर्म बाल्डविन, जॉन गॉर्डन, जॉन ऑस्टरगार्डस, 'जे' विभागाचा अध्यक्ष डेर युजेस या प्रत्येकाने डझनावारी वर्गमित्रांशी संपर्क साधून जॉनच्या पत्राला वजन देत देणग्या देण्याचे आवाहन केले होते. आयव्हीलिग स्कूलचे जाळे देणग्या पाठवत होते. देणगी देण्यासाठी व्यक्तींशी त्याने मैत्री जोडला होती.

अभ्यासिकेतून जॉनला मेगनच्या श्वसनयंत्राचा गजर ऐकू आला. काय प्रश्न निर्माण झाला आहे हे शोधून, त्याची सोडवणूक परिचारिका करेल यासाठी तो काही काळ थांबला. आठव्या वेळेला गजर वाजला तेव्हा तो धावत जिना चढून तिच्या खोलीत गेला. यंत्राकडे जाताना तो कशाला तरी अडखळला. त्या गजराने एलिनही जागी झाली होती आणि त्याच्या पाठोपाठ एका क्षणात ती धावत मेगनच्या खोलीत आली. झोपेमध्ये मेगनने तिच्या घशाच्या श्वासनलिका आणि श्वसनयंत्राला जोडणारी नळी ओढून काढली होती हे तिच्या लगेच लक्षात आले. त्यांचा संपर्क तुटल्यामुळे हवेचा प्रवाह बंद पडला होता. मेगन तिच्या बार्बी-राजकुमारी गाउनमध्ये रडत होती. तिचे ओठ निळे झाले होते. डोळे भीतीने बटबटीत आणि अश्रूंनी भरले होते.

एलिनने श्वसनयंत्राजवळ खाली बसून निघून आलेली नळी जोडली. जॉनने मेगनला उचलून आपल्या मांडीवर घेतले. तिला घट्ट धरत तो म्हणाला, 'बाबा, बाळा आता सगळं ठीक होईल.' तिचे वायुविजन परत सुरू झाल्यावर ती मोठ्याने रडायला लागली.

'परिचारिका कुठे आहे?' एलीनने विचारले. आसपास पाहात असताना त्यांच्या लक्षात आले की, ज्या वस्तूला जॉन खोलीत धावत येत असताना अडखळला होता ती वस्तू म्हणजे ती परिचारिका होती. ती जमिनीवर झोपली होती आणि अजूनही जागी झाली नव्हती. एलिनने खाली वाकून हलवून तिला जागे केले. मेगनला व्यवस्थित करेपर्यंत ओठ घट्ट मिटून तिला काहीही न बोलता जॉन गप्प राहिला. परिचारिका जागी होऊन उभी राहून मेगनची काळजी घेत आहे याची त्याने खातरी करून घेतली.

खोलीत परत आल्यावर मात्र जॉनच्या संतापाचा स्फोट झाला. 'मेगनची काळजी घेण्यासाठी अशा कुणालातरी आपण परवानगी कशी देऊ शकतो.' तो ओरडला.

एलिन म्हणाली, 'ही आपली दिवसपाळी करणारी सर्वोत्तम परिचारिका

आहे. मात्र ती दमली आहे.'

'तुला काही कळतेय की, नाही?' जॉन हे प्रथमच म्हणत नव्हता. 'कितीही अकार्यक्षमता असली तरीही येणारी कोणतीही परिचारिका तुला चालू शकते.' कडवटपणे तिने उत्तर दिले, 'जॉन, तुझ्याइतके परिपूर्ण कोणीही नाही. 'मी तिला आत्ताच्या आत्ता हाकलून देणार आहे.' त्याचा आवाज रागाने घोगरा झाला होता. 'तिला नुसती झोप लागली असे नव्हे तर तिने स्वत:साठी जमिनीवर एक अंथरूण तयार केले आणि पसरली. मेगन मरू शकली असती.' 'जॉन ती आपली सर्वांत चांगली परिचारिका आहे. कृपया तिला हाकलू नको.' गोष्टी चालू ठेवण्यासाठी कोणीतरी हाताशी असणे किंवा इतकेच काय बार्बी बाहुलीबरोबर मेगनबरोबर खेळण्यासाठी कोणीतरी असणे, हे एक कोणीच नसण्यापेक्षा खूप चांगले आहे. तिला आजची रात्र राहू दे. तिला आपण परत रात्रपाळीवर घेणार नाही अशी मी तुला खातरी देते.' गयावया करत एलीन म्हणाली.

जॉनला आपली चूक कळली पण तो किंवा एलिन त्या रात्री झोपू शकले नाहीत. श्वसनयंत्राच्या गजराची चाहूल घेत ते अंथरुणामध्ये तळमळत राहिले. जॉन रात्रभर स्वत:शी धुमसत राहिला. त्याला समजून चुकले होते. या कुटुंबाचे काय होईल? ज्या परिचारिकेबद्दल एलिन पूर्ण समाधानी होती, ती झोपी गेली होती. आपली पत्नी आपल्या जीवनाचे आयोजन आणि नियोजन करण्यामध्ये सहभागी होणारी असती तर... असा विचार त्याच्या मनात आला. जॉन ज्युनियरला अपंग भावंडे असावीत हे त्याच्यावर अन्यायकारक होते. त्याच्याबरोबर पळू, खेळू शकतील अशी भावंडे त्याला हवी होती. तो आणि एलीन आणखी बाळांना जन्म देणार नव्हते. पॉम्पे व्याधी असलेले आणखी एक मूल या जगात आणण्याचा धोका ते पत्करू शकत नव्हते. एलीन आणि मुले रुग्णालयात असताना घर किती शांत वाटत होते हे त्याला आठवले. त्याने आणि एलीनने वेगवेगळे राहणे, हे कदाचित चांगले ठरले असते. शेजारचेच घर त्यांनी विकत घ्यावे आणि मुलांची काळजी घेण्यात सहभागी व्हावे.

गादीवर जॉनकडे पाठ करून एलिन झोपली होती. पलंगपोसावर तिची पाठ सरळ ताठ रेषेत होती. तिने जॉनला इतके रागावलेले आधी कधीच पाहिले नव्हते. मुले आजारी होण्यापूर्वी त्यांच्यात वादावादी झाल्याचा एकही प्रसंग तिला आठवत नव्हता. तो क्वचित कधी रागावलाच तर तो राग क्षणभरही टिकत नसे. आणि तिच्यावर तर तो कधीच रागावत नसे. आयुष्यातील प्रत्येक गोष्टच तो त्याच्या विशिष्ट पद्धतीने थोडी माघार घेऊन हाताळत असे. अगदी व्यायाम, काम यापासून ते क्रेडीट कार्डवरील पैसे भरण्यापर्यंत. परंतु हल्ली मात्र जवळजवळ दररोज त्याच्या रागाचा उद्रेक होत असे.

तो रागावला म्हणून काय झाले? ती स्वत: सुद्धा खूप त्रस्त होती. घरात दिवसभर तीन मुले. त्यातील दोन श्वसनयंत्रावर. हे पुरेसे त्रासदायक नव्हते म्हणून की काय, आता तिचा नवरा सतत तिच्यावर टीका करत होता. परिचारिका फार चांगल्या होत्या असे तिला वाटत नव्हते, पण तो काही तिचा दोष नव्हता. देशातील परिचारिकांची कमतरता कमी करण्यासाठी तिच्याकडे काहीच मार्ग नव्हता आणि ती चांगल्या नसलेल्या परिचारिकांच्या ताब्यात मुलांना घरी ठेवून कधीच बाहेर जात नसे. संतापाचे अश्रू तिच्या गालावरून ओघळून पलंगपोसावर आले.

काही दिवसांनी जॉनच्या शाळेतल्या मित्रांनी त्याला मॅन्हॅटनला बोलावले. तो मित्रांबरोबर बाहेर गेला होता त्याला किमान एक वर्ष लोटले होते. त्याने एलिनला फोन करून त्याला रात्री घरी येण्यास उशीर होईल असे सांगितले. 'ठीक आहे' ती म्हणाली. तो प्रिन्स्टन स्टेशनहून मॅन्हॅटनला रेल्वेने गेला.

रात्री उशिरापर्यंत तो आणि त्याचे मित्र एका बारमधून दुसऱ्या बारमध्ये दारू पीत बसले आणि अधिकाधिक झिंगत गेले. पहाटे दोन वाजता एलिनला त्याने परत फोन केला. तो गावातल्या त्याच्या एका मित्राकडेच मुक्काम करणार होता. ते एकत्र आल्यापासून इतक्या वर्षांत तो मित्राबरोबर बाहेर गेला आणि रात्री परत आला नाही असे कधीच झाले नव्हते. तिने फोन आपटला. उभ्या आयुष्यात तिला इतके एकटे कधीच वाटले नव्हते.

दुसऱ्या दिवशी सकाळी झिंगलेला आणि दमलेला जॉन घरी आला. एलीन थंड आणि थकलेली होती. रात्री मुले झोपल्यानंतर त्यांच्या शयनकक्षाचे दार बंद करेपर्यंत कालच्या संध्याकाळचा विषय तिने अजिबात काढला नाही. त्यानंतर महिनोंमहीने साचलेल्या रागामुळे पूर्ण त्वेषाने ती त्याच्यावर तुटून पडली.

'कालची रात्र तू कुठे होतास?' तिने जाब विचारला.

'मी येथे सकाळी कामे करतो!' जॉनने उत्तर दिले. त्याच्या आवाजात अपराधीपणाचा लवलेश नव्हता. 'एका रात्रीची सुट्टी मिळणे मला योग्यच होते.'

'तू जरा जास्त काम का नाही करत?'

'जास्त काम!' ती ओरडली. 'मी या मुलांची घेते तितकी काळजी कुणीही घेऊ शकणार नाही. मी माझे कर्तव्य करते आहे. अतिशय आजारी असलेल्या मुलांची मी काळजी घेत आहे. जॉन ही काही आनंदयात्रा नव्हे. तू त्यांच्याबरोबर एक पूर्ण दिवस राहून त्यांची काळजी घेण्याचा प्रयत्न का करून पाहात नाहीस?'

एकमेकांकडे रागाने पाहात ते खाटेच्या टोकाशी उभे होते. अखेरीस जॉन खांदे टाकून जडपणे खाली बसला. एक जोरात श्वास घेऊन तो म्हणाला, 'मला नाही वाटतं, आपले वैवाहिक आयुष्य चांगले आहे. कदाचित आपण वेगवेगळे

राहण्याचा विचार केला पाहिजे.'

एलिनने ओठ घट्ट मिटून एक मासिक उचलले, तिच्या कॉटच्या बाजूस ती आडवी झाली. ती कडकपणे म्हणाली, 'जॉन, तुला काय हवे असेल ते कर. तुला यापुढे आपले हे वैवाहिक आयुष्य नको असेल तर मुले आणि मी माझ्या आई-वडिलांबरोबर राहू शकतो.' एलिन आणि तिच्या मुलांनी तिच्या आई-वडिलांकडे जाऊन राहण्याच्या कल्पनेनेसुद्धा तो हादरला आणि म्हणाला, 'नाही, नाही, मला तसे नको आहे.'

'बरं मग तुला हवे तरी काय आहे?' आपल्या समोरील मासिकावर नजर ठेवून आपल्याला त्याच्यात रस नसल्याचे वर वर दाखवत ती म्हणाली.

'मला माहीत नाही.' तो हताशपणे म्हणाला. आणि शयनकक्षाबाहेर जाऊन खालच्या मजल्यावरील कोचावर जाऊन झोपला.

एक वर्षापूर्वीपर्यंत जवळजवळ कधीही वादावादी न केलेले जॉन आणि एलिन दुसऱ्या रात्री परत भांडू लागले. त्याची सुरुवात अशी झाली. अभ्यासिकेमध्ये बसून जॉन क्रेडीटकार्डची बिले तपासत होता. जादा औषधांची बिले, तीन मुले आणि घर चालवणे यासाठीचे इतर खर्च पाहून तो चक्रावून गेला. तो शयनकक्षात आला. एलिन टी.व्ही. पाहत आडवी झाली होती. त्याने तक्रार केली की, तिने मुलांच्या कपड्यांवर फारच खर्च केला आहे. 'दर आठवड्याला कपड्यांच्या दुकानांमधून काहीतरी विकत आणलेच पाहिजे का?' आणि या प्रश्नानंतरही चर्चा काही मिनिटातच त्यांच्या वैवाहिक जीवनाच्या भविष्याकडे वाहवत गेली.

'तुझ्या मनात काय चालले आहे?' नैराश्य आणि अगतिकतेने चढलेल्या आवाजात एलीनने विचारले, 'तुला माझ्याकडून काय अपेक्षा आहेत. मला फक्त सांग तुला काय हवे आहे.''

तो स्वत:शीच म्हणाला, 'घटस्फोट' परंतु हे शब्द उच्चारण्याचे त्याचे धाडस झाले नाही. ते नि:शब्दपणे एकमेकांकडे शत्रुत्वाने रोखून पाहात राहिले. नंतर काहीच न बोलता त्याने आपली नजर दुसरीकडे वळवली.

'ठीक आहे. तुला काय हवे आहे ते तू ठरवशील तेव्हा मला फक्त कळव.' त्याच्या पलीकडे पाहात आणि टी.व्ही.चा आवाज वाढवत ती म्हणाली, भांडणातून परत एकदा ती पळ काढत असलेली पाहून तो संतापला.

''मी बाहेर जातो आहे.'' त्याने जाहीर केले.

टी.व्ही.कडे पाहात दात आवळून ती म्हणाली, 'ठीक आहे, केव्हा परत येणार आहेस,?' 'मला माहीत नाही.'

'असेच वागावे असे तुला वाटत असेल तर जा, तसेच कर.'

तिला माहीत होते, तिचा अंधूक आणि भावनाहीन स्वर कोणताही संताप दाखवण्यापेक्षा तिच्या नवऱ्याला अधिक हताश करणारा होता. भांडण पुढे न वाढवणाऱ्याशी कसे भांडावे हेच त्याला कळत नव्हते. आणि त्याला दुर्लक्षिले जाणे इतर कशाहीपेक्षा क्लेशदायक होते. केव्हाहीपेक्षा आत्ता तिला जॉनची गरज होती. पण तिचा संताप तिला माघार घेऊ देत नव्हता. 'तू परत केव्हा येतोस याची मी वाटत पाहीन.' ती स्पष्टपणे म्हणाली. 'घटस्फोट घेण्यास मी उत्सुक नाही पण तुला हवा असेल तर तू मला तसे सांग.'

कपाटातून एक पिशवी काढून त्याने काही कपडे कोंबले आणि दरवाजाकडे चालू लागला. एलीनने उडी मारून आपल्याला मिठी मारावी आणि तिचे प्रेम व्यक्त करावे. सर्व काही ठीक होईल असे म्हणावे आणि थांबण्याची याचना करावी असे त्याला अतिशय तीव्रतेने वाटत होते. तो दारापाशी क्षणभर रेंगाळला आणि त्याने खोलीमध्ये एक कटाक्ष टाकला. तिने टी.व्ही.वरील आपली नजर हलवली नाही.

आंतरराज्य ९५ रस्त्यावरून तो एकटाच वेगाने गाडी चालवत होता. त्याचे मन त्याच्याही पुढे धावत होते. न्यूयॉर्क मागे पडले नंतर कनेक्टीकट. आपण कोठे जात आहोत हे त्यालाच माहीत नव्हते. फक्त गाडी चालवत राहायचे आणि ते ठिकाण येईल. घर आणि अपेक्षा यांच्यापासून तो मुक्त होत होता. आज रात्री गजर वाजणार नाहीत. निधी जमवण्यासाठी पत्र लिहिणे नाही. अकार्यक्षम परिचारिकांवर लक्ष ठेवणे नाही. एलिनबरोबरचे वाद नाहीत. आज तो मुक्त होता. सुमारे दोन तास गाडी चालवल्यानंतर 'मॅसॅच्युसेट्समध्ये आपले स्वागत!' अशी पाटी त्याने मागे टाकली. आपण इतक्या लांबवर आलो आहोत याचा त्याला धक्काच बसला. पुढच्या वळणावर मुख्य रस्ता सोडून त्याने एका गाडीतळावर गाडी उभी केली. आपण कोठे जात आहोत याची त्याला काहीच कल्पना नव्हती. त्याने विचार करणे गरजेचे होते. गाडीचे इंजीन बंद करत असताना त्याच्या लक्षात आले की, तो एका जुन्या चर्चच्या मागे उभा होता. काहीही विचार न करता त्याने डोळे मिटले. मान तुकवली आणि अभिवादन केले. छोटा असताना त्याच्या आईने त्याला असेच शिकवले होते. दररोजच्या सामुहिक प्रार्थनेच्या वेळीही तो असेच करत असे.

'देवा, कृपया मला पुढचा रस्ता दाखव.' त्याने मोठ्या आवाजात याचना केली. मी इतका दुःखी असणे, हा खरोखरच तुझ्या योजनेचा भाग आहे का? रुग्णालयीन चाचण्या कधीच झाल्या नाहीत आणि माझी मुले अधिक आजारी पडली तर काय होईल? मला नाही वाटत मी यातून जाऊ शकेन. देवा कृपा कर, मी काय करायचे ते सांग.'

तिथेच अंधारामध्ये बसल्यावर त्याचे मन शांत होऊ लागले. त्याला थोडे मोकळेही वाटायला लागले. त्याचे लक्ष वेधून घेणारे एकेक त्रास व दु:खे सौम्य झाली, त्यातली खळबळ कमी झाली आणि अखेरीस निरामय शांततेत नाहीशी झाली. घडी घातलेल्या हातांच्या मुठी सैल करून त्याने गाडी चालवण्याच्या चक्रावर हात ठेवला. केवळ आपले थकलेले मन सैलावले, मोकळे केले आणि हलके केले तर इतकी आश्चर्यकारक मन:शांती मिळते, हे तो पहिल्यांदाच अनुभवत होतो. तो या मन:शांतीचा आस्वाद घेत राहिला.

खूप वेळ त्याचे मन शांत आणि कोरे राहिले. त्यानंतर यू.एस. नौदल प्रबोधिनीतील दिवस आणि त्याचा जवळचा मित्र एडडेव्हिनी यांचा विचार त्याच्या मनात आला. जॉनला माहीत होते की, या सगळ्या मन:स्थितीतून मार्ग काढायला एड डेव्हिनी नक्की मदत करेल. त्याच्याशी आपण आधी का संपर्क साधला नाही, याचे त्याला आश्चर्य वाटले. जॉनने त्याला फोन लावला. फोन वाजला तेव्हा व्हर्जिनियातील नॉर्फोक येथे एड गाढ झोपला होता. जॉनचा रात्री उशीरा फोन याचा अर्थ काहीतरी संकट, हे त्याला आता माहीत झाले होते. झोपलेल्या आवाजात त्याने विचारले, 'प्रॉब्लेम काय आहे?' नव्याने सापडलेल्या शांतपणाने जॉन म्हणाला, 'मी आत्ताच एलीनला सोडून आलोय. मी हे आणखी सहन नाही करू शकत.'

'तू कोठे आहेस?'

'मॅसॅच्युट्ससेटमध्ये, मला माहीत नाही मी नक्की कुठे आहे ते. एड, मला काय करावे हे खरंच कळत नाही.''

जॉनच्या दुसऱ्या एका दु:खद प्रसंगामध्ये एडने त्याला सल्ला देण्याचा प्रयत्न केला होता. जॉनच्या वैवाहिक आयुष्याच्या त्रासांबद्दल कळल्यामुळे तो दु:खी झाला होता. दोघांमध्ये असलेली विनोदबुद्धी आणि धाडस यामुळे नौदल प्रबोधिनीमध्ये या दोघांचीही गट्टी पटकन जमली. जॉनची लहानपणापासूनच नौदल अधिकारी होण्याची इच्छा होती हे एडला माहीत होते. कारण तो कोरियन युद्धात लढलेल्या एक नौसैनिकाचा मुलगा होता. जॉनपेक्षा तो शांत स्वभावाचा परंतु तितकाच महत्त्वाकांक्षी होता. जॉनचा खर्चिक स्वभाव तर एड शांतपणे पुढाकार घेणारा होता. त्यांनी त्यांच्या पहिल्या वर्षामधील प्रत्येक शनिवार एलीनच्या गाडीतून प्रबोधिनीच्या आवाराबाहेर पळून जाऊन काढले होते. नव्या मुलांनी काही गोष्टी करण्यास मनाई होती. प्रबोधिनीपासून दहा मैलापेक्षा जास्त लांब जाणे. स्त्रियांबरोबर मैत्री करणे आणि दारू पिणे यातील कोणतीही गोष्ट करताना पकडले गेल्यास त्या वर्षाच्या उर्वरित भागासाठी त्यांचे सर्व हक्क काढून घेतले जात. जॉन व एड दोघांनीही हे तीन मुख्य नियम जवळ-जवळ प्रत्येक शनिवारी

मोडले होते.

जॉन आणि एलीन यांच्या नातेसंबंधाच्या जवळजवळ सुरुवातीपासून एड त्यांचा एक हिस्सा बनला होता. आपण सहज फिरत आहोत असे दाखवत, हे दोघे प्रबोधिनीच्या आवाराच्या जवळ असलेल्या गल्लीकडे जात. त्याच गल्लीत आपली गाडी लावून एलीन आतुरतेने त्यांची वाट पाहात असे. आपल्याला कोणी पाहात नाही अशी खातरी झाल्यावर जॉन व एड गाडीकडे पळत सुटत. गाडीच्या मागच्या आसनांवर उडी मारून खाली वाकून बसत असत. एलिन वेगाने ३० मैलावर असलेल्या वॉशिंग्टनकडे गाडी हाकत असे. नवी मुले फार लांब जाणार नाहीत यासाठी नौदलामध्ये सायंकाळी ५ वाजता आणि मध्यरात्री हजेरी द्यावी लागत असे. याचाच अर्थ एलीनला दोन वेळा ॲनापोलीसला परत आणण्यासाठी दर शनिवारी दोन वेळा फेऱ्या माराव्या लागत. कित्येक वेळा त्यांना पोचवण्यासाठी ती नेहमीपेक्षा दुप्पट वेगाने गाडी पळवत असे.

ही गंमत प्रथम वर्षाच्या उन्हाळ्यानंतर संपली. त्यानंतर त्यांनी २८ दिवस समुद्रावर काढणे आवश्यक होते. या कर्तव्य म्हणून कराव्या लागणाऱ्या सफरीमुळेच जॉन नौदलाबद्दल नाराज झाला. एडने आपले बहुतेक सर्व दिवस हवाईमधील बंदरामध्ये घालवले. परंतु जॉनचे जहाज मेडिटरॅनियनमध्ये वादळात हेलकावे खात राहिले आणि त्यांना उत्तर अटलांटिकच्या आसपास रशियन पाणबुड्यांचा पाठलाग करत राहावे लागले. जवळजवळ संपूर्ण काळ तो आजारी होता आणि त्यांनी जिब्राल्टरची पट्टी एवढीच काय ती जमीन पाहिली. अखेरीस ते जेव्हा बंदरात आले, तेव्हा आईने त्याच्याकडे क्षणभर पाहिले आणि त्याला ताबडतोब तातडीच्या वैद्यकीय केंदात दाखल केले. समुद्रामध्ये पूर्ण काळ तो एकटाच झटत होता आणि त्याचे वजन सुमारे वीस पौंडाने कमी झाले होते. नेमून दिलेल्या २८ दिवसांपैकी शेवटच्या दिवशी तो जहाजावर परतु शकला नाही.

नौदलाच्या नियमाप्रमाणे त्याचा एक दिवस कमी भरत होता. त्यामुळे त्याला सांगण्यात आले की, नाताळच्या सुट्टीमध्ये त्याला आणखी एकदा समुद्रावर पाठविले जाईल. प्रत्येक महाविद्यालयीन विद्यार्थी, सुट्टीची आतुरतेने वाट पाहात असतो. प्रथम वर्षातील लष्करी अधिकाऱ्याच्या सुट्टीचा काळ मुळातच संकुचित असतो आणि जॉन तर त्याच्या जवळपासही नव्हता. या सर्व प्रकारातील अन्यायामुळे जॉन निराश झाला. त्याच्या अनेक वर्गमित्रांना कामाच्या अतिशय सोप्या सफरी मिळाल्या. त्यांनी बंदरांमध्ये दारूच्या पार्ट्या केल्या आणि त्याला मात्र समुद्रात आजारी असताना, आणि तरीही बिनचूकपणे आपले कर्तव्य करत राहावे लागले. वरिष्ठ अधिकाऱ्यांनी वरवर पाहता लवचिकता नसलेले नियम त्याच्यावर लादून त्याचे आयुष्य नियंत्रित करावे, असे आयुष्य त्याला खरोखरच जगायचे होते का?

त्याला पुस्तकी ज्ञानामध्येही फारसा रस नव्हता. वैज्ञानिक आणि अभियांत्रिकी वर्गाचे जड ओझेही त्याला आवडत नसे. त्याची दृष्टी बिघडलेली होती. त्यामुळे त्याच्या इच्छेनुसार तो एफ-४ लढाऊ विमानाचा वैमानिकही होऊ शकत नव्हता. तो जॉर्जटाउनला परत जाण्याचा विचार करू लागला. प्रबोधिनीत प्रवेश घेण्यापूर्वीचे एक वर्ष त्याने तिथे व्यतीत केले होते आणि तो केव्हाही तिथे परत येऊ शकतो. अशी माहिती त्याला मिळाली होती.

जॉन सोडून जाणार या विचाराने एडचे हृदय विदीर्ण झाले. आठवड्यामागून आठवडे बंदराच्या धक्क्यावर लांब-लांब फिरत असताना त्याने नि:पक्षपाती राहण्याचा प्रयत्न केला. प्रबोधिनीत राहायचे की नाही राहायचे, याच प्रश्नावर जॉन विचार करत राहिला.

एड विचारायचा, 'हे सगळे त्या समुद्र सफरीमुळे आहे की, आणखी काही कारणांसाठी तुला नौदल सोडायचेय?'

'हे सर्व किती अन्यायकारक आहे. हे मी मनातून काढू नाही शकत' जॉन गुरगुरला.

'तुझी इथे किती गुंतवणूक झाली आहे ते बघ. तू इतका चांगला आहेस.'

प्रबोधिनींच्या मुख्याधिकाऱ्यांच्या यादीमध्ये पुस्तकी ज्ञानामध्ये तो वर्गात तिसऱ्या क्रमांकावर होता. आणि समुद्रावरील दलाच्या नेतृत्वामध्ये तो दुसरा क्रमांकावर होता.

'हे सगळे सोडून देणे योग्य आहे का?' एड आग्रही स्वरात म्हणाला.

जॉनने प्रबोधिनीतच राहावे, असा आग्रह त्याच्या आईनेही त्याला केला होता. परंतु एलीनने काहीच मतप्रदर्शन केले नाही. स्वत:शी विचार करताना तिला असे वाटायचे की, प्रबोधिनी फारच बंधनकारक होती. परंतु तिचा असा विश्वास होता की, याबाबतचा निर्णय त्याने स्वत:च घेतला पाहिजे. तिला वाटले की, आधीच खूप व्यक्ती त्याच्यावर दबाव आणण्याचा प्रयत्न करत आहेत. त्यामुळे त्याने कोणताही मार्ग स्वीकारला तरी तिला आनंदच होईल, असे तिने सांगितले.

हा अतिशय क्लेषदायक निर्णय होता. निर्णय घ्यायला अनेक महिने लागले, पण अखेरीस जॉनने जॉर्जटाउनला परत जाण्याचा निर्णय घेतला. जॉनच्या खोलीपासून पार्किंगपर्यंतचे प्रत्येक पाऊल एडीला आठवत होते. गणवेशाच्या कॉलरमधून आत शिरणारी थंडीची शिरशिरी, वाळूवर होणाऱ्या त्यांच्या बुटांचा आवाज, जॉनच्या चेहऱ्यावरील वेदना सर्व काही एडला आठवत होते. त्या दोन मित्रांना अखेरचे काही क्षण एकत्र घालवायला मिळावे म्हणून एलीन मागे रेंगाळली. वळणापाशी जॉनने आपली बॅग खाली ठेवली आणि मागे वळून प्रबोधिनीतल्या धांदलीच्या आयुष्याकडे नजर टाकली. एडने जॉनची क्षणभर द्विधा मन:स्थिती

पाहिली आणि त्याच्या मनात आशा जागी झाली. क्षणभराची अनिर्णित अवस्था नाहीशी झाली. जॉन त्याच्याकडे मिठी मारण्यासाठी येत होता. ते दोघे आणि एलीन हातात हात गुंफून आणि अश्रू ढाळत खूप वेळ उभे होते. त्यानंतर जॉनने त्याची बॅग उचलली. एड आणि नौदल प्रबोधिनीला मागे ठेवून तो गाडीकडे चालत गेला.

एड नौदलामध्ये गढून गेला होता. जॉन आणि एलीनच्या लग्नाच्या वेळी त्याचे जहाज पर्शियन आखातात असल्यामुळे तो लग्नाला हजर राहू शकला नव्हता. परंतु शक्य होईल तेव्हा-तेव्हा तो त्यांना भेटत असे आणि त्यांना आपले कुटुंबीयच मानत असे. जॉन तरुण वकील होता आणि ज्युनियर जॉनचा नुकताच जन्म झाला होता. तेव्हा तो इंडियाना पोलीस जवळील त्यांच्या मोठ्या घरामध्ये त्यांच्याबरोबर राहिला होता. तो त्यांच्या हार्वर्डमधील दोन शयनकक्षाच्या सदनिकेमध्येही मेगनच्या जन्मानंतर आला होता. त्याच्या दृष्टीने जॉन आणि एलीन हे नेहमीच आदर्श जोडपे होते.

न्यू जर्सीतील त्यांच्या नव्या घरामध्येही तो नुकताच काही दिवस राहिला होता आणि आता घडणाऱ्या गोष्टी पाहून तो उद्ध्वस्त झाला होता. जॉन एक मिनिटभर खालच्या मजल्यावर असताना एलीनबाबत तक्रार करत होता. या संसाराचा कंटाळा आलाय, पण पुढच्याच क्षणी तो माडीवर गेला. मुलांना व एलीनला 'शुभरात्री' म्हणाला. एलीन पॅट्रिकला मांडीवर घेऊन बसली होती आणि तिच्या बाजूने मध्यस्थी करण्याची त्याला विनंती करत होती. 'एड, जॉनला तू सांगितलेच पाहिजेस. तू त्याला समजाव. तो आम्हाला सोडून जाऊ शकत नाही.' या भेटीनंतर तिने आणि जॉनने एडशी अनेकदा फोनवर याबाबतच्या तक्रारी केल्या होत्या.

आज जॉन परत याच विषयावर बोलत होता. अजूनही रागावलेलाच होता आणि एलीन व मुले यांना सोडण्याचे पहिले पाऊल त्याने टाकले होते, असे दिसत होते.

'एलीन आणि मी एकमेकांसाठी योग्य आहोत असे मला वाटत नाही. आम्ही फार लवकर लग्न केले. आम्ही इतर कुणाबरोबर मैत्री केली नाही. गंभीरपणे तर नाहीच नाही. आता माझे तिच्यावर प्रेम आहे की नाही, माहीत नाही. माझ्या आयुष्यात मी अजिबात आनंदी नाही. मला असे आयुष्य नको होते.'

एडने शांतपणे विचारले, 'तुला खातरी आहे का, एलीन हाच मुद्दा आहे.'

'मला असे वाटते की, मीच सगळे करतोय. शुश्रुषेपासून सगळे काही. मी एक प्रतिष्ठान उभे करण्याच्या प्रयत्नात आहे, मी डॉक्टरांशी बोलतोय, ते सर्व करून मी पूर्ण वेळ नोकरीही करतोय.' जॉनने उत्तर दिले. संतापाचा धबधबा आणि नैराश्य हे त्याच्या शांत चित्तातून बाहेर पडत होते. 'परिचारिकांची व्यवस्था बघण्याबाबतही मी एलीनवर विसंबू शकत नाही. मी एलिनवर कशासाठीही विसंबू शकत नाही.'

'जॉन मला माहीत आहे, तुझ्यावर खूप मोठा ताण आहे. मला माहीत आहे हा अत्यंत कठीण काळ आहे.' एड हळूचमध्ये म्हणाला. तो नीट ऐकून घेत होता. परंतु कुठलीच बाजू पटवून देण्याचे टाळत होता.

'मी यापुढे एलिनशी बोलूही शकत नाही. आम्ही वेगवेगळ्या जगात जगत आहोत. ती वाढदिवसाच्या पार्ट्या ठरवत फिरत आहे. आणि सर्व काही आलबेल असल्याचे ढोंग करत आहे. पुढे काय वाढून ठेवले आहे याबद्दल ती विचारच करू इच्छित नाही. मी सोडून जावे अशी एलिनची इच्छा आहे.' त्याचा आवाज थोडा घोगरा झाला. 'मी तिच्यासाठी योग्य नवरा आहे असे मला वाटत नाही. मी सतत काम करतोय. मी आता सुखवस्तू राहिलेलो नाही. मी एखादा आयरिश श्रीमंत नाही. जो तिच्याबरोबर रात्री टी.व्ही. पाहील. त्याच्याबरोबर ती अधिक सुखात राहील, असा एखादा जो तिच्यावर इतका ताण टाकणार नाही.

त्याच्या गेल्या भेटीमध्ये फिकुटलेल्या आणि वैतागलेल्या एलीनबद्दल एडीच्या मनात विचार आला. जॉनने बरोबर राहावे यासाठी ती याचना करत होती. आणि तो त्याच्या मित्राला त्याची चूक दुरुस्त करण्यापासून थांबवू शकला नाही. 'जॉन, मला माहीत आहे तू सोडून जावेस अशी एलिनची इच्छा नाही.'' त्याला धीर देत परंतु ठामपणे तो म्हणाला, ''एलिनला तू हवा आहेस आणि मुलांनाही तुझी गरज आहे. तुझ्याविना ते काय करतील याची मी कल्पनाही करू शकत नाही. तुझ्यात आणि एलीनमध्ये एकमेकांबद्दल काहीही मतभेद असू देत. या क्षणी सर्वांत महत्त्वाची मुले आहेत. तू आणि एलीन आत्ताच तुमचे प्रश्न सोडवू शकणार नाही. तुम्ही एकमेकांबद्दलचे प्रश्न बाजूला ठेवून मुलांवर लक्ष केंद्रित केले पाहिजे.

फोन बंद केल्यावर आणखी एक तास जॉन तिथेच शांत बसून राहिला. एडीचे मत त्याला कळले होते. पण याबाबत त्याचे स्वत:चेच मत काय आहे हे त्याला माहिती नव्हते.

पण हेही पूर्ण सत्य नव्हते. त्याला माहीत होते की, दोन आजारी मुले परिचारिका आणि परिस्थिती भयानक आहे, हे नाकारणारी बायको यांच्यापासून त्याला लांब पळून जायचे होते.

पण असे करणे योग्य होते का?

त्याला त्याच्या मागच्या रस्त्यावरून मोटारी पळत असल्याचा आवाज ऐकू येत होता. समोरच्या काचेमधून पौर्णिमेचे चांदणे त्याच्या चेहऱ्यावर पडत असल्याचे त्याने न्याहाळले. त्या शुभ्र चांदण्यांनी पांढरे चर्च उजळून निघत होते. काही क्षणांनंतर त्याची गाडी सुरू झाली. घरी जाण्यासाठी गाडी घरातून बाहेर दक्षिणेकडे रस्त्यावर आली.

१०. शेरॉन

वसंतऋतू, १९९९
पेनिंग्टन-न्यू जर्सी

एका शनिवारी सकाळी एक ब्लॅक लिमोसिन गाडी बोळाच्या टोकाशी आली आणि क्रौलींच्या घराबाहेर थांबली. जीन्स आणि नौदलाचा शर्ट असा जवळजवळ सारखाच पोशाख केलेले जॉन आणि जॉन ज्युनियर घरापुढील हिरवळीवर फुटबॉल मागे-पुढे फेकत होते. गाडीचे दार उघडून एक बुटकी, जाड मध्यमवयीन, खांद्यापर्यंत तपकिरी केस असलेली महिला उतरली. तिचा वेष झगमगीत भगव्या रंगाचा होता. डोक्यावर बेसबॉल खेळताना घालतात तशी टोपी होती आणि तशाच पद्धतीची पँट व सँडल्स होते. तिच्या प्रत्येक बोटात सोन्याची अंगठी चमकत होती. आणि मनगटांवर ब्रेसलेटस लोबंकळत होती. ती भराभर चालत जॉनकडे आली. तिने हात उंचावला, हसली आणि मोठ्या हेल काढलेल्या आवाजात म्हणाली, 'तुम्ही जॉन क्रौली असणार, नमस्कार. मी शेरन डोझीयर.'

थक्क होऊन त्याने मान डोलावली आणि पुढच्या दाराकडे भरभर जात तिने विचारले, 'मुले कुठे आहेत? आत आहेत का?' त्याने उत्तर देण्याच्या आतच ती दारातून आत नाहीशी झाली होती.

जॉन थोडा वेळ बाहेरच मुलाबरोबर अस्वस्थ मनाने चेंडू खेळत राहिला. पहिल्याच भेटीमध्ये ती अशा पद्धतीने येईल यावर त्याचा विश्वासच बसला नाही. तिच्या असामान्य, मोठ्या आणि आग्रही अशा टेलिफोनवरील आवाजावरून खरे तर त्याने हे गृहीत धरायला हवे होते.

त्या रात्री त्या भयानक गाडी चालवण्यानंतर जॉन घरी आला आणि परिस्थिती सुधारण्याचा निश्चय करून एलीनच्या अंथरुणात अलगद शिरला. त्याने मुलांची

काळजी नीट घेतली जात नसल्याबद्दल तिला दोष देणे थांबवण्याची शपथ घेतली. त्याने तिला दोष देण्याऐवजी काहीतरी मार्ग काढण्यासाठी काम करण्याचे ठरवले. परिचारिकांच्या कामाच्या प्रत्येक तासाचा पगार, त्याची ब्रिस्टॉल मायर कंपनी देत असे. पहिले पाऊल म्हणून जॉनने परिचारिकांची ही संस्था बदलण्यास कंपनीचे मन वळवले. टोकाच्या परिस्थितीमध्ये ब्रिस्टॉल मायर नियम बदलू शकत होती. अधिक प्रशिक्षित परिचारिका आणि त्यासाठीचा पूर्ण पगार वापरून परिचारिकांची व्यवस्था लावण्यास कंपनीने जॉनला मान्यता दिली. मेगन आणि पॅट्रिक या दोघांसाठी परिचारिकांचा भत्ता एकत्र करून जॉनने गणित मांडले की, दोन्ही मुलांची आरोग्याची काळजी घेण्यासाठी आणि त्यांच्याबरोबर राहण्यासाठी तो एखाद्या व्यक्तीची नेमणूक करू शकतो. ब्रिस्टॉल मायरने मंजूर केलेले २०,००० डॉलर्स आणि त्याला आदल्या वर्षी मिळालेला बोनस एकत्र करून त्याने एक चांगली परिचारिका नेमण्याचे ठरवले. प्रशिक्षित, शांत, आनंदी स्वभावाची,एखादी आजीसारखी व्यक्ती जी त्यांच्याबरोबर राहू शकेल आणि संसार स्थिर करू शकेल अशी व्यक्ती त्यांना हवी होती.

अशी व्यक्ती शोधणाऱ्याने असे दोन उमेदवार शोधले होते. दोघीही राज्याबाहेरील होत्या. जॉनची पहिली निवड नॉर्थ कॅरोलिनातील एक वयस्कर स्त्री होती. त्यांनी पहिल्या फोनवरील संभाषणानंतर परत संपर्क साधला नाही कारण त्यांना न्यू जर्सीला येण्याची इच्छा नव्हती. त्यामुळे शेरॉन ही एकटीच बाई मुलाखतीसाठी शिल्लक राहिली. फोनवर बोलताना त्या म्हणाल्या की, त्यांची ही गाव सोडण्याची इच्छा नाही. परंतु आठवडाभर त्यांच्याबरोबर राहून शनिवार-रविवार न्यू हॅम्पशायरला जाण्यासाठी विमान-भाडे दिले तर ती तयार होणार होती. असे करणे अवघड दिसत असले तरीही त्याच्याकडे अन्य पर्यायही नव्हता. म्हणून त्याने एकदा भेट देण्यासाठी विमानाची व्यवस्था केली.

'चल, आत जाऊन काय चालले आहे ते पाहू या.' तो मुलाला म्हणाला. नेहमी शनिवारी येणारी परिचारिका आली नव्हती. त्यामुळे एलीन मेगन आणि पॅट्रिकचे काम करत होती. अनुत्साहाने का होईना नवीन परिचारिका शोधण्यास तिने जॉनला परवानगी दिली होती. चांगली परिचारिका मिळण्याची आशा तिने पूर्णपणे सोडून दिली होती. या बाईबद्दल तिची प्रतिक्रिया काय असेल? त्याला वाटत होते की, ती बाई चक्रम आहे असे म्हणून एलीन तिला काढून टाकेल आणि आणखी एकदा परिचारिकेच्या प्रश्नाबद्दल त्याला दोष देईल. आजचा दिवस घरातील इतर सर्वांना अधोगतीकडेच नेणारा आहे असे, त्याला वाटले. शेरॉन डोझीयर कधीच उपयुक्त ठरणार नाही.

खोलीमध्ये मेगन आणि पॅट्रिक त्यांच्या नेहमीच्या जागेवर कोचावर बसून

टी.व्ही. पाहत होते. जोडून असलेल्या स्वयंपाकघरामध्ये जॉन गेला. भांडी धूत असलेल्या एलीनने कोरड्या आणि कुत्सित नजरेने पाहिले जणू तिला म्हणायचे होते, 'मी तुला सांगत होते',

'छान नमुना आहे', ती कुजबुजली.

'न्यू हॅम्पशायरमध्ये सध्या शिकारीचा मौसम असावा.' तो झटकन म्हणाला. एलीन हसली. या परिस्थितीत एलीन हसली तरी पाहून त्याला खूप बरे वाटले. 'ती कुठे आहे?' एलीनच्या नजरेचा मागोवा घेत त्याने पाहिले. मेगनच्या जवळ व्हेंटिलेटरशेजारी जमिनीवर बसून ती श्वसनयंत्रणेशी चाळे करत होती.

'अरे बापरे!' जॉन ओरडला, त्याला धक्काच बसला होता.

त्याचे हे उद्‌गार ऐकल्यावर शेरॉन उत्साहाने म्हणाली, 'मिस्टर जॉन, मी एलीनला दाखवत होते की, मुलांसाठी कोणता संच सर्वोत्तम आहे. व्यवस्था फारच उच्च ठेवली गेली होती.'

'शेरॉन, मी तुम्हाला फोनवर सांगितले होते की, इंन्शुरन्स कंपनीचा असा आग्रह आहे की, तुम्ही मुले आणि त्यांची वैद्यकीय यंत्रणा याला हातही लावू नये. कारण न्यू जर्सीमध्ये व्यवसाय करण्याचा परवाना तुमच्याकडे नाही.' जॉन नम्रपणे परंतु ठामपणे म्हणाला. ही बाई आत्ताच आली होती आणि तिने नियम धाब्यावर बसवण्यास सुरुवात केली होती.

'जॉन, मी संपूर्ण दिवसभर मुलाखतीसाठी येथे आहे. मी तुम्हा मंडळींना मदत करेन आणि तुम्हाला निश्चितच त्याची गरज आहे.' ती हसत म्हणाली, 'तुम्ही बरोबर आहात.' तिचा आत्मविश्वास आणि नियमांबद्दलचा बेदरकारपणा पाहून तो थक्क झाला होता. इतर परिचारिका रोजंदारीवर काम करणाऱ्या कामगारांप्रमाणे येत आणि जात. ही तशी नव्हती. शेरॉन उघड-उघड मदत करण्यास तयार होती. हा मुद्दा उत्साहवर्धक होता. आणि अचानकपणे त्याला कृतज्ञ वाटले. त्याच्या दृष्टीने आयुष्यातल्या महत्त्वाच्या तत्त्वाचे ती पालन करत होती. ''परवानगी मागण्यापेक्षा क्षमा मागणे चांगले.''

'जी व्यक्ती नियम मोडायला घाबरत नाही अशा व्यक्तीत काहीतरी चांगला गुण असतो हे तुम्हाला माहीत आहे का? सर्व मूर्ख नियमांविरुद्ध वाद घालण्यात मीही खूप तरबेज आहे. जेव्हा मेगन पहिल्यांदा रुग्णालयातून श्वसनयंत्रावर आणली गेली तेव्हा आम्हाला सांगण्यात आले की, पहिल्या आठवड्यानंतर दररोज फक्त आठ तास परिचारिका असेल. उर्वरित काळ आई-वडिलांनी मुलाची शुश्रुषा करायची.' माफ करा, पण तसा नियम आहे.' असे मेगनची व्यवस्था पाहणारी व्यवस्थापिका म्हणाली. मी तिला म्हणालो, 'हो मी त्या नियमांबद्दल ऐकले आहे. तो एक चांगली नियम आहे. आता तो माझ्या मुलांना लागू का होत

नाही ते मी सांगतो.' मी तिला सांगितले की, 'एलीनला आणखी दोन मुलांची काळजी घ्यावी लागते. एक छोटे बाळ आणि एक शिशुवर्गातील चार वर्षांचा. या दोन मुलांकडे लक्ष देत असताना मेगनच्या वैद्यकीय गरजांकडे लक्ष पुरवणे शक्यच नाही. माझी कंपनी २४ तास परिचारिकांसाठी पैसे देत आहे.'

शेरॉन म्हणाली, 'जॉन, तुम्ही नशीबवान आहात असे मी म्हणेन. मला अशी अनेक कुटुंबे माहीत आहेत की, ज्यांना आवश्यक असलेली शुश्रुषा त्यांना मिळत नाही.'

'नशीबवान! हे गमतीशीर आहे शेरॉन, आमच्याबद्दल हा शब्द आम्ही दीर्घकाळ वापरला नाही.''

संपूर्ण दिवस अव्याहतपणे उच्च स्वरात बडबड करत शेरॉनने मुलांची काळजी घेतली. श्वसनयंत्राची व्यवस्था नीट केल्यानंतर तिने मुलांच्या इतर वैद्यकीय गोष्टींमधील चुका काढण्यास सुरुवात केली. 'एलीन, असे करू नको, एलीन मेगन आणि पॅट्रिकच्या नळ्या स्वच्छ करण्यासाठी एकच यंत्र वापरत असल्याचे पाहिल्यावर ती म्हणाली, 'तुम्ही इन्शुरन्स कंपनीला आणखी एका मशिनची व्यवस्था करायला सांगितले पाहिजे. मेनगला असलेला प्रत्येक जंतूसंसर्ग तुम्ही त्यालाही द्याल.' मुलांना अन्न घालण्याच्या वेळेस तिने इतके खाद्य का देता असे एलीनला विचारले. त्यांना खूपच जास्त खाद्य घातले जात होते आणि ते त्यांच्यासाठी चांगले नाही असे तिला वाटले. तिने स्टोअररूम दाखवण्यास सांगितले. जास्तीच्या नळ्या व औषधे ठेवण्याच्या कोपऱ्यातल्या जागेकडे एलिनने तिला नेले. अविश्वासाने शेरॉनने विचारले, 'तुमच्याकडे एवढाच साठा आहे? मग ती एलीनला म्हणाली, तुम्ही भरपूर जास्त वस्तू आणून ठेवल्या पाहिजेत म्हणजे वरचेवर मागवाव्या लागणार नाहीत. आणि संपल्या असेही कधी होणार नाही. तिच्या प्रत्येक सूचनेवर एलीन म्हणाली, मला हे माहिती नव्हते. आणि कुणी सांगितलेही नव्हते.'

शेरॉन म्हणाली, 'मुली वाईट वाटून घेऊ नकोस. चांगल्या सुश्रुषेचे नियम आणि लागणाऱ्या वस्तू मागवण्याची युक्ती आई-वडिलांना कोणीच शिकवत नाही. दवाखान्यात तुमच्या मुलांचे प्राण कसे वाचवायचे एवढेच शिकवतात आणि घरी पाठवतात. पण चांगल्या शुश्रुषेसाठी त्यापेक्षा जास्त गोष्टी आवश्यक असतात. हे सर्व शिकायला मला ३३ वर्षे लागली.

मुलांची दुपारची झोपण्याची वेळ झाली त्या वेळी मुलांना आणि त्यांच्या श्वसनयंत्रांना माडीवर त्यांच्या बेडकडे नेणे आवश्यक होते. एलीनने मेगनला उचलून हातात घेतले आणि श्वसनयंत्र व बॅटरी घेऊन मागोमग येण्यास शेरॉनला सांगितले. प्रत्येक थोड्या पावलांनंतर दम घेण्यासाठी शेरॉनला जरा थांबण्यास

एलीनला सांगावे लागत होते. मेगनची व्यवस्था लावल्यानंतर त्या खालच्या मजल्यावर गेल्या आणि तीच कवायत त्यांनी पॅट्रिकबरोबर केली.

पॅट्रिकची व्यवस्था लावल्यावर शेरॉनने एलीनला विचारले की, तात्कालिक सेवेच्या पिशव्या कुठे आहेत. वैद्यकीय तात्कालिक सेवेची पिशवी खालच्या मजल्यावर असल्याचे एलीनने सांगितले. वास्तविक प्रत्येक मुलाच्या अंथरुणाशेजारी एक पिशवी असावयास हवी.

एलीनने पॅट्रिकची पापी घेतली आणि मानेपाशी गोंजारले तोपर्यंत शेरॉन खोलीच्या दारात उभी राहिली. दार बंद करून एलीन क्षणभर थांबली आणि व्हरांड्यातल्या अंधाराकडे पाहात राहिली. 'शेरॉन, मी ३१ वर्षांची आहे आणि मला असे कधीही वाटले नव्हते की, माझे आयुष्य असे असेल.' तिचा आवाज बारीक होत गेला आणि नकळत नैराश्य प्रगट करत होता.

या तरुण मातेबद्दल शेरॉनला मनापासून वाईट वाटले. तिला स्वत:च्या मोठ्या झालेल्या दोन मुलींची आठवण झाली. 'मिस्टी आणि क्रिस्टी.' आणि तिने आपले डोके हलवले. 'नाही, नाही या दोघांपैकी कोणीच अशी परिस्थिती हाताळू शकणार नाही.' शेरॉनला खातरी वाटली. पिंगट केस, चिनीमातीसारखी नितळ त्वचा आणि थकलेले हिरवट डोळे, एलीन सुंदरही दिसत होती आणि दु:खीही.

दिवसभर शेरॉनने प्रयत्न केला की, टीका करायची नाही किंवा जबरदस्तीही करायची नाही, पण ती स्वत:ला थांबवू शकली नाही. तिचा स्वभाव अधिकार गाजवण्याचा होता आणि मुलांच्या शुश्रुषेचा सगळा गोंधळ होता. श्वसनयंत्रावर असणारी दोन मुले सांभाळणे हे दमछाक करणारे होते. आणि आपले जीवन अधिक सुकर करण्यासाठी जादा उपकरणे मागवावीत, हे त्यांना कोणी सांगितलेही नाही. त्यांनी श्वसनयंत्र आणि इतर उपकरणांचा आणखी एक संच आणायला हवा, त्यामुळे ती सर्व सामुग्री दिवसातून दोन वेळा वर खाली करण्याचे त्यांचे कष्ट वाचतील. परत केव्हा तरी ती हे सांगणार होती. दोन्ही आजारी मुले विश्रांती घेत आहेत हे पाहून विश्रांती घेण्यासाठी शेरॉनही कोचावर बसली. जॉन आणि जॉन ज्युनियर तोच फुटबॉल घेऊन दारातून आत येत होते. फुटबॉल नॉटर डेम असे लिहिलेले पाहून जॉन कॉलेजात असावा असे तिला वाटले. त्याच्या शर्टावर नौदल असे लिहिलेले होते त्यामुळे तो नौदलात होता की, काय असा विचार तिच्या मनात आला. तिने याबाबत विचारण्यापूर्वीच तो बाहेर गेला. एलीनने जॉन ज्युनियरसाठी जेवण तयार केले होते. तिने त्याला उचलून एका उंच खुर्चीवर ठेवले. मॅक्रोनी चीजचे भांडे त्याच्यापुढे ठेवले. या साडेचार वर्षांच्या मुलाला इतक्या उंच खुर्चीवर का ठेवले आहे? हा प्रश्न विचारण्याचा

मोह तिने टाळला. शेरॉनने मनातल्या मनात विचारलेला प्रश्न जाणून एलीन म्हणाली की, तो एक क्षणभरही स्वस्थ बसू शकत नाही. त्याने खावे यासाठी माझ्यासाठी हा एकच मार्ग आहे.

त्या छोट्या मुलाने काटा उचलून तोंडापर्यंत नेला, पण घास न घेताच खाली ठेवला. हे शेरॉनने पाहिले.

त्याने विचारले, 'शेरॉन, केव्हापर्यंत राहणार आहे?'

'उद्यापर्यंत, आता तू खा बरे.'

मुलाने परत काटा उचलला पण तोंडात घास घेण्यापूर्वीच त्याला खिडकीतून झोपाळा दुरुस्त करत असलेले त्याचे वडील दिसले.

खुर्चीतून बाहेर पडण्याचा प्रयत्न करत तो ओरडला, 'बाबा, बाबा' तिने कुरकुरत त्याच्या उंच खुर्चीजवळ एक खुर्ची ओढली आणि स्वत: त्याला भरवण्यास सुरुवात केली. अतिशय चंचलता आणि अतिशय वळवळेपणा ही तक्रार असलेली अनेक मुले शेरॉनने पाहिली होती. जॉन ज्युनियरबाबत काहीही न बोलण्यासाठी तिला दुसऱ्यांदा प्रयत्न करावे लागत होते.

काही तासांनी मेगन आणि पॅट्रिक जागे झाले. एलीनला श्वसनाचे उपचार देण्यात मदत करण्यासाठी शेरॉन उठली. त्यांच्या पाठीवर थापटणे, श्वसनाच्या नळ्या साफ करणे आणि श्वासोच्छ्वास नीट व्हावा यासाठी त्यामध्ये औषधे घालणे, हे त्या दोघींनी मिळून केले. त्यानंतर एलीन व शेरॉन यांनी दोन्ही मुलांना त्यांच्या श्वसनयंत्रासह चाकांच्या खुर्च्यांवर ठेवून ढकलत जवळच्या बागेमध्ये नेले. चालत असताना एलीनचे डोळे चमकू लागले आणि आवाजही नेहमीसारखा येऊ लागला. ती वरचेवर हसते आणि वाटेत भेटणाऱ्या शेजाऱ्यांशी सहज गप्पा मारते असे शेरॉनच्या लक्षात आले. जरा वेळाने ती छोट्या तलावाच्या कडेला थांबली तिने मेगनची चाकांची खुर्ची त्या चिखलाच्या काठावर अगदी पाण्याजवळ थांबवली.

'चल शेरॉन, आपण बदकांना खायला घालू या.' एलीन उत्साहाने खिदळत म्हणाली. मेगनच्या चाकाच्या खुर्चीच्या खालील भागात आणि श्वसनयंत्राच्यावर असलेल्या छोट्या कप्प्यातून तिने एक पाव बाहेर काढला. शेरॉनने पॅट्रिकची चाकांची खुर्ची मेगनच्या जवळ आणली आणि दोघींनी मिळून पावाचे तुकडे पाण्यात फेकण्यास सुरुवात केली. बघता-बघता त्यांच्या पायापाशी १०-१२ बदके क्वॅकऽ क्वॅकऽ आवाज करत पावावर ताव मारू लागली.

'मला थोडा पाव दे, मला स्वत:ला तो फेकायचा आहे.' असे मेगन म्हणाली. मेगन एका पाठोपाठ एक पावाचे तुकडे फेकत होती. हे समाधानाने पाहात पॅट्रिक तिच्या शेजारी बसून राहिला.

एलीनच्या स्वभावाचा शेरॉनवर प्रभाव पडला आणि तसे तिने तिला सांगूनही टाकले. 'या गोष्टी करण्यासाठी तू मुलांना बाहेर घेऊन येतेस याचा मला खूप आनंद होतोय. गेली २० वर्षे मी अपंग मुलांची काळजी घेत आहे आणि अनेक आई-वडील आपल्या मुलांना कोठेही जाऊ देत नाहीत, असे मी पाहिले आहे. मला जर तुझ्या मुलांची काळजी घ्यायची असेल, तर मला हे माहीत हवे की, मी मुलांना दररोज बाग, समुद्रकिनारा, चित्रपट आणि सहलीला घेऊन जाऊ शकते का! ते मरणोन्मुख आहेत अशा रितीने मी त्यांच्याशी वागणार नाही.

'त्याला माझी काहीच हरकत नाही,' एलीन म्हणाली, 'त्यांचे शक्य तितके आयुष्य चांगले असावे अशीच माझी इच्छा आहे.'

क्षणभर थांबून ती पुढे म्हणाली, 'अर्थातच ती कायम अशी राहतील असे मला वाटते. त्यांच्या रुग्णालयीन चाचणीची आम्ही वाट पाहात आहोत, त्यामुळे ती सुधारतील.'

या चाचण्या केव्हा सुरू होणार असे शेरॉन एलीनला विचारणार, इतक्यात घराच्या दिशेने बोट दाखवत पॅट्रिक रडू लागला. 'मला वाटते, त्याला आता कंटाळा आलाय. ठीक आहे बाबा, आता आपण आपल्या घराकडे चालू या.'' असे म्हणत तिने त्याला शांत केले. तिने पॅट्रिकची चाकांची खुर्ची बागेच्या दरवाज्याकडे ढकलण्यास सुरुवात केली आणि तो शांत झाला.

एलीनच्या मागून जाण्यासाठी शेरॉनने मेगनच्या खुर्चीला हात लावला, पण ती किंचाळू लागली, 'मला अजून थांबायचेय, फक्त अजून पाच मिनिटे.'

'नाही बाबा, तुझा भाऊ दमला आहे. आपल्याला घरी जायलाच हवे.' शेरॉन म्हणाली. शेरॉन खुर्ची ढकलत असताना मेगन कळवळून रडली. तिच्या गालांवर अश्रूंचा ओघ लागला. श्वसनयंत्राचे गजर वाजू लागल्यावरही एलीनवर त्याचा परिणाम झाला नाही.

'माफ करा, इथून जाताना मेगन नेहमीच असे करते. तिला कधीच घरी जायचे नसते.' एलीन माफीच्या स्वरात म्हणाली.

मेगन थोडी लाडावलेली मुलगी आहे असे शेरॉनला वाटले. पण तिचा धीटपणा तिला आवडला. 'कुठेही जाण्यास नकार देऊन घरात बसून राहण्यापेक्षा मुलांनी जास्त हालचाल करणे केव्हाही चांगलेच असते.' शेरॉनने हसत हसत उत्तर दिले. सगळे घरी आले. दोघींनी मुलांना स्पंजने पुसून घेतले. त्यांना श्वसनास मदत करणारी औषधे दिली. आणि त्यांना अंथरुणात झोपवण्यापूर्वी काही पुस्तके वाचून दाखवली. अखेरीस रात्री ८ वाजता मुले झोपी गेली. एलीनने शेरॉनला 'दारू हवीय का?' असे विचारले.

'एलीन, एखादा ग्लास वाइन घ्यायला मला खरेच आवडेल.' यापूर्वी ती

एवढी कधीच दमली नव्हती. एलीनने रात्रीच्या जेवणासाठी चीजच्या चकत्या, तळलेल्या बटाट्याच्या चकत्यावर घातल्या. जॉनही त्यांच्यात सहभागी झाला आणि स्वयंपाकघरातील बारपाशी उभे राहून त्यांनी एकत्र फराळ केला.

''एलीनने तुम्हाला आम्ही ज्या रुग्णालयीन चाचण्यांची वाट पाहतो आहोत. त्याबाबत सांगतिले का?' जॉनने आल्या आल्या विचारले. फार्मिंग आणि ड्यूकच्या प्रगटनाच्या काही प्रती त्याने शेरॉनला दिल्या. बागेमध्ये असताना एलीनने त्यांचा निर्देश केल्यापासून या प्रायोगिक औषधांबद्दल तिला फार उत्सुकता लागून राहिली होती. शेरॉनने ते कागद चाळले आणि विचारले, 'या चाचण्या केव्हा सुरू होतील असे वाटते?' जॉन म्हणाला, 'केव्हाही सुरू होतील अशी आम्हाला आशा आहे.'

'गेले वर्षभर ते हेच सांगत आहेत.' एलीन, 'या चाचण्या या डॉक्टरांनी लवकर सुरू केल्या नाहीत तर त्या सुरू करतील असे दुसरे डॉक्टर आम्ही शोधू' जॉनने सांगितले. 'आम्ही आमची एक संस्था सुरू केली आहे. आम्ही निधी गोळा करणार आहोत. त्यामुळे इतर कोणीही चाचण्यांसाठी पैसे दिले नाहीत तरीही ते आम्ही देऊ शकू.'

शेरॉन म्हणाली, 'वा! जॉन माझ्या तुम्हाला शुभेच्छा. ही मुले बरी झालेली पाहण्याइतका आनंद मला अन्य कशानेही होणार नाही.'

तिला स्वत:ला पडलेल्या प्रश्नांचे उत्तर मिळवण्यासाठी तिने विषय बदलत विचारले, ''मी मगाशी तुम्हाला तुमच्या मुलाबरोबर नॉटर डेम लिहिलेल्या बॉलने खेळताना पाहिले. तुम्ही तिथे कॉलेजात गेला होतात काय?''

'हो, कायदा शिकण्यासाठी.'

'अरे वा! मी नॉटर डेमला गेलेल्या कोणालाच भेटले नाही.' त्याला खुलवत शेरॉन म्हणाली.

'हं! जॉन, तू शिकलेल्या कॉलेजची यादीच तिला दे ना!'

आपण कोणकोणत्या प्रतिष्ठित विद्यापीठांमध्ये शिकलो याची यादी सांगण्यास उत्सुक असलेल्या जॉनला एलीनने प्रोत्साहन दिले.

'हो, तर मी जॉर्जटाउन आणि नौदल प्रबोधिनीमध्ये शिकलोय. नॉटर डेमला कायद्याचा अभ्यास केलाय आणि त्यानंतर हार्वर्ड बिझनेस स्कूलमध्ये शिकलोय' जॉनने सांगितले. ''माझ्या कुटुंबातल्या सगळ्या सदस्यांची संख्या एकत्र केली तरी एवढ्या कॉलेजांची नावे होणार नाहीत.'' शेरॉन म्हणाली.

जॉनचा तिच्यावर प्रभाव पडला होता. त्यांच्या हेही लक्षात आले की, आपला मोठेपणा दाखवण्याची संधी त्याला आवडते आणि ती त्याला तशी संधी देत होती. जॉन म्हणाला, 'माझी सुद्धा, अनेक प्रथितयश महाविद्यालये फिरून

झालीयेत आणि तिथे शिक्षण पर्ण करण्यासाठी घेतलेली शैक्षणिक कर्जे आहेत.'

''मला आणखी एक गोष्ट विचारायचीय. पण कॉलेजबद्दल नाहीतर जॉर्ज वॉशिंग्टनबद्दल'', शेरॉन जॉनकडून एलीनकडे पाहात म्हणाली. 'विमानतळाहून येताना मी एक पाटी पाहिली, 'वॉशिग्टनचे क्रॉसिंग' जॉर्ज वॉशिग्टनने जेथून नदी पार केली ती हीच का जागा?' 'शेरॉन तू हे विचारावेस याची मला गंमत वाटते. जॉर्ज वॉशिग्टन पेन्सिल्वहानियापासून डेलवेअर नदी पार करून न्यू जर्सीमध्ये आला आणि त्याने ब्रिटिश सैन्यदलावर टेन्ट्रॉन येथे भयानक हल्ला चढवला. ती जागा आमच्या घरापासून केवळ काही मैलांवर आहे.'

आपण कोणता प्रश्न विचारलाय याची शेरॉनला कल्पनाही आली नाही. जॉनचे अमेरिकेच्या इतिहासावर प्रेम होते. त्याने अमेरिकन क्रांतीच्या इतिहासातील प्रिन्स्टनचे स्थान यावर आणखी दहा मिनिटे भाषण ठोकले. 'आणि ३ जानेवारी १७७७ला या सगळ्याची परिणती प्रिन्स्टनच्या लढाईत झाली.''

शेरॉनने अमेरिकन इतिहासाची उजळणी नम्रपणे आणि अलिप्तपणे ऐकली अखेरीस तो जेव्हा बोलायचा थांबला तेव्हा ती हसली आणि शांतपणे म्हणली, 'जॉन, हे सगळे फार महान आहे. परंतु तुम्हाला माहीत आहे का, एक साधा 'हो' किंवा 'नाही' माझ्यासाठी पुरेसा होता.''

जॉन लहान मुलासारखे हसला. तिचा विनोद आणि उपरोध त्याला आवडला. 'आता शेरॉन तू तुझ्याबद्दल सांग. तुझ्यासारखी एक चांगली दाक्षिणात्य बाई न्यू हॅम्पशायरमध्ये कशी काय पोहोचली?'

'अर्कन्सास मधील एका छोट्या गावामध्ये मी आणि माझा नवरा एडी यांनी माझ्या मुलींना मोठे केले. घरी जाऊन अपंग मुलांची शुश्रुषा करणारी परिचारिका म्हणून मी काम करत असे. रुग्णालयातून घरी पाठवलेल्या अर्कन्सासमधील पहिल्या बाळाची मी काळजी घेतली. मी परिचारिकांची एक संस्थाही चालवत असे. एडी अर्कन्सासमध्ये पुरुषांच्या कपड्यांचे एक दुकान चालवत असे आणि त्यानंतर त्याच्याकडे न्यू हॅम्पशायरमधील वाल मार्टमध्ये उपव्यवस्थापक म्हणून लठ्ठ पगाराची नोकरी चालून आली. आम्ही दुकान विकून टाकले आणि उत्तरेकडे बिऱ्हाड हलवले.

एलिनने विचारले, 'तुम्हाला कसे वाटते तिथे, आवडते का?'

शेरॉन उत्तरली, 'आम्हाला तिथे अतिशय आवडते. आमच्या दोन्हीही मुली त्यांचे नवरे आणि मुलांसह पाठोपाठ तिथे आल्या. नऊ शयनकक्ष असलेल्या एका जुन्या मोठ्या घरामध्ये आम्ही सर्व जण एकत्र राहतो.'

'न्यू हॅम्पशायरला रोज जाऊन येऊन काम करणे, तुम्हाला जमेल असे तुम्हाला खरंच वाटते का?'

'का नाही?' शेरॉन म्हणाली, 'शनिवार, रविवार मी मॅसॅच्युसेट्समधील एका रुग्णालयात काम करते. त्यासाठी अडीच तास प्रवास करताना आणि तितकेच येताना मी गाडी चालवते. इतर दिवशी मेनमधील एका मुलासाठी मी रात्रपाळी करते आणि दिवसा न्यू हॅम्पशायरमधील एका कुटुंबासाठी काम करते. मला तुम्ही फिरती परिचारिका म्हणू शकाल.'

ते झोपायला गेले त्या वेळी मध्यरात्र उलटून गेली होती. ते तीन तास बोलत आणि हसत होते, आणि त्या तिघांनी मिळून वार्डनच्या दोन बाटल्या संपवल्या होत्या.

त्या रात्री जॉन अंथरुणात आल्यावर एलीन म्हणाली, 'भगवे कपडे घालत किंवा दुसरे घालोत मला ती आवडली. या बाईला ती मुलांबरोबर काय करत आहे हे बरोबर माहीत आहे.'

जॉन म्हणाला, 'ही बाई हुशार आहे. ती आपल्या कुटुंबामध्ये छान सामावून जाईल.' कित्येक महिन्यांनी त्यांचे या विषयावर एकमत झाले होते.

नोकऱ्या देणाऱ्या त्या व्यक्तीने शेरॉनला फोन करून सांगितले की, कौली तिला काम देऊ इच्छितात.

'माझे वय आता ५४ वर्षांचे आहे आणि असा तऱ्हेच्या कामासाठी मला वाटते मी फारच वयस्कर आहे.' शेरॉन म्हणाली. ती संपूर्ण दिवसभर यावर विचार करत होती. 'शनिवार, रविवार त्या कुटुंबाबरोबर घालवल्यावर मी फार थकून गेले.' ही नोकरी स्वीकारावी की नाही याबद्दल तिचे निश्चित मत होत नव्हते. तिला एलीन एकदम आवडली होती. मदत करण्यास उत्सुक आणि वागण्यातील सहजता. परंतु जॉन मात्र तिला जरा आत्मप्रौढीने भरलेला वाटला. त्याचा तो नॉटर डेम फुटबॉल, नौदलाचा शर्ट, त्याची सगळी महाविद्यालये आणि पदव्या. रस्त्यावरील एका पाटीबद्दल विचारलेल्या प्रश्नावर अमेरिकेच्या इतिहासावर एवढे मोठे भाषण देण्याचे काहीच कारण नव्हते. परंतु तिला खातरी होती की, या बाह्य देखाव्याखाली तोही एलीन इतकाच मुलांच्या आरोग्यासाठी काहीही करावयास तयार होता. अन्यथा तिला शोधण्यासाठी नोकऱ्या देणाऱ्या त्या व्यक्तीला त्याने हजारो डॉलर्स दिले नसते.

'तू त्यांच्याशी पगाराबाबत चर्चा कर आणि नंतर तुला काय वाटते ते सांग.' मध्यस्थ म्हणाला. 'तू एकाच वेळी श्वसनयंत्रावरील दोन अपंग मुलांची काळजी घेतली आहेस का?' त्या कुटुंबाने असे घर घेतले आहे, जिथे अंपगांना सहज फिरता येणार नाही. त्यांची मुले एका जादुई औषधाने वाचविली जाणार आहेत याची त्यांना पूर्ण खातरी आहे. माझा शनिवार, रविवार ती मुले आणि त्यांची उपकरणे पायऱ्यांवरून वर-खाली वर-खाली करण्यात घालवला.'

तो म्हणाला, 'बरं, पण तू याबद्दल विचार कर. मी एवढेच म्हणू शकेन की, शेरॉन, तू त्या कुटुंबाला आवडली आहेस आणि निश्चितपणे त्यांना खरोखरच तुझी गरज आहे.'

काही दिवसांनी विश्रांती घेतल्यावर आणि कुटुंबाची परवानगी मिळाल्यानंतर शेरॉनने फोन करून सांगितले की, तिला पगाराबाबत बोलायचे आहे. दर आठवड्याला तीन वेगवेगळ्या राज्यांमधल्या तीन वेगवेगळ्या घरांना सेवा देण्यापेक्षा तितकेच पैसे जर एका कुटुंबाकडून मिळाले, तर तिचे आयुष्य अधिक सुकर घेणार होते. आणि आवडो किंवा न आवडो तिला स्वत:बद्दलचे हे सत्य माहीत होते की, ती सहज कंटाळत असे. आणि नवीन आव्हाने स्वीकारणे तिला आवडत असे. त्या दोन मुलांचे आई-वडील ज्या रुग्णालयीन चाचण्याबद्दल बोलत होते, त्यामध्ये त्यांचा समावेश झाला नाहीतर ती दोन मुले लवकरच अधिक आजारी पडणार होती. आरोग्यपूर्ण आणि आनंदीच नव्हे तर केवळ त्यांना जिवंत ठेवणे हेही पूर्वी कधीही न अनुभवलेले आव्हान होते.

शेरॉनने तिला न्याय्य वाटणारी मागणी तयार केली. 'मला ७०,००० डॉलर्स पगार आणि विमानाचे भाडे देण्यासाठी ८०० डॉलर्सचा भत्ता असे दरमहा मिळावे आणि सर्वांत महत्त्वाचे परिचारिकांवर माझे संपूर्णपणे नियंत्रण असावे. परिचारिका माझ्या आवती-भोवती राहतात आणि कुटुंबाकडून एक दिवसाची सुट्टी मागतात. अशा परिस्थितीतून मी गेलेली आहे. परिचारिकांच्या कामाचे संपूर्ण नियंत्रण मला हवे.'

नोकरी देणाऱ्या त्या व्यक्तीने त्याच दिवशी फोन करून सांगितले की, 'क्रौली सगळ्या गोष्टींना तयार आहे. त्यांचा एकच प्रश्न आहे की, तू दोन आठवड्यात काम सुरू करू शकशील का?'

११. संशोधनावरील सट्टा

वसंतऋतू ते हिवाळा, १९९९
पेनिंग्टन-न्यू जर्सी, न्यू यॉर्क-न्यू यॉर्क, डरहॅम्प-नॉर्थ कॅरोलिना, बोस्टन-मॅसॅच्युसेट्स

घराची व्यवस्था नीट लागल्यावर जॉनने स्वत:ला पुढच्या कामामध्ये झोकून दिले. कोणता संशोधक औषध शोधण्यात यशस्वी होण्याची जास्तीत जास्त शक्यता होती ते शोधणे. हे त्याचे मुख्य काम होते.

त्याच्या न्यासासाठी कुटुंबीय, मित्र आणि हार्वर्ड बिझनेस स्कूमधील वर्गमित्र यांनी १९९९च्या पहिल्या काही महिन्यांतच ६०,००० डॉलर्सपेक्षा जास्त पैसे ओतले होते. पण हे कोणाला दिले तर योग्य ठरेल, ते सांगणारा कोणीच तज्ज्ञ नव्हता. रँडॉला फार्मिंगला पाठिंबा देत होते. डच कंपनीतील पॉम्पे व्याधी कार्यक्रमाचे प्रमुख मूल्हीझेन यांनी तर जॉनला सांगितले होते की, अमेरिकेत चाचण्या लवकर सुरू करण्याची कोणतीही योजना नव्हती. चेन यांना अनेक वेळा उशीर झाला होता आणि जॉन त्यांच्याकडून त्यांच्या चाचण्या केव्हा सुरू होतील याबद्दल निश्चित उत्तर मिळवू शकला नव्हता.

स्लोनिमने असे सुचवले की, जॉनने त्याचे मित्र फ्रँक मार्टीन्यूक याला भेटावे. न्यूयॉर्क विद्यापीठामध्ये ते सहसंयोजक होते आणि एनआयएचमधील रँडॉलच्या संशोधन सभेमध्ये त्यांनी आपले अनुभव सांगितले होते. पॉम्पे व्याधीवरील एक मान्यवर संशोधक रोशेल हर्शार्न यांच्या हाताखाली मार्टीन्यूक यांनी अनेक वर्षे काम केले होते. नुकतेच ते दोघे विभक्त झाले होते. पॉम्पे संशोधकाच्या समाजातील मार्टीन्यूक स्लोनिमना 'काऊ बॉय' सारखे वाटत. हुशार पण थोडे बेशिस्त.

जॉन आणि मार्टीन्यूक मॅनहॅटन येथील बेलेव्हू रुग्णालयासमोरील ईस्ट-वे

डायनरमध्ये भेटले. तेथे त्यांचे कार्यालय आणि प्रयोगशाळा होती. कुरळे, करडे केस, उंच आणि हाडकुळे असलेले मार्टीन्यूक न्यू जर्सीतील शेतकऱ्याचे पुत्र होते. त्यांच्या वडिलांनी शेती व्यवसाय सोडून ट्रक ड्रायव्हरचा व्यवसाय स्वीकारला होता. त्यांचे उच्चार खास न्यू जर्सीच्या शैलीतील होते. ते प्रामाणिकपणे वागणारे होते. कोपऱ्यातल्या एका लहान खोलीत बसल्यावर ते हसत म्हणाले, 'मला फ्रँक म्हणा.'

थेट मुद्यावर येत जॉनने मार्टीन्यूक यांना मेगन आणि पॅट्रिक या मुलांची प्रकृती पॉम्पे संस्था आणि लवकरात लवकर परिणाम दाखवणाऱ्या संशोधकांना आर्थिक मदत देण्याची त्याची इच्छा याबाबत सांगितले. 'लवकरात लवकर रुग्णालयीन चाचण्या सुरू करणाऱ्या वैज्ञानिकाचा आम्ही शोध घेत आहोत.' विज्ञान आणि काळ या दोन्हीवर आम्हाला मात करायची आहे.' जॉन म्हणाला.

'जॉन, तुम्ही योग्य माणसाकडे आला आहात.' मार्टीन्यूक म्हणाले. त्याचा जर्सी हेल त्याचे नाव घेताना असा लांबला की, जांभई दिल्यासारखा वाटावा. मी काही विकर माझ्या प्रयोगशाळेमध्ये सीएचओ पेशींमध्ये बनविले आहेत. पॉम्पे व्याधी असलेल्या काही उंदरांवर मी उपचार केले आहेत आणि जॉन मी तुम्हाला सांगतो परिणाम सकारात्मक आहेत.' त्याचे निकाल इतके नवीन होते की, त्यांची खातरी करून घेण्यासाठी किंवा त्याचे सूक्ष्म परीक्षण करण्यासाठी त्याला पुरेसा वेळ मिळत नव्हता, त्यामुळे रँडॉलच्या परिसंवादामध्ये तो ते दाखवू शकला नाही.

पुढे झुकत जॉनने विचारले, 'मी ते उंदीर पाहू शकतो का?'

'तो माझा सन्मान ठरेल. आपण एक तारीख ठरवू या. आजपासून एक आठवडा चालेल.' मार्टीन्यूक म्हणाला.

बेलेव्हयू रुग्णालयाच्या या दौऱ्यासाठी जॉन, एलीन आणि जॉनची आई बार्बरा एकत्र गेले. एलीनने आपल्या मुलांबाबतची आशा सोडू नये, यासाठी त्यांच्याबरोबर यायलाच हवे अशी जॉनची इच्छा होती. तो शेरॉनला फार्मिंग आणि चेन यांच्या चाचण्यांबद्दल सांगत असताना एलीनच्या चेहऱ्यावरील नैराश्य त्याला जाणवले होते आणि उशीर होत असल्यामुळे आपली मुले कधीतरी चांगली होतील, हा तिचा विश्वास डळमळीत व्हायला लागला होता. रुग्णालयाच्या दरवाजापाशीच त्यांना मार्टीन्यूक भेटले आणि गर्दी असलेल्या व्हरांड्यांच्या भेंडोळ्यातून त्यांना लिफ्टने ६व्या मजल्यावर घेऊन गेले. ते सगळे जण मार्टीन्यूक यांच्याशी सतत बोलत होते. त्यातून त्यांच्या लक्षात आले की, त्यांच्यामध्ये अनेक गोष्टी समान आहेत. मार्टीन्यूक अतिशय उत्साहित झाले होते.

भरभर आणि मोठ्याने बोलत असताना प्रत्येक वाक्याचा शेवट 'तुम्हाला माहीत आहे.' या शब्दांनी करत होते. ते युनियन सिटीमध्ये राहतात हे जेव्हा त्यांनी सांगितले तेव्हा घाईघाईने बार्बराने सांगितले की, तिच्या घरापासून युनियन सिटी फक्त ६-७ मैलांवर आहे. जॉन तिथेच लहानाचा मोठा झाला आणि ती अजून तिथेच राहते.

मार्टीन्यूकने विचारले, 'तू माध्यमिक शाळेला कोठे होतास?'

'बर्जन कॅथॉलिक' जॉन उत्तरला.

''मी तिथे बास्केट बॉलचा मार्गदर्शक आहे.''

''तुमच्यासारखा हुशार वैज्ञानिक बास्केट बॉलचा मार्गदर्शक म्हणून काम करीत आहे?'' बार्बरा मध्येच म्हणाली.

''मी अर्धव्यावसायिक बास्केटबॉल खेळाडू म्हणून खेळलो आहे आणि या खेळावर माझे प्रेम आहे. तुम्हाला माहीत आहे?'' तो एका दारापुढे थांबला त्यावर पाटी होती, त्यावर लिहिले होते 'किरणोत्सर्ग! बाहेरच थांबा.' ही दाराला कुलूप न लावता, नको असलेले पाहुणे दूर ठेवण्यासाठी केलेली युक्ती आहे, असे त्याने सांगितले. हे अतिशय वेगळे आहे, असे जॉनला वाटले आणि त्याला ते आवडले.

मार्टीन्यूकने ढकलून दार उघडले आणि नकोशी वाटणारी कुचकट घाण बाहेर आली. आत काय असावे याची पहिली सूचना मिळाली. जॉन त्याच्या पाठोपाठ एका अंधाऱ्या खोलीत गेला तिथे उपकरणे, झाडे आणि कागद यांची इतकी गर्दी होती की, त्या गटाला एकाच्या ओळीतच चालावे लागले. जुनी मासिके, टोमॅटोची झाडे, रसायनांच्या जुन्या पुराण्या बाटल्या आणि उंदरांचे काही पिंजरे मांडणीमध्ये ओळीने लावलेले होते.

त्याच्यामागेच पाठीमागून येत असलेल्या एलीनकडे जॉनने पाहिले. तिने टीकात्मक भुवया उंचावल्या आणि किंचित डोके हलवले. जॉनने खांदे किंचित हलवून प्रतिसाद दिला. ड्यू विद्यापीठ किंवा ब्रिस्टॉल मायर येथील प्रयोगशाळेमध्ये दिसले होते, तसे येथे काहीच नव्हते.

'ह्या उंदराला तीन ते चार आठवडे विकर दिला आहे. तो कसा पळतो, ते पाहा. तो एखाद्या ऑलिंपिकमधल्या धावपटूसारखा आहे. मार्टीन्यूक पिंजऱ्यातल्या एका तांबूस रंगाच्या सडसडीत उंदराकडे बोट दाखवत म्हणाला. तो उंदीर उत्साहाने अर्धवट चावून टाकलेल्या पुठ्ठ्याच्या तुकड्यांमध्ये धावपळ करत होता आणि त्या पिंजऱ्यातल्या त्या दोन आजारी असलेल्या उंदरांकडे पाहा. मांडणीवरील खालच्या कप्प्यावर असणाऱ्या पिंजऱ्याकडे बोट दाखवत तो म्हणाला. त्यातील दोन उंदीर गबाळे दिसणारे, विस्कटलेल्या केसांचे, जागृतपणे हालचाल न करणारे

असे होते. 'हे पॉम्पे व्याधी असलेले, परंतु उपचार न दिलेले उंदीर आहेत. ते किती भयानक दिसतायत!''

''डॉक्टर मार्टीन्यूक, या पिंजऱ्यातील आरोग्यपूर्ण दिसणारा उंदीर तुमच्या विकराचा उपचार करण्यापूर्वी, त्या पिंजऱ्यातील आजारी उंदरांप्रमाणे होता का?'' बार्बराने विचारले.

''तुम्ही विश्वास ठेवलेला बरा,'' तो हसत-हसत म्हणाला. ''या आजारी उंदारांना मी आज रात्री तो विकर देईन. तुम्ही आठ आठवड्यांनी परत या आणि तिथल्या उंदरांप्रमाणे हेही सुदृढ होतील.''

सात फूट उंचीचा काचेच्या दारांचा फ्रीज उघडत त्याने विचारले, ''तुम्हाला तो विकर पाहायचा आहे का?'' असे म्हणत त्यांनी रंगहीन द्रव असलेली बाटली बाहेर काढली.

'हा मी स्वत: तयार करतो. अगदी इथेच' खोलीतील एका कोपऱ्यातील आच्छादीत भागाकडे निर्देश केला. त्यामध्ये एक यंत्रचलित हात, बाटलीतील द्रव फिरवत होता. त्या आच्छादनाखाली अनेक चंबू आणि बाटल्या होत्या.

''माझ्याकडे पुरेशी साधनसामुग्री असती, तर मी उत्पादन वाढवून रुग्णांवर उपचार करू शकलो असतो.'' मार्टीन्यूक म्हणाला. जॉनने विचारले, ''मेगन व पॅट्रिकवर तुम्ही उपचार करू शकाल?''

मार्टीन्यूक म्हणाले, ''का नाही. ते ही व्याधी असलेले रुग्ण आहेत. ते जवळ राहतात. त्यामुळे ही वशिलेबाजी ठरणार नाही. त्यांना माझ्या वैद्यकीय चाचण्यांमध्ये सहभागी करून घेणे शहाणपणाचे ठरेल.'' बार्बराचे डोळे अश्रूंनी भरून आले. ती मार्टीन्यूककडे वळली आणि त्याला मिठी मारत म्हणाली, ''तूच या मुलांना वाचवशील.''

ती दुर्गंधी आणि गोंधळ विसरून जॉनच्या आशा आणि उत्साह द्विगुणित झाला. ''तुमच्या चाचण्यांची सुरुवात करणारा मदतनीस व्हायला मला आवडेल.'' धापा टाकत तो म्हणाला. तो संशोधनामध्ये स्वत:चा सहभाग असण्याची संधी शोधत होता आणि आता ती त्याला मिळत होती. ''आम्ही तुम्हाला निधी देण्याचे ठरवले तर तुम्हाला किती डॉलर्सची गरज असेल?'' तो त्या बलवान तांबूस रंगाच्या उंदराच्या पिल्लाकडे टक लावून पाहत राहिला. त्याच्या डोळ्यांपुढे मेगन व पॅट्रिक पायऱ्यांवरून वर-खाली धावत आहेत, असे चित्र दिसू लागले. नेदरलँडमध्ये मूल्हीझेनच्या कार्यालयामध्ये या विकराचे उपचार दिलेल्या उंदरांच्या पेशी आणि परत रॅंडॉलच्या चर्चासत्रामध्ये आजारी क्वेल्स उडत असलेले दाखवलेला व्हिडीओ पाहताना जाणवलेला उत्साह जॉनला परत जाणवत होता.

''तुम्हाला माहीत आहे जॉन, एका वर्षासाठी मला कमीतकमी १ लाख

८०,००० डॉलर्स लागतील. त्यातून एक साहाय्यक ठेवावा लागेल आणि उंदीर आणि इतर साधने विकत घ्यावी लागतील.'' मार्टीन्यूक उत्तरले.

जॉनने विचारले, ''तुम्ही एका वर्षात काय करू शकाल?''

''सर्व काही ठीक झाले, तर अन्न आणि औषध प्रशासनाकडे काही रुग्णांवर औषधोपचार करण्यासाठी मी अर्ज करण्यास तयार असेन.''

''तुम्हाला खरोखरच विश्वास वाटतो का तुम्ही हे करून घेऊ शकाल?''

''न्यू यार्क युनिर्व्हिसिटी स्कूल ऑफ मेडिसिनमधील एका डॉक्टरबरोबर काम करून वैद्यकीय संशोधनात्मक नवीन औषधाचे परिणाम' या योजनेखाली काही रुग्णांवर उपचार करता येतील ही एक छोटीच चाचणी असेल. काही रुग्णांवर पटकन उपचार करण्याचा एक मार्ग! मला विश्वास वाटतो आपल्याला हे करता येईल.''

जॉन, एलीन आणि बार्बरा परतीच्या प्रवासात अखंड बोलत होते. एलीन आणि तिची सासू यांची संशोधकांबद्दलची मते अतिशय वेगवेगळी होती. बहुतेक सर्व विषयांवर त्यांची मते अशीच वेगवेगळी असत.

बार्बरा मागील आसनावर उत्साहाने म्हणाली, ''हा हुशार आहे. एकदम बुद्धिमान' पुढच्या आसनावरून आठ्या घालत एलीनने उत्तर दिले, 'त्याची प्रयोगशाळा फारशी व्यावसायिक वाटली नाही. ती किती घाण होती. तुम्हाला वाटते मेगन व पॅट्रिकसाठी तो खरोखरच औषध बनवू शकेल?'

''तुम्ही त्याला प्रयोगशाळा म्हणूच शकत नाही. ती एखाद्या अडगळीच्या खोलीसारखी दिसत होती.'' जॉन म्हणाला. ''त्याने 'Back to the future' या चित्रपटातील डॉक ब्राऊनची आठवण तुम्हाला करून दिली की, नाही? तसेच कुरळे केस, जंगली डोळे, विक्षिप्त व्यक्तिमत्त्व. तो इतका विलक्षण आहे की, तो बुद्धिमान असलाच पाहिजे.''

''पण आपण अशा व्यक्तीच्या शोधत आहोत की, जो काहीही करून आपल्या मुलांना वाचवेल. मला या माणसाचे माहीत नाही.'' एलीन म्हणाली.

जॉन म्हणाला, ''एलीन, हा माणूस करू शकतो असे म्हणतो, ते करू शकेल की, नाही हे मला माहीत नाही. पण हा एकच असा आहे, जो मेगन आणि पॅट्रिकसाठी हा विकर तयार करण्यासाठी ताबडतोब कामाला लागण्यास तयार आहे. चेन आणि फार्मिंग त्यांच्या चाचण्या केव्हा सुरू करतील कुणास ठाऊक? आपल्याला कुणाचा तरी पाठिंबा हवा.''

एलीनने ताबडतोब उत्तर दिले नाही. मनाच्या अनिर्णित अवस्थेतच खिडकीतून बाहेर पाहात त्यांनी न्यू जर्सीचे वळण घेतले. तिला माहीत होते की, विज्ञान

आणि वैद्यक एकमेकांच्या अजिबात संपर्कात नसतात. मार्टीन्यूक किंवा अन्य कोणताही वैज्ञानिक हे सच्चे आहेत की नाहीत, हे जाणण्याचा कोणताच मार्ग नव्हता. अखेरीस ती म्हणाली, 'तुझे बरोबर आहे. आपल्याकडे अधिक पर्यायच उपलब्ध नाहीत.'

"जॉन, तुला जमेल तितक्या लवकर त्याला पैसे दे आणि त्याला काम सुरू करू दे." बार्बरा पटकन म्हणाली, "हाच तो आपला माणूस आहे हे मला माहीत आहे."

दुसऱ्या दिवशी सकाळीच जॉनने मार्टीन्यूकला फोन करून सांगितले की, संशोधनाच्या खर्चाचा पहिला हप्ता संस्था त्याला देत आहे. मार्टीन्यूकने जॉनला काहीही हमी दिली नाही आणि जॉननेही मागितली नाही. त्याच दिवशी त्याने आयुष्यातील सगळ्यात मोठा चेक लिहिला ६०,००० डॉलर्सचा. नीट लिहिले गेले आहे, याची खातरजमा करण्यासाठी त्याने शून्य दोनदा मोजली. त्यांच्या मुलांचे जीवन वाचवण्याच्या स्पर्धेमध्ये एकही दिवस वाया जाऊ नये, यासाठी त्याने चेक लगेच पोस्टात टाकला.

केवळ एक महिन्यानंतर मेमध्ये डॉक्टर चेन यांचा जॉनला फोन आला. त्यांना प्रथमच अन्न आणि औषध प्रशासनाकडून तीन बाळांवर या औषधाची चाचणी घेण्यास परवानगी मिळाली होती. आणि अखेरीस त्यांच्याकडे चाचण्या सुरू करण्यासाठी औषधाचा पुरेसा साठा होता.

जॉनला हा फोन अपेक्षित नव्हता. मेगनचे निदान होऊन एक वर्षापेक्षा जास्त काळ लोटला होता. चेनना उशीर होत होता आणि जॉनने त्यांच्याबद्दलच्या अपेक्षा जवळजवळ सोडून दिल्या होत्या. एक वर्षाखालील बाळांसाठी का होईना अखेरीस चाचण्या सुरू होत आहेत, हे ऐकून जॉनला अत्यानंद झाला. फार्मिंगच्या इतर संशोधकांप्रमाणे चेनचा विश्वास होता की, अन्न आणि औषध प्रशासनाची मान्यता मिळविण्यासाठी हा सर्वांत जलद मार्ग होता आणि तो व्यावहारिकही होता. एक वर्षाच्या आतील बाळांना विकराची मात्रा कमी लागते आणि तो तयार करणे अतिशय अवघड आणि त्याचा पुरवठाही कमी होता.

"ही चाचणी यशस्वी झाली तर मला आशा आहे की, तुझ्या मुलांएवढ्या मोठ्या मुलांवर आम्ही उपचार करू शकू." चेन म्हणाले.

'डॉक्टर मला फक्त सांगा, मी काय मदत करू शकतो?'

चेननी सुचवले की, "चाचणीसाठी लागणारे संगणक आणि कर्मचारी यांच्यासाठी तुझी संस्था निधी देऊ शकेल."

जॉन व त्याचे सासरे मार्टी चाचण्यांबद्दल प्रत्यक्ष काय चालले आहे, हे

पाहण्यासाठी पुढच्याच आठवड्यात विमानाने नॉर्थ कॅरोलिनाला गेले. लेनॉक्स बेकर लहान मुलांच्या रुग्णालयाच्या प्रतिक्षालयात चेनने हसत त्यांचे स्वागत केले. त्यांच्या चाचणीतील पहिला रुग्ण एक चार महिन्यांचे बाळ होते. त्याला काही दिवसांपूर्वी औषधाची पहिली मात्रा दिली गेली होती. चेन त्यांना या बाळाला पाहण्यासाठी घेऊन जाणार होते. त्या बाळाचे नाव जॉन कॉन्सेल होते. दुहेरी संधी साधत जॉन म्हणाला, ''मी या बाळाचे आई-वडील डेब आणि बॅरी यांच्याशी काही आठवड्यांपूर्वी फोनवर बोललो. ते शिकागोमध्ये राहतात, बरोबर ना?''

''अगदी बरोबर, ते फक्त दोन आठवड्यांपूर्वी मला भेटण्यासाठी आले होते.'' चेन म्हणाले. ''आमचा फोन झाला त्या वेळी ते अजून तुम्हाला भेटले नव्हते. त्यांना सल्ला हवा होता आणि मी त्यांना तुमच्याबद्दल सांगितले. आणि गेले कित्येक महिने मी हे करत आलो आहे. आणि नेहमीच तो विकर एक महिन्याभरात मिळू शकेल, असे सांगत आलो आहे. मी त्यांना सांगितले की, त्यांच्या बाळाचे आयुष्य फारच थोडे असू शकेल आणि औषधाच्या शोधात जगभर फरफट करणे बाळासाठी अधिक वाईटच ठरू शकेल. डॉक्टर माझा विश्वासच बसत नाही की, माझा सल्ला चुकीचा होता. त्यांच्या बाळाचा नंबर आधी लागला.''

जॉन, ठीक. विश्वास ठेव तुम्हाला माझा सल्ला मिळणारच आहे.'' चेन म्हणाले.

''जॉन, शांत हो.'' जॉनच्या पाठीवर थापटत मार्टी म्हणाले.

'शक्य ते सर्व काही आपल्या बाळाला करण्यापासून मी कुणालाच कधीही परावृत्त करणार नाही. जरी ते कितीही निरुपयोगी वाटत असले तरीही', जॉन रागाने म्हणाला, 'एक वर्षापूर्वी हॉटेलच्या सभागृहामध्ये डॉक्टर स्लोनीमनी मेगनला तपासले होते. तेव्हा आमची आणि रँडॉलची भेट झाली आणि मला आठवते ते मला असेच काहीतरी सांगत होते. मी त्यांचा सल्ला मानला पण सुदैवाने कॉन्सिलनी माझा सल्ला मानला नाही.'

चेन रुग्णालयाच्या एका जुन्या इमारतीकडे जॉन आणि मार्टी यांना घेऊन गेले. लिफ्टने वर गेल्यावर ते दुहेरी दाराच्या संचांमधून डावीकडील रुग्णाच्या दुसऱ्या खोलीकडे गेले. पांढरे कपडे घातलेले ते बाळ त्याची आई डेब हिच्या हातात होते. ते इतके हाडकुळे होते की, त्याच्या फुगलेल्या हृदयाची धडधड दिसत होती. जणू त्याची छाती फोडून हृदय बाहेर येणार होते. त्याचे डोळे जागृत होते आणि येणाऱ्या पाहुण्यांकडे टक लावून पाहात होते. परंतु त्याने डोके उचलले नाही किंवा त्यांच्या दिशेने वळवलेही नाही, त्याचे पाय स्तब्ध होते आणि हात बाजूला लोंबकळत होते.

जॉन व मार्टी तिथे एक मिनिटभरच थांबले. एवढ्यात डॉक्टरांनी त्यांना खूण केली व त्यांना परत आपल्या कार्यालयात घेऊन आले. भिंतीला पाठ लावून ते शांत

राहिले. त्या बाळाचा अशक्तपणा पाहून जॉनला धक्काच बसला. मेगन आणि पॅट्रिकच्या व्याधीच्या भयानकतेची तीव्रता कमी होती आणि या बाळाच्या तुलेनत ते चांगलेच गुटगुटीत दिसत होते. त्याने या व्याधीच्या खास प्रकारातील अशक्त बाळांचे वर्णन ऐकले आणि वाचले होते. परंतु प्रत्यक्ष असा रुग्ण पाहणे हा एक पूर्ण वेगळा अनुभव होता.

'विकराचा परिणाम या बाळावर अजून झालेला नाही. काही दिवसांपूर्वीच आम्ही त्याला विकर दिला आहे. आणखी काही आठवड्यांत तो काम करतो आहे की, नाही हे आम्हाला समजेल.'' चेन म्हणाले.

एक महिन्यानंतर जॉनने स्वतःच्या स्वभावाला मुरड घालून चेनला फोन केला. नेहमी डॉक्टर इतके सावधपणाने बोलत असत की, त्यांच्या केस चालवण्याच्या प्रशिक्षणाची माहिती जॉनला त्यांच्याकडून काढून घ्यावी लागे. आज मात्र ते अतिउत्साहाने बोलत होते. 'जॉन, ते बाळ खूपच गुटगुटीत झाले आहे. उपचार काम करत आहेत. तुला येऊन पाहायचे आहे का?'

जॉन विमानाने एलीन आणि डॉक्टर स्लोनिम यांच्यासमवेत तेथे गेला. एलीनला बरोबर घेण्यामध्ये त्याचा हेतू तिला आपल्या आशांच्या कक्षेमध्ये ओढणे हा होता. स्लोनिमना त्यांना बरोबर घेतले, कारण त्यामुळे त्यांना चेनशी सविस्तर बोलण्याची संधी मिळणार होती. कदाचित भविष्यामध्ये हे दोन डॉक्टर्स एकमेकांबरोबर काम करतील असेही जॉनला वाटत होते.

चेन या पाहुण्यांना घेऊन रुग्णालयाच्या जुन्या इमारतीतील त्याच खोलीत घेऊन गेले. व्हरांड्यातून जात असताना चेन म्हणाले, 'त्या बाळाच्या ईसीजीचे निष्कर्ष आत्ताच त्यांना मिळाले आहेत. त्यावरून दिसून येते की, त्याच्या हृदयाचा आकार कमी झाला आहे आणि त्याची ताकद वाढली आहे. 'पॉम्पे व्याधिग्रस्त सर्वाधिक मुले हृदय निकामी झाल्यामुळे मरतात. त्यामुळे बलवान हृदय सर्वांत महत्त्वाचे आहे.

या वेळी त्या बाळाची खोली माणसांनी भरलेली होती. त्याची आत्या, काका तेथे होते. आणि त्या दिवशी बाळाला बाहेर घेऊन जाण्याच्या योजनांबद्दल ते उत्साहाने बोलत होते. बाळाची आई त्याच खुर्चीत बाळाला मांडीवर घेऊन बसली होती.

'हे तेच बाळ होते का? त्याला ओळखणे जवळजवळ अशक्य होते. ते बसले होते आणि त्याच्या डोक्याला आईने थोडासा आधार दिला होता. या आधी तो इतका अशक्त होता की, तो किती सुंदर दिसतो, त्याच्या डोक्यावर भरपूर पिंगट केस आहेत आणि त्याचे मोठे निळे डोळे याकडे जॉनचे लक्ष गेले

नव्हते. जागृतपणे आणि कुतूहलाने पाहत तो पाहुण्यांकडे हात वर करत होता आणि स्मित करत होता. उपचारांपूर्वी तो मुलगा हातही हलवू शकत नव्हता. आज तोच मुलगा केकवर हात मारत होता.

जॉनच्या डोळ्यांत पाणी आले. चेन यांनी क्रौली कुटुंबीय आणि स्लोनिम यांची कॉन्सेल कुटुंबीयांशी ओळख करून दिली. जॉनने बाळाची आई 'डेब' वडील 'बॅरी'नंतर आत्या आणि काका यांना मिठी मारली आणि त्यांच्या आनंदात सहभागी झाला. या बाळात झालेला बदल मेगन, पॅट्रिक आणि पॉम्पे व्याधीग्रस्त सर्वांसाठी आशा दाखवणारा होता. चेनच्या हाती त्याच्या मुलांना वाचवू शकणारे जादुई औषध आहे, याबद्दल जॉनच्या मनात काहीही शंका नव्हती.

स्लोनिम बाळाजवळ खाली वाकले. त्यांचे मोठे नाक लाल जाले. आता त्यांना रडू फुटणार असे जॉनला वाटू लागले. ते दोन दशके रुग्णांची काळजी घेत होते पण त्यांच्याकडे त्यांना देण्यासाठी आशादायी काहीच नव्हते. ते परत परत म्हणत राहीले, "विश्वास ठेवा, हा चमत्कार आहे."

सर्वांना मिठी मारून झाल्यावर जॉनने एलीनसाठी इकडे-तिकडे पाहिले. ती त्याला दारात उभी असलेली दिसली. तिच्या चेहऱ्यावर तकाकी आली होती. त्यांची दृष्टिभेट झाली तेव्हा ती मत्सराने पछाडली होती. आणि त्याला जाणवले की, कॉन्सेल कुटुंबीयांच्या आनंदात सहभागी होताना तो आपली हीच भावना दडपण्याचा प्रयत्न करत होता. त्यांच्या बाळाला बरे करण्याचे औषध कॉन्सेलला काही आठवड्यातच मिळाले होते. जॉन आणि एलीन मात्र त्या औषधाचा शोध एक वर्षापेक्षा अधिक काळ घेत होते. नशीब आणि काळ दोन्हीही या कुटुंबाच्या बाजूचे होते. बॅरी कॉन्सेल एक वास्तुतज्ज्ञ होता आणि डेब अमेरिकन वैद्यकीय संघटनेच्या कार्यालयामध्ये व्यवस्थापक होती. त्यांच्या बाळाच्या डॉक्टरांनी त्यांना डॉक्टर चेनकडे जाण्याचा सल्ला दिला होता. त्यांनी घाईघाईने आपले बाळ तपासण्यासाठी ड्यूक येथे नेले आणि त्यांनाही तेच सांगण्यात आले. चेन यांची रुग्णालयीन चाचणी लवकरच सुरू होईल. जॉन आणि एलीनला अजूनही बोलावणे आले नव्हते. पम कॉन्सेलना घरी परत येऊन एक आठवडा होत असताना फोन वाजला. चेनच्या कार्यालयामधील जनुकीय सल्लागार बोलत होती. तिने सांगितले की, 'अन्न आणि औषध' प्रशासनाने चाचण्यांना परवानगी दिली आहे. लवकरात लवकर तुम्ही येथे परत केव्हा येऊ शकाल? तिने विचारले. आज त्यांनी त्या गटाला खोलीतून घेऊन जात असताना सांगितले की, त्याच्या चाचण्यामध्ये भाग घेण्यासाठी रुग्ण निवडणे आणि इतरांपेक्षा आधी त्यांना जगण्याची संधी देणे, ही त्याच्यासाठी सगळ्यात अवघड गोष्ट होती. त्यांच्यावर एक अतिशय कडक निर्बंध होता. विकर निर्माण करणाऱ्या कारखान्याने

आत्तापर्यंत फक्त तीन बालकांवर उपचार करण्यास पुरेसा विकर निर्माण केला होता. डॉक्टर चेनना चार बाळे माहीत होती, जी वयाने एक वर्षाच्या आतील होती आणि अजून स्वत: श्वासोच्छ्वास करू शकत होती. या दोन अटी पूर्ण करणे चाचणीमध्ये समावेश होण्यासाठी आवश्यक होते. विकराच्या उपचारामुळे बाळे केवळ जिवंत राहतात असे नाहीतर स्वत: स्वतंत्रपणे श्वासोच्छ्वास करू शकतात. हे सिद्ध करणे हे चाचणीचे उद्दिष्ट होते. निर्णय करण्याचा एक न्याय मार्ग म्हणजे आधी येईल त्याला संधी देणे हा आहे असे डॉक्टर चेन म्हणाले. नियमात बसणारे दुसरे बाळ याच्यावरील उपचार नुकतेच सुरू झाले होते. उर्वरित दोन बाळांपैकी पॉम्पे चाचणीचे निश्चित निष्कर्ष आणि ज्याची इतर कागदपत्रे प्रथम येतील त्याला संधी मिळणार होती.

"डॉक्टर चेन, तुम्हाला मदत करण्यासाठी मी काय करू शकतो?" जॉन म्हणाला, अतिउत्साहामुळे त्याचे डोळे विस्फारले होते.

एलीन आणि स्लोनिम जेवायला गेले आणि जॉन चेनच्या पाठोपाठ माडीवरील त्याच्या छोट्या बैठकीच्या खोलीत गेला. टेबलाच्या कडेने सहा खुर्च्या ठेवल्या होत्या. त्यातल्या दोन खुर्च्यांवर ते बसले. "या चाचण्यांसाठी मला सगळ्यात जास्त निधीची गरज आहे. आम्हाला एक परिचारिका आणि एक आहारतज्ज्ञ लागेल. आमच्या एका प्रयोगशाळेचे रूपांतर या मदत करणाऱ्या गटाच्या कार्यालयात रूपांतरित करावे लागेल. आम्हाला संगणक लागतील. तुमची संस्था या सगळ्या गोष्टी आम्हाला विकत घेऊन देऊ शकेल." ते म्हणाले.

"तुम्हाला किती निधीची गरज आहे" जॉनने विचारले.

चेननी उभे राहून लागणाऱ्या वस्तूंची यादी व त्यांच्या किमती लिहून काढल्या त्याची बेरीज ५ लाख डॉलर्स होती.

"या आपल्या नव्या केंद्राला आपण 'मेगन आणि पॅट्रिक क्रौली केंद्र' असे नाव देऊ शकतो" चेन म्हणाले.

न अडखळता, ठामपणे जॉन म्हणाला, "मी तेवढे पैसे उभे करीन."

बाहेर जात तो स्वत:शी म्हणाला, "आता वेळ आली आहे, निधी उभारण्यासाठी माझी सर्व शक्ती पणाला लावण्याची." अत्यावश्यक असेल तेव्हा मने वळवण्यात तो तरबेज होता.

पुढील आठ महिन्यांमध्ये जॉन आणि एलीनने तीन कार्यक्रमांमधून ७ लक्ष ५०,००० डॉलर्स उभे केले. आणि शाळेतील जुना मित्र टॉम वेस्टडीक याच्याकडून अनपेक्षित देणगी मिळाली.

निधी उभारण्यासाठीची पहिली कल्पना त्यांची नव्हती. एलीनच्या आईच्या

गोल्फमधील मैत्रिणी – मेरीस्टुअर्ड, कॅथी डियेरी आणि कॅथी रोझाटो यांनी अशी योजना मांडली की, त्यांच्या जुन्या क्लबमधील बागेत एक मेजवानी द्यावी. जॉनने सुरुवातीला या कल्पनेला नकार दिला. परंतु नंतर तो म्हणाला, ''ठीक आहे. जे काही थोडे पैसे मिळतील ते मिळतील. तेवढीच आपल्याला मदत होईल.''

जॉनलाच काय सर्वांनाच आश्चर्य वाटावे असा ८०,००० डॉलर्सचा निधी मिळाला. नातेवाईक आणि जवळचे मित्र मिळून सुमारे १०० लोक ब्रेकन हिल कन्ट्री क्लबच्या तथाकथित बागेतील मेजवानीला जमले. जेवणापूर्वी पाहुण्यांना दारू व काही खाद्यपदार्थ देण्यात आले. आणि जॉनचे एक प्रभावी भाषणही झाले.

''गतवर्षी मेगन आणि पॅट्रिकचे पॉम्पे व्याधीचे निदान झाले तेव्हा आम्ही त्यांना आणि स्वत:ला एक वचन दिले की, या व्याधीचा मार्ग बदलण्यासाठी आमची ताकद पणाला लावून सर्व काही करू!'' जॉन म्हणाला. ''निसर्गावर मात करण्यासाठी आणि आम्ही दिलेल्या वचनाची पूर्तता करण्यासाठी आपण आज जमविलेला निधी एक पुढचे पाऊल असेल. आता आपल्याला फक्त काळावर मात करायची आहे. आम्हाला परमेश्वराने मेगन व पॅट्रिकची देणगी दिली आहे.'' त्याने दिमाखदार लाल कपड्यांमध्ये सजलेल्या छोट्या मुलीची ओळख करून दिली आणि मेगनला सांगितले की, ''मेगन, सगळ्यांना नमस्कार कर.'' तिच्या नव्या चाकांच्या लाल खुर्चीमागे 'मेगन' असे काळ्या अक्षरात लिहिलेले होते. खुर्चीपुढील आडव्या दांड्यावरून तिने हात हलवले. तिचे डोळे चमकले आणि ती लाजली, तिला सर्वांनी आपल्याकडे लक्ष देणे आवडत असे.. मात्र पॅट्रिकला पुढे-पुढे करणे अजिबात आवडत नसे. त्यामुळे तो शेरॉनबरोबर घरीच राहिला.

मुलांच्या आजाराचे निदान, त्याला कळलेल्या प्रायोगिक उपचाराच्या चाचण्या आणि त्याची मुले असलेल्या वयोगटामध्ये सध्या कोणत्याही चाचण्या चालू नाहीत हे सत्य, याबाबत जॉन पुढील १५ मिनिटे बोलत होता. ''तुम्ही दिलेल्या देणगीच्या आधारे मेगन व पॅट्रिकला वाचवणाऱ्या रुग्णालयीन चाचणीसाठी आपण पैसे पुरवू शकू. याबाबत माझ्या मनात कोणताही संदेह नाही. एलीनचा भाऊ मार्टी हा या कार्यक्रमाचा सहसंयोजक होता. त्यानंतर होणाऱ्या लिलावासाठी अश्रू भरल्या पाहुण्यांना त्याने गरज नसलेल्या वस्तूंसाठी हजारोंची बोली लावण्याचे आवाहन केले. या वस्तूंमध्ये पेनपासून मासे पाळण्याच्या टाकीपर्यंत आणि शनिवारी, रविवार खेड्यातील घरामध्ये राहण्यापर्यंत गोष्टी होत्या. मासे पाळण्याची टाकी थक्क व्हावे अशा ८००० डॉलर्सना गेली.

उभ्या राहिलेल्या प्रत्यक्ष निधीपेक्षा माहितीची देवघेव अधिक मौल्यवान होती. निधी गोळा करण्यासाठी यशस्वी झालेल्या या सूत्राला जॉन आणि एलीन यांनी लगेच ओळखले Muscular Dystrophy Association (MDA) हा अशा प्रकाराच्या आजारांबाबत रुग्णांची बाजू मांडणारा अतिशय चांगला गट होता. त्यांनी निधी गोळा करण्याचा कार्यक्रम करावा आणि मिळणारे पैसे पॉम्पे व्याधीवरील संशोधकांना द्यावे असे पटवले. इथल्या सदस्यांनी 'The Rack' आपले सर्व संबंध वापरून टेक्सट्रन कंपनीला फॅन्युइल हॉलजवळील हॉटेलचे रात्रीच्या जेवणाचे पैसे देण्यासाठी १०,००० डॉलर्सची देणगी देण्यास भाग पाडले. (या हॉटेलचे नाव त्याच्या उच्च प्रतीच्या तलावामुळे मिळाले होते. आणि जॉनला त्या रात्रीच्या कार्यक्रमापर्यंत हे माहीत नव्हते की, या हॉटेलची प्रसिद्धी अत्यंत कमी कपडे घातलेल्या, दारू देणाऱ्या सुंदर स्त्री कामगारांमुळे होती. टेक्सट्रनचे मुख्याधिकारी लुईस कॅम्पबेल यांचा मुलगा ब्रॅडली याच्याशी जॉनची चांगली मैत्री होती. जॉनच्या पाठोपाठ ब्रॅडलीदेखील मॅरकॉन असोसिएट्सपासून ब्रिस्टॉल-मायरपर्यंत आला होता.

आता एलीनचा या कामावर विश्वास बसला होता. बेस्टनच्या निधी उभारणाऱ्यांसाठी तिने भेट देण्याच्या टोपल्या बनवल्या. एकामध्ये पास्ता आणि सॉस होता आणि दुसऱ्यामध्ये चॉकलेटस आणि शॅम्पेन. तिचा उत्साह आता इतका वाढला होता की, किमती चढवण्यासाठी तिने स्वतःसुद्धा बोली लावली. जॉनने तिला इशारा दिला की, वेळ संपत आली आहे. परंतु हातातला वाइनचा ग्लास हलवत ती त्याला बाजूला सारत म्हणाली की, 'तू आणि तुझ्या हार्वर्ड बिझनेस स्कूलचे तर्कशास्त्र बाजूला ठेव. तुला दिसत नाही, मी किमती चढवायचा प्रयत्न करते आहे.'' दुसऱ्या दिवशी गंभीर चेहरा, आणि दारूचे जड झालेले डोके सांभाळत दोघांनीही त्या टोपल्या परत आपल्या गाडीमध्ये भरल्या. लिलावात बोली बोलण्याची आपली युक्ती कुटुंबाला १००० डॉलसला पडली होती, हे मान्य करायला एलीन अजूनही तयार नव्हती. इतके कष्ट घेऊन तयार केलेल्या त्याच टोपल्या त्यांनी आदल्या दिवशी बोस्टनला आणल्या होत्या. त्या त्यांनी परत विकत घेतल्या होत्या. या कार्यक्रमातून सुमारे ५०,००० डॉलर्स आणि पुढील अनेक वर्षे मित्रांना विनोदाने सांगण्यासारखी एलीनची कथा मिळाली.

जॉनने निवडलेल्या दोन संशोधकांचे पैसे एमडीएने देण्याचे मान्य केले आणि त्याने लगेच ठरविले की, ते डॉक्टर चेन आणि डॉक्टर स्लोनिम यांच्यामध्ये विभागले जावेत. जॉनने सर्व महत्त्वाचे खर्च निभावण्यासाठी ५ लक्ष डॉलर्स स्लोनिमना देण्याचे वचन दिले होते. त्यामुळे स्लोनिम यांना एक आहारतज्ज्ञ आणि एक परिचारिका ठेवून पॉम्पे आणि संबंधित व्याधींवर उपचार करण्यास लक्ष केंद्रित करणारा दवाखाना सुरू करता येणार होता. पॉम्पेचा एक प्रकार थोड्या

मोठ्या बाळांना आणि रांगणाऱ्या मुलांना होतो. मेगन आणि पॅट्रिकही याच गटात होते. त्याच्या शास्त्रशुद्ध वर्णनाचे कागदपत्र प्रसिद्ध करण्यासाठी स्लोनिमना एक पगारी मदतनीस देण्यासाठीही या पैशाचा वापर केला जाणार होता. फार्मिंगने जर अमेरिकेमध्ये चाचण्या चालू केल्या तर स्लोनिम हे प्रमुख संशोधक असतील, हे जॉनला माहीत होते.

पानगळीतील शेवटचा कार्यक्रम जॉन आणि एलीन यांनी आयोजित केला होता. त्यांच्या मदतीला अनेक नातेवाईक, मित्र आणि ब्रिस्टॉल मायरमधील कार्यक्रम संयोजक गट होते. न्यूयॉर्कमधील मिलेनियम हॉटेलच्या वरच्या मजल्यावर हा कार्यक्रम घेतला होता. तेथून खाली ब्रॉड वे दिसते. एलीनने अनेक तास घालवून तिच्या जिमअंकलकडे हिशोब लिहिण्याचे काम शिकले होते. त्यामुळे हिशोबाचे काम तिने हाताळले. नौदल प्रबोधिनीतील जॉनचा मित्र एड डेव्हिनी याने लिलावासाठी आणलेल्या गाडीभर वस्तू गाडीतून काढून लिफ्टने मेजवानीच्या खोलीमध्ये नेण्यास मदत केली. जॉनच्या आईने निमंत्रण पत्रिका तयार केल्या. आणि तिच्या केशरचनाकाराचा चांगला मित्र असलेल्या ब्रॉडवे संगीत सितार असलेल्या बेन व्हेनिचे मेजवानीत 'इंम्पॉसिबल ड्रिम' हे गाणे गाण्यासाठी मन वळवले.

परंतु मदत करण्यामध्ये ब्रिस्टॉल मायरचा हात कोणीच धरू शकत नाही. जॉनला पदोन्नती देण्यात आली होती. आणि अमेरिकेतील औषधी व्यवसायाच्या प्रमुखाशी त्याने थेट संपर्क करायचा होता. आपल्या कंपनीची संपूर्ण ताकद त्यांनी निधी उभारण्यामागे लावली. या कार्यक्रमासाठी ५०,००० डॉलर्स दिलेच पण बहुतेक सर्व पदाधिकाऱ्यांनी ब्रिस्टॉल मायरच्या प्रमुख विक्रेत्यांना वैयक्तिक नियंत्रणे दिली. त्यांनी एकेका टेबलसाठी १०,००० डॉलर्स दिले. अनेक व्यवस्थापकांनी आपल्या पत्नीसह या कार्यक्रमाला हजेरी लावली.

कंपनीच्या कार्यक्रम संयोजकांनी आपला वेळ देणगी दाखल दिला आणि त्या सायंकाळी दाखवण्यासाठी एक व्हिडीओ तयार केला आणि नजिकच्या भविष्यकाळामध्ये उपचाराचे वचन देण्याबाबत जॉन, एलीन, मार्टीन्यूक आणि स्लोनिम चर्चा करत असताना दाखवले होते. जॉनने काही महिन्यांपूर्वी आपल्या संस्थेमध्ये ग्रेग ॲसिंक याला भरती केले होते. मिशिगनमधील हडसनव्हिले मधून तो या कार्यक्रमासाठी विमानाने आला. त्याची पॉम्पे व्याधी असलेली सहा वर्षांची मुलगी 'केल्सी' हिचा फोटो त्यांनी बरोबर आणला होता.

अनेक महिने ते एकमेकांशी फोनवर बोलत होते. परंतु त्यांची मेजवानीच्या संध्याकाळपर्यंत ग्रेग आणि जॉनची प्रत्यक्ष भेट झाली नव्हती. जॉन लिलावाच्या बोली घेत होता तेव्हा ग्रेगला घेऊन एलीन त्याच्यापाशी आली. "मी माझ्या

जुळ्या भावाला भेटत आहे, असे मला वाटत आहे.'' ग्रेग भावनावश होऊन म्हणाला. त्या दोघांनी हस्तांदोलन केले व एकमेकांना मिठीत घेतले. त्या दोघांमध्ये काहीच साम्य नव्हते. ग्रेग टक्कल पडू लागलेला. निळ्या डोळ्यांचा, पिंगट केसांचा होता. तो जॉनपेक्षा अर्धा फूट उंच होता. पण त्यांचे बालीश हास्य आणि त्यांच्यातून उफाळणारा उत्साह अफलातून होता. ग्रेगने जॉनकडे धनादेशांची एक धप्पी दिली. ''आमचे मित्र आणि नातेवाईक यांच्याकडून जमविलेले हे सगळे पैसे जवळजवळ २०,००० डॉलर्स आहेत,'' तो सार्थ अभिमानाने म्हणाला.

त्या संध्याकाळचा बराचसा भाग जॉनने ग्रेगला आपल्या सोबत ठेवले आणि त्याचे स्वत:चे आणि एलीनचे कुटुंब, ब्रिस्टॉल मायरचे अधिकारी, पॉम्पे व्याधीचे संशोधक अशा सर्वांची ओळख करून दिली. सुमारे ३५० व्यक्ती त्या कार्यक्रमाला आल्या होत्या. त्या रात्री मार्टीन्यूक ज्या फुटबॉल संघाचा मार्गदर्शक होता, त्या संघाचा सामना असल्यामुळे तो त्या कार्यक्रमाला आला नाही. परंतु डॉक्टर स्लोनिम आणि डॉक्टर चेन उत्साहाने सर्वांमध्ये मिसळत होते. आणि रँडॉलच्या चर्चासत्रात प्रथम भेट झालेले ओक्लाहोमाचे डॉक्टर विल्यम कॅनफिल्ड हे संशोधकही त्यात सामील झाले होते. डॉक्टर कॅनफिल्ड वर्षाच्या सुरुवातीला न्यू जर्सीला येऊन जॉनला भेटले होते. त्यांची जॉनकडून ते सुरू करत असलेल्या नव्या कंपनीसाठी निधीची अपेक्षा होती. जॉनने त्यांना काहीही पैसे दिले नाहीत तरी जॉनने या निधी उभारण्याच्या कार्यक्रमाला त्यांना निमंत्रित केले होते.

''आपण जिथे असायला पाहिजे तिथे आज आहोत.'' जॉन एलीनशी कुजबुजला. हे म्हणत असताना त्याचा गळा दाटून आला. ते मुख्य टेबलापाशी उभे होते. काळ्या सुटातला जॉन आणि जांभळ्या वेशातील एलीन पाहुण्यांचे स्वागत करत होते. ''हे आश्चर्यकारक आहे. हे इतके सगळे लोक इथे आले आहेत. आपल्यासाठी, आपल्या मुलांसाठी.''

घरी तो एलीन, मेगन आणि पॅट्रिक कोचाच्या एकेका बाजूस बसलेले. त्यांची श्वसनयंत्रे त्यांच्या शेजारी, असे दृश्य दाखवणारा व्हिडीओ त्याने सुरू केला. एलीनने मुलांच्या आरोग्यपूर्ण बालपणाचे वर्णन केले, उद्ध्वस्त करून टाकणारे त्यांचे निदान आणि अतिशय वेगाने त्यांना येणारा अशक्तपणा कसा आहे ते सांगितले. इतका की, श्वासोच्छ्वास करण्यास त्यांना श्वसनयंत्राची गरज पडावी. त्यानंतर मेगनला घेतलेल्या जॉनला दाखवण्यात आले. एलीनचा दर्दभरा आवाज खोलीत भरून राहिला होता. ''जवळजवळ प्रत्येक रात्री मेगन तिच्या बाबांबरोबर नाच करते'', त्यानंतर एलीनचा गोंडस चेहरा दाखवण्यात आला. आणि आशेने ओंथबलेले मोठे डोळे. तिने एकदा पापण्या मिटल्या, डोके हलवले आणि म्हणाली, ''माझा विश्वास आहे की, एक दिवस तिच्या विवाहाच्या वेळीही

ती तिच्या बाबांबरोबर अशीच नाचत असेल. मला माहीत आहे, आपण विज्ञानाला पुढे नेत राहिले पाहिजे आणि एके दिवशी ती पूर्ण बरी होतील. त्याच्यांत अगदी लवकरच सुधारणा होणार आहेत.''

त्या रात्रीच्या अखेरीस मुलांच्या पॉम्पे न्यासाला आणखी १ लाख ५०,००० डॉलर्स मिळाले.

त्या कार्यक्रमातून घरी परत जाताना ग्रेग जॉनच्या फोनवरील संभाषणापेक्षाही खूपच अधिक प्रभावित झाला होता. त्याने त्याच्या पत्नीला सांगितले. ''ते अगदी आपल्यासारखे आहेत. त्यांची प्रत्येक आत्या, मावशी, काका, मामा त्यांचे लांबचे भाऊ आणि आजी-आजोबा तेथे त्यांना पाठिंबा देत होते.''

त्या वर्षी जॉन आणि एलीनला मिळालेली सर्वांत मोठी देणगी, ज्या देणगीसाठी व्यक्तीशः प्रयत्न केले नव्हते अशी होती. त्याच्या इतर मित्रांप्रमाणेच त्याचा बालमित्र टॉम वेस्टडीक त्यांना निधी गोळा करण्यासाठी मदत करत होता. त्यांच्या शेजाऱ्यांचा एक कौटुंबिक न्यास होता त्यांच्याशी टॉमची पत्नी क्रौलीच्या जीवनकार्याविषयी बोलली होती. ते शेजारी या कथेने भावनावश झाले आणि त्यांनी जॉन व एलीनला त्यांच्या ऑफिसमध्ये बोलावून सांगितले की, त्यांचा न्यास २ लाख ५०,००० डॉलर्सची देणगी देईल. परंतु अट अशी की, त्यांचे नाव कोठेही येता कामा नये. उपकृत होऊन क्रौलींनी तिला धन्यवाद दिले.

१९९९च्या अखेरीस मदत करण्यासाठी आणि आपले घोडे पुढे दामटण्यासाठी जॉनजवळ पैसे होते. आपल्याजवळ काही प्रमाणात आपल्या मुलांच्या जीवनाची दिशा आपल्या ताब्यात ठेवण्यासाठीची क्षमता आहे, असे त्याला प्रथमच वाटले. औषधे आणि व्याधी यांच्या जगात आपण निरुपयोगी आहोत असे त्याला आधी वाटत असे. तो जाणकार असलेल्या व्यवसाय आणि व्यवस्थापन यातील क्षमतेच्या जोरावर तो काही करू शकतो, असे त्याला वाटू लागले. या परिस्थितीत येणे त्याला आवडले आणि काहीही वेळ न दवडता त्याने अनेक धनादेश लिहिले. १ लाख डॉलर्सचा डॉक्टर चेनसाठी, ६०,००० डॉलर्सचा डॉक्टर मार्टीन्यूकसाठी आणि शेवटचा डॉक्टर स्लोनिमना कबूल केलेले ५ लाख डॉलर्सपैकी १ लाख डॉलर्सचा.

जॉनने विचार केला की, आता गरज होती, ती फक्त आणखी एक रुग्णालयीन चाचणी सुरू होण्याची.

ऑगस्ट, १९९० रोजी इंडियानापोलिस येथे
आणि एलीन क्रौली विवाहबद्ध झाले.

१९८७ साली अमेरिकन नौदल प्रबोधिनीत दांडी मारून
वीस वर्षांचा जॉन आपला खास मित्र एड डेव्हिनी
याच्याबरोबर फिरायला गेला होता.

दोन वर्षांच्या ज्युनियर जॉनला आपल्या नवजात भगिनीला
मेगनला मांडीवर घेण्यास मदत करताना एलीन आणि जॉन

हार्वर्ड बिझनेस स्कूलमध्ये आपल्या आसनावर जॉन परत येत असताना काही क्षणांतच हातातून निसटून पडता-पडता मेगन वाचली. त्यानंतर जॉन ज्युनिअर, त्यांची खेळण्यातली अस्वले आणि पदविका प्रमाणपत्र या सर्वांना जवळ घेतलेला जॉन

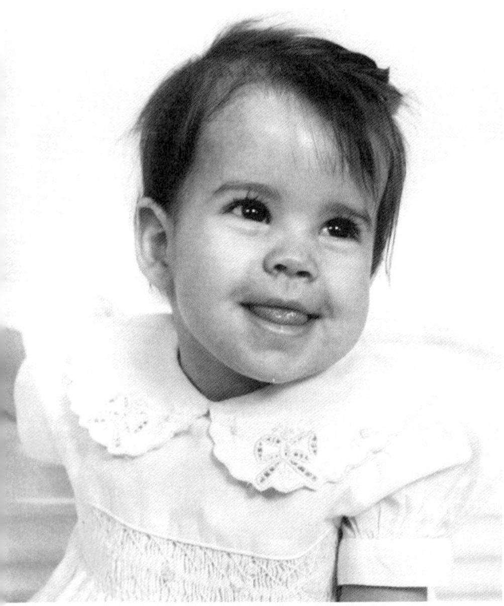

नऊ महिन्यांची व्याधिग्रस्त असूनही हसू शकत असलेल्या मेगनचे हे चित्र क्रौलींच्या घराची शोभा वाढवत असे

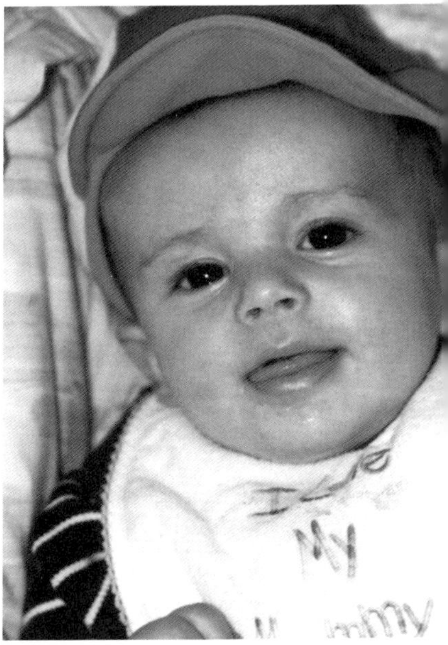

गुबगुबीत आणि आनंदी पॅट्रिकचे हे चित्र
शंकाही येणार नाही की, तो आजारी आ
एलीनला हे चित्र फार आवडायचे.

मेगनच्या आजाराचे निदान होण्यापूर्वी काही महिने सॅन फ्रॅन्सिस्को येथे पानगळीचा सुटीचा आनंद घेणारे परिपूर्ण कुटुंब; ज्याला नंतर जणू दृष्ट लागली.

न्यू जर्सीमधील पेनिंग्टन येथील आपल्या घरात गुले खाऊ तयार करत आहेत. ४० पौंड वजनाचे मेगनचे कृत्रिम श्वसनयंत्र स्वयंपाकघराच्या कट्ट्यावर दिसत आहे.

बालकांच्या पॉम्पेव्याधीच्या न्यासासाठी निधिसंकलन करण्याच्या सुरुवातीच्या काळात
हे चित्र फॅमिली सर्कल या मासिकात देण्यात आले. चित्राचे शीर्षक होते :
'अति दौर्बल्यामुळे चालू शकत नसले, तरी मिठीत घेऊ शकतात.'
पॉम्पे व्याधीवर औषध शोधण्याच्या प्रवासात मेगन आणि पॅट्रिक नेहमीच बाबांना प्रोत्साहन देत असत.

१२. आपण हे करूच!

हिवाळा, १९९९ ते वसंतऋतू, २०००
प्रिन्स्टन-न्यू जर्सी, डरहॅम्प-नॉर्थ कॅरोलिना,
ओक्लहोमा शहर-ओक्लाहोमा

१९९९च्या पानगळीच्या मोसमात डॉक्टर चेननी फेरतपासणी करण्यासाठी एका उत्पादनाचा करार करायला जॉनला त्यांच्या ऑफिसमध्ये बोलावले. जॉन या ड्यूक डॉक्टरांसाठी केवळ एक फायदा करून देणाराच नव्हे, तर त्याहीपेक्षा काहीतरी अधिक ठरला होता. त्याचे कायद्याचे ज्ञान आणि मोठ्या औषधी कंपनीतील नोकरी यामुळे डॉक्टर चेन आणि त्यांचा तैवानी भागीदार सिन्पॅक फॉमॉक्युटिकल्स याचा तो एक विश्वासार्ह सल्लागार झाला होता. यांनी पूर्वी जॉनला सांगितले होते की, त्या विकराची निर्मिती करणे हे त्यांच्यापुढील सर्वांत मोठे आव्हान होते. जॉनने ब्रिस्टॉल मायरमधील संबंध वापरून त्यांना मदत करण्याचा प्रयत्न केला. त्याने प्रथम डॉक्टर चेन यांचा संशोधनाचा कार्यक्रम ब्रिस्टॉल मायरने विकत घ्यावा यासाठी प्रथम प्रयत्न केला. नंतर त्याने डॉक्टर चेन, त्यांचा भागीदार सिन्पॅक आणि ब्रिस्टॉलचा औषध निर्मितीतील सर्वोच्च गट यांची एक बैठक घडवून आणली. ज्या रोगाबद्दल फारसे काही माहीत नाही, अशा रोगावरील धोकादायक योजनेवर लाखो डॉलर्स गुंतवणे कंपनीला कायदेशीरदृष्ट्या शक्य नव्हते. त्यामुळे ते जॉनला मदत करण्याची इच्छा असूनही मदत करू शकले नाहीत. म्हणून जॉनने दुसरा चांगला पर्याय निवडला आणि ब्रिस्टॉल मायरना जैविक तंत्रज्ञानातून औषध निर्मितीच्या विक्री विभागाच्या पलीकडे डॉक्टर चेन यांच्या विकराची निर्मिती तेथेच करावी असा करार ब्रिस्टॉल मायरकडून करून घेतला.

चेन जॉनशी बोलणे ऐकून संपावे अशा घाई-घाईने बोलत होते. नेहमीप्रमाणेच

जॉनने रुग्णालयीन चाचणीच्या प्रगतीचा तपशील विचारलाच.

"मुले कशी आहेत?" जॉनने विचारले. त्याला माहीत होते की, दोन आणखी बाळे चाचणीमध्ये सामील झाली होती.

"फारशी चांगली नाहीत." डॉ. चेन

"का? कशामुळे?" डॉ. चेनना जॉनने विचारले.

"अनेक कारणे असू शकतील." डॉक्टर तुटकपणे म्हणाले.

"तुम्हाला काय वाटते?" जॉन.

"विकराचा नाश करणारा रक्तात उत्पन्न झालेला पदार्थ" चेनने गूढ उत्तर दिले.

"हे काय आहे? असे दिसते की, जॉन कॉन्सेलचे शरीर या विकराला परका पदार्थ समजत आहे आणि त्याच्या शरीराची प्रतिकारशक्ती हे विकर नष्ट करणारा पदार्थ निर्माण करत आहेत. त्यामुळे आता विकराचा फारसा परिणाम होत नाही."

"दुसऱ्या बाळाबद्दल काय?"

डॉक्टर चेन म्हणाले, "अजून तरी ते बाळ चांगली प्रगती करत आहे. परंतु त्याला उपचार मिळून दीर्घकाळ झाला नाही. दुसऱ्या बाळातही हाच त्रास निर्माण होईल की, नाही हे आत्ताच सांगता येणार नाही."

फोन बंद केल्यावर हा धक्का पचवत जॉन शांत बसून राहिला. त्याला असे वाटले की, आपण एका थंड समुद्रात तरंगत आहोत. जीव वाचवण्यासाठी तरंगणाऱ्या ओंडक्याकडे जात असताना अचानक तो ओंडका काढून घेतला गेला आहे. पुढील आठवड्यात त्याला ब्रिस्टॉल मायरसाठी नवीन नोकरभरती करण्यासाठी ड्यूक बिझनेस स्कूलला जायचे होते. त्याने ठरवले की, मुलांच्या रुग्णालयात जाऊन आणखी माहिती मिळवावी.

जॉन ड्यूकला पोहोचला तेव्हा जॉन कॉन्सेलला आठवड्याचे शिरेतील इंजेक्शन दिले जात होते. आता तो केवळ डॉक्टर चेनना पैसे पुरवणारा मोठा माणूस नव्हता, तर रुग्णालयाला वरचेवर भेट देणारा हितचिंतक असल्यामुळे परिचारिका त्याला थेट उपचार घेणाऱ्या बाळाच्या खोलीत घेऊन गेली. ते बाळ पूर्वीच्याच खोलीमध्ये होते. या वेळी ते एकटेच पाळण्यामध्ये होते. जॉनने पुढे जाऊन आठ महिन्यांच्या बाळाकडे डोकावून पाहिले. आणि त्याच्या लगेच लक्षात आले की, गेल्या वेळेस एवढा जागृत असणारा चेहरा आता फिकटलेला आणि अशक्त दिसत होता. त्याच्या नाकात एक नळी होती. याचा अर्थ त्याला गिळायला त्रास होत होता.

"बिचारं पोरगं." बाळाच्या डोक्यावर थोपटत दाटल्या गळ्याने जॉन म्हणाला.

"तो पूर्वी इतका छान सुधारत होता." परिचारिका म्हणाली.

“मीही त्याला पूर्वी पाहिले आहे.”

“तो त्यापेक्षाही सशक्त झाला होता. इतकेच काय आम्ही त्याच्या आईला त्याच्या जवळच्याच घरी घेऊन जाण्यास परवानगी दिली.” तिने दु:खाने बाळाच्या लुळ्या पडलेल्या हाताकडे निर्देश केला.

जॉनने विचारले, “हे केव्हापासून चालू आहे.”

“साधारपणे दोन आठवडे.”

त्याने दु:खाने डोके हलवले आणि विचारले, “त्याचे आईवडील कसे आहेत?”

“विश्वास बसणार नाही, इतके मनाने खंबीर आहेत. त्याची आई सतत त्याच्या जवळ असते. आता ती जेवायला गेली असेल. पण जेवणाव्यतिरिक्त ती त्याला सोडून कधीच जात नाही. त्याचे वडील शिकागोहून वरचेवर विमानाने येतात. हे सगळे कसे काय जमवतात मला कळत नाही.”

ते पाळण्याशेजारी शांतपणे उभे राहिले. प्रयत्नपूर्वक घेतलेल्या बाळाच्या श्वासाचा आवाज ऐकत राहिले. प्रत्येक वेळी श्वास घेताना त्याच्या नाकपुड्या फुगत होत्या. “मला हे सांगताना अतिशय वाईट वाटतेय. परंतु माझा मुलगा पॅट्रिक, श्वसनयंत्र लावण्यापूर्वी असाच दिसत असे आणि त्याच्या श्वासाचा आवाजही असाच येत असे.”

काही दिवसांनी जॉनने संशोधनाचे ताजे वृत्त समजण्यासाठी मार्टीन्यूकना फोन केला.

त्यांच्या मदतनीसाने सांगितले की, ते प्रयोगशाळेत असून ते जॉनला नक्कीच फोन करतील. एका आठवड्याने जॉनने मार्टीन्यूकना परत फोन केला. या वेळीही त्यांच्या मदतनीसाने सांगितले की, डॉक्टर मार्टीन्यूक प्रयोगशालेत असून ते नक्कीच जॉनला फोन करतील. मुलांच्या पॉम्पे न्यासाने दिलेल्या पैशाचे मार्टीन्यूक काय करत आहेत, याची कल्पना न आल्याने जॉनला वैफल्यग्रस्त वाटू लागले. एप्रिल १९९९मध्ये जॉनने मार्टीन्यूकना निधी देण्याचे कबूल केल्यावर काही आठवडे जॉन संशोधक आणि कॅलिफोर्नियातील जैविकतंत्रज्ञानाचा कारखाना बायोमार्टीन फॉर्माक्युटिस्यूकल्स यांच्यामध्ये एक करार व्हावा असा प्रयत्न काही आठवडे करत होता. या संशोधनाचे रूपांतर उपचारामध्ये करण्यास ही कंपनी उत्सुक होती. संशोधकांना संशोधनाचे औषधामध्ये रूपांतर करण्याचा अनुभव नव्हता आणि त्यांच्या मागे निधी आणि औषधी कंपनीचे तज्ज्ञ असतील, तर गोष्टी लवकर घडतील हा जॉनचा निष्कर्ष अगदी योग्य होता. अशाच एका व्याधीसाठी बायोमार्टीन उपचार तयार करत होते. हा उपचार एका वेगळ्या परंतु विकराच्या दोषांमुळेच निर्माण होणारा विकर, पेशींमधील त्याज्य पदार्थांवर

प्रक्रिया करत असतो. जॉनला वाटले की, ही अगदी योग्य भागीदारी असेल. जॉन डॉक्टर मार्टीन्यूक आणि डॉक्टर स्लोनिम यांना बायोमार्टीनच्या लोकांना भेटण्यासाठी कॅलिफोर्नियाला घेऊन गेला. या गोष्टीचा मागोवा घेण्यासाठी बायोमार्टीनचे अधिकारी विमानाने गेले. त्यांना औषध कारखानदारीमध्ये ती अगदी यथायोग्य भागिदारी वाटली. न्यूयॉर्क विद्यापीठाच्या वैद्यकीय केंद्राबरोबर करार करण्यासाठी बायोमार्टीन वकिलांबरोबर बैठकीस बसले आणि करार करण्यात ते अयशस्वी ठरले. मार्टीन्यूक निराश झाले आणि जॉन तर कोसळलाच.

अपयशांमध्ये गुंतून पडू नये, यासाठी जॉनने लक्ष लगेच डॉक्टर चेनकडे वळवले. चाचणी सुरू करण्यासाठी अन्न आणि औषध प्रशासनाची परवानगी मिळाल्यावर लगेच डॉक्टर चेननी जॉनला फोन केला होता. या उन्हाळ्यामध्ये डॉक्टर चेननी जॉनचा सर्व वेळ आणि लक्ष खाऊन टाकले होते. आता त्याच्या लक्षात आले की, मार्टीन्यूकचे संशोधन कोठवर आले आहे, याची त्याला काहीच कल्पना नव्हती. चेनच्या चाचण्या संकटात सापडल्यावर मार्टीन्यूकची प्रगती जाणून घेण्याची गरज भासली. मार्टीन्यूकला पहिला धनादेश देऊन जवळजवळ एक वर्ष लोटले होते. परंतु त्याच्या मुलांवर चाचणी सुरू करण्याच्या जवळपास तरी मार्टीन्यूक पोहोचले होते की नाही, हेही जॉनला माहिती नव्हते.

त्या आठवड्यामध्ये मार्टीन्यूककडून काहीच फोन आला नाही, म्हणून जॉनने त्यांना परत फोन केला. या वेळी त्या शास्त्रज्ञाने फोन उचलला.

''फ्रँक, मी जॉन क्रौली बोलतोय. तुमचे संशोधन कसे चालले आहे याची मला माहिती हवी होती.''

मार्टीन्यूक म्हणाले, ''गोष्टी अतिशय छान चालल्या आहेत. अतिशय व्यस्त आहोत. मी अतिशय महत्त्वाच्या प्रयोगाच्या मध्यावर आहे. माझ्याकडे मान्यतेसाठी दोन अर्ज पुढच्या आठवड्यात येतील. मी आश्वासन देतो की, मी त्यानंतर तुम्हाला फोन करीन.''

जॉन म्हणाला, ''तुम्ही प्रगतीचा एखादा अहवाल किंवा संशोधनाबद्दल काही माहिती पाठवाल असे वाटत होते.'' मार्टीन्यूक परत म्हणाले, ''घटना अतिशय छान चालल्या आहेत जॉन, फारच छान.''

जॉनने विचारले, ''अन्न आणि औषध प्रशासनाकडे चाचण्या सुरू करण्याच्या परवागनीसाठी अर्ज करण्याच्या तुम्ही किती जवळ आला आहात? निधी देऊन जवळजवळ एक वर्ष झाले. मला वाटत होते, आपण खूपच जवळ आलो असू.''

''संशोधन फारच छान चालले आहे. अधिक वयाच्या उंदारांमध्ये आपण या विकाराची चाचणी घेत आहोत. हे पाहण्यासाठी की, आपण हा दोष परत फिरवू शकतो का? आणि ते यातून बरे होऊ शकतात. आपण हा दोष परतवून लावला

आहे. ते चाकावर पळत आहेत. आपण कमीतकमी किती मात्रा देऊ शकतो याचा मी अभ्यास करत आहे. अन्न आणि औषध प्रशासनाकडे अर्ज करण्यासाठी आणि यासाठी अधिक निधी, अधिक वेळ यांची गरज आहे.''

त्या रात्री जॉन घरी आला आणि थेट त्याच्या अभ्यासिकेत गेला. मुलांना झोपवण्यासाठी तो माडीवर आला नाही, तेव्हाच एलीनला कळले की, काहीतरी बिघडले आहे. तिने पाहिले की, तो डॉक्टर स्लोनिमशी फोनवर बोलत होता. स्वयंपाकघरात त्या दोघांसाठी पाश्ता उकळत असताना तिने त्याला बोलताना ऐकले. नैराश्यामुळे त्याचा आवाज मोठा आणि कर्कश झाला होता.

''अल्फ, मला काळजी वाटू लागली आहे.'' जॉन म्हणत होता. आता डॉक्टर स्लोनिम यांच्या तो इतका जवळचा झाला होता की, तो त्यांना टोपणनावाने हाक मारत असे. ''डॉक्टर चेनच्या चाचण्याही फारशा चांगल्या चालू नाहीत. उपचार घेत असलेल्या बाळाच्या शरीरामध्ये विकर विरोधीद्रव्य निर्माण होऊ लागले आहे. मार्टीन्यूक यांचे काय चालले आहे याची मला कल्पनाही नाही. ते म्हणतात त्यांना फार चांगले परिणाम मिळत आहेत. परंतु ते अन्न आणि औषध प्रशासनाकडे मुलांवर चाचण्या सुरू करण्यासाठीचा अर्ज करण्याच्या जवळही पोचलेले नाहीत. आणि आता ते आणखी पैसे मागत आहेत.''

स्लोनिम काहीही बोलले तरी जॉन शांत होत असे. स्लोनिमच्या सल्ल्यावर जॉनचा नेहमीच विश्वास बसत असे.

फोन बंद करण्यापूर्वी जॉन म्हणाला, ''मी हे समजू शकतो अल्फ. तो अर्ज करण्यापासून किती लांब आहे. हे शोधायला मला आवडेल.''

जॉन अभ्यासिकेतून बाहेर आल्यावर एलीनने विचारले, ''मार्टीन्यूकबाबत काही अडचण निर्माण झालीय का?''

''मला शंका आहे की, ते अन्न आणि औषध प्रशासनाकडे चाचण्या सुरू करण्यासाठी कागदपत्रे पाठवण्याच्या जवळपासही आलेले नाहीत. त्यांच्याशी संपर्क साधणे जवळजवळ अशक्य आहे. अल्फ सद्य:परिस्थिती काय आहे, याची माहिती काढून मला कळवणार आहे.'' जॉनने उत्तर दिले.

जेवण वाढण्याची तयारी करत एलीन शांतपणे म्हणाली, ''मला उपचार घेणाऱ्या बाळाबद्दल काहीच माहीत नव्हते.''

''मला तुला काळजीत पाडायचे नव्हते. ते फार भयानक नाही. फक्त एवढेच आहे की, त्या बाळावर विकर परिणाम करत नाहीयेत. कारण सध्या त्याच्या शरीरातील प्रतिकार निर्माण करणारी संस्था हा विकर नष्ट करणारा पदार्थ निर्माण करत आहे. वेगवेगळ्या पद्धतीने डॉक्टर चेन हा पदार्थ नष्ट करण्याचा प्रयत्न करत आहेत. त्यातील एक यशस्वी होईल, अशी आशा आहे.''

एलीन गप्प राहिली. त्या बाळाला पाहिल्यापासून ती आपली मुले वाचवण्यासाठी डॉक्टर चेनच्या विकरावर आशा ठेवून होती. आत्ता वाटणारी निराशा इतकी भयानक होती की, ती शांत करणे अशक्य होते. तसा प्रयत्न करण्याऐवजी तिने विषय बदलला.

ती म्हणाली, "मेगनच्या वाढदिवसाला आपण काय करावे, याचा मी विचार करत होते. आपण तिला एका छोट्या सहलीला घेऊन जाऊ या. फक्त आपण तिघे. आपण तिला बाजारातील त्या छान खेळण्यांच्या दुकानात घेऊन जाऊ या. तिला हवे ते तेथे घेऊ दे. आणि त्यानंतर तिला 'फ्राय डे' हॉटेलमध्ये जेवणासाठी घेऊन जाऊ या."

"मेगन कोणते कपडे घालणार आहे." एलीनच्या मन दुसरीकडे वळवण्याच्या गरजेला मदत करत जॉन म्हणाला. जवळजवळ एक वर्षापूर्वी एलीनकडे परत येण्याचा निर्णय घेतल्यापासून त्याने हा मार्ग पत्करला होता. परिस्थितीवर मात करण्याची प्रत्येकाची एक रीत असते. आणि त्याने ठरवले होते की, तिच्याबाबत टीका न करण्याचा प्रयत्न करायचा.

एलीन उत्साहाने म्हणाली, "तिच्यासाठी अगदी योग्य कपडे मला 'बेबी गॅप'मध्ये मिळाले. निळा झगा आणि त्यावर छोटी-छोटी फुले."

'मस्तच' असे म्हणत त्याने तिच्या डोक्याचे हळुवार चुंबन घेतले. एलीनने प्रसन्न स्मित केले.

त्या रात्री एलीन झोपल्यानंतर जॉन त्याच्या अभ्यासिकेत विचार करत बसला. त्याला आणखी एका आधाराची गरज होती. आणखी एकच मार्ग होता आणि तो लांबचा होता.

गेल्या वर्षभरात दोन वेळा संशोधनावर चर्चा केल्यावरही त्याने डॉक्टर कॅनफिल्ड यांच्या नव्या कंपनीमध्ये गुंतवणूक करणे टाळले होते. एलीनचे वडील मार्टी आणि जॉन विमानाने ओक्लाहोमा सिटीला कॅनफिल्डचा कारभार प्रत्यक्ष पाहण्यासाठी एका दिवसासाठी गेले होते. डॉक्टर चेनचे संशोधन हेच खरे उत्तर आहे अशी त्याची खातरी पटली होती. आणि कॅनफिल्ड हा नुसता संशयखोर होता. ड्यूक संशोधकांच्या विकराचा उपचार कधीच काम करू शकणार नाही, कारण त्यांच्या संशोधनात पिष्टमय पदार्थ आणि फॉस्फेट्स यांची योग्य जुळणी नाही असा त्याचा आग्रह होता. यामुळे जॉन त्याच्यापासून दूर राहात होता, आणि कदाचित अधिक महत्त्वाचे म्हणजे चेन आणि फार्मिंग यांच्यापेक्षा कॅनफिल्ड खूपच मागे होता. त्यामुळे तो चुकीचा ठरावा असे जॉनला मनापासून वाटत होते. कॅनफिल्ड अजूनही त्याच्या औषधाची परीक्षा-परिक्षानळ्यांमध्येच करत होता. तर चेन आणि फार्मिंग माणसांवर चाचण्या घेत

होते. जनावरांच्या उपचारावर चाचण्या करायच्या आणि त्यानंतर माणसांवरच्या चाचण्यांपर्यंतची प्रगती करायची इतका वेळा थांबण्यासाठी मेगन व पॅट्रिकजवळ वेळ नव्हता.

परंतु चेनच्या यशाबद्दल शंका आणि मार्टीन्यूकची प्रगती अनिश्चित. यामुळे जॉनने कॅनफिल्डशी संपर्क करण्याचा निर्णय घेतला. प्रमाणवेळेतील फरकाचा विचार करून कॅनफिल्ड अजून त्यांच्या कार्यालयातच असतील अशी वेळ पाहून जॉनने ओक्लाहोमाला फोन लावला.

"डॉक्टर कॅनफिल्ड, तुम्हाला एक अतिशय चांगली बातमी देण्यासाठी मी फोन केला आहे. एका कौटुंबिक न्यासाकडून आम्हाला नकुतेच अडीच लाख डॉलर्स मिळाले आहेत. ते तुमच्या कंपनीत गुंतवणे आवडेल."

त्यांच्या कंपनीची प्रगती जोरदार व्हावी यासाठी कॅनफिल्ड धडपडत होते. ते काहीच बोलले नाहीत. या अचानक आलेल्या चांगल्या बातमीमुळे ते दिङमूढ झाले आणि प्रतिक्रिया देण्यास त्यांना काही क्षण लागले. त्यानंतर त्यांचा उत्साहाचा धबधबा ओसंडू लागला. "जॉन प्रदीर्घकाळानंतर मी इतकी चांगली बातमी ऐकली आहे. मी तिकडे येऊ का? का तुम्ही इकडे याल?"

जॉनने त्यांना सांगितले की, "ते लवकरच एक करार त्याच्याकडे फॅक्स करतील. आणि त्यावर सही झाल्यावर धनादेश पाठवला जाईल."

कॅनफिल्डच्या ऑफिसमध्ये काही दिवसांनी करार पोहोचला. त्याने त्याच्या टेबलावरच्या टंकलिखित पानांचे परीक्षण केले. या गुंतवणुकीच्या बदल्यात मुलांच्या 'पॉम्पे न्यासाला' संचालक मंडळावरील एक जागा द्यायची होती. दोन टक्के मालकी हक्क आणि असे वचन की, पहिल्या रुग्णालयीन चाचणीमध्ये या उपचाराची चाचणी मेगन आणि पॅट्रिकच्या असाधारण पॉम्पे व्याधीच्या प्रकारामध्ये केली जाईल. न्यास संचालक मंडळावरील एखादी जागा मागेल आणि थोडाफार मालकी हक्क मागेल हे कॅनफिल्डना अपेक्षित होते परंतु त्यांनी अशी कल्पनाही केली नव्हती की, संशोधनाची दिशा आणि औषध विकसित करणे यावर दबाव टाकला जाईल. त्याने कागद टेबलावर आपटले आणि फोन उचलला. कॅनफिल्डचे वकील 'डग्रब्रँच' यांच्यावर तो खेकसला. "मला माहीत आहे, खरे असणे फार चांगले असते, पण म्हणून मी अशा पद्धतीने माझे हात बांधून घेणार नाही."

त्याच दिवशी कॅनफिल्डने जॉनला फोन करून सांगितले की, या गुंतवणुकीच्या कराराबरोबर तो सहमत होऊ शकत नव्हता. कॅनफिल्ड शांतपणे म्हणाले. "तुमच्या मुलांवर उपचार करण्याची माझी इच्छा आहे. पण या अटी मी मान्य करू शकत नाही. ते अनैतिक ठरेल."

ताबडतोब माघार घेत जॉन म्हणाला, "ठीक आहे. आपण ती अट काढून

टाकू. सर्व मुलांसाठी शक्य असलेल्या सर्वोत्तम चाचणीची तुम्ही योजना कराल यावर आमचा विश्वास आहे.''

नंतर तो एलीनचे वडील मार्टी यांना म्हणाला, ''ही एक घेण्यासारखी संधी होती, पण त्याच्याबरोबर काम करण्यासाठी आपल्याला वेगळा मार्ग शोधावा लागेल.''

जानेवारीमध्ये कॅनफिल्डच्या बँकेमध्ये दोन लाख ५० हजार डॉलर्स जमा झाले होते. मुलांच्या पॉम्पे न्यासाला संचालक मंडळावरील एक जागा आणि कॅनफिल्डच्या नवीन सुरू झालेल्या कंपनीमध्ये मालकीचा छोटा हिस्सा मिळाला होता. आर्थिक मदतीव्यतिरिक्त नवीन गुंतवणूकदारांकडून अनेक प्रकारची मदत मिळत असल्याचे कॅनफिल्डच्या लक्षात आले. कंपनी चालवण्यासाठी एक मुख्य कार्यकारी अधिकारी शोधणे आवश्यक होते. जॉन आणि मार्टीने मदत करण्याचे मान्य केले. या पदासाठी उमेदवार बोलवणाऱ्या संस्थेने पाठवलेल्या उमेदवाराची मुलाखत घेण्याचे मान्य केले. त्यानंतर त्यांनी कॅनफिल्डला परत फोन करून तो उमेदवार हवा तितका चांगला नसल्याच्या इतर वैज्ञानिकांच्या मताशी सहमती दर्शवली. त्याच्यात काही जोश नाही. आपण शोधत राहू या. त्यावर दोन आठवडे गेले. त्या उमेदवारापेक्षा चांगला उमेदवार काही मिळेना. नाराज होऊन कॅनफिल्डने फोन केला, 'ओक्लाहोमामध्ये एका नव्या कंपनीसाठी काम करण्यासाठी योग्य उमेदवार मिळेल असे मला वाटत नाही. त्याने रात्री उशिरा परत एकदा जॉनला फोन केला. जॉन म्हणाला, ''बिल, तू बरोबर आहेस.'' ते आता एकेरी संबोधनावर आले होते. ''मीच आता तिथे येऊन मी तुझ्यासाठी कंपनी चालवावी असे वाटू लागले आहे.''

हे शब्द बाहेर पडताच दोघेही गप्प बसले. त्या दोघांनाही ही कल्पना गुंतागुंतीची आणि भीतिदायक वाटली. अखेरीस कॅनफिल्डने शांततेचा भंग केला. ''कार्यकारी अधिकारी घेण्यासाठी लागणाऱ्या वयाची अट तू पूर्ण करतोस का?''

जॉनने उत्तर दिले. ''मी ३२ वर्षांचा आहे.''

दुसरीकडून काहीच प्रतिक्रिया येत नाही हे पाहून तो म्हणाला, ''मायकेल डेल, ३३ वर्षांचा आहे.''

''या कल्पनेबद्दल मला इथल्या लोकांशी बोलू दे'' कॅनफिल्ड म्हणाले.

जॉन म्हणाला, ''बिल, मी हे करू शकेन की, नाही, मला माहीत नाही. मनात आलेली कल्पना मी फक्त तुमच्यापुढे मांडली. मला ब्रिस्टॉल मायरमध्ये नुकतीच पदोन्नती मिळाली आहे. सर्व कुटुंबीय इथे आहेत....''

जॉन त्या रात्री झोपू शकला नाही. कॅनफिल्ड बरोबर झालेल्या संभाषणाबाबत विचार करणे त्याला थांबवता येईना. एक मन म्हणत होते, ती एक चमत्कारीक

कल्पना असून ती सोडून द्यायला हवी. पण ती त्याच्या डोक्यातून जाईनाच.

दुसऱ्या दिवशी सकाळी जॉनने स्लोनिमना त्यांचे विचार जाणून घेण्यासाठी फोन केला. त्याला धक्काच बसला, डॉक्टरांनी जॉनला सांगितले की, संशोधकांना पैसे देण्यासाठी एखादा न्यास सुरू करणे ही एक गोष्ट झाली. परंतु या सगळ्यामध्ये स्वत:च बिनीचा सरदार असणे ही पूर्णत: वेगळी गोष्ट होती.

''संशोधन अतिशय हळू चालते आणि अतिशय वैफल्य आणणारे असते. ते एक पाऊल पुढे जाते व दोन पावले मागे येते. अतिशय निष्ठेने संशोधन करणाऱ्यांनासुद्धा ते भावनिकदृष्ट्या अतिशय त्रासदायक असते. मुलांचे आयुष्य संशोधनाच्या फलनिष्पत्तीवर अवलंबून आहे. अशा पित्याला तर ते अत्यंत भयानक असेल.'' स्लोनिम पुढे म्हणाले, ''जॉन असे करू नकोस. तुझ्या कुटंबाला तुझी अत्यंत गरज आहे. यामुळे तू त्यांच्यापासून दूर जाशील.'' त्यानंतर जॉनने त्याचा हार्वर्ड बिझनेस स्कूलमधील वर्गमित्र अँडी सिंगर याला फोन केला. तो जैविक तंत्रज्ञानात गुंतवणूकदार म्हणून रॉबर्टसन स्टिफन्स येथे काम करत असे. या अँडीनेच एक वर्षापूर्वी बायोमरीनच्या अधिकाऱ्यांशी ओळख करून दिली होती आणि मार्टीन्यूक व तो मिळून एकत्र काम करण्याची अयशस्वी झालेली बोलणी परत सुरू करण्यासाठी मदत केली होती. आज अँडीनेही त्याला वेगळ्या कारणासाठी का होईना धोक्याचा कंदीलच दाखवला होता.

''तू जर कार्यकारी अधिकारी असशील तर कोणीही या कंपनीमध्ये पैसे गुंतवणार नाही. तुझे परस्पर विरोधी स्वार्थ त्यांच्या लक्षात येतील आणि पैसे गुंतवू इच्छिणाऱ्या कोणालाही तो एक मोठा धोक्याचा इशारा असेल.''

स्लोनिम आणि अँडी यांचे विचार योग्य आहेत हे माहिती असूनही जॉन त्याची कल्पना सोडून देऊ शकत नव्हता.

काही दिवसांनी मुले झोपल्यानंतर जॉन आणि एलीन रात्री एकत्र जेवत असताना जॉनने तो विषय काढला.

''आपण नुकतेच न्यासाचे पैसे गुंतवले ती ओक्लाहोमा कंपनी तुला माहीत आहे. मी त्या नव्या कंपनीचा मुख्य कार्यकारी अधिकारी होण्याचा विचार केला आहे. याबद्दल तुझे काय मत आहे?''

''का? पण हे तू का म्हणून करशील?'' धक्का बसलेल्या एलीनने विचारले. एलीनला अलीकडे आपल्या नवऱ्याकडून अचानक असे धक्के बसण्याची सवय झाली होती. परंतु हा ताजा बॉम्बस्फोट तिला मूर्खपणाचा वाटत होता. ''तुला माहीत आहे की, ब्रिस्टॉल मायरमध्ये तू आनंदात आहेस. त्यांनीही आपल्याला अतिशय चांगली वागणूक दिली आहे. तुला दोन वेळा पदोन्नती

मिळाली आहे. तू आख्ख्या कंपनीतील सगळ्यात तरुण उपाध्यक्ष होणार आहेस. ते आपल्या मुलांच्या आरोग्यसेवेचा खर्च करतात. तू असा त्यांना सोडून जाऊ शकत नाहीस.''

जॉर्जटाउनसाठी हार्वर्ड बिझनेस स्कूलमध्ये जाण्यासाठी वकील सोडणे, ब्रिस्टॉल मायरसाठी मॅरॅकॉनमधून राजीनामा देणे. अशा बिकट प्रसंगात तिने त्याच्याशी चर्चा केली होती. पण हे संकट येऊ शकेल अशी तिने स्वप्नातही कल्पना केली नव्हती.

''एलीन मला वाटते की, आपल्याला वेळ कमी पडत आहे.'' हे म्हणताना जॉनचा चेहरा लाल झाला होता. भावनांबरोबर त्याचा आवाजही चढत होता. ''चेनच्या चाचण्या नीट चालू नाहीत. मार्टीन्यूकचे संशोधन कोठपर्यंत आले आहे याची मला कल्पना नाही. रुग्णालयीन चाचण्यांमध्ये इतरांची मुले असतील, आपली नसतील, हे ऐकण्याचा तुला वीट आला नाही का? मला वाटते, एकच व्यक्ती आपल्या मुलांसाठी हे घडवू शकते आणि ती व्यक्ती म्हणजे मी!'' त्याचा आवाज घोगरा झाला होता. ''काठावर उभे राहून सूचना देण्यापेक्षा स्वत: त्यात सामील होण्याची ही एक संधी आहे.'' त्याने बोलणे थांबवले. त्याचे डोळे अश्रूंनी भरून आले होते.

पतीच्या उत्कट भावनांनी मृदू होत आणि तरीही ही नोकरी आपल्याला कुठे घेऊन जाईल. याची चौकशी करण्यासाठी तिने विचारले, ''आपल्याला बिन्हाड ओक्लाहोमला हलवावे लागेल का?''

''मला नाही तसे वाटत. परंतु त्यामुळे मला घरापासून खूप लांब राहावे लागेल आणि मी तू आणि मुले यांच्याजवळ राहू शकणार नाही.'' तो डोळे पुसत म्हणाला.

एलीनने आपला रुमाल बाजूला ठेवला व त्याच्याजवळ येऊन उभी राहिली. ''शेरॉन आणि मी मुले आणि घर सांभाळू शकू.'' जॉनला घट्ट मिठीत घेत ती म्हणाली. ''जॉन, मला खातरी आहे की, हे तूच करू शकतोस. आणि तुलाही हे माहीत आहे. हे बरोबर आहे असे तुला वाटत असेल तर विचार करू नकोस, करून टाक.''

पुढच्याच आठवड्यात स्वत:बद्दलची माहिती, अनेक वर्षांचा अनुभव, ब्रिस्टॉल मायरमधील त्याच्या कामाची थोडक्यात माहिती याची पुस्तिका तयार करून तो ओक्लाहोमा सिटीसाठीच्या विमानात बसला. कॅनफिल्डने आपल्याला कामावर घ्यावे यासाठी त्याचे मन वळवण्याचा निश्चय करूनच तो बाहेर पडला.

जॉनने मुख्य कार्यकारी अधिकारी होण्याचे सुचवल्यापासून दोन आठवडे

त्याच्या उद्देश्यांच्या चांगल्या वाईट गोष्टींबद्दल विचार केला होता. त्याचे वकील 'डगब्रँच' यांच्याशी तासन-तास चर्चा केली होती. ज्या व्याधीवर उपचार करण्यासाठी कंपनी प्रयत्नशील होती, अशी व्याधी असलेल्या मुलांचे वडील कंपनीचे व्यावसायिक हित पाहण्यासाठी जास्तीतजास्त प्रयत्न करू शकतील का? हा चर्चेचा विषय होता.

डगब्रँच हा एक मनमिळावू आणि सहज करार करणारा होता. गतवर्षी कॅनफिल्ड जॉनला भेटायला आले असताना तो त्यांच्याबरोबर होता. त्या वेळी देखील जॉनचा उत्साह, ब्रिस्टॉल मायरमधील त्याचा अनुभव आणि त्याचे शिक्षण यामुळे तो प्रभावित झाला होता. जॉनच्या प्रचंड वैयक्तिक आणि व्यावसायिक गुणविशेषांमुळे त्याचा विचार करावा असा आग्रह त्याने कॅनफिल्डला केला. "त्याचे मुलांवरील उपचार आणि आणि आपला व्यवसाय हे दोन्ही आपण सांभाळून घेऊ." त्याची धीर न सोडण्याची प्रवृत्ती, पैश्याने विकत घेता येणार नाही. असे डगने कॅनफिल्डला सांगितले.

जॉनला या चर्चेतील मुद्यांबाबत काहीच माहिती नव्हते. 'Presbyterian Health Foundation Research Park'मधील चौथ्या मजल्यावरील कॅनफिल्डच्या कोपऱ्यातील कार्यालयामध्ये निळा सूट घातलेला जॉन पोहोचला. त्या वेळी त्या संशोधकाने जॉनला नोकरी देण्याचे आधीच ठरवले होते. जॉनला घेण्याचे ठरवल्यावर कॅनफिल्डला काळजी होती की, तो कदाचित आपण देऊ केलेले पद स्वीकारणार नाही. म्हणून जॉनची मनधरणी करण्यासाठी त्याला एकच मार्ग माहीत होता आणि तो म्हणजे अतिशय उच्च तांत्रिक आणि शास्त्रीय पद्धतीने त्या विकराच्या उपचार पद्धती तयार करण्यामध्ये त्याने केलेली प्रगती सांगणे.

कॅनफिल्डनी त्यांच्या कार्यालयातील कोपऱ्यामध्ये चार तास उभे राहून तेथील पांढऱ्या फळ्यावर काळ्या अक्षरामध्ये आकृत्या आणि समीकरणे लिहून दाखवली. तपशिलामध्ये त्याने गेल्या दहा वर्षांमध्ये अनेक पायऱ्यांची कृती तयार केली होती. दोन प्रकारचे विकर मिळवून त्यांचा उपयोग करून पॉम्पे विकर मिळवायचा. त्याला योग्य रितीने शर्करा जोडलेली असेल आणि तो विकर त्याची गरज असलेल्या ठिकाणी स्नायू पेशींमध्ये पोहोचवायचा.

जॉनने उत्साहाने मान डोलावली. तो थोडासा चकीतही झाला होता. त्याने अशी आशा केली की, कधीच संपणार नाही असे वाटणारे या भाषणातील फारच थोडे त्याला समजले आहे, हे कॅनफिल्डच्या लक्षात येणार नाही. अखेर जेव्हा कॅनफिल्डचे भाषण संपले तेव्हा जॉनने एक प्रश्न विचारला.

'हे प्रत्यक्ष चाचणीसाठी तयार होण्यास किती वेळ लागेल?'

उत्तर आले. 'एक वर्ष!'

हे त्याने पूर्वीही ऐकले होते. परंतु या वेळी जॉनचा त्यावर विश्वास होता, कारण

तो आता अन्य कुणावरही विसंबून नव्हता. तो स्वत: हे घडवून आणणार होता.

ओक्लाहोमा शहरातील कोच रेस्टॉरंटमध्ये दुपारचे जेवण घेत असताना त्याला काम देण्याची तयारी दाखवण्यात आली आणि ती कॅनफिल्डकडून नव्हे, तर त्यांच्या जेवणात सहभागी झालेल्या डगकडून आली. 'मुख्य कार्यकारी अधिकाऱ्याची जागा तुम्ही घ्यावी अशी आमची खरोखरच इच्छा आहे.' त्याने खास ओक्लाहोमा हेल काढत थोडक्यात या कामाचा तपशील सांगितला. 'आम्ही समजू शकतो. या सगळ्याची व्यवस्था करण्यात काही काल लागेल. पण तुम्ही ओक्लाहोमाला राहायला आलात तर हे सर्व छान चालेल.'

जॉनने पगाराबद्दल घासाघीस केली नाही. ब्रिस्टॉल मायर्सकडून मिळणाऱ्या २ लाख डॉलर्सपेक्षा पगार कमी होता. त्याने मुलांची वैद्यकीय काळजी घेण्यासाठी अत्यावश्यक असलेल्या वैद्यकीय खर्चाची चौकशीही केली नाही. त्याचे कुटुंब ओक्लाहोमा शहरामध्ये हलवण्याबद्दलही त्याने वाद घातला नाही. कारण काही करून त्याला हवे असेलेल हे पद मिळवण्यासाठी ओक्लाहोमाला कुटुंब हलवण्यास तो नाखूश असल्याचा सूर त्याच्या बोलण्यात दिसला तर त्याच्याकडे चालून आलेली संधी जाण्याची शक्यता होती. तो त्याबद्दल नंतर ठरवणार होता.

तो थेट म्हणाला, ''मला हे खरोखरच करायची इच्छा आहे.'' मनातील सर्व शंका दूर सारत त्याने त्या दोघांकडे पाहिले आणि उत्साही चेहऱ्याने आठवड्याच्या सुरुवातीस त्याच्या पत्नीने दिलेल्या सल्ल्याचा प्रतिध्वनी उमटवला.

'आपण हे केलेच पाहिजे.'

१३. जोषात सुरुवात...

वसंतऋतू ते उन्हाळा, २०००
ओक्लाहोमा शहर-ओक्लाहोमा, हॉरशॅम-पेन्सिव्हानिया, पेनिंग्टन-न्यू जर्सी, न्यूटन-मॅसॅच्युसेट्स,न्यूयॉर्क-न्यूयॉर्क

३ एप्रिल २०००च्या सकाळी गडद राखी रंगाचा सूट व लाल टाय बांधून दक्ष आणि उत्साही दिसत असलेला जॉन कॅनफिल्डच्या ऑफिसमध्ये आला. त्याच्या जीर्ण झालेल्या तपकिरी बॅगेमध्ये रात्री लिहून आणलेली एक वही आणली होती. त्या वहीमध्ये विचारण्याचे प्रश्न आणि कार्यवाहीत आणण्याच्या योजना होत्या. पान क्रमांक ४ वर 'जीवितकार्य' या मथळ्याखाली त्याने लिहिले होते, 'एका वर्षाच्या आत कॅनफिल्डचे विज्ञान मानवी रुग्ण चाचण्यांमध्ये आणणे.' यातील एका 'एका वर्षाच्या आत' या शब्दांभोवती गोल केलेला होता आणि शब्द दोनदा अधोरेखित केले होते.

जॉनला माहीत होते हे करण्यासाठी लक्षावधी डॉलर्स उभे करावे लागतील. कदाचित कोट्यवधी डॉलर्स. त्याला सांगण्यात आले होते की, नुसत्याच सुरू झालेल्या कंपनीच्या मुख्य कार्यकारी अधिकाऱ्याचा जास्तीतजास्त वेळ यासाठीच खर्च होतो. फोनवरील संभाषणामध्ये कॅनफिल्डने त्याला सांगितले होते की, त्यांच्या कंपनीची जोरदार सुरुवात होण्यासाठी १.२ दशलक्ष डॉलर्स निधी मिळण्याची निश्चिती त्यांनी केली होती. अनेक स्थानिक लोक पैसे गुंतवण्यास तयार होते. त्यामध्ये एक स्थानिक वित्तिय पुरवठा करणारी व्यक्ती 'किशोम प्रायव्हेट' ही कंपनीही होती आणि अनेक श्रीमंत खनिजतेल अधिकारीही होते. निधी देण्याचे कबूल केलेल्या देवदूतांची फेरी संपवणे आणि नंतर लगेच मालिका-अ-फेरी सुरू करणे, हे मुख्य काम होते. ही अ-फेरी म्हणजे अनेक

वित्तीय संस्थांना आकर्षित करण्याचा पहिला मोठा प्रयत्न होता.

कॅनफिल्ड जॉनला त्याच्या कार्यालयाच्या शेजारी एका छोट्या कार्यालयामध्ये घेऊन गेला. या कार्यालयाला एकच खिडकी होती आणि तिथून नव्याने उभे राहात असलेल्या आधुनिक तंत्रज्ञानाचे ऑफिस दिसत होते, आणि त्याच्या पार्श्वभूमीवर असलेल्या जुन्या शहरामुळे ते वेगळेच वाटत होते.

''प्लीज हे छोटेसे टेबल आणि खुर्ची यावर सध्या चालवून घ्या. मी अधिक फर्निचर मागवले आहे, परंतु ते अजून आलेले नाही. तिथे संगणक आणि फोनही नव्हता.'' कॅनफिल्डने टोनीमॅकिनी याच्याशी ओळख करून दिली. तो एक कामसू पण प्रेमळ माणूस होता. त्याचे उच्चार दाक्षिणात्य होते. त्याची भरती टेक्सास या एका जैवतंत्रज्ञानाच्या कंपनीतून औषध विकसनाच्या विभागाचा प्रमुख म्हणून कॅनफिल्डने केली होती. मॅकिनी मूळचा ओक्लाहोमाचा निवासी होता. घरी परत येण्यासाठी जैवतंत्रज्ञानाची कंपनी सापडावी, याचे त्याला आश्चर्य वाटत होते.

जॉनबरोबर ऑफिसमध्ये बसला असताना दुपारी त्याला पहिले काम देण्यात आले. 'किशोम प्रायव्हेट कॅपिटल' तेथील गुंतवणूकदारांना भेटा आणि यांच्याशी करार करून घ्या. किशोम ही ओक्लाहोमामधील एकमेव अशी कंपनी होती, जी नवीन सुरू होणाऱ्या संशोधनाच्या कंपनीमध्ये गुंतवणूक करण्याचे धाडस करेल, आणि कॅनफिल्डने जॉनला या कंपनीचे भागीदार किमान ५ लक्ष डॉलर्स गुंतवण्यास तयार आहेत असे सांगितले. गुंतवणुकीचा अधिकृत करार करण्यापूर्वी ते नव्या मुख्य कार्यकारी अधिकाऱ्याला भेटण्याची वाट पाहात होते.

दुसऱ्या दिवशी त्या पैसे गुंतवू इच्छिणाऱ्यांबरोबर जॉन बैठक घेऊ शकला. एक मैल अंतरावर असलेल्या एका आधुनिक कार्यालयांच्या उंच इमारतीमध्ये गेला. दुसऱ्या मजल्यावरील कार्यालयामध्ये त्यांचे दोन भागीदार त्याची वाट पाहात होते. त्यांनी त्याचे स्वागत केले. जॉन इतका तरुण असल्याचे पाहून त्यांना थोडे खटकले. पण तरीही ते छोट्या टेबलाभोवती बसले तेव्हा त्यांनी आपुलकीने एकमेकांची ओळख करून घेतली. 'स्टँपो युनिव्हर्सिटी बिझनेस' स्कूलचे पदवीधर असलेल्या ५० वर्षांच्या 'जॉन फ्रिक' यांनी पुढाकार घेतला. आणि त्याच्या धंद्यामधील अनुभवाबाबत प्रश्न विचारण्यास सुरुवात केली. त्यांनी थेट मूळ मुद्यालाच हात घातला. 'मुला, तू एखादी कंपनी कधी चालवली आहेस का? फ्रिकने विचारले. जॉनने त्या प्रश्नाच्या संबंधित माहिती देण्याचा जास्तीत जास्त प्रयत्न केला. बिझनेस स्कूलमध्ये शिक्षणाआधी वकिलीतील अनुभव, मॅरकॉनसाठी आर्थिक विश्लेषक म्हणून व्यापारी जगतात असलेले त्याचे नाव आणि ब्रिस्टॉल मायरमध्ये कार्यकारी संचालक म्हणून कंपनीचा औषधी व्यवसाय पाहणाऱ्या संचालक मंडळामध्ये जलद समावेश या सर्वांचे

त्याने वर्णन केले.

"हे सगळे फार छान आहे. पण खरोखर या पूर्वी तू एखादी कंपनी चालवली आहेस का?" फ्रिकने परत तोच प्रश्न विचारला; परंतु या वेळी त्यांच्या स्वरात थोडा अधीरपणा आणि मेहरबानी करीत असण्याचा सूर होता.

"नाही, मी कंपनी चालवली नाही. परंतु ब्रिस्टॉल मायरमध्ये कंपनीच्या नेतेपदासाठी माझी तयारी करून घेतली जात होती. मी तेथे लवकरच सर्वांत तरुण उपाध्यक्ष होणार होतो." जॉन म्हणाला. या अस्थिर परिस्थितीतून एक यशस्वी औषधी कंपनी त्याला बाहेर काढेल अशी त्याला आशा होती.

"या दोन्हीमध्ये फार मोठा फरक आहे. ब्रिस्टॉल मायरमध्ये पैसे उभे करणे ही मुख्यत: राजकीय प्रक्रिया आहे. नवीन सुरू होणाऱ्या कंपनीचे तुम्ही जर मुख्य कार्यकारी अधिकारी असाल तर गुंतवणूकदारांना तुम्ही पटवू शकला पाहिजे. तुम्ही शास्त्रात तर चांगले आहातच, परंतु अखंडितपणे पैसे उभे करण्यातही तरबेज आहात. याशिवाय तुमच्या औषध विकासाच्या योजना पूर्णपणे वास्तवाला धरून नाहीत. तुम्हां लोकांना वाटते आहे की, पुढील वर्षी तुम्ही माणसांवर औषधाच्या चाचण्या घेऊ शकाल. माझ्या माहितीप्रमाणे त्याला खूप अधिक काळ लागेल....."

"ही माहिती आम्हाला लागू होत नाही." जॉन जोरदारपणे मध्येच म्हणाला.

"आम्ही अधिक चांगले, अधिक वेगाने आणि अधिक स्वस्त औषध निर्माण करणार आहोत."

फ्रिकनी खुर्चीवर मागे रेलत एक सुस्कारा सोडला आणि भागीदाराकडे नजर टाकली. "तुम्हाला माहीतच आहे की, कोणताही धाडसी भांडवलदार अननुभवी मुख्य कार्यकारी अधिकाऱ्याकडून चालवल्या जाणाऱ्या आणि ज्याने शैक्षणिक शाळेबाहेर कधीही काम केले नाही असा शास्त्रज्ञ असलेल्या कंपनीमध्ये पैसे गुंतवणार नाही."

बैठक घेत असलेल्या वळणामुळे अतिशय घाबरलेला जॉन म्हणाला, "माफ करा, मला तुमचे म्हणणे समजत नाही. डॉक्टर कॅनफिल्ड यांनी अतिशय छाप टाकणारे पायाभूत शास्त्रीय काम केले आहे. आणि प्रत्येक मुख्य कार्यकारी अधिकारी कुठेतरी सुरुवात करतोच. माझ्याकडे आवश्यक असलेल्या सर्व शैक्षणिक पदव्या आहेत आणि उत्तम कायदा व व्यवसाय यांचे प्रशिक्षण आहे."

"तरुण माणसा, कोणताही धाडसी भांडवलदार या कंपनीमध्ये पैसे गुंतवणार नाही आणि हे पूर्ण सत्य आहे." असे म्हणून फ्रँक एकदम उभे राहिले. त्यांचा भागीदारही उभा राहिला आणि ते दोघे दाराकडे चालू लागले. उठून त्यांच्याबरोबर बाहेर पडण्याशिवाय जॉनकडे पर्याय उरला नाही.

फ्रिकनी दार बंद करत जॉनच्या पाठीवर थोपटले आणि म्हणाले, ‘‘हा तुला शिकवणारा एक चांगला अनुभव असेल.’’

धक्का बसल्यावर जॉन आपल्या कार्यालयात परत आला. जे गुंतवणूकदार त्याच्या नव्या कंपनीमध्ये निश्चितपणे गुंतवणूक करण्यास तयार होते, त्यांच्यात झालेल्या ह्या अचानक बदलाचे कारण कॅनफिल्डला अजिबात कळेना. परंतु हा बदल काळजी करण्यासारखा होता हे निश्चित. नवीन गुंतवणूकदारांच्या जगात असे एकदा घडले की, तशाच घटनांची मालिका सुरू होते. नेमक्या त्याच आठवड्यात ‘ओक्लाहोमा सिटी ऑईल’च्या अधिकाऱ्यांनी कॅनफिल्डच्या फोनना प्रत्युत्तर देणे बंद केले. त्यांच्यातील अनेकांनी ५०,००० डॉलर्स ते १ लाख डॉलर्स किंवा अधिकही गुंतवण्याबद्दल कॅनफिल्डशी बोलणे झाले होते.

कॅनफिल्डने जॉनला धीर देण्याचा प्रयत्न केला. ते म्हणाले, ‘‘गुंतवणुकीचा आणखी एक निश्चित मार्ग नशिबाने आपल्या जवळ आहे. एक छोटी सार्वजनिक औषध कंपनी निओज टेक्नॉलॉजिस्ट भागीदारी करण्यासाठी उत्सुक होती. एकदा का, निओज आपल्या संचालक मंडळावर आली की, आपल्याला विश्वासार्हता लाभेल आणि किशोम आणि इतर गुंतवणूकदार करार करतील.’’ कॅनफिल्ड आत्मविश्वासाने म्हणाला.

पेनसिल्व्हानियातील ओरशॅम येथील निओजच्या कार्यालयामध्ये आठवड्याच्या अखेरीस कॅनफिल्डने बैठक ठरवली. निघण्यापूर्वी त्यांनी कपाटाचे कुलूप उघडून कंपनीचे चेकबूक त्यांच्या नव्या मुख्य अधिकाऱ्याकडे दिले. जॉनने त्यातील तपशील पटकन पाहिले आणि त्याचे डोळे विस्फारले. बँकेमध्ये फक्त ३७,००० डॉलर्स शिल्लक होते. या महिन्याचे पगार करण्यासाठी ते कसेबसे पुरले असते. निओज बरोबरचे काम झालेच पाहिजे नाहीतर कंपनीवर मोठे संकट आले असते.

डॉक्टर कॅनफिल्डच्या पिष्टमय पदार्थांच्या अभ्यासामधील काम करणारी निओज ही पहिली कंपनी होती. जणू काही आणखी प्रथिने, त्यांच्यातील सांकेतिक अर्थ समजून घेणे या शोधामुळे पिष्टमय पदार्थांवरील संशोधन मागे पडले होते. गेली दहा वर्षे औषध कंपन्या प्रथिने तयार करून त्यांचा औषध म्हणून वापर करत होत्या. परंतु त्यांना जोडलेले गुंतागुंतीचे पिष्टमय पदार्थ आणि शर्करा यांच्याकडे दुर्लक्ष होत होते. परंतु निओजचे संस्थापक डॉक्टर स्टिफन रॉथसारखे पिष्टमय पदार्थांचे तज्ज्ञ, त्यांच्या अभ्यासातून असे दाखवून देत होते की, प्रथिनांना जोडलेले पिष्टमय पदार्थ महत्त्वाची भूमिका बजावून शरीराच्या योग्य भागाकडे त्यांना नेण्याचे काम करत असतात. पेनसिल्व्हिनिया विश्वविद्यालयाकडे जीवशास्त्राचे प्रमुख म्हणून पूर्वी काम करत असलेल्या रॉथ यांनी निओजची

स्थापना स्वत:ची औषधे विकसित करण्यासाठी नाही, तर इतर कंपन्यांची प्रथिनयुक्त औषधे त्यांना योग्य तो पिष्टमय पदार्थ जोडून ती सुधारण्याची सेवा देणारी संस्था म्हणून सुरू केली होती.

विश्वविद्यालयांच्या प्रयोगशाळांमध्ये अगदी ताज्या संशोधनाला एक आकर्षण म्हणून निओजने एक स्पर्धात्मक कार्यक्रम सुरू केला होता. त्यानुसार प्रत्येक वर्षी संशोधकांना विनाअट ७५,००० डॉलर्सची दोन अनुदाने दिली जातात. देशभराच्या प्रयोगशाळांमधून येणाऱ्या अर्जांमुळे विश्वविद्यालयातील अत्युच्च संशोधकांची माहिती निओजला मिळत असे. १९९८मध्ये निओजच्या वैज्ञानिकांनी २०० अर्जांमधून कॅनफिल्डची निवड केली होती. त्यांना त्यांच्या कामातील हुशारी आणि त्याच्या कामाच्या व्यापारी दृष्टिकोनातून होणाऱ्या उपयुक्ततेची क्षमता ओळखून त्यांची निवड झाली होती.

पॉम्पे आणि अशा इतर व्याधी ज्यामध्ये रुग्णांमध्ये विशिष्ट प्रथिने सदोष असतात. अशा व्याधी संशोधनासाठी निवडलेल्या होत्या. प्रत्येक प्रकारामध्ये अभाव असलेला विकर विशिष्ट पिष्टमय पदार्थ जोडून दिल्यास तात्त्विक दृष्ट्या अशा रुग्णांवर उपचार करणे शक्य आहे याचे ज्ञान निओजच्या वैज्ञानिकांना होते. पॉम्पेमधील विकर किती गुंतागुंतीचे आहे आणि त्याला तयार करण्यास खूप वेळ लागेल याची कल्पना असल्यामुळे पॉम्पेवरील संशोधनाची योजना हाती घेण्याचा विचारही निओजच्या वैज्ञानिकांनी केला नव्हता. याचा आराखडा शोधून काढण्यासही अनेक वर्षे लागतील. प्रयोगशाळेत असा विकर तयार करण्यासही खूप वेळ लागेल. तेही शक्य झाले तरच.

कॅनफिल्डच्या योजनेचा निओज गटाने अभ्यास केला तेव्हा त्यांच्या ध्यानात आले की, कल्पनाही करता येणार नाही, इतकी गुंतागुंतीची प्रक्रिया शोधण्यासाठी कोणीतरी प्रत्यक्ष काही वर्षे खर्च केली होती. 'तो मी करू शकतो असे म्हणत असलेले, जर खरोखरच करू शकला तरी ती एक छुपी सोन्याची खाण ठरेल.' रॉथ त्याच्या सहकाऱ्यांना म्हणाला. परंतु रॉथ पुरेशी वर्षे या व्यवसायात असल्यामुळे हा मार्ग प्रयोगशाळेपासून बाजारपेठेपर्यंतच्या रस्त्यामध्ये अतिशय उत्साहवर्धक विज्ञानाच्या अपयशाने भरलेला आहे याची त्याला जाण होती. निओजशी भागीदारी करण्याबद्दल कॅनफिल्ड आग्रह करत होता. जरी रॉथ आणि त्याचे सहकारी वैज्ञानिक प्रभावित झाले असले, तरी त्यांच्या मनात कॅनफिल्डचे शास्त्र कितपत परिपक्व झाले आहे, याबाबत अनेक शंका होत्या.

करार निश्चित होईल या आशेने कॅनफिल्ड आणि डाऊ यांच्याबरोबर जॉन विमानाने निओजच्या कार्यालयातील बैठकीसाठी आला. हॉर्शाममध्ये एका गोदामाचे

रूपांतर निओजच्या कार्यालयांमध्ये केलेले होते फिलाडेल्फियापासून एक तासाच्या अंतरावर, हॉर्शाम हे जुने औद्योगिक गाव होते. खिडक्या नसलेल्या एका बैठकीच्या खोलीमध्ये रॉथ त्याचे सहा वैज्ञानिक आणि व्यवस्थापकीय व व्यवसाय अधिकारी त्यांची वाट पाहात होते. किशोमच्या भेटीच्या प्रसंगाप्रमाणेच त्यांनी अवघड प्रश्नांची एक यादी बनवली होती. त्या प्रश्नाला मिळणाऱ्या उत्तरांवरून कॅनफिल्ड कंपनीमध्ये गुंतवणूक करण्याबाबत निर्णय घेण्यास मदत झाली असती.

बारीक रेघांचा सूट घातलेल्या आणि पेनसिल्व्हानिया विश्वविद्यालयाचा लाल आणि निळा टाय बांधलेल्या रॉथने प्रश्न विचारण्यात पुढाकार घेतला. कॅनफिल्डपेक्षा सुमारे १० वर्षांने मोठा असलेला ५५ वर्षांचा रॉथ त्याच्यापेक्षा खूप अधिक व्यावसायिक अनुभव असलेला आणि नवीन वैज्ञानिकांचा कस ओळखण्यात तत्पर होता.

"तुम्ही PTase कसे मिळविता?" त्यांनी सुरुवात केली. PTase हे 'फॉस्फोट्रान्सफरेज'चे संक्षिप्त नाव असून पॉम्पे विकर तयार करण्यासाठी कॅनफिल्ड योजत असलेल्या दोन प्रक्रिया करणाऱ्या विकरांपैकी पहिला विकर होता.

"आम्ही दूध देणाऱ्या गायींच्या स्तनापासून तो शुद्ध करून मिळवतो." कॅनफिल्ड उत्तरले. रॉथनी विचारले, "गायी? आणि त्यांचे स्तन तुम्ही कुठून मिळवता?"

"जनावरांच्या बाजारातून."

"आमच्या कंपनीतील रॅंजर डेकर आठवड्यातून एकदा स्तन निवडून आणतो. त्यांचे वजन प्रत्येकी ८० पौंड असते." कॅनफिल्डला मदत करण्याच्या दृष्टीने उत्साहाने जॉन मध्येच म्हणाला. कॅन्फिल्डने आठ्या घालून त्याला जाणीव करून दिली की, शास्त्रीय चर्चेमध्ये त्याने बोलता कामा नये.

'गाईची प्रथिने तुम्ही माणसांना दशलक्ष वर्षांतही देऊ शकत नाही. औषध आणि अन्न प्रशासन याला कधीच परवानगी देणार नाही.' रागातच रॉथने प्रतिक्रिया दिली.

'रॉथ बरोबर आहेत. तुम्ही हे करू शकत नाही.' मार्जोरी हार्ली म्हणजेच निओजची व्यवस्थापकीय प्रमुख म्हणाली. ही लहान चणीची बाई अन्न आणि औषध प्रशासनाकडून औषधाला मान्यता मिळवणाऱ्या विभागाची प्रमुख आणि अन्न व औषध प्रशासनाकडून मान्यता मिळणे अशक्य असलेल्या या योजनेमुळे तिचा चेहरा दुःखी झाला. 'ज्या पदार्थामध्ये गाईपासून मिळवलेले आहे अशा औषधाला अन्न आणि औषध प्रशासन कधीच मान्यता देणार नाही.'

'जनावरापासून मिळवलेला हा पदार्थ फक्त प्रयोगशाळेतील कामासाठी आहे.' कॅनफिल्ड म्हणाले. त्याच्यावर येऊन आदळणाऱ्या प्रश्नांमुळे त्याचा सूर बचावात्मक

होऊ लागला होता. औषधाच्या चाचण्यांमध्ये वापरण्यासाठी मानवी प्रकारातील PTase विकर करण्याचे त्याचे प्रयत्न चालूच होते.

'आवरण काढणाऱ्या विकराबद्दल काय?' रॉथने विचारले. पॉम्पे विकर तयार करण्यासाठी आवश्यक असलेल्या दुसरी प्रक्रिया करणाऱ्या विकराचे नाव घेत त्यांनी कॅनफिल्डला विचारले.

'मानवी मूत्रपिंडाच्या पेशींमधून घेतलेल्या T-293मध्ये हे संशोधन केले जाईल.'

'छे! छे! याला देखील अन्न आणि औषध प्रशासन कधीही परवानगी देणार नाही.'

हार्ली म्हणाल्या. कॅनफिल्डच्या प्रत्येक उत्तराबरोबर त्यांचे मोठे डोळे आणखीच विस्फारत होते. मानवांवरील उपचारांसाठी विकरांचे किंवा अन्य कोणत्याही प्रथिनांचे उत्पादन करण्यासाठी कारखाना म्हणून वापरता येतील इतक्या निर्जंतुक मूत्रपिंडाच्या पेशी मानल्या जात नाहीत.

'आम्ही पेशींची पिढी बदलण्याची योजना करीत आहोत.' वचनात्मक आवाजात कॅनफिल्ड म्हणाले. पांढऱ्या फळ्यासमोर येरझारा घालत असताना त्यांचा श्वास जोरजोरात चालला होता.

'तुम्ही तिन्ही विकर जीएमपीप्रमाणे करणार आहात का?' रॉथने विचारले. GMP [Good Manufacturing Practices] म्हणजेच उत्पादनाच्या चांगल्या पद्धती याचे संक्षिप्त रूप आहे. मानवी शरीरात इंजेक्शनद्वारा दिल्या जाण्याने त्याही औषधाच्या उत्पादनासाठी अन्न आणि औषध प्रशासनाने दिलेली अतिशय कडक आणि आवश्यक मार्गदर्शक तत्त्वे म्हणजेच 'जीएमपी'.

'आम्ही अजून त्यावर संपूर्ण विचार केलेला नाही.' असे म्हणत कॅनफिल्डने आपल्या पेनला टोपण लावले आणि वैतागाने पांढऱ्या फळ्याच्या कडेला आपटले. कॅनफिल्ड हा ओक्लाहोमाच्या विश्वविद्यालयात एक उच्च श्रेणीचा वैज्ञानिक होता आणि त्याला इतक्या आक्रमकपणे आणि तुच्छपणाने प्रश्न विचारले जाण्याची सवय नव्हती.

'रुग्णांवरील चाचण्या केव्हा सुरू करू शकाल असा तुम्हाला विश्वास वाटतो?' रॉथने विचारले.

आता कॅनफिल्ड उत्तरे एक-दोन शब्दांतच देऊ लागला. 'एक वर्ष' ते म्हणाले. आता कॅनफिल्ड दोन्ही हात खिशात घालून खाली पाहू लागला.

हार्लीनी विचारले, 'उत्पादनाची प्रक्रिया तुम्ही कृपया लिहून दाखवाल का?' पुढील पंधरा मिनिटे निओजच्या सर्व लोकांची नजर त्याच्या पाठीवर रोखलेली होती आणि तो फळ्यावर समीकरणांमागून समीकरणे लिहीत होता. अखेरीस तो वळला. त्याच्या काळ्या शाईतील लपेटदार अक्षरांनी बैठकीच्या खोलीची भिंत

भरून गेली होती. डॉक्टर चेन यांच्या सारख्याच प्रक्रियेतून तो पॉम्पे विकर बनवेल. त्यानंतर त्याला योग्य पिष्टमय पदार्थ आणि फॉस्फेट जोडण्यासाठी तो प्रक्रिया करणारे दोन विकर वापरेल PTase आणि आवरण काढणारा विकर दोन्हीची पूर्ण माहिती कोणालाच नव्हती आणि प्रयोगशाळेतही ते बनवता आले नव्हते. जाता जाता त्यांनी शुद्धीकरणाच्या सहा प्रक्रियांचे वर्णन केले. त्या समीकरणांचा काळजीपूर्वक अभ्यास काही मिनिटे केल्यानंतर हार्लीबाई म्हणाल्या, ''छे, छे तुम्ही हे एका वर्षात करूच शकत नाही.''

''आम्ही करू शकतो.'' कॅनफिल्ड पटकन म्हणाले. त्यांचे वाक्य तोडत लाल चेहरा झालेले रॉथ उभे राहिले. 'हा मूर्खपणा आहे. तुम्ही याबाबत गंभीर आहात का'' असे ओरडून म्हणत पाय आपटत ते खोलीबाहेर गेले. काही क्षणानंतर हार्ली आणि निओजचे इतर अधिकारी भरभर बाहेर पडले. कॅनफिल्ड जॉन आणि डाऊ यांच्यामधील खुर्चीवर दाणकन बसला. तो हातांची घट्ट घडी घालून बसला होता. सगळ्या जगाने वाळीत टाकल्यासारखा चेहरा करून तो बसला होता.

'हे भयानक आहे' ते कुरकुरले.

जॉन गप्प बसून राहिला. त्याच्या आयुष्यात, काय बोलावे सुचत नाही आणि परिस्थिती सुधारण्यासाठी काय करावे हे कळत नाही, असे प्रसंग खूप कमी वेळा आले होते आणि अशा कमी प्रसंगांपैकीच हा प्रसंग होता. नशिबाने कॅनफिल्डला शांत करण्याच्या कलेमध्ये डाऊ पारंगत झाला होता. त्याने त्याची खुर्ची मागे सरकवली. दोन्ही हात डोक्यामागे धरले, आणि हळुवारपणे एकेक शब्द उच्चारत तो म्हणाला. 'ठीक आहे बिल, आता हा केवळ व्यवहार आहे. ते चर्चेला परत येतील. ते फक्त आव आणत आहेत. थोडा वेळ जाऊ दे. सगळ्या गोष्टी जुळून येतील आणि सर्व काही ठीक होईल.''

कॅनफिल्ड धुमसत म्हणाले, ''आम्ही महिनोन महिने त्यांच्याबरोबर चर्चा करतोय. त्यांना काय पाहिजे आहे? ते हे सर्व प्रश्न का विचारतायत? त्यांच्या सर्व प्रश्नांची उत्तरे आमच्याकडे नाहीत. आणि म्हणूनच आम्हाला त्यांना भागीदार करून घ्यायचे आहे.''

तिथून थोड्याच अंतरावरच्या खोलीमध्ये हार्ली आणि निओजचे इतर अधिकारी यांना शिव्या देत बसलेला रॉथ दिसला. 'कॅनफिल्डला वाटते की, केवळ ते म्हणतात की, हे घडेल म्हणून आम्ही त्यावर विश्वास ठेवावा आणि तेही एक वर्षात. एक वैज्ञानिक गुंतागुंतीबद्दल बडबड करतो आहे आणि एक मुख्य कार्यकारी अधिकारी इतर कशाहीपेक्षा आपल्या मुलांना हे औषध मिळावे म्हणून धडपडतो आहे. ही काही चांगली युती नाही.''

'तुम्ही जर प्रथमच एखादा पदार्थ बनवत असाल, तर सायंकाळी ७ वाजताच्या रात्रीच्या जेवणासाठी संध्याकाळी ७ वाजता सुरू करू शकत नाही. तुमच्याजवळ योग्य पाककृती असली तरीही हे घडू शकत नाही.' त्यांनी आपले बोलणे संपवले. ''एका वर्षात परीक्षानळीतील औषध माणसांवरील चाचण्यांमध्ये रूपांतरित होऊ शकेल, अशी एकही कंपनी माझ्या माहितीत नाही.'' रॉथशी सहमती दर्शवत हार्ली म्हणाल्या. 'प्रयोगशाळेत परीक्षानळीतील उत्पादन सुरू करणे, जनावरांवरील चाचण्या याला किमान पाच वर्षे लागतील. ते काय करत आहेत हे या माणसांना माहीत नाही.'

'गरम माथ्याच्या बिल सारख्या माणसाबरोबर आपण काहीही करावे की, नाही हे मला माहीत नाही,' रॉथ म्हणाले.

त्या दिवशी कॅनफिल्ड आणि त्यांचे सहकारी यांच्याशी बोलणी करण्यासाठी निओजचे कोणतेही अधिकारी परत आले नाहीत. त्याऐवजी संबंध सुधारण्यासाठी आधीच्या संपूर्ण चर्चेमध्ये शांत बसून राहिलेले 'शेरीलनेफ' हे उंच, रुबाबदार, केस पांढरे झालेले, मुख्य कार्यकारी अधिकारी आले. माफी मागण्याच्या स्वरात ते म्हणाले की, 'बैठक काहीशी वादळीच झाली याची त्यांना जाणीव आहे आणि दुर्दैवाने आणखी काही बैठकांना त्याच दिवशी हजर राहावयाचे असल्यामुळे ते तुमच्याशी चर्चा करायला परत येऊ शकले नाहीत. त्या दिवशी ऐकलेल्या गोष्टींवर एकमेकांशी चर्चा करायला संधी मिळाल्यावर ते लगेच कॅनफिल्ड यांच्याशी संपर्क साधतील.'' नेफ यांच्या बोलण्यात एक प्रकारचे सकारात्मक आश्वासन होते. नेफ यांची बोलण्या-वागण्याची पद्धत प्रेमळ, विचारी आणि पित्यासमान होती. त्यामुळे जॉनला ते आवडले आणि त्यांच्यावर त्याचा विश्वासही लगेच बसला.

कॅनफिल्ड आणि डाऊ विमानाने ओक्लाहोमाला परत गेले. आणि जॉन दोन तास गाडी चालवत घरी परत आला. आपण किती मूर्ख आहोत असे त्याला वाटत होते. पुरेसे प्रश्न न विचारताच त्याने कॅनफिल्डच्या कंपनीशी करार केला होता. पहिली गोष्ट म्हणजे कॅनफिल्डचे बँकेमध्ये किती पैसे आहेत हे त्याला माहीत नव्हते. कॅनफिल्डच्या गुंतवणूकदारांबाबत बैठकीत उघड झाल्याप्रमाणे कॅनफिल्डच्या पॉम्पे विकर तयार करण्याच्या प्रक्रियेतील गुंतागुंत त्याला काडीमात्र समजली नव्हती. जॉन काही वैज्ञानिक नव्हता. तरी देखील निओजच्या माणसांचा संच आणि ओक्लाहोमातील गुंतवणूकदार हे बरोबर आहेत, असे वाटून तो नाऊमेद होऊ लागला. कॅनफिल्ड एक उत्तम पुस्तकी वैज्ञानिक होता. परंतु त्यांचे नवे संशोधन औषधांमध्ये कसे रूपांतरित करावे, याची काही त्याला कल्पना होती का? आणि समजा त्याच्याजवळ काही युक्ती असेल तर वैद्यकीय चाचण्या

एक वर्षात सुरू करण्याचे उद्दिष्ट कितपत शक्य होते?

जॉनने ब्रिस्टॉल मायर सोडण्याचा निर्णय घेतला होता. तेव्हा त्याला अशाच परंतु थोड्या तीव्रतेचा अनिश्चिततेला तोंड द्यावे लागले होते. ब्रिस्टॉल मायरमधील त्याचे मार्गदर्शक 'ब्रायन मार्किसन' यांनी त्याला कॅनफिल्डकडे जाण्यास प्रोत्साहन दिले होते. ब्रायन म्हणाले होते, 'हे जर झाले तर तू तुझी मुले वाचवशील. तू अनेकांना मदत करशील आणि तुझ्या गरजांपेक्षा किती तरी जास्त पैसेही कमवशील आणि जर हे घडले नाही तर तू येथे परत ये.' आपले नुकसान कमी करून त्याने आता ब्रिस्टॉल मायरकडे परत जावे का? नव्या नोकरीचा पहिला आठवडा आणखी किती वाईट जाऊ शकतो?

जॉनने आपली गाडी घरापाशी थांबवली. एलीन आणि मुले बाहेरच होती. साडेतीन वर्षांची मेगन आणि आता दोन वर्षांचा पॅट्रिक पुढच्या अंगणामध्ये त्याच्या नौदल प्रबोधिनीतील निळ्या रजईवर बसली होती. त्यांची श्वसनयंत्रे एका तालात चालू होती. एलीन त्यांच्यामध्ये बसली होती. आणि जॉन ज्युनियर रस्त्यावर तीन चाकी सायकल चालवत होता.

'बाबा', दोन्ही हात पुढे करून मेगन ओरडली. तिला हवेत उचलण्यासाठी तो धावत गेला. पॅट्रिकने कुरकुरत दोन्ही हात हलवले.

मेगन नेहमी प्रवेशद्वाराच्या पायऱ्यांवरील सर्वांत वरच्या पायरीवर बसत असे. तिकडे निर्देश करत जॉनने विचारले, 'आज तू तुझ्या नेहमीच्या जागेवर का बसली नाहीस?'

शब्द आणि खाणाखुणा यांचा एकत्र वापर करत मेगनने सांगितले, 'मी खाली पडले.' 'अरे हो जॉन, विशेष काहीनाही. ती पायऱ्यांवरून खाली पडली.' एलीनने हे चेष्टेच्या सुरात मुद्दामहून किरकोळ असल्याचे दाखवत सांगितले कारण मुले ऐकत होती. 'सुदैवाने मी मेगनला पकडले, पण हा आपल्या सर्वांसाठीच एक धडा होता. हो किनई बाळा.' पॅट्रिकला जवळ घेता यावे यासाठी तिने मेगनची पापी घेत तिला तिच्या वडिलांच्या हातातून उचलले.

'माझ्या लाल डोक्याच्या सावत्र मुला तू कसा आहेस?' मेगनची अशी गंमत करणे, हा त्यांच्या घरातील नेहमीचा विनोद झाला होता. आपल्या सगळ्यात छोट्याला विसरू नकोस अशी एलीनला वरचेवर आठवण करून द्यावी लागे.

'त्याच्या अंगठ्याला काय झाले आहे?' पॅट्रिकच्या बोटावरील मोठा फोड पाहात जॉनने विचारले. एलीन म्हणाली, ''मी गेले काही दिवस विचार करत होते आणि आत्ता माझ्या लक्षात आले आहे की, तो इतका हुशार आहे की, मानेचे स्नायू न वापरता डोके हलवण्याची युक्ती त्याने शोधली आहे. मला

वाटते ते इतके दुर्बल झाले आहे की, त्याला त्याचे डोके हलवता येत नाही. तो अंगठा तोंडात घट्ट धरतो आणि दंडाने डोके खाली ओढतो.''

जॉनने पॅट्रिकच्या अंगठ्याचा पापा घेतला आणि एलिनने सहजपणे दिलेल्या धक्क्यातून सावरण्यासाठी एक मिनिटभर आपले तोंड त्याच्या हातात लपवले. डॉक्टरांनी सांगितले होते त्याप्रमाणेच मुले अधिकाधिक अशक्त होत होती. मेगन पायरीवर बसू शकत नव्हती. आणि दंडाचा 'तरफ' म्हणून वापर केल्याशिवाय पॅट्रिक डोके फिरवू शकत नव्हता.

रस्त्यावरून 'बाबा' म्हणून छोट्या जॉनने मारलेली हाक त्याला ऐकू आली. त्याने डोके वर करून वळून पाहिले त्याचा मोठा मुलगा गाडीचे कडेचे दार उघडत होता. अनेक रंगांतील फुग्यांचा जणू काही एक ढग हवेत उडाला. एलीन ओरडत रस्त्यावर धावली आणि फुलांच्या आखुड रेशामध्ये हवेत झेपावत तिने फुग्यांचे दोरे पकडले. आश्चर्यचकीत झालेल्या जॉनच्या लक्षात आले की, आज त्याचा स्वत:चा वाढदिवस होता. तो ३३ वर्षांचा झाला होता.

वाचविलेल्या दोन फुग्यांचे दोरे धरीत एलीन त्याच्याजवळ आली. 'अरे देवा, मी ३३ फुगे आणले होते आणि आता आपल्याकडे एवढेच आहेत.' छोट्या ज्युनियरचा हात हलवत खिदळत ती म्हणाली.

त्याचे चुंबन घेत एलीनने त्याला वाढदिवसाच्या शुभेच्छा दिल्या आणि म्हणाली, 'चला, आत जाऊ या आणि केक खाऊ या.'

'जरुर.' तो म्हणाला.

'तू ठीक दिसत नाहीस, तू कसा आहेस?'

'मस्त, एकदम मस्त.' थकलेल्या आवाजात तो म्हणाला. डोके हलवून आणि एलीनकडे नजर वळवून त्याने सुचवले की, दिवस चांगला गेला नाही पण तो तिला त्याबद्दल नंतर सांगेल. त्याने मेगन आणि तिच्या श्वसनयंत्राला उचलले. एलीनने छोट्या जॉनचा हात सोडला. पॅट्रिक आणि त्याच्या श्वसनयंत्राला घेतले आणि त्यांनी मुलांना आत नेले.

काही मिनिटांतच सर्व जण चित्र-विचित्र टोप्या घालून स्वयंपाकघरातील लहान टेबलाभोवती बसून 'Happy Birth-Day'ची गाणी म्हणत होते. जॉनने दमदारपणे उत्साहित होऊन मुलांकडे हसत पाहात ३३ मेणबत्त्या विझवल्या.

चॉकलेट केक कापत असताना त्याच्या मनात आले की, कॅनफिल्ड कंपनीची नोकरी तो सोडूच शकत नाही. दिवसेंदिवस मुले अधिकाधिक अशक्त होत चालली होती आणि त्यांना वाचवण्याची दुसरी कोणतीच योजना त्याच्याजवळ नव्हती.

त्या रात्री तो आणि एलीन जेवत असताना त्याने एक कल्पना सुचवली. त्याला तीही साथ देईल असे त्याला वाटत होते. आणि ती म्हणजे कॅनफिल्ड

कंपनीला काही रक्कम पटकन मिळवून देणे. 'एलिन कंपनीला आत्ता पैशाची नड आहे आणि पुढे होऊन मदत करणे मला आवडेल. पैसे या घरातच आहेत आणि चांगली बातमी अशी आहे की, त्याची किंमत वाढलेली आहे. मी पैज लावू शकतो की, आपण हे घर गहाण ठेवून १ लाख डॉलर्स मिळवू शकतो.'

'तुम्ही आता तर कुठे सुरुवात केलीत. आणि या कंपनीच्या तिजोरीत खडखडाट आहे जॉन, हे काय चालले आहे?' एलीन परत म्हणाली.

"काही गुंतवणूकदार आमच्या अपेक्षेपेक्षा जरा जास्त वेळ लावत आहेत." जॉन त्याचा सूर सहज ठेवत म्हणाला. पैसे येत राहणे ही अडचण आहे. कॅनफिल्डला काही पैसे मिळत आहेत आणि मला हे दाखवून द्यायचे आहे की, मीही काही मदत करू शकतो."

जॉन, घर गहाण ठेवणे योग्य आहे असे मला वाटते का, असे तू विचारत असशील, तर तुला माझी परवानगी आहे. तुला जे आवश्यक आहे ते तू कर.' पूर्वी अनेकवेळा प्रमाणेच ती या वेळीही म्हणाली.

जॉनशी भांडण झाल्यापासून १५ महिन्यांमध्ये एलीनही अधिक क्षमाशील आणि आधार देणारी झाली होती. व्यवसायाबद्दल किंवा घरगुती आर्थिक बाबींबद्दल जॉनने घेतलेल्या निर्णयांना त्याचे बरोबर आहे हे नीट कळले नाही, तरीही ती विरोध करत नसे.

तिने कंपनीच्या संकटाबाबतचे तपशील मागितले नाहीत आणि त्यानेही ते तपशील तिला दिले नाहीत.

पुढच्या आठवड्यामध्ये जॉन १ लाख डॉलर्सचा धनादेश घेऊन ओक्लाहोमाला आला. त्याने त्याचे घर दुसऱ्यांदा गहाण ठेवले होते. सुदैवाने कॅनफिल्डसाठी हा आठवडा अधिक चांगला होता. स्थानिक डाक्टर्स आणि दंतवैद्य अशा अनेकांना त्याने फोन केले. आणि २ लाख डॉलर्स गोळा करून जमवले होते. त्यातील बहुतेक सर्व ५ हजार आणि १० हजार डॉलर्सच्या हप्त्यांमध्ये होते.

जॉनने निओजला फोन करून त्यांचे मुख्य कार्यकारी अधिकारी अधिकारी शेरीलनेफ यांच्याशी बोलण्याची परवानगी कॅनफिल्डना विचारली. 'व्यावसायिक व्यक्तीला व्यावसायिक व्यक्तीशी बोलून निर्णय घेणे सोपे असते.' जॉनला प्रत्यक्षात वाटत असलेल्या आत्मविश्वासापेक्षा अधिक आत्मविश्वासाने त्याने कॅनफिल्डला सांगितले.

पुढच्या काही आठवड्यांमध्ये जॉनने निओजसमोर एक चांगला करार ठेवला. खरेतर, तो पूर्णपणे निओजच्या फायद्याचा होता. अखेरीस निओज तो नाकारू शकली नाही. निओजने ५ लाख ६२ हजार डॉलर्स द्यावेत हे पटविण्यासाठी जॉनने

कंपनीला भागीदार होऊन पॉम्पेवरील औषधाच्या नफ्याचा अर्धा मालकी हक्क देऊ केला. आणि तेही कोणतीही कालमर्यादा न घालता. भागीदारीमध्ये महत्त्वाच्या क्षणी वेळोवेळी पैसे देणे आवश्यक असते आणि दीर्घकालीन भागीदारीचा निर्णय न घेता निओजने भविष्यातील व्यापारी संबंधांचा शब्द दिला नव्हता. ही अगदी खालच्या पातळीवर जाऊन केलेली तडजोड होती. ही पातळी कॅनफिल्ड आणि जॉनच्या कंपनीला अत्यावश्यक असलेली जीवनदात्री पायरी होती.

कॅनफिल्डच्या कंपनीला सुरुवात करण्यासाठी आवश्यक तेवढे पैसे मिळाले आणि त्यांचा भागीदार निओजने त्यांच्या कंपनीला वजन प्राप्त करून दिल्यावर जॉन व कॅनफिल्ड गंभीरपणे भांडवल मिळवण्याच्या मागे लागले. जॉन लगेच त्याच्या एकमेव मित्रांच्या जाळ्याकडे वळला. हार्वर्ड बिझनेस स्कूलमधील शुक्रवार दुपारच्या पिझ्झा मेजवानीला येणारा मित्र जॉश फिलीप्स नेहमी त्याच्या प्रसिद्ध पारितोषिकांना हजर असे. त्याला जॉनने फोन केला.

काही आठवड्यांपूर्वीच जॉशने त्याला ई-मेलवर कळवले होते की, कॅटॅलिस्ट हेल्थ अँड टेक्नॉलॉजी पार्टनर्स या बोस्टनमधील एका नवीन कंपनीचा तो भागीदार झाला होता. जॉनने जॉशला ई-मेल करून त्याच्या नवीन कंपनीचे वर्णन केले आणि त्याची कंपनी पैसे गुंतवण्यास उत्सुक आहे का असे विचारले. जॉनची विनोदबुद्धी आणि व्यक्तिमत्त्व याचे जॉशला नेहमीच कौतुक वाटत असे. त्याने जॉनला त्याच्या कंपनीची माहिती सांगण्यासाठी निमंत्रण दिले.

निओजच्या गुंतवणुकीतील काही रक्कम वापरून जॉनने सल्ला देणाऱ्या एका कंपनीकडून त्यांच्या व्यापार योजनेचे आणि ३० स्लाइड्स असलेल्या एका माहिती देणाऱ्या कार्यक्रमाचे नियोजन करून घेतले. स्किप आयर्विंग हा हेल्थ डव्हॅॲन्सेस इन बोस्टन या कंपनीतील सल्लागार होता. त्याने जॉन व कॅनफिल्डला कंपनीला नवे नाव देण्यासाठी त्यांच्या बरोबर खूप माथेफोड केली. कॅनफिल्डने दिलेले नाव 'टारगेटेड थेरपीज इनकार्पोरेशन' असे होते, जे ठीक होते, पण प्रभावहीन वाटत होते. निवडलेले नवे नाव होते, 'नोव्हाझाईम'. नवीन आणि विकर (Nova+Enzyme) या शब्दाशी खेळून हे नाव तयार केले होते.

काही आठवड्यानंतर जॉनने मॅसॅच्युसेट्समधील न्यूटन येथील कॅटॅलिस्ट कंपनीच्या कार्यालयामधील व्यवसायाची योजना मांडली. त्याने आपली योजना खपवण्यासाठी सगळ्यांना आकर्षित करेल असा नवीन मुद्दा मांडायला सुरुवात केली होती. तो असा की, कॅनफिल्डचा वैज्ञानिक दृष्टिकोन केवळ पॉम्पे व्याधीतील अभाव असलेला विकर तयार करण्यासाठीच नव्हे, तर विकराच्या अभावामुळे होणाऱ्या अठ्ठेचाळीस इतर व्याधींवरही उपयुक्त ठरेल. या व्याधी अतिशय दुर्मीळ असल्या तरी एका रुग्णाच्या उपचाराची किंमत खूप ठेवता येईल आणि त्यातून

आपल्याला प्रचंड संपत्ती मिळू शकेल. त्याने गुंतवणूकदारांना एक स्लाइड दाखवली, जिच्यामध्ये जेन्झाईम कंपनीचा पुढील वर्षातील गाऊचर व्याधीच्या उपचारातून मिळणारा अपेक्षित फायदा ५४० दशलक्ष डॉलर्स होता.

'जेन्झाईमप्रमाणे औषधांची मालिका सुधारित तंत्रज्ञानाने करण्यामधील आर्थिक क्षमतेची कल्पना करा. या व्यापारातील क्षमता फक्त दशलक्ष किंवा शेकडो दशलक्ष नाही तर मिलियन डॉलर्सची आहे.' त्याने पुढील स्लाइड दाखवली. त्यामध्ये व्यापाराची क्षमता ६ अब्ज डॉलर्स दाखवली होती.

जॉनने हे मान्य केले की, जेन्झाईम हा बराच मोठा स्पर्धक पॉम्पे व्याधीवर दोन विकर विकसित करत होता आणि ते चेन आणि फार्मिंग यांच्या विकसनाच्या जरा पुढे होते. परंतु जॉनने त्यांना कॅनफिल्डच्या विकरापेक्षा 'फारच कमी प्रतिचे' असे विशेषण दिले. त्यानंतर त्यांनी कॅनफिल्डच्या शास्त्राचे औषधामध्ये कसे विकसन करायचे याची रूपरेषा सांगितली. त्यांनी कॅनफिल्डचा मूळचा कालबद्ध कार्यक्रम किंचितसा बदलला होता, त्याने आत्मविश्वासाने जाहीर केले की, 'कंपनी पॉम्पे व्याधीच्या रुग्णालयीन चाचण्या एक ते दीड वर्षांत सुरू करू शकेल.'

भाषण संपवता-संपवता आपले भाषण या व्यावसायिकांना कसे वाटले हे पाहण्यासाठी त्याने त्यांच्या चेहऱ्याचे निरीक्षण केले. या लोकांच्या नम्र आणि हसऱ्या चेहऱ्यावरून अंदाज बांधणे कठीण होते. परंतु जॉनला हवा असलेला संकेत जॉशकडून मिळाला. तो थोडा वळला आणि त्याने अंगठा वर करून तू जिंकलेस अशी खूण केली. ती फक्त जॉनलाच दिसली.

जॉन गेल्यानंतर जॉश त्याचे वरिष्ठ भागीदार डेव्हिड हेनड्रेन यांच्याकडे वळला आणि उत्कटतेने म्हणाला, 'ही कंपनी जेन्झाईमच्या पैशाच्या प्रवाहाशी स्पर्धा करू शकते.' त्याच्या हे लक्षात आले होते की, स्वत:च्या मुलांवर वैद्यकीय चाचण्या सुरू होण्यावर जॉनचे लक्ष केंद्रित होते. परंतु जॉशला ते पूर्णपणे समजले नव्हते. जेन्झाईमच्या मुख्य धंद्याला कॅनफिल्डचे शास्त्र हा असा धोका होता की, या मोठ्या कंपनीला ही लहान कंपनी विकत घ्यावीच लागेल.

"असे घडले तर मोठा लग्गा लागणाची शक्यता आहे." खूप पैसा मिळवण्याच्या संधीसाठी 'लग्गा' हा खास शब्द वापरत जॉश म्हणाला, 'इतर मोठ्या गुंतवणूकदार कंपन्यांचे या छोट्या कंपनीकडे लक्ष जाण्यापूर्वीच जॉशने लगेच पुढच्या आठवड्यात ओक्लाहोमाला जाऊन नोव्हाझाईम बरोबर एक करार करावा यावर त्यांचे एकमत झाले.

कराराबाबतच्या चर्चा सहजपणे झाल्या. कॅटॅलिस्ट कंपनीने ७ टक्के मालकीहक्काच्या बदल्यात १५ लक्ष डॉलर्स देण्याचे आणि आणखी तेवढेच

उभे करण्याचे मान्य केले. हार्वर्ड बिझनेस स्कूलच्या जाळ्याची प्रसिद्धी सिद्ध झाली होती.

३ दशलक्ष डॉलर्सचे वचन मिळाल्यावर जॉन आणि कॅनफिल्ड निधी गोळा करण्याबाबत निश्चित होऊ शकत होते. त्यांना असे वाटले की, किमान एक वर्षापर्यंत कंपनी चालवण्यास त्यांच्याजवळ पुरेसे पैसे होते. परंतु रॉथ आणि नेआॅस आणि इतर काही गुंतवणूकदार कंपन्यांबरोबर त्यांनी भेटी ठरवल्या होत्या. त्या भेटींचे फळ मिळण्याचीही शक्यता होती. त्या दोघांनी ठरवले की, निआॅसच्या मुख्य अधिकाऱ्याबरोबर ताणले गेलेले संबंध अधिक दुरावू नयेत यासाठी या भेटी रद्द न केलेल्या बऱ्या आणि आश्चर्य म्हणजे दोन्ही गुंतवणूकदार गुंतवणूक करू इच्छित होते. इतकेच काय पण मागितलेल्या रकमेपेक्षा त्यांनी जास्त रक्कम देऊ केली. शिवाय पर्स्यूस सोरॉस हा जीवतंत्रज्ञानाला प्रोत्साहन देणारा निधी होता. याचे प्रायोजक जॉर्ज सोरॉस हे कोट्यधीश होते. हा निधी जागतिक दर्जाचे यशस्वी जैवतंत्रज्ञान गुंतवणूकदार डनिस पर्सेल चालवायचे. त्यांनी सुरुवातीला १५ लाख डॉलर्स देऊ केले. परंतु एक आठवड्यानंतर हेल्थकेअर व्हेन्चर या अतिशय जुन्या आणि यशस्वी जीवतंत्रज्ञानात गुंतवणूक करणाऱ्या कंपनीने ३ दशलक्ष डॉलर्स गुंतवण्याचा आग्रह धरला. तेव्हा सोरॉस यांनी हा आकडा त्यांच्या एवढाच म्हणजेच ३ दशलक्ष डॉलर्स एवढा केला. कॅटॅलिस्ट कंपनीने स्पर्धेत राहण्यासाठी त्यांची गुंतवणूक २ दशलक्ष डॉलर्स केली. पहिला टप्पा निश्चित केला गेला, तेव्हा नोव्हाझाईमच्या बँकेमध्ये ८ दशलक्ष डॉलर्सपेक्षा अधिक रक्कम जमा होती.

पर्स्यूस सोरॉसच्या ३२व्या मजल्यावरच्या खिडकीत जॉन आणि जॉश शेजारी-शेजारी उभे होते. जॉनने गडद रंगाचा व्यावसायिक पोशाख घातला होता. जॉनने कॅनफिल्डच्या खांद्यावर हात टाकला. तो हसत-हसत म्हणाला, ''डॉक्टर, आपण खूपच पुढचा पल्ला गाठलाय.''

१४. अपयश हा पर्याय नाही!

उन्हाळा ते पानगळ, २०००
ओक्लाहोमा शहर-ओक्लाहोमा

नोव्हाझाईमला आर्थिक स्थैर्य आल्यावर जॉनने मुलांचे जीव वाचवण्यासाठी संशोधनाला पैसे पुरवणारा केवळ एक पिता ही भूमिका सोडून, संशोधन करणारी कंपनी उभी करण्याचे त्याचे स्वप्न प्रत्यक्षात आणण्यासाठी प्रयत्न सुरू केले. जवळजवळ सर्वच औषध कंपन्या स्वत:ला 'रुग्णमित्र' म्हणवून घेतात. परंतु बहुतेक सर्व औषध कंपन्यांची औषधे उपचार करण्यासाठी तयार केली आहेत असे दिसत नाही. शास्त्राचे अध्यापनशास्त्र आणि औषध विकसन या दोन्हीचा विचार करताना वस्तुनिष्ठता असलेल्या औषधी निर्माणाला सर्वच कंपन्या प्राधान्य देतात. रुग्णांवरील चाचण्यांमध्ये रुग्णांना संख्याशास्त्रीय आकडेवारीपुरते वापरले जाते. या मोजदादीमध्ये हेतुपुरस्सरपणे भावना वगळलेल्या असतात. शास्त्राच्या तात्त्विक भूमिकेत गुंतलेले औषध कंपन्यांतील संशोधक रुग्णांना संशोधनाच्या माहितीपासून दूरच ठेवतात. कारण त्यांना शास्त्रीय संशोधन आणि औषध विकसन यामध्ये भावनांची लुडबुड नको असते.

जॉन हा असा दुर्मीळ जैवतंत्रज्ञ अधिकारी होता, जो त्याची कंपनी उपचार करू इच्छित असलेल्या रुग्णांच्या भयाण जगतात राहिला होता आणि अजूनही राहात होता. रुग्णांची अधिरता आणि औषधी निर्माणातील भावनाशून्यता पाहून त्याला अतिशय उद्विग्नता येत असे.

जॉन आता मुख्याधिकारी असल्यामुळे शास्त्र आणि औषध विकसनाचा व्यवसाय यामध्ये रुग्णांचे आणि त्याच्या कुटुंबीयांचे प्रत्यक्ष अनुभव, त्यांना वाटत असलेली अधिरता यांना स्थान देऊ इच्छित होता. याच भावनांनी त्याला काम करायला उद्युक्त केले होते. कंपनीत प्रत्येक आठवड्याला रुग्ण आणि त्यांच्या कुटुंबीयांना निमंत्रित

करून त्यांच्या कहाण्या संशोधकापासून सर्व कर्मचाऱ्यांना ऐकवण्याचा कार्यक्रम सुरू केला. त्यांनी या कार्यक्रमाला 'जेवताजेवता शिका' असे नाव दिले.

२००० सालच्या उन्हाळ्यामध्ये जॉनच्या परिचित आणि अपरिचित १०-१२ रुग्णांना नोव्हाझाईमने निमंत्रित केले. मुलांच्या पॉम्पे न्यासातील जॉनचा एक मोठा आधार 'ग्रेग ॲसिंक' केल्सी या त्याच्या सात वर्षांच्या मुलीची छायाचित्रे घेऊन आला. 'जेवता-जेवता शिका' या कार्यक्रमांचे आयोजन जॉन मुद्दामहूनच अशा रितीने करे की, संचालक आणि कंपनीचे सल्लागार या कार्यक्रमास यावेत आणि त्याच्या वैचारिक जगतात ते ओढले जावेत. या कार्यक्रमातून बाहेर पडताना जवळजवळ प्रत्येक जण अधिक काम करण्यास उद्युक्त होऊन बाहेर पडत असे. कार्यक्रमाला येणारे निमंत्रित आणि विशेषत: त्यातील एक मुलगी अनपेक्षितपणे प्रभावशाली ठरली.

तिचे नाव होते 'लिंडसे इस्टन' आणि जवळपासच्या एका उपनगरात ग्लेनपूल येथे केवळ एक तासाच्या अंतरावर राहात असल्यामुळे तिला निमंत्रण दिले होते. ती स्वत: व्याधिग्रस्त होती. जॉनने मुलांचा पॉम्पे न्यास सुरू केला तेव्हा डॉक्टर स्लोनिम यांनी जॉनशी तिच्या कुटुंबीयांची ओळख करून दिली होती. मेगन आणि पॅट्रिक यांची पॉम्पे व्याधी आणि लिंडसेची पॉम्पे व्याधी यांचा प्रकार सारखाच होता. त्यामुळे डॉक्टरांनी जॉनला लिंडसे कुटुंबीयांकडे लक्ष द्यायचा आग्रह केला होता. डॉक्टर स्लोनिमनी लिंडसेला खूप वर्षांपूर्वी ती रांगणारी असताना पाहिले होते. परंतु तिच्या कुटुंबीयांशी त्यांचा दीर्घकाळ संपर्क झाला नव्हता. ती अजून जिवंत आहे की नाही, हेही त्यांना माहीत नव्हते. जॉनने तिचा शोध घेतल्यावर त्याला असे दिसून आले की, तिला असलेल्या व्याधीच्या प्रकाराची पाच वर्षांची आयुर्मर्यादा तिने ओलांडली होती. खरे तर ती आता १३ वर्षांची होती. परंतु या काळामध्ये तिच्या स्नायूंची ताकद जवळजवळ संपुष्टात आली होती. आणि शब्दश: ती फक्त तिच्या पापण्या, तोंड आणि बोटे हलवू शकत होती.

लिंडसे आली त्या दिवशी जॉनने स्वागतकक्षात तिचे हसून स्वागत केले आणि 'तू कशी आहेस' असे तिच्याकडे रोखून पाहात विचारले. मोठे घारे डोळे, लांब काळे केस आणि भावनाविरहीत चेहरा असे तिचे रूप होते. तिला तीस अंशांमध्ये पाठ वाकवलेल्या चाकांच्या खुर्चीवर पट्ट्यांनी बांधले होते. तिने तोंडातल्या तोंडात काहीतरी उत्तर दिले.

लिंडसेची आई 'लारी' हिने पटकन ती काय बोलतेय ते सांगितले. "तुम्हाला मी कशी आहे असे वाटते?" लॉरी मोठ्याने हसली आणि लिंडसेकडे खोट्या रागाने बघत म्हणाली, "एका दुपारपुरती तुझी मूर्ख बडबड थांबवशील का?"

जॉन हसला. त्याच्या लक्षात आले की, इतकी आजारी असूनही मेगनप्रमाणेच

तिचाही स्वभाव खेळकर होता. तो लिंडसे तिचे आई-वडील, भाऊ आणि आजी-आजोबा अशा साऱ्या कुटुंबाला घेऊन स्वागत कक्षाकडून खाली कॅनफिल्डचे स्वत:चे आणि इतर कार्यालये असलेल्या भागामध्ये घेऊन गेला. ते कोपऱ्यावर मुख्य प्रयोगशाळेपाशी आले. प्रयोगशाळेत डोकावल्यावर त्यांना १०-१२ शास्त्रज्ञ काही पातळ पदार्थ मोजत आणि परीक्षानळ्यांमध्ये पाहात असल्याचे दिसून आले. ते मोकळ्या भागाला वळसा घालून परिषदेच्या मुख्य हॉलमध्ये आले. तेथे कंपनीतील तीस कर्मचारी दुपारच्या जेवणासाठी जमले होते.

लॉरी आणि लिंडसेला प्रेक्षकांनी प्रश्न विचारले. काही वेळा आई स्वत: बोलत होती, तर इतर वेळी तिच्या मुलीला काय म्हणायचे आहे, हे ती स्पष्ट करून सांगत होती.

कॅनफिल्डमधील सर्व शास्त्रज्ञांतील अतिशय जिज्ञासू आणि सर्वांमध्ये मिसळणारा शास्त्रज्ञ 'हंगडू' याने विचारले, 'तुला सगळ्यात जास्त काय करायला आवडते?'

लिंडसेसाठी आईने उत्तर दिले, ''तिला वाचायला आवडते. ती सतत वाचत असते. ती इतकी भरभर वाचते की, कधी-कधी पाने उलटत राहण्याशिवाय मला काहीही करता येत नाही. हॅरी पॉटर हे पुस्तक तिने तीन दिवसात संपवले. जर मी पाने उलटवणारे यंत्र शोधून काढले असते, तर मी खूप श्रीमंत झाले असते.'' तिने बोलणे संपवले. प्रेक्षक गालातल्या गालात हसत होते.

'हंग'ने प्रश्नामागून प्रश्न विचारले आणि लवकरच इतर लोक त्याला प्रश्न विचारण्यात सामील झाले.

''जर त्या विकराचा उपयोग झाला आणि तू पूर्वीसारखी हिंडू, फिरू लागलीस तर तुला काय करायला आवडेल?' हंगने विचारले.

लिंडसेने परत काही आवाज केले आणि लॉरीने त्याचे भाषांतर केले. ''मला माझ्या भावाच्या पार्श्वभागावर लाथ मारायला आवडेल.'' त्या खोलीत हास्याचा स्फोट झाला.

औषध विकासाचे प्रमुख 'टोनी मॅकीनी' यांनी जरा गंभीरपणे विचारले, ''या नळ्यांचा तुला त्रास होतो का?''

''मसाज, व्यायाम असे काही उपचार तुझ्यावर चालू आहेत का?'' आणखी एका कर्मचाऱ्याने विचारले.

'तुला कधी वेदना होतात का?' हंगनी विचारले.

तेव्हा तिच्या आईने तिच्या पोटाचे स्नायू नीट काम करत नाहीत, तेव्हा तिला पोटात दुखते. परंतु नळ्यांची सवय झाल्यामुळे लिंडसला नळ्यांचा त्रास होत नाही, असे उत्तर दिले. लिंडसीच्या हाता-पायाचे स्नायू ताठून जाऊ नयेत यासाठी आठवड्यातून दोन वेळा फिजिओथेरपिस्ट लिंडसीवर उपचार करून जातात.

अखेरीस प्रश्न थांबले तेव्हा लिंडसी म्हणाली, 'तुम्ही सर्व जण ही व्याधी

बरी करण्यासाठी काम करीत आहात, हे पाहून मला अतिशय आनंद होतो. कित्येक दिवस आम्हाला काहीच आशा वाटत नव्हती आणि आता आम्हाला कळते आहे की, पॉम्पे व्याधी बरी करण्यावर एक कंपनी काम करत आहे. इतकेच नव्हे तर ती चक्क इथेच ओक्लाहोमामध्येच आहे. तुमच्यातील प्रत्येक जणाने आम्हाला आशेचा मार्ग दाखविला आहे.'

हवा जाण्या-येण्यामध्ये कुठेतरी अडथळा निर्माण झाल्याचे लक्षण म्हणून लिंडसीच्या श्वसनयंत्रातून सूचनेची घंटा वाजू लागली. कोणतीही हालचाल नसलेल्या तिच्या चेहऱ्यावरून अश्रू ओघळू लागले.

खोलीत एकदम शांतता पसरली आणि सगळेच गलबलून गेले. पुढच्याच रांगेत बसेलल्या जॉनचा चेहरा लालबुंद झाला आणि त्याच्या डोळ्यांत अश्रू दिसू लागले. त्याचा आवाज फाटला. ओठ थरथरू लागले. तो पाहुण्यांना धन्यवाद देण्यासाठी उभा राहिला. 'इथे येऊन आपली कहाणी आम्हाला सांगितल्याबद्दल धन्यवाद' लिंडसी, तुला आणि पॉम्पे व्याधी असणाऱ्या इतर रुग्णांना मदत करण्यासाठी आम्ही कल्पनाही करू शकलो नव्हतो, इतके काम करण्यासाठी तू आम्हाला उद्युक्त केले आहेस.''

खोलीमध्ये पाठीमागील बाजूस बसलेला कॅनफिल्ड श्वास रोखून आशा करत होता की, जॉनचा मनावरील ताबा सुटणार नाही. दर आठवड्यास रुग्णांना बोलावून त्यांनी कर्मचाऱ्यांशी बोलावे, या योजनेबाबत कॅनफिल्ड नाराज होता. त्याने जॉनला सांगितले होते की, या भावनिक कार्यक्रमांमधून शास्त्रज्ञ वगळावेत. त्यामुळे ते अपयशाची तमा न बाळगता मुक्तपणे प्रयोग करू शकतील, पण नेहमीप्रमाणेच त्यांच्या विरोधाला न जुमानता जॉनने पुढचे पाऊल टाकले होते.

इस्टन कुटुंबयांना लिफ्टपर्यंत पोहोचवत असताना आणि त्यातील प्रत्येकाला मिठीत घेऊन निरोप घेत असताना कॅनफिल्ड जॉनच्या पाठोपाठ आले आणि घाईघाईने त्यांच्या कार्यालयात घुसले. जॉनने स्वत:ला सावरल्याचे पाहून कॅनफिल्डने सुटकेचा नि:श्वास टाकला आणि ते आपल्या प्रयोगशाळेकडे परत गेले.

काही क्षणानंतर जॉनच्या कार्यालयातील दृश्य कॅनफिल्डने पाहिले नाही. जॉन दाराला पाठ लावून उभा होता आणि त्याने अश्रूंना मुक्तपणे वाहू दिले. ही व्याधी कशी वाढत जाते, याबाबत बाहेर एक डॉक्टर बोलत होते. व्याधी कशी वाढत जाते याबाबत बोलणे एक वेगळी गोष्ट होती आणि प्रत्यक्षात व्याधीला तोंड देणे हा वेगळाच अनुभव होता. लिंडसीबद्दल त्याला अतिशय दु:ख झाले. मेगन आणि पॅट्रिक यांच्याबाबत खूप भीती वाटली त्याला अधिक काळ, अधिक खडतरपणे आणि अधिक वेगाने काम करावेच लागेल. नोव्हाझाईमाला तो कधीच अपयशी होऊ देऊ शकत नव्हता.

१५. उनाड मुले

पानगळ ते हिवाळा, २०००
ओक्लाहोमा शहर-ओक्लाहोमा
हॉरशॅम-पेन्सिल्व्हानिया, सॅन फ्रॅन्सिस्को-कॅलिफोर्निया

प्रयोगशाळेत डोकावणे ही घोडचूक आहे, याची जॉनला जाणीव नव्हती. वैज्ञानिक संशोधनासाठी काळ, अचुकता, तपशील याची गरज असते आणि ते त्याच्या शक्तीबाहेरचे होते. शास्त्राला आवश्यक पैसा पुरवता येतो. प्रोत्साहन देता येते आणि प्रेरणाही देता येते. पण इथे घाई करून चालत नाही. काहीही वैज्ञानिक पार्श्वभूमी नसलेल्या जॉनने २००० सालच्या अखेरीस वैज्ञानिक निर्णय घेण्याची घोडचूक केली. त्याने कॅनफिल्डचा नावलौकिक जवळजवळ धुळीला मिळवला आणि काही काळ निओजला असे वाटू लागले की, ही कंपनी म्हणजे बनवेगिरी आहे. त्यामुळे जॉनच्या स्वत:च्या मुलांना मदत करण्याच्या ध्येयाला थोडी बाधा आली आणि जॉन हा धडा कधीच विसरू शकला नाही.

त्याची सुरुवात अशी झाली, पॉम्पे रुग्णांमध्ये अभाव असलेला विकर तयार करण्यासाठी कॅनफिल्डला दोन शास्त्रीय प्रश्न सोडवणे आवश्यक होते. ॲसिड अल्फा ग्लुकोसिजेड हा पॉम्पे विकर तयार करण्यापूर्वी प्रक्रिया करणारे दोन विकर मिसळून त्याला योग्य शर्करेची साखळी जोडायची होती. हे करण्यासाठी त्याने काही वर्षांपूर्वी जपानी बुरशीपासून मिळवलेले डीएमजे हे रसायन वापरले. परंतु आधी प्राण्यांमध्ये व नंतर मानवांमध्ये चाचणी करण्यासाठी डीएमजे उपलब्ध नव्हते. डीएमजे अधिक प्रमाणात मिळवण्याचा मार्ग शोधणे किंवा त्याला योग्य पर्याय शोधणे गरजेचे होते.

या पुढचे काम कदाचित अधिक आव्हानात्मक होते. ते म्हणजे मानवी

फॉस्फेट्रान्सफरेज (PTase) तयार करण्याचा मार्ग शोधणे. प्रक्रिया करणाऱ्या दोन विकरांपैकी हा अधिक गुंतागुंतीचा विकर होता. कॅनफिल्ड उत्पादनाच्या पुढील पायऱ्यांवर हा विकर वापरत असे. पेशीच्या योग्य भागामध्ये पॉम्पे विकर पोहोचवण्यासाठी PTaseया मदतीने पॉम्पे विकर फॉस्फोरिलेटेड करणे गरजेचे होते. प्रयोगशाळेतील कामासाठी कॅनफिल्डने गायींच्या स्नायूंपासून PTase मिळविले होते. परंतु निओजच्या रॉथ यांनी ठामपणे सांगितल्याप्रमाणे जनावरांपासून मिळवलेल्या कोणत्याही पदार्थास विश्लेषण करून हे अतिशय गुंतागुंतीचे प्रथिने तयार करण्याच्या प्रयत्नास सुरुवात केली. कॅनफिल्डच्या कल्पनेपेक्षाही हे अधिक अवघड असल्याचे दिसून आले.

सूक्ष्मपणे परंतु वेळेत काम पूर्ण करण्याचा जॉनचा कंपनीवरील दबाव कंपनीच्या विज्ञानावर परिणाम करू लागला. जॉनच्या घाई करण्यामुळे कॅनफिल्ड आणि त्याचे सहकारी त्यांचा विश्वास बसणार नाही, इतक्या जलद गतीने काम करण्यास निश्चितच प्रवृत्त होत होते. परंतु जॉनला दबाव टाकणे, केव्हा थांबवावे हे कळत नव्हते.

विज्ञानाला पुढे ढकलण्यासाठी कॅनफिल्डने नेमणूक केलेल्या औषध विकसनाच्या, अत्यंत हुशार अशा प्रमुख टोनी मॅकिनी वर जॉन विसंबून होता. मॅकिनीबरोबरच्या पहिल्या भेटीतच कॅनफिल्डच्या विज्ञानाच्या विकासाबाबत जॉनने वेळापत्रक आखून दिलेले होते. डिसेंबर २०००पर्यंत त्यांनी जनावरांवरील चाचण्या संपवायच्या होत्या आणि माणसावरील चाचण्या सप्टेंबर २००१पर्यंत सुरू करावयाच्या होत्या.

'हे घडवणे हे तुमचे काम आहे. हे पूर्वी कधीही केलेले नसल्यामुळे हे करणे शक्य नाही, हे मी तुमच्याकडून ऐकून घेणार नाही. आपण येथे गोष्टी वेगळ्या तऱ्हेने हाताळत आहोत.' ते कामापासून परावृत्त तर होणार नाहीत, या दृष्टीने त्याने आपले बोलणे तपासून पाहिले. आपण नेहमीच्या औषध विकसनासाठीच्या वेळेप्रमाणे काम करत नसून, आपण नोव्हाझाईम काळाप्रमाणे काम करत आहोत.'

मॅकिनीने औषधाच्या कारखानदारीमध्ये विक्री आणि नवीन औषधाचे विकसन यात दहा वर्षांपेक्षा अधिक काळ घालवला होता. आणि त्याला माहीत होते की, जॉनचे वेळेचे बंधन पाळणे अतिशय अवघड होते. तरीही ते म्हणाले, 'हो नक्कीच' परंतु मॅकिनीने हे मान्य केले, कारण तो जॉनला वाटणारी निकड आणि त्याने पाहिलेली रुग्णांमधील अगतिकता यांनी हेलावून जाऊन कामास प्रवृत्त झाला होता. कंपनीत कामावर रुजू झाल्या-झाल्या काही आठवड्यांतच त्याला व्हरांड्यामध्ये एक जोडपे भेटले होते. त्यांनी नोव्हाझाईमबद्दल वाचले होते आणि पॉम्पे व्याधीने जीवन संपत आलेल्या आपल्या बाळाला काही उपचार करता येतील का, या आशेवर ते कॅन्सासहून आले होते. तेव्हा त्याला रुग्णांच्या

माता-पित्यांना त्यांच्या बाळासाठी उपचार देऊ करण्यापूर्वी, किती चाचण्या आणि प्रयोग करणे आवश्यक आहे, हे समजावून सांगणे ही अत्यंत अवघड गोष्ट करावी लागली होती.

मॅकिनीने कॅनफिल्डच्या विकराची उंदरांवर चाचणी करण्याचा आराखडा तयार करायला ताबडतोब सुरुवात केली. माणसांवर चाचण्या सुरू करण्यापूर्वीची ही सर्वमान्य पद्धत होती. प्राण्यांवरील चाचण्या अन्न आणि औषध प्रशासनाला पुरेसे पटवण्याइतपत निर्दोष असणे आवश्यक होते. त्या आधारे हा विभाग औषध विकसनातील पुढचे पाऊल उचलणार होता. म्हणजे मानवांवरील चाचण्यांस परवानगी देणारा होता. डॉक्टर नीना रॅबेन या राष्ट्रीय आरोग्य संस्थेच्या जीवरसायनतज्ज्ञ होत्या. ह्यांनी पॉम्पे व्याधीच्या उंदरांची एक वसाहत निर्माण केली होती. आणि डॉक्टर बॅरी बार्यन हे लहान मुलांचे हृदयरोगतज्ज्ञ आणि जनुक उपचारातील फ्लोरिडा विश्वविद्यालयातील तज्ज्ञ या दोघांचा सल्ला मॅकिनीने घेतला. डॉक्टर रॅबेननी प्राण्यांवरील अभ्यासाचा आराखडा करण्यास मदत केली, इतकेच नाही तर नुकत्याच निर्माण केलेल्या पॉम्पे व्याधी असलेल्या अनेक उंदरांना प्रयोगशाळेत पाठवण्यास मान्यता दिली. अशा प्रकारचे उंदीर अतिशय कमी प्रमाणात उपलब्ध होते आणि जेन्झाइम आणि या व्याधीवर संशोधन करणारे, तर अतिशय अधिरपणे यांचा शोध घेत होते.

सन २०००च्या उन्हाळ्याच्या अखेरीस पॉम्पे व्याधी असलेले २४ उंदीर ओक्लाहोमा विश्वविद्यालयामध्ये प्रयोग सुरू करण्याच्या प्रतिक्षेत होते. कॅनफिल्डच्या विकराची उंदरांवर चाचणी करण्याचा त्याचा आराखडाही तयार होता. जॉनने टुमणे लावल्यामुळे मॅकिनीने कॅनफिल्डला प्राण्यांवर चाचणी करण्यासाठी त्याचा प्रायोगिक विकर पुरवण्याचा आग्रह धरला.

'मला तो विकर हवा आहे. मला तो केव्हा देणार?' त्यांनी विचारले. 'दोन आठवड्यात' प्रश्नोत्तरांच्या रूपात हे अनेक वेळा परत-परत झाले.

आठवड्यामागून आठवडे निघून गेले. उन्हाळा संपून पावसाळा आला. कॅनफिल्ड खूप प्रयत्न करतोय, हे दिसतही होते. पण त्याच्या गरजेइतके पुरेसे डीएमजे मिळवण्यास तो असमर्थ ठरला होता. इतकेच काय, ते तयार करू शकणारा अन्य कोणीही त्याला सापडला नव्हता. न्यूझिलंडमधील एका कंपनीशी त्याने डीएमजे उत्पादन करण्याबाबत करार केला होता. आणि पाच रसायनतज्ज्ञ या योजनेवर रात्रं-दिवस काम करत होते. परंतु ती कंपनी दर आठवड्याला उशिराच्या कारणाचा एक नवा अहवाल पाठवत होती. अखेरीस कॅनफिल्डने त्यांच्याबरोबरचा करार रद्द केला.

कित्येक आठवडे नोव्हाझाईमचे दोन वैज्ञानिक रसायन शास्त्रीय मासिकांमध्ये

मार्ग शोधत होते. साधारणपणे समान रासायनिक आकृती असलेली अनेक रसायने त्यांना सापडली. त्यांनी त्यांची एकेक करून चाचणी घेण्यास सुरुवात केली. ती डीएमजे ऐवजी वापरता येतील अशी आहेत का? हे ठरवण्याचा ते प्रयत्न करीत होते. त्यांच्या असे लक्षात आले की, किफ्युनेन्सिंन डीएमजे सारखेच परिणाम देते आणि ते सर्वत्र भरपूर प्रमाणात उपलब्ध होते. खातरी करून घेण्यासाठी कॅनफिल्डजवळ वेळ नव्हता. मॅकिनीला झालेल्या घाईमुळे कॅनफिल्डने किफ्युनेन्सिंनच्या समान परिणामांची खातरी करण्यासाठी प्रयोगशाळेमध्ये काही चाचण्या करून घेतल्या आणि ८ ग्रॅम रसायन मागवले. यानंतर त्याने आपले लक्ष त्यापुढील PTase तयार करण्याकडे वळवले. 'आपण विमानातून उडत असताना विमानाची बांधणीही करत आहोत असे मला वाटत आहे' ते पुटपुटले. वैज्ञानिकांच्या गटाबरोबर पांढऱ्या फळ्यासमोर उभे राहून ते समीकरणामागून समीकरणे लिहीत होते. वैज्ञानिकांच्या गटाबाहेरील लोकांना ते आम्ही त्यावर काम करत आहोत' एवढेच म्हणाले.

आता त्यांना काळजी वाटत होती की, PTase सारखेच दुसरे रसायन तयार करता येणे शक्य होणार नाही. किमान नजिकच्या भविष्यात तरी हा विकर तयार करणाऱ्या जनुकांचा आराखडा कोणीच तयार केलेला नव्हता. त्याचे उत्पादन करणे तर दूरच. त्यामुळे त्याला अगदी श्रीगणेशापासून सुरुवात करणे आवश्यक होते. बहुतेक सर्व विकर एकाच जनुकापासून तयार होतात, परंतु कॅनफिल्डना वाटत होते की, हा विकर दोन जनुके तयार करत असावेत. त्यातील एका जनुकाची माहिती त्याला होती पण दुसऱ्याची नव्हती. ती समजण्यासाठी त्याने मोठ्या जनुकांबद्दल माहिती देणाऱ्या नवीन संगणकीय माहिती क्षेत्रामध्ये खूप शोधाशोध केली. ही माहिती ह्यूमन जीनोम प्रोजेक्ट या मानवी शरीरातील सर्व जनुकांची ओळख पटविण्याचा प्रयत्न करते. त्याने PTaseशी साम्य असणाऱ्या एका जनुकाच्या माहितीचा भाग काढला आणि त्याचा वापर करून त्या जनुकाच्या उर्वरित भागाच्या आराखड्याचा अंदाज बांधला. त्यानंतर त्याने एका परीक्षानळीमध्ये ती दोन जनुके आणि जनुकांना प्रथिने निर्माण करण्यास उद्युक्त करणारा एक स्निग्ध पदार्थ घातला. यापासून PTase निर्माण होईल असी त्याला आशा होती.

त्या रसायनाची पहिली चाचणी यशस्वी झाली आणि कॅनफिल्ड त्याच्या सहकाऱ्यांसाठी पुढची खातरीदायक चाचणी करण्यासाठी उत्साहित झाला. हा पदार्थ PTase आहे असे सिद्ध होणार होते.

परंतु काही तासांनंतर कॅनफिल्डच्या वैज्ञानिकांनी सांगितले की, त्यांनी तयार केलेल्या पदार्थामुळे पॉम्पे विकर तयार झाला नाही. मध्यरात्र उलटून गेली होती, परंतु कॅनफिल्डने काम थांबवले नाही. त्याने हाताची घडी घातली. ही तो नाराज झाल्याची खूण होती. त्याने सर्व वैज्ञानिकांना चर्चेसाठी बोलावून घेतले.

‘आपण परत फळ्यापाशी आलो आहोत.’ ते नाराजीच्या सुरात म्हणाले.

दुसऱ्या दिवशी कॅनफिल्डच्या ऑफिसमध्ये येऊन मॅकिनी म्हणाले, ‘या वर्षाच्या अखेरीस प्राण्यांवरील चाचण्यांचे निकाल आपल्या हाती येतील, असे मी आपल्या गुंतवणूकदारांना सांगितले आहे. बिल, आम्हाला ते रसायन केव्हा देणार आहात?’

‘तुम्ही शास्त्राला वेळेचे बंधन घालू नाही शकत’ अत्यंत थकव्यामुळे डोळे चोळत डॉक्टर कॅनफिल्ड म्हणाले. ‘टोनी, ही वेळेची बंधने मार्गदर्शक असतात. ती पाळण्याचा आम्ही जास्तीत जास्त प्रयत्न करतो. परंतु कोणतीही किंमत देऊन त्या पाळल्याच पाहिजेत असे अंतिम बंधन पाळू शकत नाही.’ जॉन, ७ महीने या कंपनीत काम करत होता आणि कॅनफिल्डची धडपड पाहात होता. त्याने मॅकिनीला खाजगीमध्ये एक आधारभूत योजना तयार करण्यास सांगितली.

व्यवस्थापनाच्या पुढच्या बैठकीमध्ये मॅकिनीने आपली आधार योजना मांडली. ‘बिल, तुमची माणसे अजूनही दर आठवड्यास गुरांच्या बाजारातून गाईंचे स्तन गोळा करत आहेत, बरोबर? आणि त्यांचा वापर करून प्रयोगशाळेतील कामासाठी PTase तयार करीत आहेत?’

‘बरोबर.’ कॅनफिल्डने हळू आवाजात दुजोरा दिला.

मी घेतलेल्या अंदाजाप्रमाणे आपल्याकडे सहा वेगवेगळ्या फ्रीजमध्ये गाईंचे १०० किलो स्तन आहेत. मानवी PTase तयार करण्यासाठी अधिक काळ लागणार असेल तर आपल्या पहिल्या चाचणीसाठी आपण हा गाईंपासून मिळवलेला विकर का वापरू नये? तो अगदी मानवी विकराप्रमाणेच आहे. विकराची दुसरी पिढी निर्माण करताना आपण मानवी PTase वापरू शकतो.’’

‘गाईंच्या स्तनांपासून विकर काढणे अव्यवहार्य आहे.’ रागाने हातवारे करत कॅनफिल्ड मोठ्याने म्हणाले. ‘अर्धा मिलीग्रॅम औषध बनविण्यासाठी लागणाऱ्या PTaseसाठी २० किलो गाईच्या स्तनांची गरज असते. ती औषधाची गरज पुरवण्यासाठी किती गाईंचे स्तन लागतील? याची कल्पना करा. सर्व पॉम्पे रुग्णांना आयुष्यभर औषध पुरवणे तर सोडूनच द्या. आपण पूर्वी अनेकवेळा चर्चा केल्यानुसार प्राण्यांपासून बनवलेल्या विकरला औषध म्हणून अन्न आणि औषध प्रशासन कधीच मान्यता देणार नाही. हे वेगळे सांगायला नको.’’

जॉन मागे टेकून बसला आणि मॅकिनीला पुढील चर्चा करू दिली.

‘पण बिल, हिपॅरिनबद्दल काय?’ मॅकिनीने विचारले. कारण हे एक रक्त पातळ करणारे औषध असून डुकरांच्या आतड्यापासून बनवले जाते. अन्न आणि औषध प्रशासनाने त्याला मान्यता दिलेली होती. अन्न आणि औषध प्रशासन

मान्यता देणे अशक्य नाही. अनिच्छेने का होईना प्राण्यांचा विकर ते वापरू देतात. हे बरोबर आहे ना?'

डोके हलवत कॅनफिल्ड ओरडले, 'हे भ्रमिष्ट विज्ञान आहे.'

मॅकिनी क्षणभर अवाक झाले. नंतर दुखावलेल्या स्वरात म्हणाले, 'डॉक्टर कॅनफिल्ड, तुमच्या दृष्टीने पेला नेहमीच अर्धा रिकामा असतो. इतकेच काय, थोडा घाणही असतो.''

जॉन खो खो हसला. त्यामुळे तणाव कमी झाला. लवकरच कॅनफिल्डसह सर्व जण गालातल्या गालात हसू लागले. आपले निरीक्षण मांडण्याची मॅकिनीची पद्धत थोडी गांवढळ होती आणि इतरांना ती योग्य शब्दात मांडणे जमले नसते.

मॅकिनीच्या कल्पनेला कॅनफिल्ड विरोध करतच राहीला. परंतु जॉनने या कल्पनेस मदत करून खाजगीरित्या मॅकिनीची नेमणूक गाईंचा असा एखादा कळप शोधण्यास सांगितले. हे PTaseचे उगमस्थान म्हणून अन्न व औषध प्रशासनाला चालू शकले असते. या दोघांचा असा विश्वास होता की, अन्न आणि औषध प्रशासनाचे समाधान करण्यासाठी गाईंच्या एखाद्या विशेष नियंत्रित कळपाची गरज होती. कदाचित त्यामुळे संबंधित अधिकाऱ्यांची या गाईंना कोणताही संसर्गजन्य रोग नाही याची खातरी पटली असती. जॉनने मॅकिनीला सांगितले, 'तुम्ही असा कळप शोधा, मी बिलचे पाहून घेईन.''

एका महिन्यानंतर कॅनफिल्ड अजूनही मानवी PTaseवर काम करत होते. मॅकिनी गाईंचा कळप शोधत होते. जॉनने त्याची पर्यायी योजना 'ब' अमलात आणण्याचे ठरवले. कंपनीने ८.३ दशलक्ष डॉलर्सपैकी बरीचशी रक्कम त्याच्या अंदाजापेक्षा अधिक जलद खर्च केली होती. कंपनीने नोव्हाझाईमच्या संशोधन प्रयोगशाळेसमोर ३००० चौरस फुटांचा उत्पादन विभाग बांधून घेतला होता. इतकेच काय जॉन व कॅनफिल्डने मिळून ५० नवीन कर्मचारी नेमले होते. त्यामध्ये शास्त्रज्ञ, व्यवस्थापकीय तज्ज्ञ आणि उत्पादन तज्ज्ञ होते. पुढील वर्षाच्या सुरुवातीस त्यांना आणखी पैश्याची गरज पडेल आणि गुंतवणूकदारांना दाखवण्यासाठी हा विकर प्राण्यांवर काम करू शकतो, हे दाखवणारा शास्त्रीय पुरावा त्यांच्याजवळ नव्हता. मॅकिनीकडे योजना व उंदीर होते, परंतु कॅनफिल्ड अजून त्याचे औषध तयार करण्याच्या प्रयत्नातच होता.

नोव्हाझाईमच्या निओजबरोबर झालेल्या भागिदारीच्या कराराप्रमाणे कॅनफिल्डच्या विकराची परीणामकारकता प्राण्यांवरील प्रयोगांवर सिद्ध झाल्यापासून ३ महिन्यांच्या आत निओजने आणखी ५६२ हजार डॉलर्स गुंतवायचे ठरवले होते. त्यानंतर निओज औषध उत्पादनाचा अर्धा खर्च करणार होती. त्यामुळे जॉनच्या खर्चाचे प्रमाण

खूप कमी येणार होते. यासाठी गाईंपासून बनविलेल्या PTaseच्या मदतीने कॅनफिल्डचे मन वळवण्यास सुरुवात केली.

'बिल, गाईंपासून मिळविलेले PTase माणसांमध्ये वापरावे असे मी म्हणत नाही. मी इतकेच म्हणतो आहे की, हे द्रव्य प्राण्यांवरील चाचण्यांसाठी वापरावे. आपल्याला लवकरच पैश्यांची गरज भासेल. निओजचे लोक आणखी पैसे गुंतवण्यासाठी कारणच शोधत आहेत. हे द्रव्य प्राण्यांवरील प्रयोगात वापरून ते यशस्वी होत आहे असे का सिद्ध करू नये?''

कॅनफिल्ड उत्तरले, 'हे केवळ वेळ वाया घालवणे आहे. आपण मानवी PTase तयार करू शकलो नाही तर सगळेच संपेल. जो विकर आपण माणसांमध्ये कधीच वापरू शकणार नाही, त्याच्या चाचण्या प्राण्यांवर करण्यामध्ये काय अर्थ आहे? मला हे पटत नाही. आपल्याला मानवी PTase तयार करता आला नाही तर आपल्याकडे काहीच शिल्लक राहात नाही.''

'हे केवळ वेळ घालवणे नाही बिल, हा विकर काम करतो हे निओजला सिद्ध करून दाखवण्याचा मार्ग आहे. आपल्या कल्पनेचा हा पुरावा आहे. आपल्याला आवश्यक असलेला पैसा मिळेल, आपल्याकडे मानवी PTase असेल, त्या वेळी आपण परत प्रयोग करू.'जॉन म्हणाला.

कॅनफिल्डने विकराच्या काही बाटल्या दिल्या, परंतु तो म्हणाला की, तो किंवा त्याचे शास्त्रज्ञ त्यापैकी कोणीही प्राण्यांवर चाचण्या करणार नाहीत. कारण त्यांनी करो या मरो या जिद्दीने मानवी PTase तयार करण्याचे आव्हान स्वीकारले आहे.

वाद-विवाद जिंकल्याचा जॉनचा आनंद थोडा कमी झाला कारण त्याच्या लक्षात आले की, हे प्रयोग कोण करणार? जॉनची निराशा पाहून त्याला खूश करण्यास उत्सुक असलेल्या मॅकिनी यांनी मदतीचा हात पुढे केला. त्यांनी प्राण्यांवरील प्रयोग करण्याची तयारी दाखवली. 'तत्काळ सेवा देणारा तंत्रज्ञ म्हणून मी काम केले आहे.' त्यांनी त्यांच्या तरुण मुख्य कार्यकारी अधिकाऱ्याला विश्वास दिला.

भावनावश होऊन जॉनने त्यांच्या पाठीवर थोपटले व हसत म्हणाला, 'तुम्ही जर माणसांना इंजेक्शन देऊ शकलात, तर उंदरांनाही नक्कीच देऊ शकाल.'' प्राण्यांवर प्रयोग करण्याचा त्यांचा प्रयत्न किती निष्फळ आहे हे त्यांना नंतर समजणारच होते. उत्साहाच्या भरात अशा चाचण्या वैज्ञानिक जगताला, तसेच अन्न आणि औषध प्रशासनाला सुद्धा विश्वासार्ह वाटण्यासाठी अचूक तपशीलामध्ये काम करणे आवश्यक असते याची त्यांना जाणीव नव्हती.

२००० सालच्या पानगळीच्या दिवसात दुपारच्या वेळी जॉन आणि मॅकिनींनी

आपल्या पोशाखावर पांढरे ॲप्रन चढवले आणि ते कॅनफिल्डच्या कार्यालयासमोरून प्रयोगशाळेत आले. मॅकिनींनी शस्त्रक्रियेच्या वेळी वापरण्याचे हातमोजे हातावर चढवले आणि अनेक पिचकाऱ्या विकरांनी भरल्या. तीन आठवडे वयाचे वळवळणारे काही उंदीर एकेक करून पकडले आणि त्यांच्या शेपटीमध्ये इंजेक्शन दिले.

काळ्या शेपटीचा एक उंदीर उजेडात धरत ते म्हणाले, 'मी रक्तवाहिनीत इंजेक्शन दिले आहे याची मला खातरी नाही. दिसणे अवघड आहे. मी वाचत असलेल्या या पुस्तकात म्हटले आहे की, शेपटीतल्या रक्तवाहिनीवर नेम धरावा, परंतु उंदीर तपकिरी रंगाचे असल्यामुळे रक्तवाहिनी दिसणे अवघड असते. योग्य ठिकाणी औषध गेले आहे याची खातरी करण्यासाठी मी या उंदराला आणखी एकदा विकर टोचतो.'

आधी न ठरवलेली ही दुसरी मात्रा दिल्यावर जॉनने विचारले, 'आता ठीक आहे का?' मॅकिनी आश्वासक सुरात म्हणाले, 'हो हो. आधी मला काहीतरी गडबड वाटली होती. या वेळी नक्की शेपटीची रक्तवाहिनी सापडली. या पिल्लाच्या रक्तामध्ये थोडा विकर वाहात आहे.''

पुढच्या महिन्यातील प्रत्येक आठवड्यात मॅकिनी प्रत्येक उंदराला आणखी १ किंवा २ इंजेक्शने देत असत. जॉन हताशपणे त्याकडे पाहात असे. ते दोघे प्रयोगशाळेत जात असताना कॅनफिल्डने त्यांच्यामध्ये सहभागी होणे सोडाच, पण त्यांचे निरीक्षण करण्यासही ठामपणे नकार दिला होता.

महिन्याच्या अखेरीस मॅकिनींनी त्या प्रत्येक उंदराला ठार केले आणि त्यांच्या अवयवांचे पातळ तुकडे केले. त्यानंतर त्यांनी विकराच्या कार्यक्षमतेची चाचणी केली त्यासाठी त्यांनी अवयवांचे बारीक पीठ करून त्यातील पॉम्पे विकराचे मापन केले. त्यांनी जॉनला समजावून सांगितले की, त्या उंदरांमधील पेशी समूहामध्ये जर पॉम्पे विकराचे काही प्रमाण सापडले तर त्याचा अर्थ विकर आतपर्यंत गेला आहे असा होतो.

मॅकिनींनी रिपोर्ट दिला की, त्या तीनही उंदरांच्या अवयवांमध्ये कॅनफिल्डचा विकर पोहोचवण्यात आला होता. या बातमीचा जॉनला अतिशय आनंद झाला. मॅकिनींनी आपल्या छोट्या संगणकावर जॉनला काही रेखाटने दाखवली. त्यांनी पॉम्पे व्याधी असलेल्या परंतु उपचार न दिलेल्या उंदराच्या पेशी समूहाच्या आलेखावरील एका बिंदूकडे लक्ष वेधले. व्याधी नसलेल्या उंदराच्यापेक्षा व्याधी असलेल्या परंतु उपचार न केलेल्या या उंदरांमध्ये विकराचे प्रमाण फक्त एक टक्का होते. आरोग्यपूर्ण उंदरांच्या पॉम्पे विकराच्या २५ टक्के विकर उपचार दिलेल्या सर्वोत्तम उंदरांमध्ये होता.

मॅकिनींनी जॉनला सांगितले की, निकाल काहीसा मिश्र स्वरूपाचा आहे. यातून

काही चांगली माहिती मिळाली आहे. तर काहींवर आपल्याला काम करणे आवश्यक आहे.

'तुम्हाला काय म्हणावयाचे आहे?'

'मला म्हणावयाचे आहे की, हे निकाल परिपूर्ण नाहीत, परंतु ते आशादायक आहेत.' काही अत्यंत आशादायी सूचना दिसत आहेत.'' मॅकिनी म्हणाले.

निओजला भेट देण्याची आता वेळ आली आहे. जरी हे प्रयोग परिपूर्ण नसले, तरी तो सांगू शकत असलेल्या गोष्टींवर निकाल असा होता की, पॉम्पे व्याधी असलेल्या उंदरांनी कॅनफिल्डचा विकर स्वीकारला होता. आपल्या कल्पनेचा पुरावा म्हणून हे दाखवता आले असते. निओजने आणखी गुंतवणूक करावी आणि औषध निर्मितीतल्या पुढील खर्चाचा भाग उचलावा यासाठी प्रयत्न करण्यास हरकत नव्हती.

जॉन आणि मॅकिनी यांनी कॅनफिल्डच्या कार्यालयाच्या दारावर टकटक केले आणि त्यांना निष्कर्ष दाखवले. दाढी कुरवाळत आणि डोके हलवत कॅनफिल्डने मॅकिनीच्या तक्त्यांकडे पाहिले.

''हे निकाल फारसे प्रभावी नाहीत.'' तो म्हणाला.

''हे पाहा बिल, आपण हे शास्त्रीय चर्चासत्रामध्ये मांडत नाही आहोत. आपल्याला फक्त निओजच्या लोकांना दाखवून द्यायचे आहे की, आपण प्रगती करत आहोत. निर्णायक पुराव्याची गरज नाही.''

कॅनफिल्डने खांदे उडवले आणि तो खोलीबाहेर गेला. त्याचे वैज्ञानिक प्रयोगशाळेमध्ये काही महत्त्वाच्या प्रयोगांबद्दल त्याच्या मार्गदर्शनाची वाट पाहात थांबले होते. तेथे कॅनफिल्ड गेले.

जॉनच्या मनात आले की, कॅनफिल्ड फारच चिकित्साखोर आहे. जॉनला त्याच्या बिझनेस स्कूलमध्ये शिकवले होते की, परिपूर्णतेसाठी थांबू नका. तुमच्याजवळ असलेल्या सर्वोत्तम माहितीसह पुढे वाटचाल करत राहा. त्यांनी निओजचे मुख्याधिकारी 'शेरील नेफ' यांना फोन करून पुढील आठवड्यातील भेट ठरवून घेतली.

कॅनफिल्डने निओजला माहिती देण्याच्या विरोधात पुढच्याच दिवशी अखेरचा वाद-विवाद केला.

कॅनफिल्ड म्हणाले, 'मी पेनसिल्व्हानियाला जाऊ शकत नाही.' तांत्रिकदृष्ट्या ते ओक्लाहोमा विश्वविद्यालयाच्या नोकरीत होते. प्रतिवर्षी एक महिना विश्वविद्यालयाच्या रुग्णालयामध्ये डॉक्टर म्हणून त्यांना केव्हाही बोलावले जात असे. या महिन्यातच त्यांची तत्काळ सेवा देण्याची पाळी होती. जॉन पटकन म्हणाला, 'काही हरकत नाही डॉक्टर, टोनी आणि मी ही माहिती त्यांना देऊ.''

१४ डिसेंबरला ते फिलाडेल्फियाच्या निओजच्या कार्यालयापाशी थांबले. गोदामाच्या बाहेर मोठ्या पांढऱ्या अक्षरामध्ये निओज कंपनीचे नाव लिहिलेले होते. तिकडे रोखून पाहात असताना तो अचानक खट्टू झाला. त्याला मागच्या वेळी कॅनफिल्डबरोबर येथे आल्याची आठवण झाली आणि त्याचबरोबर आठवण झाली ती भरभर विचारल्या जाणाऱ्या शास्त्रीय प्रश्नांची, ज्यांनी हुशार वैज्ञानिकांचीही दांडी गुल केली होती.

काही मिनिटांनंतर रॉथसमोर तो आणि मॅकिनी शेजारी-शेजारी बसले होते. मागील खेपेस कॅनफिल्डची भंबेरी उडवणारा हाच तो वैज्ञानिक आणि मुख्य कार्यकारी अधिकारी रॉथ. रॉथच्या बाजूला शिस्त पालनासंबंधीची कडक अंमलबजावणी करणारे प्रमुख, त्यापुढे निओजाचे डॉक्टर, 'डेव्हिड झॉफ' आणि मुख्य कार्यकारी अधिकारी 'नेफ' बसले होते.

मॅकिनीला अचानक विनाशकारी संकट येऊ घातल्याची भावना झाली. ते जॉनच्या कानात कुजबुजले, 'जॉन, मला वाटते, आपले निष्कर्ष तू मांडावेस.' जॉनने हळू आवाजात पण ठामपणे मॅकिनीनीच ते काम करावे असे सांगितले.

"तुलाच फक्त विज्ञानाची पार्श्वभूमी आहे." जॉन कुजबुजला. मॅकिनीकडे विश्वविद्यालयाच्या सूक्ष्मजीव शास्त्रामधील पदविका होती. घसा साफ करून जॉनने विषयाची सुरुवात केली.

"आम्ही येथे आलो आहोत कारण आमच्या विकराचा परिणाम उंदरावर होत आहे, असा प्राथमिक पुरावा आमच्याकडे आहे आणि मला वाटते तो निश्चित खातरीपूर्वक पटवून देईल असा आहे." भाषण देतानाच्या आत्मविश्वासपूर्ण आवाजात तो म्हणाला, 'प्राण्यांवर केलेल्या अभ्यासावरून काही निष्कर्ष हाताशी आले आहेत. त्यावरून आमचा विश्वास आहे की, आमच्या कल्पनेच्या सत्यतेचा पुरावा आमच्याकडे आहे. आमच्या औषध विकसन विभागाचे प्रमुख टोनी मॅकिनी निष्कर्ष सादर करतील.'

किंचित स्मित करून तेथील सर्व लोकांना त्याने आणलेल्या आलेखाकडे पाहण्याची विनंती केली. उपचार केलेल्या तीन उंदरांमधील विकराच्या परिणामाचे मापन त्या आलेखावर दाखवले होते.

'तुमच्या निष्कर्षांमध्ये एवढी तफावत का आहे? रॉथनी विचारले. जॉनच्या प्रथमच हे सत्य लक्षात आले की, त्या तीन उंदरांमध्ये विकराच्या परिणामकारकतेची पातळी एकमेकांपेक्षा ५ ते १० टक्क्यांनी कमी-जास्त होती. तो त्याच्या सहकाऱ्यांपासून विचारांनी इतका दूर गेलेला होता की, हा एक अडचणीचा प्रश्न होऊ शकेल, हे त्याला माहीतच नव्हते. सरासरी दाखवण्यासाठी मॅकिनीनी आलेखावर एक सरळ रेष आखलेली होती.

"उंदराच्या शेपटीतील रक्तवाहिनी सापडणे, अवघड असल्यामुळे असे

झाले असावे. त्यामुळे काही उंदरांना इतरांपेक्षा अधिक विकर दिला गेला असेल.'' मॅकिनी म्हणाले.

रॉथचे डोळे विस्फारले.

''हे प्रयोग कोणी केले?'' त्याने विचारले.

मॅकीनी म्हणाले, ''मी.''

'काय?' हर्लीच्या चेहऱ्यावरचे भाव बदलले.

जॉनला आठवले की, एप्रिलमध्ये पहिल्या भेटीच्या वेळी हर्लीच्या चेहऱ्यावर अशाच वेदनायुक्त भावना होत्या. मॅकिनी हे एक प्रशिक्षित शास्त्रज्ञ नाहीत हे पूर्णपणे माहीत असूनही रॉथनी विचारले, 'वैद्यकीय चाचण्यांपूर्वीच्या कामामध्ये तुम्ही तज्ज्ञ आहात का?' विज्ञान आणि औषध जगतामध्ये सूक्ष्मजीवशास्त्रात फक्त पदविका असणे ही गोष्ट अतिशय नगण्य समजली जाते. उंदराच्या शेपटीच्या रक्तवाहिनीमध्ये खरोखरच विकर गेला आहे हे तुम्हाला कसे समजते?

''आपल्याला खातरी असत नाही, परंतु केलेल्या मोजदादीवरून असा अंदाज बांधता येईल की, विकर शेपटीच्या रक्तवाहिनीत गेला होता.'' मॅकिनी हळूच म्हणाले. त्यांच्या कपाळावर घाम आला होता आणि पडद्याकडे बोट दाखवणारा त्यांचा हात किंचित थरथरत होता.

प्रश्नांच्या फैरी झडतच राहिल्या आणि बहुतेक सर्व प्रश्नांना मॅकिनींना उत्तरासाठी चाचपडत राहावे लागत होते. जॉन त्याला काहीच मदत करू शकत नव्हता. असमर्थता. अखेरीस अनपेक्षितपणे रॉथ झटकन उभे राहिले आणि ओरडले, 'हा मूर्खपणा आहे. आता मला समजते आहे की, बिल येथे स्वत: का आला नाही? कारण येथे येऊन हा कचरा आमच्यापुढे ठेवण्याचे त्याचे धारीष्ट्यच नाही.''

ज्याप्रमाणे आठ महिन्यांपूर्वीच्या बैठकीमधून रॉथ निघून गेला होता त्याप्रमाणेच आत्ताही रॉथ बैठकीमधून वादळाप्रमाणे निघून गेला, आणि भयचकीत झालेला जॉन बघतच राहिला.

रॉथने दुसऱ्या दिवशी कॅनफिल्डला फोन करून खुलासा मागितला. कॅनफिल्ड आधीच मितभाषी होता आणि त्याच्यावर हल्ला झाल्यावर तो आणखीनच कमी बोले. जॉन आणि मॅकिनी यांनी निष्कर्ष मांडू नयेत अशी त्याची इच्छा होती असा खुलासा देऊन त्याने स्वत:चा बचाव करण्याचा प्रयत्न केला नाही. कॅनफिल्डला समोरासमोर भांडण नको. असे मानवी PTase तयार करण्याच्या आवाहनामध्ये तो इतका पूर्णपणे गुंतला होता की, जॉन आणि मॅकिनी यांना त्यांच्या प्रयोगातील भोंगळपणा समजण्यासाठी कॅनफिल्डने त्यांना प्रश्न विचारून आपली ताकद वाया घालवली नव्हती. त्याचे लक्ष त्याच्या स्वत:च्या शास्त्रीय

अडचणींकडे होते आणि तो इतका थकला होता की, त्याने भांडण टाळले होते. आणि त्याला सर्वांत आरामदायी वाटणाऱ्या वातावरणात प्रयोगशाळेमध्ये तो जाऊन बसला. परंतु आता त्याला पटले होते की, निओजचा प्रमुख बरोबर होता, जॉन आणि मॅकिनीचे निओजकडे जाणे आपण रोखले नाही. म्हणून तो स्वत:वरच खूप रागावला होता. कॅनफिल्डला माहीत होते की, प्रमुख वैज्ञानिक अधिकारी म्हणून कंपनीकडून येणाऱ्या कोणत्याही शास्त्रीय बाबीबद्दल तो जबाबदार होता.

कॅनफिल्डने फोन खाली ठेवला. तो कार्यालयामध्येच काही काळ शांत बसून राहिला. त्यानंतर त्याने त्याचा वकील आणि विश्वासू 'डूग' यांना फोन केला. 'मला जॉनबद्दल काळजी वाटते. आम्ही नुकतीच एक घोडचूक केली आहे. जी आम्हाला संपवू शकेल. जॉनने एक भोंगळ संशोधन निओजला दाखवण्याचा आग्रह धरला. त्याला वाटत होते की, निओजमधील लोकांना आणखी गुंतवणूक करण्यासाठी एक कारण पाहिजे होते. आता निओजचे लोक संतापलेले आहेत. तुम्हाला माहीत आहे मला जॉनच्या दुहेरी उद्दिष्टांबद्दल काळजी वाटत होती. मला वाटते आता ते एक मोठे संकट झाले आहे. तो फार वेगाने जाऊ पाहतो आहे आणि त्यामध्ये अनेक नियम मोडतो आहे.'

'बिल, आपण त्याला सुधारू.' डूगने आश्वासक उत्तर दिले. 'ही निओजची भानगड भयानक वाटते. पण आपण ती सरळ करू. मी जॉनशी बोलेन.'

'त्याने अजून आपले बिऱ्हाड ओक्लाहोमाला का हलवले नाही?' कॅनफिल्ड ओरडला. त्याच्या आवाजातून त्याचा संताप दिसत होता. कारण डूग बरोबर तो वरचेवर याविषयी बोलत होता आणि आता तोच विषय निघाला होता. ''डूग, जेव्हा आपण त्याला हे पद देऊ केले आणि त्याला सांगितले की, त्याने ओक्लाहोमाला बिऱ्हाड हलवले पाहिजे त्या वेळी तूही तिथेच होतास. तो हे करू शकत नव्हता तर त्याने तसे सांगायला हवे होते. आणि आता तो गेला आहे. तो इथे नसतो त्या वेळी त्याने स्वत:साठी न्यू जर्सीमध्ये वापरण्यासाठी कार्यालयाची जागा भाड्याने घेतली आहे. त्याने स्पष्ट शब्दात अजून सांगितलेले नाही. पण डूग मला खातरी आहे तो बिऱ्हाड येथे हलवणार नाही.'

''बिल, त्या माणसाने बिऱ्हाड इकडे हलवले नाही तर चालण्यासारखे आहे. न्यू जर्सीमधल्या आजारी मुलांचा कौटुंबिक आधार सोडून तो इथे बिऱ्हाड कसा काय हलवू शकेल? जॉन जवळजवळ प्रत्येक आठवड्याला इथे असतो. तो रात्रभर काम करतो. तो प्रत्येक शनिवार, रविवारीही काम करतो. त्याचे कुटुंब कोठे आहे, याने आपल्याला काय फरक पडतो?'' डूग म्हणाले.

कॅनफिल्ड म्हणाले, 'मला हे आवडत नाही. जर तो त्याचे कुटुंब हलवणार

नव्हता, तर काम सुरू करण्यापूर्वी त्याने तसे सांगावयास हवे होते. मग असे वाटते की, आपल्या मुलांना औषध मिळण्यासाठी जॉन क्रौली काहीही करेल आणि काहीही बोलेल. निओजबरोबर त्याने माझी प्रतिष्ठा धुळीला मिळवली आहे. त्यांना वाटते की, मी, जॉन आणि मॅकिनींना ते निष्कर्ष दाखवण्यासाठी तेथे पाठवले.''

काही दिवसांनी ख्रिसमसच्या आदल्या रात्री निओजच्या 'शेरील नेफ' यांनी जॉनला फोन करून पेन्सिल्व्हानियाला बोलणी करण्यासाठी निमंत्रित केले. नेफ जॉनपेक्षा सुमारे २० वर्षांनी मोठे होते आणि अनेक भेटी झाल्यानंतर जॉनला ते मार्गदर्शक वाटू लागले होते. त्यांच्या पहिल्या भयानक भेटीनंतर नेफनेच जॉनला त्यांच्या दोन कंपन्यांमध्ये करार करण्यासाठी मदत केली होती. जॉनला माहीत होते की, या दोन कंपन्यांच्या भागीदारीमध्ये नेफ ही सर्वांत महत्त्वाची व्यक्ती होती. जॉन आणि कॅनफिल्डच्या अननुभवाच्या पलीकडे जाऊन नेफने या शास्त्राची आर्थिक क्षमता ओळखली होती. नेफ हा मतदानाचा अधिकार नसलेला नोव्हाईमच्या संचालक मंडळाचा सदस्य होता. बैठकीनंतर अनेक वेळा तो जॉनला सल्ला देण्यासाठी बोलवत असे.

या वेळी नेफ खूपच अलिप्त वाटत होता. निओजच्या कार्यालयामधून जात असताना, 'आपण एखाद्या छोट्याशा उपहारगृहामध्ये काहीतरी खाऊ या का?' एवढेच तो बोलला.

अखेरीस ते जेव्हा सॅण्डविच घेऊन बसले तेव्हा नेफने थेट मुद्द्यालाच हात घातला. 'जॉन मला काळजी वाटते मी जैवतंत्रज्ञानाच्या क्षेत्रात फार अनुभवी नाही, पण तरीही मी या क्षेत्रात थोडेफार काम केले आहे.''जॉनच्या डोळ्यात थेट पाहात ते म्हणाले. त्यांचा स्वर ठाम होता. परंतु त्यात राग नव्हता. 'तुला काही अडचण असेल तर तू तुमचे गुंतवणूकदार आणि तुमचे संचालक मंडळ यांच्याशी बोललेच पाहिजे. तू त्यांना सांगितलेच पाहिजेस की, तुमची अडचण काय आहे आणि त्याची सोडवणूक कशी करू इच्छिता. तुमची भागीदारी एकत्र राहण्यासाठी हा उत्तम आणि एकमेव मार्ग आहे.'

जॉनने शांतपणे मान डोलावली.

'त्या दिवशी तू आणि टोनीने तुमचे निष्कर्ष फार मोठे म्हणून पाजवलेत. ते अगदी बेकार पद्धतीने तयार केले होते. इतकेच नव्हे तर ते चांगले निष्कर्षही नव्हते. या व्यवसायामध्ये अनेक असे लोक आहेत ज्यांच्याकडे स्वत:चे भरपूर डावपेच आहेत आणि जे तुमचे निष्कर्ष फिरवून टाकू शकता. तुम्ही पुरेशी काळजी घेतली नाही तर तुमची दुष्किर्ती पटकन होऊ शकते. या व्यवसायामध्ये तुमची दुष्किर्ती होईल अशा गोष्टी तुम्ही टाळल्याच पाहिजेत.

त्या दिवशीच्या बैठकीमध्ये तुम्ही फालतूपणाला मोठे दाखवण्याचा प्रयत्न केलात.''

जॉनने एक दीर्घ श्वास घेऊन हसण्याचा प्रयत्न केला. नेफनी त्यांचा गंभीर सल्ला फार चांगल्या रितीने दिला होता. जॉनला असे वाटले की, त्याच्या फायद्यासाठी थोरल्या भावानेच त्याला सल्ला दिला आहे.

त्याच्याकडे वर पाहात जॉन म्हणाला, 'वैद्यकीय चाचण्यापूर्वीच्या अभ्यासाबाबत भविष्यकालीन अभ्यास करण्यासाठी आम्ही एक निर्देशक नेमत आहोत. सर्व काही योग्य पद्धतीनेच केले पाहिजे हा धडा मी शिकलो आहे.''

३१ डिसेंबरच्या संध्याकाळी ६ वाजता एक आठवड्यांनी जॉनच्या घरचा फोन खणखणला. मितभाषी कॅनफिल्ड फोनवर होता. तो म्हणाला, 'तुझे फॅक्स मशीन चालू कर.'

जॉनने विचारले, 'का?'

'फक्त तुझे फॅक्स मशीन चालू कर. मी काहीतरी पाठवत आहे.'

जॉनने फॅक्स मशीन चालू केले आणि मुलांकडे पाहण्यास बाहेर आला.

क्रौली यांच्या घरी नवीन वर्षाच्या सायंकाळची मेजवानी चालू होती. नेहमीप्रमाणे कोचाच्या डाव्या बाजूस बसून पॅट्रिक टी.व्ही. पाहत होता. मुलांसाठीचा 'विगलस'हा कार्यक्रम लागला होता. शेरॉन तिच्या न्यू हँपशेअरच्या घरामध्ये आपल्या कुटुंबीयांसमवेत नववर्ष साजरे करण्यासाठी गेली होती. परंतु मुलांना आवडणारी परिचारिका 'एलेन' पॅट्रिक शेजारी बसली होती. ती शेजारच्या खोलीमध्ये दोन मित्रांबरोबर खेळणाऱ्या मेगनवर, वरचेवर उठून लक्ष देत होती.

छोटा जॉन जिन्याच्या टोकावर उभा राहून ओरडला, 'बाबा, मी कुठे लपू?' जॉनने ओठांवर बोट ठेवून त्याच्या शयनकक्षाकडे बोट दाखवले. 'त्यांना ऐकू जाईल एवढ्या आवाजात ओरडू नकोस, नाहीतर तुला कुठे शोधायचे हे त्यांना समजेल.'

जॉन ज्युनियर आता शिशुवर्गात जाऊ लागला होता आणि त्याला सांभाळणे खूपच सोपे झाले होते. त्याची शिक्षिका लॉरी, एलीनची चांगली मैत्रिण झाली होती. आणि तिने लक्ष कमी असणे-- अतिदंगेखोर असणे या विकारासाठी त्याची तपासणी करून घेण्यासही एलीनचे मन वळवले होते. निदान नक्की झाल्यावर डॉक्टरांनी त्याला Ritalin हे औषध देण्यास सांगितले आणि छोट्या जॉनवर त्याचा चांगला उपयोग झाला. अखेरीस तो दीर्घकाळ लक्ष केंद्रित करून दूरच्या भावंडांबरोबर खेळ खेळू शकत होता.

जॉन ज्युनियर खेळायला पळाल्यावर जॉन शेजारच्या खोलीमध्ये डोकावला.

चार वर्षांची मेगन तिच्या छोट्या खुर्चीमध्ये बसली होती. तिचे श्वसनयंत्र तिच्या पायापाशी होते. शेजारीच राहणारी ८ वर्षांची एन्जला आणि तिची शिक्षिका लॉरीची मुलगी अॅलेक्सा, ही ९ वर्षांची होती. ती त्यांच्याबरोबर बाहुल्यांनी खेळत होती. दुसऱ्या एका खोलीमध्ये त्यांचे आईवडील मेजवानीचा आनंद घेत होते.

मेगनच्या गालाची पापी घेत तिला चिडवत जॉन म्हणाला, 'मेगनला दादागिरी करू देऊ नका बर का!''

आपल्या बाबांना नजरेनेच थांबवत तिने दाराकडे जोरात बोट दाखवले. रंगीत खडूने दारावर लिहिलेले होते, 'मुलांना आत येण्यास परवानगी नाही.' हसत हसत जॉन खाली तळघराकडे गेला. त्याने आणि एलीनने तळघराचे रूपांतर मेजवानीसाठीच्या खोलीत केले होते. तिथे बार आणि जेवणाची सामुग्री ठेवण्यासाठीचे टेबल होते. तिने झगझगीत, मोठ्या गळ्याचा वेष परिधान केला होता. त्यातून तिचा छातीचा उभार सुंदर दिसत होता. ती गेल्या आठवड्यात --- करून फ्रीजमध्ये ठेवलेले जेलीचे लाल व हिरवे गोळे सर्वांना देत होती. बहुतेक सर्व पाहुणे जरा लवकरच पोहोचले होते. त्यामध्ये जॉनचा नौदलातील दोस्त एडस, एलीनचा भाऊ ब्रायन, वहिनी किम, तिचा चुलत भाऊ केव्हिन आणि त्याची पत्नी लीसा होते. इतर पाहुण्यांमध्ये नोव्हाझाईमच्या न्यू जर्सी शाखेतले अनेक कर्मचारी होते. जॉनने न्यू जर्सीमध्येच राहायचे ठरवले होते हा कॅनफिल्डचा अंदाज बरोबर होता. त्यानेही ओक्लाहोमाला कुटुंबीयांना न हलवण्याबद्दलच्या कॅनफिल्डच्या संतापाकडे दुर्लक्ष करत, प्रिन्स्टन बाहेर कार्यालयासाठीची जागा भाड्याने घेतली होती आणि तिथे काम करण्यासाठी अनेक लोकांची भरती केली होती. आपले कुटुंब हलवणे त्याला खूप अवघड गेले असते, हे नक्कीच. परंतु न्यू जर्सीमध्ये दुसरे एक कार्यालय असावे हा जॉनचा निर्णयही योग्यच होता. तेथील कारखान्यांच्या औषध व्यवसायांमध्ये काम करणाऱ्या अनेक कर्मचाऱ्यांमधून त्यातील हुशार लोकांना तो आकर्षित करू शकत होता. ज्यांनी ओक्लाहोमाला जाण्याचे स्वप्नातही पाहिले नव्हते. अनेक नवीन इमारती उभ्या राहिल्या होत्या. जॉनने नुकतेच प्रिन्स्टनमधील नॉसा रस्त्यावर एका पांढऱ्या दोन मजली इमारतीमध्ये आपले कार्यालय हलवले होते.

एलीनने एक जेलीचा गोळा जॉनच्या तोंडात सरकविला आणि विचारले, 'माडीवर मुलांचे कसे चालले आहे.'

''ती धमाल करत आहेत. मेगनने मला यायला चक्क बंदी केली. अरेच्या, मी जवळजवळ विसरलोच होतो. कॅनफिल्डने फोन करून मला काहीतरी फॅक्सवर पाठवत असल्याचे सांगितले होते. कदाचित त्याने माझ्यातर्फे राजीनामा पत्र लिहून

माझ्या सहीसाठी पाठवले असेल. निओजच्या गोंधळामुळे कॅनफिल्डच्या संतापाची चेष्टा करत जॉन म्हणाला, 'मी फॅक्स आला की, नाही ते पाहून येतो. जॉन जिन्यावरून पळत जात असताना एलीन ओरडली, ''नवीन वर्षासाठी तो काय करतोय?''

'तो अजून कार्यालयातच आहे.' जॉन ओरडला.

तोंडात जेलीचा गोळा सरकवत एलीनने विचारले, 'काय हा माणूस, हा कधी सुट्टी घेत नाही का!'

अभ्यासिकेमध्ये आलेखांची भेंडोळी बाहेर पडत होती. जॉन त्या भेंडोळ्यांकडे पाहातच राहिला आणि कॅनफिल्डला काय कळवायचे आहे हे समजण्याचा प्रयत्न करू लागला. त्याच्या डोक्यात एकदम प्रकाश पडला. जॉन आनंदाने मोठ्याने ओरडला आणि त्याने कॅनफिल्डच्या कार्यालयाचा फोन फिरवला.

तो फोनमध्ये ओरडला, ''तुम्ही करून दाखविलेत डॉक्टर, अभिनंदन, तुम्ही ती गाईंची केलेली मागणी रद्द करून टाका. गाईंच्या कळपाची आता आपल्याला गरज नाही.'' ते आलेख कॅनफिल्ड आणि त्याच्या वैज्ञानिकांनी यशस्वीरीत्या पूर्ण केलेल्या सिद्ध करणाऱ्या चाचण्यांचे निष्कर्ष होते. अखेरीस प्रयत्नानंतर त्यांनी मानवी PTaseची निर्मिती केली होती.

''निओजच्या लोकांना आता दाखवून देता येईल की, आपण या वसंतऋतूमध्ये प्राण्यांवरील चाचण्या सुरू करू शकतो.''

'मी माझ्या लोकांना मानवी PTase तयार करण्यासाठी लगेच सांगितले आहे' कॅनफिल्ड म्हणाले. जॉनने फोन बंद केला. त्याने फ्रीजमधून शॅम्पेनच्या दोन बाटल्या काढल्या आणि तो तळमजल्याच्या दाराकडे जाऊ लागला. त्याला मागून मेगनच्या श्वसनयंत्राचा गजर वाजत असल्याचा आवाज आणि हेलनच्या रागावण्याचा आवाज ऐकू आला. परिचारिका तिच्यावर ओरडत होती, ''मेगन ती नळी परत जागेवर लाव.''

जॉनला अचूक माहीत होते की, त्याची मुलगी काय ओढण्याच्या प्रयत्नात आहे आणि तो धावतच तिला थांबवण्यासाठी तिच्या खोलीत गेला. तिने आपल्या आई-वडलांकडे धावत जाण्यासाठी किंवा त्यांचे लक्ष वेधून घेण्यासाठी मोठ्याने ओरडणे शक्य नसल्यामुळे त्यांना आपल्याजवळ बोलावण्यासाठी ही भयानक युक्ती शोधली होती. आपल्या खुर्चीत बसून ती तिच्या श्वसनयंत्राच्या नळीची दोन टोके धरून बसली होती. हवेचा दाब कमी झाल्याचा लक्षात आल्यावर श्वसनयंत्रातून गजर चालू झाला.

जॉन रागाने म्हणाला, 'तुला माहीत आहे, हे करायला तुला परवानगी नाही. मी आता तुझे नाव आईला सांगणार आहे.'

मेगनने नळीची दोन्ही टोके व्यवस्थित जोडली. गजर थांबला आणि तिने नळी सोडून दिली. खालचा ओठ पुढे काढत ती कुरकुरली, 'बाबा, मला आज आईने उशिरापर्यंत जागे राहण्यास परवानगी दिली आहे.' मेगनची रडारड आणि घरात सर्वांना वाचवण्यासाठी जॉनने माघार घेण्याचे ठरवले. तिला हवे ते मिळाले नाही तर ती पाऊण, पाऊणतास किंचाळत राही, आणि श्वसनयंत्राचा गजर चालू राही. जॉन म्हणाला, 'हेलन, आपण झोपण्यापूर्वी अजून अर्धा तास तिला परवानगी देऊ.

नंतर तो मेगनसमोर खाली बसला. ती आनंदाची बातमी तो आता लपवून ठेऊ शकत नव्हता. 'तुझ्यासाठी खास औषध तयार करण्यासाठी बाबा काम करत होते हे तुला माहीत आहे. बरोबर? आता तू हेलनला सांग की, ते खास औषध तयार झाल्यावर तू काय करणार आहेस.'

मेगन ताठ बसली. तिने तिच्या लाल व्हीलचेअरकडे बोट केले आणि नंतर खिडकीकडे बोट केले.

जॉन म्हणाला, 'अगदी बरोबर.'

तिचे खास औषध मिळाल्यावर ती तिची व्हीलचेअर खिडकीतून फेकून देणार होती.

'तुला डॉक्टर कॅनफिल्ड माहीत आहेत. तू त्यांना भेटली आहेस, बरोबर? आपली इथे मेजवानी चालू असताना ते खास औषध तयार करण्यासाठी ते प्रयत्न करत होते आणि अंदाज कर काय झाले असेल. आत्ताच त्यांना ते करायची अचूक पद्धत सापडली आहे. तुझा विश्वास बसतोय?

"त्याचा रंग काय आहे?" मेगनने विचारले. तिचे डोळे उत्साहाने चमकत होते

'तुला त्याचा कोणता रंग असावा असे वाटते.'

निळ्या वेशाकडे बोट दाखवत मेगन म्हणाली, 'निळा' तुम्ही डॉक्टर कॅनफिल्डना फोन करून मेगन क्रौलीला खास औषधाचा रंग निळा हवा आहे हे सांगाल का! 'नक्कीच' जॉन म्हणाला. निळे खास औषध आता तयार होईल.

१६. ढासळता आधार

हिवाळा, २००० ते वसंतऋतू २००१
केंब्रिज-मॅसॅच्युसेट्स, ओक्लाहोमा शहर-ओक्लाहोमा,
सॅन फ्रॅन्सिस्को-कॅलिफोर्निया, प्रिन्स्टन-न्यू जर्सी

जॉनला निओजच्या नाराजीमुळे आपले धैर्य खचू देणे परवडणारे नव्हते. तो स्वतःला समजावत राहिला की, वास्तविक कंपनीत त्याची काहीच सत्ता नव्हती. त्याच्या कंपनीच्या संचालक मंडळावर निओजची कोणतीही व्यक्ती नव्हती. काही फरक पडू शकला असता, अशी एकमेव गोष्ट होती. ती म्हणजे त्याच्या कंपनीचा संचालक मंडळाचा त्याला असलेला पाठिंबा. जॉनला माहीत होते. तो त्याला मिळत राहिल्यावर निओजबरोबरची गडबड हा केवळ रस्त्यावरचा एक उंचवटा होता.

पण निओजने केलेल्या कोणत्याही कृत्यापेक्षा त्याच्याच कंपनीच्या संचालक मंडळात शिजत असलेले कारस्थान अधिक धोकादायक होते.

गस लॉ लोर हेल्थ केअर व्हेंच्युअर्सचा एक भागीदार आणि त्याच्या कंपनीचा संचालक मंडळ सदस्य जॉनच्या नकळत त्याचा टीकाकार झाला होता. जैवतंत्रज्ञानाच्या जगतात आरोग्यविषयक योजनांमध्ये पैसे गुंतवणाऱ्यांमधली 'हेल्थ केअर व्हेच्युअर्स' ही एक प्रतिष्ठित कंपनी होती. नुकत्याच भागीदार झालेल्या गसचा आक्षेप असूनही, या कंपनीने नोव्हाझाईममध्ये पैसे गुंतवले होते. जॉन या एकमेव कारणासाठी नोव्हाझाईममध्ये पैसे गुंतवण्यास गसचा विरोध होता. जॉनच्या दुहेरी हेतूंमुळे गसला तो एक मोठा अडथळा वाटत होता.

'चांगला व्यावसायिक आणि चांगला बाप ह्या दोन्ही भूमिका तो एकाच वेळेला होऊ शकेल, यावर माझा विश्वास नाही.' त्याने त्याच्या भागीदारांना सांगितले होते. 'माझा यावर विश्वास नाही. कारण मी स्वतः हे करू शकेन, असे मला वाटत

नाही. आपले पैसे त्याने शहाणपणाने खर्च करावेत की, त्याच्या मुलांना औषध मिळवून द्यावे. असा प्रश्न निर्माण होईल त्या वेळी काय होईल? आपले पैसे तो खर्च करून टाकेल.'

गसच्या भागीदारांना मात्र असे वाटत होते की, या दुहेरी उद्दिष्टांनीच हे काम करण्यास जॉनला उद्युक्त केले होते. जॉनची निकड आणि जेन्झाईमला नोव्हाझाईमचे ऐकावेच लागेल अशी परिस्थिती हे दोन्ही मिळून ती एक उत्तम गुंतवणूक आहे, असे इतर भागीदारांचे मत पडले. अखेरीस नाराजीनेच गसने या गुंतवणुकीस मान्यता दिली. ती त्याची पहिलीच गुंतवणूक होती.

नोव्हाझाईमच्या संचालक मंडळावर सदस्य म्हणून कोण असावा, हे ठरवण्यासाठी वेळ आल्यावर मात्र, त्याच्या सहकाऱ्यांनी गसच असावा असा निर्णय घेतला. अतिशय चिकित्सक असल्यामुळे तो कंपनीवर सर्वाधिक काळजीपूर्वक लक्ष ठेवेल, असे इतरांना वाटत होते.

संचालक मंडळाच्या सदस्यत्वामुळे गस थोडा काळजीत पडला. जॉनपेक्षा सुमारे १० वर्षांनी मोठा असूनही हेल्थ केअर व्हेंच्युअर्सतर्फे ही त्याची पहिलीच नेमणूक होती आणि त्याने ठरवले होते की, तिचा अपयशात अंत होणार नाही. तो जन्मतः श्रीमंत नव्हता. मॅसॅच्युसेट्समधील लॉरेन्स या कामगारांच्या जुन्या गावात तो लहानाचा मोठा झाला. चार भावांपैकी तो सर्वांत मोठा भाऊ होता. त्याचे वडील औषध विक्रेते व आई गृहिणी होती. न्यू हॅंपशायर विश्वविद्यालयातून आणि हेल्थ स्कूल ऑफ मॅनेजमेंटमधून तो पदवीधर झाला होता. तो जॉनप्रमाणेच कष्टाळू आणि धूर्त व्यापारी होता.

जैवतंत्रज्ञानातील व्यवस्थापनाचा त्याला एका दशकापेक्षाही अधिक अनुभव होता. जो जॉनकडे नव्हता आणि त्याच्यावर आता हेल्थ केअर व्हेंच्युअर्सची फायदेशीर गुंतवणूक करणे आणि त्यांचे रक्षण करणे त्याला आजारी मुलेही नव्हती. कोणाच्याही आजारी मुलांमुळे त्याच्या व्यावसायिक अंदाजांवर तो परिणाम होऊ देऊ शकत नव्हता. गसने जॉनची प्रत्येक हालचाल न्याहाळण्याचे ठरविले.

गुंतवणूक केल्यानंतरच्या काही महिन्यांत जॉनने केलेली प्रत्येक गोष्ट गसची भीती खरी करून दाखवत होती आणि त्याही पलीकडे मुले आणि व्यवसाय यांच्यातील द्वंद्वामुळे त्यात भरच पडत होती. जॉन अननुभवी आणि उद्धट आहे असे गसला दिसून आले.

गसच्या लक्षात आलेली पहिली गोष्ट म्हणजे, उच्च व्यवस्थापकांच्या जागा तो भराभर आणि अननुभवी लोकांनी भरत होता. नोव्हाझाईममध्ये कसे काय चालले आहे हे पाहण्यासाठी बोलावल्यावर जॉन उत्साहाने सांगायचा की, 'मी सर्वोत्तम आणि सर्वांत हुशार माणसे भरत आहे.'

मोठे निर्णय घेण्यापूर्वी तो गस किंवा इतर संचालकांपैकी कुणाचाही सल्ला किंवा परवानगी मागत नाही असेही दिसून आले. जॉनला फोन करून विचारल्यावर काय चालू आहे ते गसला फक्त सांगे. दोन दशलक्ष डॉलर्सचे विकर उत्पादन करण्यासाठीचा कारखाना उभारण्यासाठी करार केला होता. ही माहिती करार झाल्यानंतरच समजल्यामुळे गस वैतागला. जॉनने संचालक मंडळाच्या बैठकीत तर सोडाच, परंतु संचालक मंडळाच्या कोणाही सदस्याबरोबर अनौपचारिकरित्यासुद्धा कराराविषयी चर्चा केली नव्हती.

गसने जेव्हा जॉनला फोन करून विचारले की, त्याने संचालक मंडळाचा सल्ला का घेतला नाही तेव्हा जॉनचा आवाज त्रासलेला वाटला. गसने जॉनला सांगितले की, कोणताही मोठा व्यवस्थापकीय निर्णय घेण्यापूर्वी ७५ टक्के गुंतवणूकदारांची त्यास मान्यता असलीच पाहिजे, असे नोव्हाझाईमच्या गुंतवणूकदारांबरोबरच्या करारामध्ये स्पष्ट लिहिलेले आहे. जॉनचा त्यावर विश्वासच बसला नाही. नंतर गुंतवणूकदारांबरोबरचा करार आत्तापर्यंत वाचलाच नव्हता असे जॉनने फोन करून सांगितले व क्षमा मागितली.

'आपण चर्चा केली पाहिजे,' गसनी त्याला सांगितले. पुढच्याच आठवड्यात गस आणि आणखी एक भागीदार ओक्लाहोमा शहरात विमानाने आले.

ओक्लाहोमा शहरातील 'रेनेसान्स' हॉटेलच्या तळमजल्यावर गस आणि त्याचा भागीदार यांनी जॉनच्या मुख्य कार्यकारी अधिकारी पद घेतल्यापासूनच्या कारकिर्दीवर अतिशय बोचरी टीका केली. त्यांनी नोव्हाझाईममध्ये गुंतवणूक केल्यापासूनच्या ६० दिवसांच्या आत हे घडले.

'सर्वोत्तम आणि सर्वांत हुशार लोकांना भरती करण्याचे तुमचे तत्त्वज्ञान चुकीचे आहे.' हे थंडपणे सांगत असताना गसचे निळे डोळे जॉनच्या चेहऱ्यावर खिळलेले होते आणि नजरेत शत्रुत्व होते. 'नोव्हाझाईममधील कोणाही व्यक्तीला वैद्यकीय बाजूंची माहिती नाही.' दुखावल्याप्रमाणे जॉनने उत्तर दिले, 'हे खरे नाही. टोनी मॅकिनी यांना औषध व्यवसायामध्ये १० वर्षांचा अनुभव आहे.'

"ते औषध विकसनाचे प्रमुख नव्हते. ते योजनेचे व्यवस्थापक होते. या दोहोंत फार मोठा फरक आहे. अनुभवी पुढारी नसल्यामुळे नोव्हाझाईम महागात पडणाऱ्या चुका करणार आहे. एक म्हणजे तुम्ही एकाच वेळी अनेक गोष्टी करू पाहता आहात. तुमचे आर्थिक नियोजनावर नियंत्रण नाही. प्रत्येक वेळी मी येथे येतो तेव्हा कंपनीमध्ये नवीन लोकांची भरती झालेली मला दिसते. तुम्ही जरा हळू काम केले पाहिजे. तुम्ही थोडा वेळ घ्या. कॅनफिल्डला त्याच्या संशोधनातील खाचखळगे नीट करून घ्यायला वेळ द्या. पायाभूत शास्त्र योग्य होण्यासाठी

एखाद-दुसरे वर्ष गेले तरी हरकत नाही.'' जॉनने नाराजीने मान हलवली, मनातील खळबळ न दडवता. काहीही न बोलता त्याने गसच्या नजरेला नजर दिली.

तिकडे दुर्लक्ष करून गसने बोलणे चालू ठेवले, 'आणि अखेरीस नियमितपणे तुम्ही तुमच्या संचालक मंडळाशी चर्चा केल्याशिवाय आमच्या गुंतवणुकीतील चतकोरही आमच्या मान्यतेशिवाय खर्च करता कामा नये.'

'हो, मला हे समजले. संपर्क न साधल्याबद्दल मी माफी मागतो' त्यांची यादी थांबली तेव्हा जॉन अनिच्छेने म्हणाला, 'तुमच्या सूचना नक्कीच स्वागतार्ह आहेत.'

गसकडे लक्ष देण्याची जॉनची इच्छा नव्हती हे गसला समजत होते.

बेस्टनला परत येताना विमानामध्ये गस आपल्या सहकाऱ्यांना म्हणाले, 'आम्हा गुंतवणूकदारांना काय म्हणायचे आहे, याची जॉनला दमडीची किंमत नाही असे मला वाटते. आपल्याला हे सहन तरी करावे लागेल किंवा आपली इच्छा त्याच्यावर लादावी लागेल.

अस्वस्थपणे गस आता जॉन पुढे काय करतो याची वाट पाहात राहिला. काही दिवसांनी जॉनने फोन करून सांगितले की, तो आणि कॅनफिल्ड यांची अशी इच्छा होती की, या औषधाशी संबंध नसलेल्या एका नव्या औषधाचा आपल्या यादीत समावेश करावा. या औषधाचा पॉम्पे व्याधीशी काहीही संबंध नव्हता. परंतु कॅनफिल्डचा असा विश्वास होता की, या शास्त्रीय शोधामध्ये प्रचंड क्षमता होती. इतर अनेक व्याधींवर औषध म्हणून याचा वापर करता येईल. नोव्हाझाईमसाठी हे एक मोठे वेगळे वळण होऊ शकेल.

तो जे ऐकत होता त्यातील मूर्खपणावर त्याचा विश्वास बसत नव्हता. तो म्हणाला, 'तुम्ही जे हाती घेतले आहे ते तुम्ही निर्माण करू शकत नाही. नवीनच काहीतरी सुरू करण्याबाबत तुम्ही बोलत आहात. तुम्ही हे अजिबात करता कामा नये.'' त्यांचे संभाषण तोडत जॉन म्हणाला, 'तुमच्या सल्ल्याबद्दल धन्यवाद'. तुम्ही जे बोललात त्यावर मी जरूर विचार करीन. डॉक्टर कॅनफिल्ड ग्लायको बायॉलॉजीमधील तरबेज असल्यामुळे हे नवीन तंत्रज्ञान अगदी उपयुक्त आहे. तरीही मी तुमच्या खास मतांबद्दल गंभीरपणे विचार करीन.'

असे होणार नाही हे माहीत असूनही जॉन ही कल्पना सोडून देईल अशी आशा करत गसनी फोन बंद केला. परंतु २१ डिसेंबरला नोव्हाझाईमच्या संचालक मंडळाच्या बैठकीमध्ये फोनवरून सहभागी होत असताना जॉनने ती कल्पना परत पुढे मांडली.

'स्टीव्ह, तुम्हाला काय वाटते.' जॉनने विचारले. नोव्हाझाईमच्या संचालक मंडळावरील एक संचालक परस्यूअस सोरॉसच्या भागीदारांना जॉन विचारत होता.

'तुम्हाला ते करायची इच्छा असेल, तर आमची काही हरकत नाही.' स्टीव्ह म्हणाले, 'स्टुअर्ट, तुम्हाला काय वाटते?' सेंट लुईमधील वॉशिंग्टन विश्वविद्यालयातील प्रोफेसर, ग्लायको बायॉलॉजीमधील एक अतिशय सन्मान्य संशोधक आणि डॉक्टर कॅनफिल्डचे मार्गदर्शक स्टुअर्ट कॉर्नफेल्ड यांना जॉनने विचारले, 'मला ही चांगले भवितव्य असलेली कल्पना वाटते.' डॉक्टर कॉर्नफेल्ड म्हणाले.

'डेव्ह अलबर्ट' ओक्लाहोमाचे संशोधक, गुंतवणूकदार आणि कॅनफिल्डचे एक मित्र यांनीही या कल्पनेला पाठिंबा दिला. इतर सर्वांनी परवाना काढण्याच्या व्यवस्थेला पाठिंबा दिल्यावरच जॉनने गसना विचारले, 'ही कल्पना का वाईट आहे, यासाठी वेगवेगळी दहा कारणे आहेत.'' गस जवळजवळ ओरडलाच. आपण जे करत आहोत, ते पूर्ण करण्यासाठी आपल्याकडे पुरेसे पैसे नाहीत. ते करण्यासाठी आपल्याकडे बुद्धिवान माणसे नाहीत, असे असताना आणखी एक उत्पादन तुम्ही हाती का घेऊ इच्छिता, हे मला समजत नाही. आपले लक्ष विचलित होऊ देणे आपल्याला परवडणारे नाही.'' ''कंपनीचे लायसो सोमल साठ्यामुळे होणाऱ्या व्याधींवरील लक्ष एकाच ठिकाणी टिकवून ठेवण्याइतके काम माझ्याशिवाय कोणीच करू शकणार नाही.'' जॉन गुरगुरला. त्याच्या मुलांचा भावनिक संदर्भ व्यवसायामध्ये क्वचितच आणला जाई.

अविचलपणे गस म्हणाले, ''तुम्ही तुमच्या कार्यक्रमात मागे पडत आहात हे तुम्हाला समजेल त्या वेळी खूप उशीर झाला असेल.''

'मी या कंपनीचा मुख्य कार्यकारी अधिकारी आहे आणि तुम्ही वगळता संपूर्ण संचालक मंडळ या कल्पनेला पाठिंबा देत आहे,' जॉन थंड सुरात म्हणाला, 'गस, मी तुमच्या एकट्यासाठी काम करत नाही.' टोमणा मारण्याच्या उद्देशाने गस म्हणाले, 'तुम्ही भागधारकांसाठी काम करत नाही?' दात आवळत जॉन म्हणाला, 'मी सर्व भागधारकांसाठी काम करतो.' जॉनने मतदान घ्यावे असे सुचवले. आपला पराभव होईल, या भीतीने गस शांतपणे वाट पाहात राहिला. परंतु त्यानंतर जॉनने माघार घेतली. आपला संताप आवरला. त्याला अचानक कॅटॅलिस्ट कंपनीतील त्याचा भागीदार जॉश फिलीप्स यांनी काही महिन्यांपूर्वी दिलेला सल्ला आठवला 'जर कोणत्याही कारणाने तुमच्या संचालक मंडळाचे मतदान घ्यावे लागले, तर संचालक मंडळाचा तुमच्यावरील विश्वास उडतो.' डेव्हिड म्हणाले होते. या आठवणीमुळे जॉनने एक समेटाचा तोडगा काढला तो असा, जॉन आणि डॉक्टर कॅनफिल्ड यांनी या योजनेवर अधिक संशोधन करावे आणि अधिक माहितीसह संचालक मंडळापुढे परत यावे.''

आता गसची खातरी पटली होती की, जॉनला हाकललेच पाहिजे. पुढच्या

काही आठवड्यांमध्ये इतर संचालकांना फोन करून त्याने नोव्हाझाईमच्या संचालक सदस्यांना नोव्हाझाईमच्या मुख्य कार्यकारी अधिकाऱ्याबद्दल काय वाटते याची चाचपणी केली. त्याला अशी आशा होती की, तेही त्याच्याप्रमाणेच निराश होऊन किंवा त्याला हाकलून देण्याचा विचार करण्यासाठी तयार असतील.

मुख्य कार्यकारी अधिकारी आणि त्यांचे संचालक मंडळ यांच्यात सुमारे दर ५ वर्षांनी काही प्रश्न निर्माण होत असतात पण इथे तर दर महिन्याला संकट येत आहे. ४९ टक्के मालकी असलेल्या सर्वांत मोठ्या भागधारकाला कॅनफिल्डला गसने सांगितले. काहीच न बोलता कॅनफिल्डने 'हं-हं' केले. गसने कॅनफिल्ड जॉनबरोबर आहे की, नाही हे समजून घेण्याचा निर्णय गसवरच सोडला.

डेनिस पर्सेल पर्स्यूअस सोरॉस निधीमधील स्टिव्ह एल्मचा व्यवस्थापकीय भागीदार होता. त्यानेही गुंतवणूक करण्याचा निर्णय घेतला होता. त्याला गस म्हणाला, 'कार्यकारी अधिकारी होण्यासाठी जॉन क्रौली योग्य माणूस आहे की, नाही हे मला कळत नाही.'

डेनिसने कबूल केले, 'मलाही कळत नाही. पण क्रौलीला जर आता हाकलले तर कंपनी मरणार नाही. परंतु कंपनीचे नुकसान होईल. क्रौली म्हणजेच कंपनी आहे.' फोन बंद करून गसने असा निष्कर्ष काढला की, काही संचालकांना जॉन ही डोकेदुखी होऊ शकेल असे वाटत असले तरी त्याला हाकलून देण्याइतका उत्साह कोणातच नव्हता. आत्तातरी जॉन सुरक्षित होता.

जानेवारीच्या मध्यावर जॉन व कॅनफिल्ड सॅन्फ्रॅन्सिस्कोला J P morgan HandHealth care conference साठी गेले. जैव तंत्रज्ञान कारखानदारीतील एकमेकांना ओळखण्याची ही एक संधी होती. ते एक उद्दिष्ट ठरवून येथे आले होते. यापूर्वी नोव्हाझाईमसाठी गुंतवणूकदार हुडकणे अत्यावश्यक होते आणि त्यांच्या अपेक्षेपेक्षा ही गरज लवकरच निर्माण होणार होती. जॉनला पूर्णपणे माहीत होते की, त्याने खास प्रयत्न न करताही नोव्हाझाईमची बँकेतील शिल्लक वेगाने कमी होत होती. वसंतऋतूच्या अखेरीपर्यंत कंपनीकडे काहीही पैसे शिल्लक नसतील. लवकरच पैसे यायला हवे होते, आणि नवीन गुंतवणूक करण्याची शक्यता असलेल्यांची यादी सध्या असलेल्या गुंतवणूकदारांच्या यादीतून कमी होत होती. गसबरोबर झालेल्या वादामुळे जॉनने हेल्थ केअर व्हेन्युअर्सला गमावले होते. उंदरांवरील प्रयोगामुळे त्याने निओजला घाबरवले होते. आणि कॅटॅल्सिटकडे निओजला वर आणण्यासाठी पुरेसे पैसे नव्हते. 'अ' यादीतील आर्थिक क्षमता असलेला परस्युअस सोरॉस फंड होता. जॉनने या कॉन्फरन्सपूर्वीच डेनिस पर्सेल हा सोरॉस फंडाचा व्यवस्थापकीय भागीदार आणि स्टीव्ह एल्म्स हा

नोव्हाझाईमच्या मंडळावरील सोरॉस फंडाचा प्रतिनिधी यांच्याशी छोटीशी भेट ठरवली होती.

चर्चासत्राच्या तिसऱ्या दिवशी सकाळी जॉन व कॅनफिल्ड डेनिस आणि स्टीव्ह यांना एका हॉटेलमध्ये भेटले. उंच रुंद खांद्याचा, आनंदी वृत्तीचा डेनिस चांगल्या मूडमध्ये होता. ते एका चौकोनी टेबलापाशी बसले. या चर्चासत्राच्या प्रायोजक बँकेमध्ये तो काम करत होता आणि अतिशय प्रसिद्ध होता. चर्चासत्रात आलेले इतर लोक त्याचे हिरोसारखे स्वागत करतात. त्याच्याभोवती गर्दी करतात, हे जॉन व कॅनफिल्डने आश्चर्यचकीत नजरेने पाहिले होते. H and Q हेल्थ केअर हा गुंतवणूकदारांचा गट त्याने सुरू केला आणि शेअर बाजारामध्ये जैवतंत्रज्ञानातील नवीन कंपन्यांसाठी कोणत्याही अन्य गुंतवणूक संस्थेपेक्षा अधिक धन उभे केले. जैवतंत्रज्ञानातील नवीन कंपन्यांसाठी धनराशी उभी करण्यासाठी एक वर्षापूर्वी जॉर्ज सोरॉस यांनी डेनिसची नेमणूक केली होती. त्याने या कामासाठी सुमारे २०० दशलक्ष डॉलर्स गोळा केले होते. H and Q मधील त्याच गटातील डेनिस पाठोपाठ आलेला स्टीव्ह याने पाच वर्षे गुंतवणूक करणारा बँक अधिकारी म्हणून काम केले होते. ते त्यांच्याशी अनौपचारिक आणि आपुलकीच्या सुरात बोलले.

जॉनच्या झगमगीत निळ्या शर्टकडे पाहात, डोळे बारीक करत तो चेष्टेच्या सुरात म्हणाला, 'तुम्ही न्यूयॉर्क शहरातील पोलिसासारखे दिसता.' जॉन हसला आणि त्याने सर्वांचे लक्ष निधी गुंतवणुकीकडे वळवण्याचा प्रयत्न केला.

'आम्ही निधी उभारणीच्या पुढच्या फेरीला सुरुवात करण्याच्या विचारात आहोत. तुम्हाला त्यात पुढाकार घेण्यामध्ये रस आहे का?'

डेनिसने स्टीव्हकडे एक कटाक्ष टाकला आणि मान डोलावत तो म्हणाला, 'तुम्ही चांगली प्रगती करत आहात. आम्ही १० ते २० दशलक्ष डॉलर्स देऊ शकू.'

'काय किमतीवर?' जॉनने विचारले. त्याच्या शेजारी बसलेल्या कॅनफिल्डच्या चेहऱ्यावर ताण पसरला होता. गुंतवणुकीची पुढील फेरी सुरू होण्यापूर्वी कंपनीची किंमत ठरवलेली असे. किंमत जेवढी जास्त तेवढी जास्त भागीदारी. पुढील पैसे देण्याच्या फेरीनंतर आत्ता गुंतवणूक करणाऱ्यांचा मालकी हक्क वाढत असे. कॅनफिल्डने जॉनला सांगितले होते की, पुढील फेरीच्या वेळी किंमत वाढलेली असलीच पाहिजे. ज्या द्वारे तो आपल्या मालकीचा सगळ्यात मोठा भाग टिकवून धरू शकेल.

'आपण काय करू शकतो स्टीव्ह?' आपल्या भागीदारांकडे पाहत डेनिस म्हणाले.

'मी म्हणेन की, ३० ते ४० दशलक्ष डॉलर्स.'

शेजारी बसलेल्या कॅनफिल्डला हे पटले नव्हते. हे जाणण्यासाठी जॉनला

त्याच्याकडे पाहण्याची गरज नव्हती. याला काही प्रमाणात कारण असे होते की, गेले काही दिवस डेनिस, जॉन आणि कॅनफिल्ड यांची खुशामत अर्धा डझन गुंतवणूकदार आणि बँका करत होत्या. पैसे देण्याच्या पुढील फेरीत सहभागी होण्याचा प्रयत्न करत होत्या. या भावी गुंतवणूकदारांनी डेनिसने सांगितलेल्या किमतीच्या किमान दुप्पट किमतीची बोली केलेली होती.

'इतर गुंतवणूकदार दुप्पट, तिप्पट किंमत देण्यास तयार असताना मी हे का करेन?' जॉनने अखेरीस आपली मागणी सांगितली.

धक्का बसलेल्या डेनिसचे स्मितहास्य लोपले. 'वैद्यकीय चाचण्यांपासून खूप दूर असलेल्या या कंपनीला आम्ही अगदी योग्य किंमत देऊ करत आहोत.''

'मी तुम्हाला फक्त एवढंच सांगतोय की, इतरांकडून ७० ते ८० दशलक्ष डॉलर्स असे आकडे आम्ही ऐकत आहोत.' जॉन म्हणाला. नोव्हाझाईमसाठी सर्वोत्तम करार करण्याची, निधी गोळा करण्याची जबाबदारी आमच्यावर आहे.''

डेनिस म्हणाले, ''आम्ही तुमची आणि बिलची काळजी घेऊ. तुमच्या ज्येष्ठ सदस्यांच्या मालकी हक्काची भरपाई करण्यासाठी अधिक पर्याय देऊ.''

जॉनच्या मनात आले, डेनिस असे पुरेसे पर्याय कधीच देऊ शकणार नाहीत. कारण डेनिसच्या पर्यायामुळे कॅनफिल्डचे सर्वांत मोठे नुकसान होणार होते. त्याच्या ४९ टक्के भागीदारीमुळे तो सगळ्यात मोठा भागधारक झाला होता आणि नोव्हाझाईमवरील ताबा सोडण्यास त्याचा कडकडून विरोध होता.

'तुम्ही बाहेर जाऊन परिस्थिती पाहा. तिथे जाऊन तुमच्यासाठी इतर गुंतवणूकदार मिळवा.'' डेनिस एकदम उभे राहिले. त्यांचा चेहरा लाल झाला होता. उभे राहात ते म्हणाले, 'तुम्हा दोघांनाही शुभेच्छा. कसे काय होते ते आम्हाला कळवा.'

बैठक अचानक संपली. पुन्हा एकदा जॉनचा अंदाज चुकला होता. आर्थिक जगतामध्ये कसे वागायचे, बोलायचे या बाबतच्या अनुभवामुळे त्याला चपराक बसली होती.

या चर्चासत्राच्या मधल्या काळात गसनी निओजच्या शेरील नेफ आणि स्टीफन रॉथ यांच्याबरोबर एक बैठक ठरवली. जॉनच्या नवीन औषध निर्माण करण्याच्या कल्पनेला विरोध, त्यांचे मत आपल्याकडे वळवण्यासाठीचा हा प्रयत्न होता. गसने त्यांचे म्हणणे मांडायला सुरू करण्यापूर्वीच रॉथ जॉन आणि मॅकिनी यांच्या दोन आठवड्यापूर्वी दिलेल्या भयानक शास्त्रीय सादरीकरणाचे वर्णन करण्यास सुरुवात केली. यातले गसला काहीच माहीत नव्हते.

'यांना आपण काय करत आहोत याची कल्पनाच नाही किंवा ते भोंदू आहेत.' त्या बैठकीच्या आठवणींनी संतापाने खदखदत असलेल्या रॉथने जाहीर केले.

तो जे ऐकत होता त्यावर गसचा विश्वासच बसत नव्हता. जॉन आणि नोव्हाझाईमबद्दल वाईट मत असलेले आपण एकटेच आहोत, असे त्याला वाटत होते. निओजची ही माणसे सांगत असलेले प्रसंग अतिशय भयानक होते आणि त्यांच्या भावना समान असल्याचे सिद्ध करत होते.

'मला वाटत होते की, ते फक्त अकार्यक्षम आहेत. पण मला असे कधीही वाटले नाही की, ते आपल्याला हेतूपुरस्सर चुकीच्या मार्गाला नेत आहेत. तुम्ही डेनिस यांच्याशी बोलला आहात का? असे दिसून येते की, आपल्यापुढे मोठा घोटाळा आहे.'

रॉथ म्हणाले की, "ते उद्या डेनिसशी बोलणार आहे आणि त्यांनी त्यांना सगळी कल्पना देण्याचे ठरविले आहे."

दुसऱ्या दिवशी संध्याकाळी, शुक्रवारी नोव्हाझाईमच्या प्रिन्स्टन कार्यालयातील फोन वाजला. आता अतिशय संतापलेले डेनिस फोनवर बोलत होते.

ते जॉनवर ओरडले, 'काय, चाललेय काय? निओजचा तुम्ही सांगितलेल्या कोणत्याही माहितीवर विश्वास नाही. तुम्ही सप्टेंबरमध्ये वैद्यकीय चाचण्या सुरू करणार आहात की, काय? सप्टेंबरमध्ये तुम्ही या चाचण्या सुरू करणे शक्यच नाही असे निओजचे म्हणणे आहे."

जॉन म्हणाला, 'मी खुलासा करू शकतो.' 'तोंडची वाफ दवडू नका.' डेनिस ओरडले. त्यांनी पुढच्या मंडळवारी जॉनला कॅनफिल्ड बरोबर त्यांच्या मॅनहॅटन कार्यालयामध्ये सकाळी ९ वाजता भेटण्यास सांगितले आणि केवळ चार दिवसांत त्यांच्या प्रयोगाचा खुलासा करण्याच्या तयारीने यायला सांगितले. पुढे काही न बोलता डेनिसने फोन आपटला, आणि जॉन फोन हातात धरून तसाच बसून राहिला.

१७. नोव्हाझाईमचा काळ

हिवाळा, २००० ते वसंतऋतू, २००१
प्रिन्स्टन-न्यू जर्सी, न्यूयॉर्क-न्यूयॉर्क, ओक्लाहोमा शहर-ओक्लाहोमा

डोक्यावर तरंगत असलेल्या विनाशाच्या शक्यतेने विचलित न होता जॉन व कॅनफिल्ड यांनी पुढील चार दिवस-रात्री उशिरापर्यंत जागून कंपनीच्या प्रगतीबद्दल एक अहवाल तयार केला. जॉन त्याच्या प्रिन्स्टनमधल्या कार्यालयामध्ये आणि कॅनफिल्ड ओक्लाहोमा शहरातील मुख्यालयामध्ये. जॉन म्हणाला, 'अहवालाचा व्यावसायिक भाग मी सांभाळेन आणि शास्त्रीय भाग कॅनफिल्डने तयार करावा.'

खचून टाकणाऱ्या दबावाखालीही ताठ असलेला जॉन कॅनफिल्डना म्हणाला, "सत्य असलेल्या गोष्टी सांगून आपण त्यांच्यावर मात करू या. चार महिन्यांमध्ये जैवतंत्रज्ञानाच्या इतिहासात कोणतीही कंपनी मिळवू शकणार नाही एवढे यश आपण मिळवले आहे. आपण काही चुका नक्कीच केल्या. पण प्रत्येक दिवशी आपण दोन पावले पुढे गेलो आणि एकच पाऊल मागे आलो. त्यांनी गुंतवणूक केल्यापासूनच्या चार महिन्यांमध्ये, आपण त्या वेळी होतो, त्यापेक्षा आपण खूप पुढे गेलो आहोत. बिल, आपण हे त्यांना दाखवून देऊ या."

त्यांची खातरी झाली होती की, नवे गुंतवणूकदार अडथळा आणत होते. इतकेच काय तर त्यांना घाबरवतही होते. दिवसातून अनेक वेळा ते फोनवर त्यांचा संताप दाखवत होते. "हे पूर्णपणे वेळ वाया घालवणे आहे." जॉनने तक्रार केली. 'ईस्ट ओस्ट फायनान्स'सारख्या गुंतवणूकदारांबद्दल चिकित्सक असलेल्या कॅनफिल्डने त्याला गुरगुरत दुजोरा दिला.

सोमवारच्या संध्याकाळी घरी आल्यावर जॉन माडीवर मुलांकडे न जाता थेट त्याच्या अभ्यासिकेत गेला. कंपनीत काही तरी गडबड असणार हे एलीनने

जाणले आणि मुलांना झोपवल्यानंतर तिने पाहिले की, सभोवती कागदांचे ढीग ठेवून जॉन अजूनही टेबलापाशीच बसला होता. एलीन दाराच्या चौकटीला टेकून उभी राहिली आणि तिने विचारले, ''काय चालले आहे?''

''आज रात्री कॅनफिल्ड येत आहे. त्याला आणि मला न्यूयॉर्कला जाऊन उद्या असलेल्या गुंतवणूकदारांच्या बैठकीसाठी शहरात जायचे आहे.''

त्याचा नेहमी आशादायी असणारा आवाज आज टाकलेला वाटत होता. ती म्हणाली, 'काही तरी बिघडले आहे. तुझा आवाज भयानक झाला आहे, आणि तू त्याहीपेक्षा वाईट दिसतो आहेस.' ती त्याच्या मागे जाऊन उभी राहिली आणि त्याचे खांदे दाबू लागली.

'त्या हलकट कुत्र्यांना वाटते की, आम्ही फसवे आहोत.' जॉन कडवटपणे म्हणाला. त्याचे स्नायू कडक झाले होते. त्यांचा आता विज्ञानावर विश्वास नाही. ''बिल आणि मला उद्या तिथे जाऊन त्यांना पटवून द्यायचे आहे की, आम्ही सच्चे आहोत.'' तो त्याच्या टेबलवर एक पेन अस्वस्थपणे फिरवत राहिला. एलीन त्याचे खांदे दाबतच राहिली.

अचानक त्याने अभ्यासिकेमध्ये पेन फेकून दिले. पुढे झुकून डोके आपल्या हातात धरले आणि म्हणाला, ''एलीन, मला याचा राग येतो. यापुढे हे मला करायची इच्छा नाही. दिवसभर त्याबद्दलच बोलणे, त्याचाच विचार करणे आणि पॉम्पे व्याधीवर संतापणे याचा मला तिरस्कार वाटतो आणि नंतर तेच जीवन जगण्यासाठी मला घरी परत यावे लागते. तिथे कोणतीही पळवाट नाही. मी आता संपलोय.''

एलीनने त्याला आपल्या पोटावर मागे ओढले. त्याची मान व खांदे आपल्या बाहुपाशात घेतले आणि हळूहळू त्याला हलवत म्हणाली, ''जॉन, तू फारच कष्ट करतोयस.'' ती कुजबुजली. या क्षणी तिच्या पतीचा सगळा शीण व वेदना तिला जाणवत होत्या. बाकी सर्व विचार नाहीसे झाले. त्याचा तणाव नाहीसा कसा करावा, हा एकच विचार चालू राहिला. ''हे तुझ्यासाठी अतिशय तणावपूर्ण आहे. मला माहीत नाही, असे किती काळ चालणार आहे.'' काही लोकांना हे अति धावपळीचे किंवा फाजील आत्मविश्वासाचे वाटेल. पण तिला त्याची मुलांविषयीची धडपड जाणवत होती.

तिने त्याचे कागद एका बाजूस गोळा करून टेबलावर सरकवले. त्याच्या शर्टाची बटणे काढत ती कानात कुजबुजली, ''बिलला आणायला तुला थोडा उशिरा झाला तर फारसे बिघडत नाही. नाही का?''

''मी त्याला सांगेन की, मी बाहेर पडण्यासाठी दाराकडे निघालो होतो. पण माझ्या बायकोने मला मोहात पाडले.'' कृतज्ञतेने तिच्याकडे पाहत जॉन म्हणाला,

त्याला समजले की, त्याचा थकवा तिला समजत होता आणि त्याच्या दुर्बलतेबद्दल ती त्याला दोष देत नव्हती. एलीन हसली आणि तिने दिव्याचे बटण बंद केले.

विमानतळावर पोहोचायला जॉनला खरे तर खूपच उशीर झाला होता. कॅनफिल्ड विमानतळाच्या बाहेर पडण्याच्या मार्गापाशी गर्दीतील माणसे निरखत होता. जॉनने त्याला घेतले आणि ते लवकरच मॅनहॅटनमधील हॉटेलमध्ये उतरले. त्यांनी त्यांच्या बॅगा ठेवल्या आणि लगेच टायपिंगच्या दुकानात गेले. तिथे ते तीन तास उद्या सकाळच्या भेटीमध्ये थोडक्यात सांगायची माहिती छापण्यासाठी धडपडत होते. फूटभर रुंदीची फाइल घेऊन ते हॉटेलवर परतले, तेव्हा मध्यरात्र उलटून गेली होती.

भेटीच्या आदल्या दिवशी गस अस्वस्थ होता. टायशी चाळे करत कार्यालयाच्या करड्या रंगाच्या गालिच्यावर पुढे-मागे फेऱ्या मारत होता. जर त्यांना ते काय करत आहेत हे माहीतच नसेल, तर ती एक गोष्ट झाली. पण ते जर खोटे बोलत असतील, तर आपण खरेच संकटात आहोत.'' क्रिस मीराबेली या त्याच्या शास्त्रज्ञ भागीदाराला त्याने सांगितले. कॅनफिल्डचे शास्त्र खरे आहे की, नाही, हे ठरवण्यासाठी मीराबेलीने या बैठकीसाठी येण्यास सांगितले होते. केवळ एकाच बैठकीमध्ये मीराबेली निर्णय करू शकले नाहीत. तरीही त्यांची शास्त्रीय पार्श्वभूमी गसपेक्षा गुणमापन करण्यास उपयुक्त ठरली असती. हेल्थ केअर व्हेंच्युअर्सने नोव्हाझाईममधील गुंतवणुकीचे चीज करून दाखवण्याची जबाबदारी गस यांच्यावर टाकली होती आणि आता तर असे दिसत होते की, फायदा तर होणार नाहीच, पण प्रत्यक्षात पैसेही जातील. त्याची पहिली कामगिरी अपयशी ठरता कामा नये.

दुसऱ्या दिवशी गस आणि मीराबेली बैठकीची पूर्वतयारी म्हणून परस्यूअस सोरॉस आणि निओजचे लोक यांना थोडा वेळ भेटले. नोव्हाझाईमला विचारण्याच्या प्रश्नांचे डावपेच ठरवण्यासाठी त्यांना चर्चा करायची होती.

चर्चेची सुरुवात करण्यासाठी गस थंडपणे म्हणाले, ''आपल्याला समजले पाहिजे की, आपली फसवणूक झाली आहे का? निओजला करण्यात आलेले शास्त्रीय सादरीकरण आपल्याला फसवण्यासाठी हेतुपुरस्सर केलेला प्रयत्न होता का?''

डेनिस म्हणाले, 'त्यांना आशा होती की, या बैठकीतून अशी एखादी योजना निघावी ज्यामुळे नोव्हाझाईमची गाडी परत रुळावर आणता येईल. कॅनफिल्डचा विकर आणि जेन्झाईमचा विकर यांचे उंदरावर तुलनात्मक प्रयोग करणे आवश्यक आहे. कॅनफिल्डचा विकर अधिक चांगला असला, तर पुढे जाण्यात अर्थ आहे.'

हा दहा जणांचा गट जेव्हा परश्यूअस सोरॉसच्या इमारतीच्या २९व्या मजल्यावर आला, तेव्हा त्यांना जॉन व कॅनफिल्ड त्यांची वाट पाहत असलले

दिसले. त्यांचे लॅपटॉप तयार होते. मॅनहॅटनच्या मध्यवस्तीचा देखावा या छोट्या परिषदेच्या खोलीतून दिसत होता. एकमेकांच्या स्वागतानंतर तो गट टेबलाभोवती बसला आणि त्यांनी त्यांच्या समोरील जाडजूड फायली उचलल्या.

त्या गटाला आश्चर्यचकित करण्यासाठी कॅनफिल्डने त्याच्या ताज्या शास्त्रीय यशाबद्दल सांगायला सुरुवात केली. स्लाइड पाठोपाठ स्लाइड दाखवत, त्यांनी गेल्या चार महिन्यांतील त्यांच्या अथक प्रयोगानंतरचे निष्कर्ष सादर केले. परंतु आश्चर्यचकित होण्याऐवजी ते सर्व अस्वस्थ झाले.

एकोणचाळीस स्लाइड्स पाहून झाल्यावर आणि एक तास संपल्यावर अखेरीस रॉथचा स्फोट झाला. 'थांबा, एकदम थांबा. आम्ही पुरेसे ऐकलेले आहे. आता मुद्द्यावर या कृपया. जॉन आणि टोनी यांनी सादर केलेली माहिती स्पष्ट करा...'' कॅनफिल्ड थांबला. आठ्या घालत त्याने जॉनकडे पाहिले. गुंतवणूकदार शास्त्राबद्दल इतके अनुत्सुक आहेत, हे पाहून तो त्रासला होता. ''मी एवढेच म्हणीन की, काही चुका झाल्या. परंतु तो प्रयोग म्हणजे आम्ही योजलेल्या प्राण्यांवरील प्रयोगाची केवळ एक पूर्व चाचणी होती.'' त्यांनी स्पष्टीकरण दिले की, फ्लोरिडा विश्व विद्यालयातील संशोधक डॉ. बॅरी यांनी मॅकिनीबरोबर काम केले होते. त्यांच्याबरोबर प्रयोगांची एक मालिका सुरू केली होती आणि त्यावरून ते कंपनीच्या प्राण्यांवरील अभ्यासाचा आराखडा ठरवणार होते.

''काही आठवड्यांतच आपल्या विकरचा पॉम्पे व्याधी झालेल्या मुलांवर परिणाम होतो, याचा पुरावा मिळेल.'' कॅनफिल्डने समारोप केला. कॅनफिल्ड जडपणे खाली बसला आणि त्याने कपाळावरच्या घामाची धार पुसली.

मोजक्या शब्दांत आणि उत्साहाने सादरीकरण करणाऱ्या जॉनने कंपनीच्या व्यावसायिक यशाचे तपशीलवार वर्णन केले. त्या दहा लोकांकडून काही प्रोत्साहन मिळते का हे तो निरखत होता. परंतु त्यांचे चेहरे मुखवटे घातल्याप्रमाणे गंभीर, भावना न दाखवणारे, मनात काय चालले आहे, ते दिसू न देणारे होते. 'पहिली फेरी सप्टेंबरमध्ये पूर्ण केल्यानंतरच्या चार महिन्यांमध्ये आम्ही अन्न आणि औषध प्रशासनाशी प्राण्यांवरील अभ्यास कसा करावा, याबाबत संवाद साधत आहोत. आम्ही उत्पादनाच्या विभागाचे बांधकाम जवळजवळ पूर्ण केले आहे. ६० कर्मचारी नेमले आहेत आणि आम्ही सप्टेंबरमध्ये वैद्यकीय चाचण्या सुरू करण्यासाठीच्या योग्य मार्गावर आहोत. असा आम्हाला विश्वास वाटतो.''

जॉन खाली बसल्यावर त्रासलेल्या गसने टेबलाभोवती बसलेल्या इतर गुंतवणूकदारांकडे पाहिले. हे सर्व काही एक ढोंग होते. त्यांच्या मनातील भीती नाहीशी होईल असे काहीही जॉन किंवा कॅनफिल्डकडून त्याला ऐकावयास मिळाले नव्हते. निओजला दिलेले शास्त्रीय सादरीकरण इतके भोंगळ का होते,

याचे स्पष्टीकरण देण्याऐवजी त्यांनी नोव्हाझाईमच्या शास्त्रीय आणि मिळविलेल्या व्यापारी यशाबद्दल भाषण दिले होते. गसला मान्य करावेच लागले की, चार महिन्यांत त्यांनी आश्चर्यकारक प्रगती केलेली होती. परंतु त्यांच्या निष्कर्षाबद्दल ते खोटे बोलत नसतील, यावर त्याचा विश्वास नव्हता.

त्या अस्वस्थ शांततेचा भंग करून अखेरीस गसचे भागीदार मीराबेली यांनी विचारले, "तुम्ही सप्टेंबरमध्ये वैद्यकीय चाचण्यांसाठी जाल असे तुम्ही अजूनही म्हणता का? 'निश्चितच." जॉन हसत म्हणाला आणि पटकन मान डोलावून कॅनफिल्डने दुजोरा दिला.

"तुम्ही अजून मूलभूत शास्त्रीय प्रश्नांशी झगडत आहात आणि तरीही तुम्हाला वाटते की, आजपासून नऊ महिन्यांत माणसांवरील चाचण्या तुम्ही सुरू कराल?" मिराबेलीनी विचारले.

"मी मान्य करतो की, हे वेळेचे बंधन महत्त्वाकांक्षी आहे. औषध विकसनाच्या तुम्हाला सवय असलेल्या वेळापत्रकात हे बसणार नाही. परंतु आधी शास्त्रीय प्रयोग आणि नंतर औषध विकसित करणे, एवढा वेळ नोव्हाझाईमपाशी नाही. दोन विकर आधीच मानवी चाचण्यांमध्ये असलेल्या जेन्झाइमची स्थिती वेगळी आहे. आम्ही सर्व गोष्टी समांतरपणे चालू करणार आहोत. आम्ही अन्य कोणाहीपेक्षा जलद गतीने काम करत आहोत. आमचे वेळापत्रक वेगळे आहे. आम्ही नोव्हाझाईम काळानुसार काम करत आहोत." जॉन म्हणाला.

गस डोके हलवत मिराबेलींना म्हणाले, "या माणसाकडून कालबद्धतेबाबत सरळ उत्तर कधी मिळणार आहे का?" परत एकदा अस्वस्थ शांतता पसरली.

अखेर सर्वांवर नजर फिरवून जॉनने विचारले, "आज सकाळी तुम्ही येथे आलात तेव्हापेक्षा तुम्हाला नोव्हाझाईमबद्दल कमी काळजी वाटते आहे का?"

घसा साफ करत गस म्हणाले, "मी असे म्हणेन की, सकाळी येथे आलो तेव्हापेक्षा आमची काळजी वाढलेली नाही."

जॉन उत्साहाने म्हणाला, "आमच्यापुढे अनेक प्रश्न आहेत आणि योजनाही आखायच्या आहेत, पण आम्ही आशावादी आहोत."

टेबलावर गुंफलेले हात ठेवून इतका वेळ स्वस्थ बसलेले डेनिस यांनी या उत्साही आश्वासनाकडे पाहिले, "तुम्ही त्या आखलेल्या बऱ्या, नाहीतर भयानक गोत्यात याल."

जॉनने खाली पाहिले. त्याच्या चेहऱ्यावरचे स्मित लोपले होते.

गसनी जाणले की, अखेरीस डेनिस त्यांच्या बाजूचे झाले होते. आता जॉनने गोष्टी रुळावर आणल्या नाहीत, तर त्याला हाकलले जाईल.

बैठक संपली. परंतु नोव्हाझाइमचे विज्ञान फसवे आहे किंवा नाही याचा निर्णय

गस व सहकारी करू शकले नाहीत आणि गस तर हा मुद्दा सोडण्यास तयार नव्हता. खातरी करून घेण्यासाठी कंपनीत काम करणाऱ्या एखाद्या आतल्या व्यक्तीकडून माहिती काढावी, असा विचार त्याने केला. नोव्हाझाईमचे मुख्य वैद्यकीय अधिकारी म्हणून एक महिन्यापूर्वी नेमणूक केलेले शास्त्रज्ञ डॉ. पेड्रो ह्युस्टॉस यांच्याबरोबर एक गुप्त बैठक घेण्याची व्यवस्था करून गस आणि मिराबेली त्या दुपारी केंब्रिजला परतले. उच्च अधिकाऱ्यांची गुणवत्ता वाढवण्यासाठी डॉ. ह्युर्टास यांची नेमणूक करण्यासाठी त्यांनी जॉनचे मन वळवले होते. पॉम्पे सारख्याच व्याधीवर औषध तयार करण्याचे काम ते जेन्झाईममध्ये करत होते. त्यांची शैक्षणिक पात्रता आश्चर्यकारक होती. हार्वर्ड विश्वविद्यालयातून जैवरसायन शास्त्रात डॉक्टरेट, हार्वर्ड वैद्यकीय विद्यालयातून वैद्यकीय पदवी, एमआयटी व्यवस्थापन विद्यालयातून एमबीए.

दुसऱ्या दिवशी सकाळी ह्युर्टास गसबरोबर त्याच्या कंपनीच्या दुसऱ्या मजल्यावरील शानदार कार्यालयाच्या खोलीत बसले होते. खिडकीतून येणाऱ्या सूर्यकिरणांनी खोली भरून गेली होती. तिथून वन केंडॉल स्केअर व पलीकडे जेन्झाईमच्या लाल विटांच्या इमारती दिसत होत्या.

ह्युर्टासनी सुरुवात केली, "गस, मी तुम्हाला किती मदत करू शकेन मला माहिती नाही. कारण तुम्हाला माहिती आहेच की, नोव्हाझाईममध्ये येऊन मला फक्त एक महिनाच झाला आहे."

पक्का गुंतवणूकदार असूनही जाकीट व चष्मा यामुळे एखाद्या प्रोफेसरसारखा दिसणारा गस हसत म्हणाला, "ठीक आहे, पण मला एवढेच सांग, आतापर्यंत तुला तेथे कसे वाटते आहे?"

"मला असे वाटते की, कॅनफिल्ड अतिशय हुशार परंतु दुराग्रही माणूस आहे." ह्यूर्टास यांच्या बोलण्यात चिलीयन ढब जाणवत होती. ते बाहेरून आलेल्यांबद्दल संशयी असतात, त्यांच्या कामाचे तपशील देत स्वत: आणि संशोधकांचा छोटा गट यांच्यातच मर्यादित ठेवतात. माझ्या मते ते योग्य मार्गावर आहेत, परंतु मला असे जाणवते की, कॅनफिल्ड किंवा अन्य कोणाकडेच औषध कसे तयार करावे याची किल्ली नाही."

"तेथे काही घोटाळा चालू आहे असे तुम्हाला वाटते का?" आपला मुद्दा रेटत गसनी विचारले.

ह्यूर्टास क्षणभर गप्प बसले. गसनी त्यांना स्पष्ट बोलण्याच्या तयारीने या असे सांगितले होते, परंतु नोव्हाझाईम आपली फसवणूक करत आहे का, याची काळजी कर्जपुरवठा करणाऱ्यांना लागली असेल. याची त्यांना कल्पनाही नव्हती. ते काळजीपूर्वक म्हणाले, "तिथे फसवणूक आहे असे मला वाटत नाही. हे लोक अननुभवी आहेत इतकेच."

खुर्चीत मागे रेलत दीर्घ श्वास घेऊन गस म्हणाला, "पेड्रो, मी असे म्हणेन की, कितीही अकार्यक्षमता असू दे. तिच्या पर्यायापेक्षा ती नक्कीच स्वीकारार्ह असते. तुम्ही दिलेली माहिती नक्कीच उपयुक्त आहे. हे तुमच्यासाठी सोपे नाही हे मी जाणतो, पण तुम्हीही आमची भूमिका समजून घ्या." काळजीमुक्त गस स्मितहास्य करत ह्युर्टासना लिफ्टपर्यंत पोहोचवताना म्हणाला, "आणि अर्थातच, मी आधी सांगितल्याप्रमाणे आपण ही चर्चा केल्याचे कोणालाही कळता कामा नये."

एका आठवड्याच्या आतच Investment Grapvine कंपनीकडून गसला कळले की, जॉन आणि कॅनफिल्ड देशभर वित्तीय पुरवठा करणाऱ्यांना भेटून निधी मिळवण्याचा प्रयत्न करत आहेत. हे ऐकून त्याला धक्काच बसला. आधीच्या गुंतवणूकदारांशी संबंध सुधारण्याऐवजी जॉन त्यांचा दबाव बोथट करण्यासाठी पैशाचे नवीन स्रोत शोधत होता.

"मला माणसाच्या चातुर्याचे कौतुक करावेच लागेल." गस मीराबेलीला म्हणाला. त्यांना गंमतही वाटत होती आणि रागही येत होता. नंतर ते गंभीरपणे म्हणाले, "पण क्रौलीला अनुभव नसण्याची ही खूण आहे. त्याला वाटते आधीच्या गुंतवणूकदारांच्या पाठिंब्याशिवाय त्याला नवीन वित्तपुरवठा मिळेल. दुसऱ्या फेरीमध्ये आधीचे गुंतवणूकदार का नाहीत याचा नवीन गुंतवणूकदार विचार करणारच हे त्याला कळत का नाही?"

गुंतवणूकदारांचे जग हे एक अनुभवी लोकांचे जाळे असते. जॉनने संपर्क साधलेल्या कंपन्यांच्या भागीदारांचे थोड्याच वेळात हेल्थ केअर व्हेंचुअर्स पुढाकार का घेत नाही किंवा सहभागीही का होत नाही, असे विचारणारे फोन येऊ लागले. फोन करणाऱ्या प्रत्येकाला गस उघडपणे सांगत होता, "जॉन क्रौउली ही एक अडचण आहे. या कंपनीचा अननुभवी मुख्य कार्यकारी अधिकारी आणि पूर्वानुभव नसलेला एक मुख्य वैज्ञानिक या दोघांनाही गुंतवणूकदारांची फिकीर नाही." फोन बंद करण्यापूर्वी या कंपनीला वैज्ञानिक अडचणी आहेत. प्राण्यांवरील चाचण्यांमध्ये ते मागे आहेत. व्यवस्थापन आणि संचालक यांच्यात मतभेद आहेत. त्यांच्याशी व्यावसायिक संबंध तोडण्याच्या बेतात तो आहे असे सांगण्यास गस विसरत नव्हता.

याचा उपयोग झाला. पंधरवड्यात जॉनने पंधरा तरी कंपन्यांशी संपर्क साधला, पण परिस्थिती 'जैसे थे'च होती. मन वळवण्याची प्रचंड क्षमता असूनही तो एकाही गुंतवणूकदाराला पटवू शकला नाही. इतकेच काय एकानेही गुंतवणूक करण्याची शक्यताही दर्शवली नाही.

शुक्रवारी दुपारी जेव्हा शेवटच्या व्यक्तीने फोनवर नकार दिला तेव्हा जॉनने घड्याळ्याकडे पाहिले. पाच वाजत आले होते. पूर्व समुद्रकाठच्या कोणाला तरी

शनिवार- रविवारसाठी कार्यालये बंद होण्यापूर्वी फोन करण्यासाठी केवळ काही मिनिटे उरली होती. नोव्हाझाईमकडे पैसे शिल्लक नव्हते आणि शुक्रवारचे हे काही क्षण त्याला वाया घालवायचे नव्हते. त्याने पर्स्युअस सोरॉस यांच्या कार्यालयाला फोन लावला. स्टीव ऐल्मने फोन घेतला. ''तुम्हाला न्याय्य वाटतील अशा कोणत्याही अटींवर आर्थिक व्यवहार करण्यास आम्ही तयार आहोत.'' थेट मुद्द्याला हात घालत जॉन म्हणाला.

ग्रेप व्हाइनकडून स्टीवला आधीच कळले होते की, जॉनच्या प्रयत्नांना काहीच यश येत नव्हते. ते म्हणाले, ''जॉन ठीक आहे पण तुला कल्पना असेलच की, तुला याचा चांगलाच फटका बसणार आहे.''

''मी त्याला तयार आहे.'' जॉन गंभीरपणे म्हणाला. जॉन पर्स्युअस सोरॉस चर्चेच्या हॉलमध्ये दोन आठवड्यांपूर्वी गुंतवणूकदारांची बोलणी खाल्ली होती, तिथे सोमवारी पोहोचला. पूर्ण शरणागती पत्करण्याच्या तयारीने.

''असे घडेल, हे मी तुम्हाला सांगितलेच होते.'' डेनिसनी डोके हलवत सुरुवात केली. जॉन लगेच म्हणाला, ''मी काही गोष्टी करण्यात तरबेज आहे आणि काही बाबत नाही.'' तो आता आवश्यक तेव्हा नम्र व्हायला शिकला होता.

डेनिसनी व्यवहाराच्या अटी सांगायला सुरुवात केली. ''पैसे देण्यापूर्वीची किंमत ३५ दशलक्ष डॉलर्स असेल.'' जॉन आणि कॅनफिल्ड यांनी आधी नाकारलेल्या ३० ते ४० दशलक्ष डॉलर्स या किमतीच्या दरम्यानची ही किंमत होती. परंतु जॉनचे त्यावर वाद घालण्याचे धाडस झाले नाही. त्यांनी यापेक्षाही किंमत कमी केली नाही, यातच जॉनने समाधान मानले.

''तुम्हाला जे काही योग्य वाटत असेल ते माझ्यासाठी ठीक असेल.'' जॉन म्हणाला.

त्याला थांबवत डेनिस म्हणाले, ''हे इतके सोपे आणि सहज नाही. हा व्यवहार होण्यासाठी गसच्या कंपनीचा सहभाग असणे आवश्यक आहे.''

डेनिसनी गसला जॉनच्या हृदयपरिवर्तनाबाबत फोन करून सांगितले आणि म्हणाले, ''त्यांना अधिक पैसे द्यावे असे मला वाटते. नोव्हाझाईमच्या व्यवस्थापनाने घोडचुका केल्या असल्याची त्यांचे विज्ञान जेन्झाईमसाठी एक गंभीर धोका ठरू शकतो. नोव्हाझाईमने जर एक दोन प्रयोग करून कॅनफिल्डचे शस्त्र सिद्ध केले, तर गुंतवणूकदार जेन्झाईमला विकून मोठा फायदा मिळवून जाऊ शकतील.''

गस उत्तरला, ''वाईटासाठी मी माझा चांगला पैसा फेकू इच्छित नाही. पण नकार देण्यापूर्वी मी माझ्या भागीदारांशी चर्चा करीन. थोड्याच दिवसांत मी तुम्हाला माझा निर्णय कळवीन.''

ओक्लाहोमा येथे नोव्हाझाईम संचालक मंडळाची पहिलीच सभा घेत होते.

गस आणि इतर संचालक तिथे पोहोचले. त्याने जोरदार विरोध केलेली नवीन औषध निर्मितीची कल्पना सभेपुढील विषयांच्या सूचित नसल्याचे पाहून त्याला हायसे वाटले. त्यांना वाटले की, अखेरीस क्रौली माघार घेतोय.

सभेची सकाळ सभेचे नेहमीचे सोपस्कार उरकण्यात संपली. सकाळी उशिरा नव्याने बांधलेल्या दोन दशलक्ष डॉलर किमतीच्या उत्पादन क्षेत्राच्या कार्यालयात फीत कापून उद्घाटन करण्याचा कार्यक्रम जॉनने ठरवला होता. गस आणि संचालक मंडळाच्या इतर सदस्यांना जॉनने सर्व भाग फिरवून दाखवला. खोल्यांमागून खोल्या चकचकीत स्टेनलेस स्टीलच्या उपकरणांनी भरलेल्या होत्या. कार्यालयांच्या परिसरातच समोरच्या बागेतच कंपनीची प्रयोगशाळा होती. नोव्हाझाईमचे साठ कर्मचारी बाहेरच्या व्हरांड्यामध्ये उत्साहाने बोलत होते. त्यांना संचालक भेटले.

निळा सूट आणि लाल टाय बांधलेल्या दिमाखदार जॉनने जोशात सुरुवात केली. ''आम्ही नोव्हाझाईमचे सर्व जण मानवी जीवन सुधारून ते दीर्घकाळ टिकवण्याच्या ध्येयाने प्रेरित होऊन येथे काम करत आहोत.''

''हा उत्पादनाचा यंत्रसंच एका शूर तरुणीला समर्पित करण्यात येत आहे.'' काही अंतरावर निळा लांब बाह्याचा वेश परिधान करून व्हीलचेअरवर मागे टेकून बसलेल्या एका मुलीकडे पाहत जॉन म्हणाला, ''ही नवीन सोय लिडसे पेज इस्टन बायॉलॉजिक्स मन्युफॅक्चरिंग फॅसिलिटी'' या नावाने ओळखली जाईल.'' मागील भेटीत हृदयस्पर्शी भाषण करणाऱ्या आणि कामाला उद्युक्त करणाऱ्या या छोटीचे नाव नवीन यंत्रसंचाला द्यायचे, असे त्याने ठरवले होते.

''आमचा स्वत:चा उत्पादनाचा यंत्रसंच नसलेल्या प्रत्येक दिवशी आमच्याकडे विकर नाही अशा प्रत्येक दिवशी जगातील कोणीतरी या प्रकारच्या व्याधीने त्रस्त झालेला असतो. लिंडसे, हा यंत्रसंच आम्ही तुला समर्पित केला आहे. जे कोणी या दरवाज्यातून आत येतील त्या प्रत्येकाला समजेल की, आम्ही येथे काय करत आहोत आणि का करत आहोत.'' भावनावेग आवरण्यासाठी जॉनने आपले ओठ घट्ट मिटले. आपल्या मुलीजवळ उभ्या असलेल्या लॉरी इस्टनने आपले अश्रू टिपले.

अनेक मिनिटे चालू राहिलेल्या टाळ्यांच्या गजरात जॉनने फीत कापली. गर्दीच्या मागे असलेल्या गसच्या लक्षात आले की, त्याच्या उजवीकडे असलेल्या कर्मचारी तरुणीने अश्रू पुसण्यासाठी टाळ्या वाजवणे, दोन वेळा थांबवले होते. जॉन आणि कापलेली फीत यांच्याजवळ लिंडसे अजिबात हालचाल न करता बसली होती. चष्म्यामागून तिचे मोठे डोळे प्रेक्षकांना निरखत होते. प्रेक्षकांसमोर दहा मिनिटांपूर्वी आल्यापासून तिच्या चेहऱ्यावरची रेषाही हालली नव्हती आणि तिच्या शरीराचीही हालचाल होत नव्हती. गस अस्वस्थपणे विचार करत होता की, ही हालू शकत नाही की काय? नक्की काय असेल याची त्याला माहिती नव्हती.

पाठोपाठ जेवण आले. गसला खातरी होती की, जॉनचा बहुचर्चित ''जेवता जेवता शिका!'' कार्यक्रम जॉनने तेव्हाच आयोजित केला हा केवळ योगायोग नव्हता. दुसऱ्या मजल्यावरील हॉलमध्ये गससह संचालकांसोबत मागे बसला होता. पुढे काय कार्यक्रम असावा, याचा अंदाज त्याला येत नव्हता. सकाळी लिंडसेवर टाकलेला एक दृष्टिक्षेप वगळता त्याने पॉम्पेचा रुग्ण पाहिलाच नव्हता. इतके महिने जॉनबरोबर काम करूनही मला एखाद्या रुग्णाला भेटावे असे सांगावे असेही कधी त्याला वाटले नाही. ते डॉक्टरांचे क्षेत्र होते, त्याचे नैपुण्य अर्थकारणात होते.

कंपनीच्या कर्मचाऱ्यांनी खोली गच्च भरली होती. बहुतेक सारे तरुण आणि नीटनेटके होते. आपल्या पतीचा हात घट्ट धरून, केस पांढरे झालेली पंचावन्न वर्षांच्या आसपासची महिला काठी टेकत आल्यावर एकदम शांतता पसरली. जॉनने तिची ओळख करून दिली. ती ओक्लाहोमाची रहिवासी होती आणि प्रौढपणी सुरू होणाऱ्या पॉम्प व्याधीने ग्रासलेली आई आणि आजी होती. हळुवार आणि स्पष्ट बोलत तिने सांगितले की, तिला पॉम्पे व्याधी असल्याचे निदान ती चाळीस वर्षांची असताना झाले. त्यापूर्वी काही वर्षे काही तरी बिघडले आहे असे तिला वाटत होते. परंतु कोणताही डॉक्टर निदान करू शकला नाही. लहानपणी ती सगळ्यात हळू पळणारी होती आणि फुटबॉल संघातही तिची वर्णी सर्वांत शेवटी लागे. लग्न झाल्यावर तिला मुले झाली. एके दिवशी तिच्या लक्षात आले की, तिचे पाय फारच जड वाटत आहेत आणि एक जिना चढला तरी थकत आहेत. तिने एकापाठोपाठ अनेक तज्ज्ञ डॉक्टरना दाखवले. अखेरी अंतस्त्रावी ग्रंथींच्या एका तज्ज्ञाने तिचे योग्य निदान केले.

''माझे निदान झाल्यापासूनच्या पंधरा दिवसांत मी अधिकाधिक अशक्त झाले आहे. मी आता जिना चढू शकत नाही. मी अजूनही जगण्याचा आनंद घेण्यासाठी वेळ देते. दररोज चालून मी तब्येत चांगली ठेवण्याचा प्रयत्न करते. मी चित्रे रंगवणे सुरू केले आहे. औषध उपलब्ध झाले नाहीतर मी अधिकच अशक्त होत जाईन आणि काही वर्षांतच मला व्हीलचेअरची गरज भासेल.''

माझ्या मनात मृत्यूपेक्षा जगण्याचे विचार जास्त येतात. मी माझ्या पतीबरोबर वयस्कर होत जाण्याचा विचार करते. मी माझी नातवंडे मोठी होत असताना पाहण्याचा विचार करते. नोव्हाझाईम सुरू होण्यापूर्वी मला भविष्याची आशाच नव्हती, पण आता मी भविष्याचा विचार सोडून देऊ शकत नाही.

जॉन त्या बाईंकडे पाहत हसत हसत तेथे येण्याबद्दल धन्यवाद देत होता. हे पाहून गसने खरेच असा विचार केला की, जॉनचे जीवन कसे असेल? त्याच्या मनात आले की, जॉनची मुले या वृद्धेप्रमाणेच हिंडती फिरती असतील की, लिंडसेप्रमाणेच त्यांनाही व्हीलचेअरमधून ढकलावे लागत असेल? त्याच्या स्वत:च्या

दोन मुलांपैकी एकाला ही व्याधी झाली असती, तर त्याने काय केले असते? त्याचा प्रश्न संपण्यापूर्वीच त्याचे उत्तर त्याला समजले. त्याच्या मनात काहीच प्रश्न उरले नाहीत. त्यानेही जॉनप्रमाणेच उपचार शोधण्यासाठी स्वत:ला झोकून दिले असते.

गस ओक्लाहोमाच्या भेटीनंतर परत आला, तो जॉनबद्दल आदर आणि सहानुभूती घेऊनच. तो त्याच्या संचालक मंडळाला वेड लावत होता, पण त्याने उभी केलेली कंपनी उत्साही आणि तरुण मंडळींनी भरली होती. जेवण संपले तेव्हा गसनी हे जॉनला सांगितले. टेबलवर मांडलेल्या चायनीज पदार्थांचा आस्वाद घेण्याच्या रांगेत असलेल्या गसच्या मागे येत जॉन म्हणाला, "तुम्हाला ओक्लाहोमाचे चायनीज पदार्थ नेहमी आयुष्यभर मिळत राहावेत, असे वाटत असेल."

गस हसला. परंतु घरामध्ये थकलेला जॉन आपल्या बाळाला व्हीलचेअरमध्ये बसवून ढकलत असल्याचे चित्र गस विसरू शकत नव्हता. "जॉन, तू इथे जे केले आहेस ते मनावर खूप प्रभावी आहे. तू एक उच्चभ्रू संस्कृती उभी केली आहेस. मी पाहिलेल्या इतर जैवतंत्रज्ञान कंपन्यांपेक्षा ही कंपनी अगदी वेगळी आहे," गसनी कबूल केले.

तरीही या भावनेच्या भरात नोव्हाझाईममध्ये आणखी पैसे गुंतवायचे की नाही, या निर्णयावर परिणाम करू द्यायचा नाही, असा त्यांचा निश्चय होता. तो स्वत:ला वारंवार आठवण करून देत होता की, हे उत्तेजित करणारे वातावरण एका बाजूस असले तरी पुढे जाण्यासाठी आवश्यक असणाऱ्या शास्त्रीय ज्ञानाच्या जवळ कॅनफिल्ड तसूभरही पुढे सरकला नव्हता.

आणि त्यानंतर गसचे जणू मन ओळखावे, असा जॉनचा फोन आला. "डॉ. बॅरींकडून अतिशय उत्साहित करणारा निष्कर्ष आला आहे. मी तो तुम्हाला फॅक्सने पाठवत आहे. तुम्ही आणि तुमचे भागीदार तो प्रत्यक्षच पाहा. फ्लोरिडा विश्वविद्यालयातील संशोधक डॉ. बॅरी हे कॅनफिल्डच्या विकराची चाचणी पॉम्पे झालेल्या सोळा उंदरांवर करत होते.

काही मिनिटांनी गस फॅक्स मशीनसमोर उभे राहून निष्कर्ष वाचत होता. डॉ. बॅरींनी बरेच आठवडे आठ उंदरांवर कॅनफिल्डच्या विकराचा उपचार केला. या आठ उंदरांच्या पायाच्या स्नायूंची आणि ज्यांना काहीच उपचार दिले नव्हते, अशा आठ उंदरांच्या पायाच्या स्नायूंच्या ताकदीची तुलना त्यांनी केली होती. डॉ. बॅरींचा निष्कर्ष होता की, उपचार दिलेल्या उंदरांच्या स्नायूची ताकद जवळ-जवळ सामान्य झाली होती. ताकद मोजण्यासाठी स्नायूच्या नमुन्यांमधून त्यांनी विद्युत प्रवाह सोडला. स्नायूची ताकद जेवढी जास्त तितके जास्त आकुंचन स्नायूमध्ये होते.

गस आणि इतर गुंतवणूकदारांना असा पुरावा हवा होता की, जेन्झाईमच्या

दोन प्रायोगिक उपचारांपेक्षा कॅनफिल्डचा उपचार अधिक चांगला आहे, पण बॅरींचा निष्कर्ष त्याच्या जवळपासही नव्हता. आणि बॅरींनी त्याच्या निष्कर्षांना पुष्टी देणारे प्रयोगही केले नव्हते. यामुळे कॅनफिल्डचा विकर काम करतो हे अजिबात सिद्ध होत नव्हते. पण कॅनफिल्डच्या कृतीत काही तथ्य आहे असे मात्र नोव्हाझाईम बाहेरील कोणीतरी प्रथमच दाखवून दिले होते.

"मला क्रौलीबद्दल माहीत नाही पण अधिक पैसे नोव्हाझाईमला देण्याबद्दल जास्त गंभीरपणे विचार करायला हवा. त्यामुळे कॅनफिल्डना काही विश्वासार्ह माहिती तयार करण्यास वेळ मिळेल." आलेला फॅक्स मिराबेलीना दाखवण्यासाठी त्यांच्या कार्यालयात शिरत गस म्हणाला. मीराबेलींनी ते कागद विचार करत चाळले.

"मला वाटते क्रौली आता आपल्या बराच ताब्यात झाला आहे. त्याने आपले ऐकून अधिक अनुभवी माणसे नेमली आहेत." डॉ. पेड्रो ह्यूटाचा आणि इतर अनेक नवीन कर्मचाऱ्यांचा निर्देश करत गस म्हणाला, "डेनिस म्हणतात ते कदाचित योग्य असावे. आपण नोव्हाझाईमला आणखी काही पैसे द्यावेत आणि नंतर तिला फायद्यामध्ये विकून आपण बाजूला होऊ."

मीराबेलींनीही कागद परत करत दुजोरा दिला.

कार्यालयात परत आल्यावर गसनी जॉनला फोन लावला आणि विचारले, "तुम्ही अजूनही सप्टेंबरमध्ये वैद्यकीय चाचणी होण्याच्या तयारीत आहात का? गुंतवणूकदारांच्या जगामध्ये काही ठरावीक टप्पे असतात. उदा. वैद्यकीय चाचण्या सुरू करणे. यामुळे कंपनीची किंमत वाढते आणि आधीच्या गुंतवणूकदारांना समभाग विकून टाकण्यास चांगली संधी मिळते."

'हो निश्चितच. आम्ही निधीची वाट पाहत आहोत." न चाचरता जॉनने उत्तर दिले. गसनी सुस्कारा सोडला. त्याचा खरे तर त्याच्यावर विश्वास बसत नव्हता आणि मीराबेलींनी पुढे जायला सांगूनही आणि त्याला त्या बैठकीत वाटलेल्या सहानुभूतीनंतर आणखी पैसे गुंतवण्याचा धोका पत्करणे योग्य आहे की, नाही याबद्दल त्यांच्या मनात द्वंद्व होते. मग पुढील गुंतवणुकीच्या काही भागांचे रक्षण करण्याची कल्पना त्यांना अचानक सुचली. "पैसे द्यायचेच झाले तर." त्याने घसा साफ केला आणि काळजीपूर्वक काय बोलायचे हे ठरवले.

'जॉन, तुम्ही फॅक्सनी पाठविलेली माहिती मला आवडली. आम्हाला दुसऱ्या फेरीत सहभागी व्हायला आवडेल.' त्यानंतर त्यांनी जॉनला फारसा आनंद होणार नाही असा भाग सांगितला. "मी डेनिसना दोन हप्त्यांमध्ये गुंतवणूक करण्याबाबत विचारणार आहे. मी अशी योजना मांडणार आहे की, ८ दशलक्ष डॉलर्स आम्ही आता तुम्हाला द्यायचे आणि आणखी ८ दशलक्ष डॉलर्स तुम्ही अन्न आणि औषध प्रशासनाकडे सप्टेंबरमध्ये वैद्यकीय चाचण्या सुरू करण्यासाठी अर्ज कराल

तेव्हा द्यायचे.''

'हे ठीक वाटते.' जॉन म्हणाला. पण दुसऱ्या बाजूला असलेल्या गसलासुद्धा असे वाटले की, जॉनचा उत्साह कमी होतो आहे.

जॉनने फोन जागेवर ठेवला. दार लावून घेतले. त्याच्या प्रिन्स्टनमधील कार्यालयात वसंतऋतूतील पावसामुळे वाहनतळावरील गाड्या बुडत असल्याचे पाहत राहिला. गसनी त्याची थाप ओळखली होती. तो पावसाळ्यामध्ये चाचण्या सुरू करू शकणार नाही हे मान्य केल्याशिवाय तो अर्धे पैसे वैद्यकीय चाचण्या सुरू होण्याच्या वेळी देण्याबाबत गसशी कसा काय वाद घालणार होता.

गसनी नेमणूक करायला लावलेले मुख्य वैद्यकीय अधिकारी युर्टास आणि उत्पादनाचे नवीन प्रमुख बिल हॅलन यांनी त्याची खातरी करून दिली होती की, सप्टेंबरमध्ये मानवी चाचण्या सुरू करणे खरोखरच अशक्य होते. जॉनला अजूनही आशा होती की, तो वैद्यकीय चाचण्यांच्या खूप जवळ पोहोचेल. थोडा उशीर होण्याची शक्यता मान्य करण्यास तो अजूनही तयार नव्हता. त्याने जर वेळेचे बंधन बदलले तर त्याचे गुंतवणूकदार पळून जातील, अशी भीती त्याला वाटत होती.

आता त्याने ७० लोकांची नेमणूक केली होती आणि दरमहा १ दशलक्ष डॉलर्सपेक्षा अधिक खर्च होत होता. ८ दशलक्ष डॉलर्स त्याला सप्टेंबरपर्यंत पुरतील आणि त्या वेळेपर्यंत नोव्हाझाईमच्या चाचण्या जर सुरू झाल्या नाहीत तर जॉनला खातरी होती की, गस आणि इतर त्या क्षणी त्याला लाथा घालून हाकलून देतील.

मग मेगन आणि पॅट्रिकचे काय?

तो पावसाकडे रोखून पाहत राहिला. वाहनतळावरील गाड्यांच्या काचांवरून पाणी हळूहळू खाली येत होते. खालची फरशी गडद करड्या रंगाची होत होती. हिरवळीवर चंदेरी तुषार उडत होते. त्याने अखेरीस ठरवले की, त्याला आवश्यक असलेली एकच गोष्ट होती. कंपनीला आणखी पैसा मिळवून देणे. त्यांच्या गुंतवणूकदारांच्या संतापापासून स्वत:ला वाचवणे. त्याच्या मुलांना लवकर उपचार मिळतील अशी प्रार्थना करणे. गेल्या काही महिन्यांमध्ये हा उपाय त्याच्या मनात अनेकदा आला होता, पण या उपायापुढे मान तुकवण्याची त्याची इच्छा नव्हती. आता त्याला समजून आले की, हा एकमेव मार्ग होता. त्याचे गुंतवणूकदार जे काही पैसे देतील, ते पैसे तो स्वीकारणार होता. सहा महिन्यांत जास्तीत जास्त वैज्ञानिक प्रगती करण्याचा प्रयत्न करणार होता आणि त्यानंतर तो नोव्हाझाईम विकून टाकणार होता.

१८. आठवणी

वसंतऋतू, २००१
पेनिंग्टन-न्यू जर्सी, ओरलँडो-फ्लोरिडा

गेल्या काही महिन्यांतील परिस्थिती पाहिल्यावर एलिनचा असा समज व्हायला लागला होता की, त्यांच्या मुलांना वेळेत औषध मिळणे फारच अनिश्चित होते. निधी गोळा करणे, वैज्ञानिक प्रगतीवर लक्ष ठेवणे, गुंतवणूकदारांशी झगडणे, हे सगळे करताना 'मी हे काम करू शकेन की, नाही हे मला माहीत नाही,' असे जॉन वारंवार म्हणत असे. नवऱ्याची धडपड पाहून एलिनने लग्नापासून जॉनला आराम देण्याची भूमिका लगेच घेतली. गेल्या दोन वर्षांत असा एकही दिवस गेला नव्हता, जेव्हा जॉनचे लक्ष त्याची मुले बरी करण्यावर केंद्रित नव्हते. त्याच्यासाठी तिने एक सुटीची योजना आखण्याचे ठरवले.

जॉनने ही कल्पना प्रथमत: फेटाळून लावली. नाराज गुंतवणूकदारांबरोबर निधी जमविण्याची पुढची फेरी पूर्ण करण्यापूर्वीच दूर जायचे, हे तो समजूच शकत नव्हता. "तू जर सगळा वेळ मुलांना वाचवण्याच्या प्रयत्नात घालवलास आणि त्यामुळे ते इथे असेपर्यंत तुला त्यांच्या सहवासाचा आनंद घेता आला नाहीतर ते सर्वांत मोठे दुर्दैव ठरेल." असा एलिनने आग्रह केल्यावर त्याने अखेरीस मान्यता दिली. जॉनच्या सहमतीनंतर सगळ्या व्यवस्थेची जबाबदारी एलिनने स्वीकारली.

निधी संकलनाच्या पहिल्या कार्यक्रमाच्या वेळी एलिनच्या आईची मैत्रीण कॅथी रोझेटो आणि कॅथीच्या दोन मुलींनी 'विश'विषयी सांगितले होते. 'मेक अ विश' नावाच्या स्वयंसेवी संस्थेतर्फे दुर्धर आजाराने पछाडलेल्या लहान मुलांची स्वप्ने पूर्ण केली जायची. ही माहिती एलिनने सकारात्मकपणे स्वीकारली

होती. पण या योजनेचा फायदा घेण्याची वेळ आपल्यावर यावी अशी तिची अजिबात इच्छा नव्हती. 'मेक अ विश'च्या स्वयंसेवकांनी केलेल्या फोनला तिने प्रतिसादही दिला नव्हता. ती जॉनला म्हणाली, ''ज्या मुलांना याची खरोखर गरज आहे, त्या मुलांना याचा फायदा घेऊ दे. आपली मुले मरणार नाहीत. त्यांना विकर मिळाल्यावर त्यांची तब्येत नक्की सुधारेल.''

आता दोन वर्षांनंतर एलिनचा या योजनेला असलेला विरोध मावळला होता. जेव्हा-जेव्हा डॉक्टर चेनच्या चाचण्या पुढे ढकलल्या जात होत्या, नोव्हाझाईमबद्दल नवीन काही अडथळा निर्माण झाल्याचे कळत असे, तेव्हा प्रत्येक वेळी आपण मुलांना त्यांच्या स्वप्नांपासून दूर नेतोय, असे तिला वाटत होते. शेरॉनची मदत असल्यामुळे तिने एक कार्यक्रम ठरवला. तो म्हणजे जेव्हा लोक विचारतात विकरचे उपचार केव्हा तयार होतील? तेव्हा खांदे उडवत अगदी गोड आवाजात सत्य आणि स्पष्ट असे उत्तर द्यायचे, 'मला माहीत नाही. मी फक्त मुलांना जास्तीत जास्त आरोग्यपूर्ण आणि आनंदात ठेवण्याचा प्रयत्न करत आहे.'

एलिनने मार्च महिन्यातल्या एका सकाळी स्वयंपाकघरातील ड्रॉवरमधून पाककृतींच्या तळाशी असलेली मेगनची स्वप्नांची यादी शोधून काढली. ती स्वप्नांची यादी म्हणजे घडी केलेला निळ्या कागदाचा एक तुकडा होता आणि त्यावर एक झगमगणारा चंदेरी तारा होता आणि तो 'मेक अ विश' संस्थेच्या स्वयंसेवकाच्या कार्डला जोडला होता. एलिनने त्या स्वयंसेविकेस फोन करून सांगितले की, तिची मुलगी अखेरीस ती स्वप्नांची यादी वापरण्यास तयार झाली आहे आणि तिला डिस्ने वर्ल्डला जायचे आहे. स्वयंसेविकेने जेव्हा परत फोन केला, तेव्हा तिने विमानाव्यतिरिक्त प्रवासाची सर्व व्यवस्था केली होती. तिला अशी एकही कंपनी सापडली नाही, जी ऑक्सिजन देण्याच्या व्यवस्थेसह मुलांना प्रवास करू देईल. प्राणवायू ज्वालाग्राही असल्यामुळे ऑक्सिजन विमानात बरोबर घेणे, अमेरिकन संघराज्याच्या नियमांविरुद्ध होते.

आपल्या थकलेल्या नवऱ्यावर अधिक भार टाकू नये, असा एलिनचा प्रयत्न होता. पण तिच्या लक्षात आले की, त्याची मदत मागण्याशिवाय पर्याय नव्हता. मुलांना डिस्ने वर्ल्डला घेऊन जाण्यासाठी खासगी विमान शोधणे आवश्यक होते. 'तू ब्रॅडला त्याचे वडील मदत करतील का? असे विचारशील का.' जॉनचा मित्र ब्रॅडली याचे वडील लुई कॅम्पबेल हे टेक्सट्रॉनचे मुख्याधिकारी होते आणि त्यांनी बोस्टनमधील निधी संकलकाला मदत केली होती. तिच्या अपेक्षेप्रमाणे प्रेमळ जॉन सुरुवातीला खूप चिडला. त्याला अनेक कामे करायची आहेत असेही म्हणाला. पण नंतर त्याने स्वत:हूनच ब्रॅडला फोन केला. लुई कॅम्पबेल यांनी ताबडतोब त्याच दिवशी क्रौली कुटुंबाला कंपनीचे जेट विमान वापरण्यास मान्यता दिली.

मार्चच्या तिसऱ्या शनिवारी क्रौलीची निळी व्हॅन ट्रेंटन मर्सर विमानतळावरील

टेक्सट्रॉनच्या खासगी विमानाजवळ येऊन थांबली. हे ठिकाण त्यांच्या घरापासून अगदीच जवळ होते. एलिनला माहीत होते की, तिच्या नवऱ्याला डिस्नी भेटीपेक्षा खासगी विमानातून जाण्याचा अधिक आनंद होता. त्याने गाडीतून उडी मारली आणि घाईघाईत जिना चढून केबिन पाहून आला. नंतर त्याने मुले, सामान आणि वैद्यकीय उपकरणे त्या छोट्या विमानात चढवली.

शेरॉन आणि त्यांची रात्रपाळीची परिचारिका व्होनसह सर्व जण विमानात बसले. जॉन त्याचा खास नेव्ही शर्ट आणि खाकी हाफ पँट घालून आला होता. तो तांबूस रंगाच्या आसनावर हळुवारपणे टेकून आरामात बसला. त्याने जोरात श्वास घेऊन छाती फुगवली आणि जोरात श्वास सोडला. बालिश उत्सुकतेने आपली खुर्ची मागे-पुढे होऊ शकते हे पाहिले. तीन श्वसनयंत्रे मागे ठेवल्यामुळे खुर्ची काही इंचच फिरवता येत होती. श्वसनयंत्राच्या मोठ्या बॅटऱ्या मागील स्वच्छतागृहावर ठेवल्या होत्या. त्यामुळे ते वापरता येत नव्हते.

लगेचच जॉन वैमानिकाच्या खोलीत गेला आणि त्याच्याशी विमानाचा आकृतिबंध, उत्पादक आणि समोर दिसणारी हवामानाची माहिती इत्यादींवर चर्चा करू लागला. आकाश निरभ्र होते. त्यामुळे समोरचे दृश्य स्पष्ट दिसत होते. कमी उंचीवर ढग विखुरलेले असल्यामुळे मार्गात कोणताही अडथळा नव्हता. खिडकीतून त्याला ब्रिस्टॉल मायरमधील पूर्वीचे काही सहकारी शेजारच्या विमानात चढत असलेले दिसले. त्यांच्याशी बोलण्यासाठी तो पळत गेला. तो एका खासगी जेट विमानातून प्रवास करत आहे, हे त्यांनी पाहावे यासाठी तो उत्सुक होता. विमानाच्या दारात उभे राहून त्याला न्याहाळत असलेल्या एलीनने जॉनचे बोलणे ऐकले, तेव्हा तिला गंमत वाटली. वरवर सहज बोलतोय असे दाखवत तो मुद्दाम मित्रांना सांगत होता, "मी मुलांना एका छोट्या सहलीसाठी डिस्नेवर्ल्डला घेऊन चाललोय. आम्ही तुमचा तिथपर्यंत पाठलाग करू."

जेव्हा जॉन विमानात परत आला तेव्हा वैमानिकाने सांगितले की, निघायला थोडा उशीर होईल. इतक्या वैद्यकीय उपकरणांचे वजन नेण्यासाठी त्याला ज्यादा इंधनाची गरज आहे. अखेरीस जेव्हा विमान हवेत उडाले तेव्हा ठरलेल्या वेळेपेक्षा एक तास उशीर झाला होता. मोठ्या कंपनीच्या अधिकाऱ्यासाठी इतके काही करावे लागले.

त्या अडीच तासांच्या प्रवासामध्ये मेगन सतत तिच्या गॉगलमधून बाहेर पाहत होती. शेजारून जाणाऱ्या ढगांची तिला गंमत वाटत होती. लक्षात राहील एवढी मोठी झाल्यापासून ती विमानात बसलीच नव्हती. रडणाऱ्या पॅट्रिकला एलीन मांडीत घेऊन बसली होती. मागील आसनावर ज्युनियर जॉन त्याचा खेळ खेळत होता. कपाटातून आणि फ्रीजमधून खाद्यपदार्थ आणि पेय बाहेर काढत

जॉन परत-परत म्हणत होता, 'ही प्रवासाची पद्धत छान आहे.'

विमान उतरले तेव्हा 'मेक अ विश'चे दोन स्वयंसेवक आणि जवळच उभ्या असलेल्या गाडीमध्ये एक कुत्रा दिसला. ते विमानतळाच्या दुसऱ्या टोकाची भाड्याची गाडी आणण्यासाठी जॉनला मदत करण्यासाठी आले होते. 'उडी मारून आत या.' गाडीमध्ये चढण्याशिवाय दुसरा पर्याय नसल्याने गाडीचा चालक जॉनला म्हणाला. गाडीमध्ये वाळलेले गवत भरलेले होते. तो कसा बसा गवताच्या एका गठ्ठ्यावर बसला. एलीनने कॅमेरा बाहेर काढून त्याचा एक फोटो काढला व त्याला चिडवत म्हणाली, ''खासगी विमानातून प्रवास करणाऱ्या थोर माणसा, आता स्वत:कडे पाहा.''

'सगळ्यांनी बाबांना हात करा,' एलीन ओरडली. मोठा आवाज करीत ट्रक निघून गेला. 'नाही, नाही बाबांचे केस पाहा, मी बाबांचे केस अशा अवस्थेत असलेले कधीच पाहिले नाहीत.' मेगन गमतशीर ओरडली. ट्रक मोठ्या रस्त्यावर वेग घेत होता आणि जॉन वाकून कड धरून उभा होता. त्याचे काळजीपूर्वक भांग पाडलेले केस जोराच्या वाऱ्याने ताठ उभे राहिले होते.

डिस्नेवर्ल्डला भेट देण्यासाठी आलेल्या कुटुंबांची व्यवस्था 'मेक अ विश' संस्थेतर्फे जवळच्याच एका ५० एकरात वसलेल्या वस्तीमध्ये केलेली असे. तिथली व्यवस्था 'गिव्ह किडस द वर्ल्ड' या संस्थेतर्फे 'ना नफा ना तोटा' तत्त्वावर चालवली जाई. दुर्धर रोगाने पछाडलेल्या मुलांना डिस्नेवर्ल्ड पाहता यावे, यासाठी ही संस्था एका यशस्वी हॉटेलचालकाच्या पुढाकाराने सुरू करण्यात आली होती. एलिन त्या वस्तीत येण्यापूर्वी प्राथमिक औपचारिकता पूर्ण करत होती. जॉन मुले आणि परिचारिका यांना आसपासचा परिसर दाखवत होता. कुटुंबांना राहण्यासाठी वाडे बांधलेले होते आणि वस्तीच्या मध्यावर तलाव, घोडेस्वारीच्या वाटा, एक मासे असलेला तलाव, चित्रपटगृह आणि आइसक्रीमचे दुकान होते. विदूषक आणि जादूगार ठिकठिकाणी आपली कला दाखवत होते.

दोन शयनकक्ष असलेल्या त्यांच्या घरामध्ये शिरताना एलीनने जॉन आणि मेगनचा गमतीशीर संवाद ऐकला. 'मेगन, इथे सर्व काही असताना डिस्ने वर्ल्डला कशाला जायचे?'

'काय? चेष्टा करताय ना माझी? की खरं बोलताय?' मेगनने प्रत्युत्तर दिले आणि शुष्क आवाजात म्हणाली, 'ठीक आहे. तुम्ही इथेच राहा, मी जात आहे.' आतापर्यंत मेगन आणि जॉन ही एक विनोदी जोडी झाली होती. एलीनला माहीत होते की, त्यांच्या तीन मुलांमध्ये मेगन अगदी तिच्या नवऱ्यासारखी होती. विनोदी, आत्मविश्वासपूर्ण आणि आपल्याकडे सर्वांचे लक्ष असताना एकदम खुशीत राहणारी.

तुम्ही जर झोप काढलीत तर आपण डिस्नेवर्ल्डला जाऊ असे आश्वासन दोन्ही लहान मुलांना दिले होते. त्यामुळे मेगन आणि पॅट्रिक एका खोलीमध्ये त्यांची श्वसनयंत्रे आणि शिरेतून अन्नपुरवठा करणारी यंत्रणा यासह पटकन झोपी गेले. जॉन, एलीन आणि जॉन ज्युनिअर हे दुसऱ्या खोलीत राहिले. शेरॉन आणि व्होन यांच्यासाठीचे आरक्षण जवळच्याच हॉटेलमध्ये केले होते.

प्रवासाच्या दगदगीमुळे मेगन आणि पॅट्रिक थकले होते. त्यांना आरोग्यपूर्ण मुलांपेक्षा जास्त विश्रांतीची गरज होती. काही मिनिटांतच ते झोपी गेले. जॉन ज्युनिअर टी.व्ही. पाहत बसला. जॉन, एलीन आणि परिचारिका आणलेले सामान आणि आधीच पुढे पाठवलेले वैद्यकीय सामान ज्यामध्ये नळ्या, औषधे, वगैरे वस्तू होत्या. त्या सर्व वस्तू व्यवस्थित लावू लागले. स्नायूंच्या अशक्तपणामुळे चार वर्षांची मेगन आणि तीन वर्षांचा पॅट्रिक यांचा आतड्याच्या हालचालींवर ताबा राहिला नव्हता आणि त्यांना अजूनही डायपरची आवश्यकता होती.

संध्याकाळी चार वाजता ही सगळी टोळी अपंगांसाठीच्या गाडीमध्ये बसली आणि जादुई राज्याकडे निघाली. जॉन गाडी चालवत होता. वाहनांच्या गर्दीमुळे वाहतुकीला अडथळे येत होते आणि अतिशय हळू पुढे जावे लागत होते. त्या दहा मैलांच्या प्रवासाला एक तास लागला. जॉनने चडफडत गाडी डिस्नेवर्ल्डच्या वाहनतळावर आणली. जॉन अपंगांच्या विभागाकडे जाण्यासाठी निळ्या रंगवलेल्या पट्ट्यांवरून पुढे जात राहिला. अचानक एक कामगार झेंडा हालवत गाडीपुढे उडी मारून उभा राहिला.

'माफ करा साहेब, अपंगांसाठीचा वाहनतळ आता पूर्ण भरलेला आहे' तो म्हणाला. 'काही तरी कर' असे एलीनने जॉनला नजरेनेच सांगितले. "असे होऊ शकत नाही. वॅलीवर्ल्ड बंद आहे असे ऐकल्यावर क्लार्क ग्रिसवाल्डला वाटले त्याप्रमाणे मला वाटत आहे," जॉन पटकन म्हणाला. त्याचा निर्देश नॅशनल लॅम्पून्स व्हेकेशन्स या शेव्हीचेजच्या विनोदिकेकडे होता. त्यामध्ये एक कुटुंब देशाच्या या टोकापासून त्या टोकाशी असलेल्या बगिच्यापाशी येते आणि बगीचा बंद असल्याचे त्यांना दिसते.

काच खाली करत नम्रपणे परंतु ठामपणे जॉन म्हणाला, 'माफ करा साहेब, पण इथे आम्ही माझ्या मुलीच्या 'मेक अ विश' सहलीसाठी आलो आहोत. आम्ही फार लांबून आलो आहोत.' त्याला खातरी होती 'मेक अ विश' सहल हे जादुई शब्द वापरल्यावर तो माणूस माफी मागून त्यांना आत घेईल. परंतु त्या कर्मचाऱ्याने नकारार्थी डोके हलवले आणि परत म्हणाला, 'मला वाईट वाटते. परंतु अपंगांसाठीचा वाहनतळ पूर्ण भरलेला आहे.'

"सर, माझी दोन गंभीरपणे विकलांग झालेली मुले येथे आहेत आणि ती

आताच्या आता जादूच्या नगरीत जाणार आहेत.'' जॉन गंभीरपणे म्हणाला. नंतर त्याने मिकी माउसच्या आकारातील फुलांच्या वाफ्याकडे बोट दाखवले आणि दात आवळत म्हणाला, ''ही सुंदर फुले तुला दिसतात? ठीक आहे. आता तू माझ्या मार्गातून बाजूला झाला नाहीस तर मी मिकी माउसच्या डोक्यावर गाडी उभी करणार आहे.''

श्वास रोखून एलीन आता काय होणार हे पाहत राहिली. गाडी पुढे सरकली आणि तो कर्मचारी उडी मारून बाजूला झाला. 'नको, जॉन साहेब नको' शेरॉन मागील आसनावरून ओरडली. मुले आनंदाने टाळ्या वाजवत प्रोत्साहन देत होती. गाडीने वाहनतळाला दोन फेऱ्या मारल्या आणि नंतर झगझगीत पिवळ्या रंगात 'नो पार्किंग' लिहिलेल्या जागेवर गाडी उभी केली.

'अपंगांची गाडी ओढून नेण्याचे धाडस त्यांना करू देतच.' असे म्हणत रागाने धुमसत असलेल्या जॉनने बाहेर उडी मारली. गाडीमध्ये मागे झुकत एलीन शेरॉनजवळ कुजबुजली, डोळे फिरवत मेगन किणकिणली, ''हे तू मला सांगतेस?''

एक हात वडिलांच्या हातात. परिचारिका व्होन तिची लाल व्हीलचेअर ढकलत आहे. अशा स्थितीत जादुई नगरीत प्रवेश करताना मेगन सगळ्यात पुढे होती. न्यामागून पॅट्रिक एलीनचा हात धरून त्याच्या व्हीलचेअरवरून येत होता. त्या दिवशी दुपारी एलीनचे आई-वडीलही विमानाने येऊन त्यांच्यात सामील झाले होते. त्यांनीच जॉन ज्युनिअरचा हात धरला होता.

अमेरिकेच्या मुख्य रस्त्यावरून वाहणारा लोकांचा प्रवाह गचके खात थांबत थांबत पुढे जात होता. कारण आजूबाजूची सगळी मुले थांबून, मेगन आणि पॅट्रिकच्या मानेतून येणाऱ्या नळ्यांकडे आश्चर्याने पाहत थांबत होती. काही मिनिटांनंतर मेगनने वडिलांच्या हातातील आपला हात सोडवून घेऊन आपल्या हनुवटीखाली धरला. आपल्या आजारामुळे आलेली वेगळेपणाची जाणीव झाल्यावर ती असे करत असे. व्याकूळ होऊन एलीनला जाणवले की, अपंगत्वानंतरही आपली आत्मविश्वासू मुलगी, लोक आपल्याकडे रोखून पाहत आहेत हे जाणवण्याएवढी मोठी झाली होती. तिच्यामागे गर्दीमध्ये नेहमीच अस्वस्थ राहणारा पॅट्रिक हातवारे करत अस्वस्थपणे विचित्र आवाज काढत होता. एलीनने वर पाहिले आणि तिच्या लक्षात आले की, सिंड्रेलाच्या किल्ल्यापासून ते अजून २०० यार्ड तरी दूर आहेत आणि तिला वाटू लागले की, ही संपूर्ण सहलच एक वेडी कल्पना होती.

अचानकपणे सगळा जमाव टाळ्या वाजवू लागला. पॅट्रिकच्या श्वसनयंत्राकडे निरखून पाहत असलेली मुले एकदम वळली आणि उत्तेजित होऊन उड्या मारू

लागली. एलीनला एकदम हायसे वाटले. त्यांना कॅसीच्या हॉट डॉगच्या दुकानाजवळ त्यांच्याच दिशेने येत असलेला मिकी माउस दिसला. त्याने लांबूनच त्या व्हीलचेअर पाहिल्या असाव्यात कारण तो हात पुढे करून त्यांच्याच दिशेने येत होता. माणसाएवढ्या आकाराच्या मिकी माउसला पाहून जॉन ज्युनियर पॅट्रिकच्या व्हीलचेअर मागे लपला.

काही क्षणातच मेगनच्या व्हीलचेअरपुढे मिकी माउसने गुडघे टेकले. अभिमानाने ओळख करून देत जॉन म्हणाला, 'मिकी माउस, ही मेगन'. मिकी माउसने मेगनला मिठीत घेतले आणि पापी घेतल्याचा मोठा आवाज करत आपल्या चेहऱ्याचा मेगनच्या गालांना स्पर्श केला.

मेगन लाजत म्हणाली, 'मिकी, मला तू आवडतोस' तिने आपली हनुवटी हातांवरून काढली आणि आई-वडिलांकडे पाहत उत्साहाने ओसंडत म्हणाली, 'आपण इथेच राहू शकतो का बाबा?'

तिच्या मागे असलेल्या पॅट्रिकची कुरकुर ऐकून एलीनने आता इतर मुलांशी खेळत असलेल्या मिकी माउसला पकडून आपल्या छोट्या मुलाकडे आणले आणि म्हणाली, 'तुला भेटायला अतिशय उत्सुक असलेली आणखी एक व्यक्ती इथे आहे. त्याच्या मानेला गुदगुल्या करण्यासाठी मिकी खाली वाकला. उत्साहित झालेला पॅट्रिक हाताने टाळ्या वाजवत होता.

त्यानंतर आई-वडील, आजी-आजोबा, मुले, त्यांच्या परिचारिका हा प्रवासीगट 'टाउन हॉल ऑफ फेम'च्या दिशेने जाऊ लागले. हे मोठे दुकान होते, जिथे लहान लहान प्रवाशांना पात्रे भेटत असत. ते तिथे पोचले तेव्हा एका मोठ्या रांगेमध्ये त्यांना थांबावे लागले. तेथील सेवकाने त्यांच्या व्हीलचेअर्सकडे आणि 'गिव्ह किडस द वर्ल्ड' या मेगन व पॅट्रिकच्या छातीवर लावलेल्या बिल्ल्याकडे पाहिले तेव्हा तो त्यांना मागील दारी घेऊन गेला.

'तुला सर्वांत आधी कुणाला भेटायचे आहे?' त्याने विचारले. मेगन ओरडली. 'सिंड्रेला' मेगनला मागच्या एका खोलीत नेण्यात आले. तेथे ती सिंड्रेला अभ्यागतांना भेटत असे. जॉन व एलीन तिच्या पाठोपाठ गेले.

'हॅलो मेगन' सिंड्रेला चिवचिवली. ती तिच्या नेहमीच्या निळ्या मोठ्या गाउनमध्ये होती. तिचा आवाज हळुवार आणि मखमली होता. तिने विचारले, 'मी तुझा पापा घेऊ का?' मेगनने जोरात होकारार्थी मान हलवली आणि सिंड्रेला खाली वाकली. तिच्या चकचकीत गुलाबी ओठांचा ठसा मेगनच्या चेहऱ्यावर उमटला.

प्रतिक्षालयात परत आल्यावर एलीनने पाहिले की, मेगनचे गाल पुसण्यासाठी जॉनने एक टिश्यू पेपर काढला. त्याच्या मुलीने ठसा हाताने झाकला आणि तिने मोठ्यांदा तिचे नवीन पालुपद घोकले. 'तुम्ही माझी चेष्टा तर करत नाही ना?'

जॉन मोठ्याने हसला आणि सुटी सुरू झाल्यापासून प्रथमच एलीनला जाणवले की, जॉनदेखील या जादूने भारला गेला होता.

त्या आठवड्याभरच्या सहलीमध्ये अखेरपर्यंत मेगनने आपला चेहरा पुसू दिला नाही.

दुसऱ्या दिवशी सकाळी जॉनसाठी परत फोन वाजू लागला. डिस्नेवर्ल्डमधून कंपनीसाठी पैसे मिळवण्याच्या ताज्या फेरीतील प्रत्येक तपशिलाची जॉन व्यवस्था करत होता. त्या वाड्यामधील एकमेव फोनच्या खाली मिकी माउस होता आणि फोन पिवळ्या रंगाचा होता. हनुवटीखाली मिकी माउस आहे आणि जॉन गंभीरपणे चर्चा करत आहे याची आठवण म्हणून एलीनने जॉनचा त्या स्थितीतील फोटो काढला. तो समोरच्या व्यक्तीला सवलतींमागून सवलती देत होता हे एलीन ऐकत होती.

'अरे व्वा! तू खरोखरच त्यांना सवलती देतोयस.' फोन बंद केल्यावर एलीन त्याला चिडवत म्हणाली. आणखी एक फोटो देण्यासाठी जॉनने मिकी माउसचा चष्मा घातला आणि चर्चा कशी असावी, असे त्याला वाटत होते तसा देखावा परत उभा केला. 'मूर्ख माणसा, माझे ऐकून घे.' जोरदार हातवारे करत तो फोनमध्ये ओरडला. 'आपण हे माझ्या पद्धतीने करणार आहोत, कळले तुला?'

आपल्या कामाबद्दल विनोद करणारा जॉन किती छान वाटतो. त्या दुपारी डिस्नेवर्ल्डकडे परत जाताना एलीनच्या मनात हा विचार आला. अलीकडे 'सगळ्या जगाचे ओझे माझ्या खांद्यावर आहे' या वृत्तीने वाकून गेलेला जॉन ती पाहत होती.

जॉनने विचारले, 'मेगन तू आज काय काय पाहणार आहेस?' मेगनने उत्तर दिले. 'मी प्रत्येक खेळ दोनदा खेळणार आहे.' 'तुझे काय पॅट्रिक?' त्याला वगळण्याची भावना होणार नाही याची काळजी घेत एलीन म्हणाली. त्याने मागच्या खिडकीकडे बोट दाखवत दर्शवले की, त्याला घरी परत जायचे आहे.

'एलीन, तुला माहीत आहे. हॉटेलमध्ये अंथरुणात पडून डिस्ने कार्टून पाहत लोळणे त्याला जास्त आवडेल.''

'ते मला माहीत आहे, पण त्याने बाहेर पडले पाहिजे.' पॅट्रिककडे पाहण्यासाठी एलीन वळून म्हणाली, 'बाळा, तू जरा थांब. मला माहीत आहे तुझा वेळ छान जाणार आहे.'

डिस्नेवर्ल्डमधील पुढील एक तास आपल्याला घरी जायचे होते, हे पॅट्रिक पूर्णपणे विसरला. त्यांचे आई-वडील, परिचारिका आणि आजी-आजोबा यांच्यासह It's a small world नावाच्या छोट्या बोटीतून प्रवास करताना त्याने मेगनला हात

केला. ही बोट एका बोगद्यामधून वेगवेगळ्या देशांतील मुले नाचत आणि गात घेऊन जाते. परंतु बोटीतून उतरल्यावर मात्र बाहेर जाण्याच्या रस्त्याकडे बोट दाखवत पॅट्रिक रडू लागला. जॉन व शेरॉन पॅट्रिकला घेऊन परत हॉटेलवर आले. इतर सर्व जण मेगन व जॉन ज्युनियरची देखरेख करत त्या राज्यात फिरले.

जॉन दोन तासांनी पाय ओढत सिंड्रेला कॅसलपाशी आला. तेथे त्याचा गट बेले बरोबरचा गोष्टींचा तास सुरू होण्याची वाट पाहत थांबले होते.

'माझी दुपार कशी गेली याची तुला कल्पना येणार नाही.' तो म्हणाला. एलीनला माहीत होते की, तो आता एखादी भीतिदायक कथा सांगेल. जी नंतर गंमतशीर ठरू शकेल. 'सांग, तुझी गोष्ट सांग. या वेळी काय झाले? डोके हलवत व सुस्कारे सोडत एलीन म्हणाली. 'उष्णता आणि गर्दी याला वैतागून मोनोरेलपाशी जाईपर्यंत पॅट्रिक रस्ताभर आक्रोश करत होता. ते शेवटी रेल्वेत चढल्यावर जॉनचा मोबाईल फोन वाजला. त्या आठवड्यात सात परिचारिकांना दिलेले पगाराचे धनादेश न वठता परत आल्याची वाईट बातमी त्याला समजली.

'अरे देवा!' तो ओरडला. तो फोनवरून पैसे एका खात्यातून दुसऱ्या खात्यात वळवण्यास ओरडून सांगत राहिला. हे चालू असताना पॅट्रिक ओक्साबोक्शी रडतच होता. शेरॉनने त्याचे लक्ष दुसरीकडे वेधण्यासाठी 'मिकी माउस, मिकी माउस...' हे मिकी माउस क्लबचे गाणे गाउन पाहिले.

तिच्या खरखरीत आवाजात जॉनला काहीच धड ऐकू येत नव्हते. त्याने ओरडून तिला गप्प राहण्यास सांगितले. नंतर त्याच्या लक्षात आले की, पॅट्रिकचे आवडते प्लॅस्टिकचे खेळणे जमिनीवर पडले होते. फोनवर बोलत बोलतच त्याने ते पॅट्रिकला परत दिले आणि त्याने ते परत खाली फेकून दिले.

'गाढवा, मला ते हवे असते तर मी तुला मागितले असते.' शेरॉन कर्कश्य आवाजात वरवर पाहत पॅट्रिकवर ओरडली. परंतु वास्तविक तिचा राग जॉनवर होता. शेरॉनच्या तोंडच्या असभ्य भाषेची जॉनला नेहमीच गंमत वाटायची. तो मोठ्या आवाजात खदाखदा हसत होता, तेव्हा खोट्या छोट्या घाबरलेल्या बाईचा आवाज समोरच्या खुर्चीवरून आला. मुलांनी पटकन कान झाकून घ्या.

'एलीन, तुझा विश्वास बसणार नाही. हा सगळा गदारोळ एक उत्कृष्ट कुटुंब आम्हाला निरखत होते आणि कुठे माहीत आहे डिस्नेवर्ल्डमध्ये. तिथे सडसडीत लाल केसांची आई होती. उंच दिमाखदार वडील होते आणि समान लॉरा ॲशली वेष घातलेल्या दोन मुली होत्या. हे एक फारच छान दृश्य होते.'

एलीन खो-खो हसत सुटली. तिला आणि फक्त तिलाच बरोबर माहीत होते की, तो कशाबद्दल बोलत आहे. गेल्या नाताळच्या वेळेला येणाऱ्या शुभेच्छा पत्रांच्या धबधब्यासाठी त्याने एक संरक्षक पवित्रा ठरवला होता. या पत्रांवर

कुटुंबीय, आरोग्यपूर्ण सुंदर मुले यांचे फोन असत. थोडीही असूया न वाटता मन भरून या शुभेच्छापत्रांकडे पाहणे फार अवघड होते. ती कुटुंबे दिमाखाने जे दाखवत होती, ते त्यांना कधीच मिळणार नव्हते. जॉन आणि एलीनला इतर कशाहीपेक्षा तसे कुटुंब हवे होते. पण कदाचित त्यांना कधीच मिळणार नव्हते. आरोग्यपूर्ण मुले, एक चारचौघांसारखे कुटुंब, काळजी नसलेले आयुष्य ते तंत्र अगदी साधे होते. तिला वाटले की, त्यांना हे आधीच सुचायला हवे होते. आदर्श कुटुंबाची नक्कल करणे अगदीच सोपे होते.

"आणखी एक आदर्श कुटुंबाकडून नाताळचे शुभेच्छा पत्र." जॉनला पुढचे चित्र देत गाणे गुणगुणल्याप्रमाणे एलीन म्हणाली. तिचा पती आणि शेरॉन यांनी आदर्श कुटुंबासमोर असा देखावा करण्याबाबत एलिन अजूनही खुदुखुदु हसत होती. तेव्हाच बेलने येऊन सांगितले की, आता प्रयोग सुरू होणार आहे. त्यानंतर राजकुमारीने प्रेक्षकांमधील व्यक्तींना तिच्या नाटकात काम करण्यासाठी बोलवायला सुरू केले आणि तिचे लक्ष मेगनच्या व्हीलचेअरने वेधले. तिने जॉनला रंगमंचावर बोलावून हिंस्त्र श्वापदाची भूमिका करण्यास सांगितली. जन्मजात डुक्करासारखा असलेला जॉन स्मित हास्य करत रंगमंचावर उडी मारून गेला.

जेव्हा बेले म्हणाले, "श्वापद रागावले आहे." तेव्हा जॉनने डरकाळी फोडली. जेव्हा दुष्ट गॅस्टनने श्वापदाला भोसकले, तेव्हा जॉन थप्पकन जमिनीवर पडला. मेगन आठवड्यातून किमान एक वेळ बेले व्हिडीओ पाहत असे. त्यामुळे जॉनला ती गोष्ट पूर्ण माहीत होती. त्यामुळे बेले जोपर्यंत त्याच्या खोट्या जखमांची मलमपट्टी करून पायावर उभे राहण्यास मदत करत नाही तोपर्यंत हालचाल न करता जमिनीवर पडून राहायचे, हे सांगण्याची त्याला गरज नव्हती.

जेव्हा बेलेने जॉनला धन्यवाद देऊन नाटक संपवले, तेव्हा जॉन गोंधळून गेला असणार. हे एलिनला माहीत होते. नाटक संपण्यापूर्वी क्षणभर जॉन अपेक्षेने थांबला आणि बेलेच्या दिशेने एक पाऊल टाकले. एलीनला आठवले की, या नाटकाच्या चित्रपटाच्या रूपांतरामध्ये शेवटी बेले श्वापदाचा मुका घेते. एलीन खिदळत म्हणाली, मुलांनो तुम्हाला माहीत आहे का, बाबा बेलेने मुका घेण्याची वाट पाहत होते.

"असे घडणार नाही." मेगन घोगऱ्या आवाजात म्हणाली आणि डोके हलवत हसून तिच्या आवाजात म्हणाली, "कधीच घडणार नाही."

नंतर बेलेने मंचावरून उडी मारली आणि मेगनला कुरवाळले. तिने बेलेसाठी काढलेले एक चित्र तिला दिले.

एलीनने पाहिले, जॉन मेगनला हॉटेलवर परत चलण्याचा आग्रह करत होता.

‘तुम्ही माझी चेष्टा तर करत नाही ना?’ मेगन ओरडली. नेहमीप्रमाणे तिने आपल्या वडिलांना आपल्या मनाप्रमाणे करायला लावले आणि त्यानंतर एलीनने त्यांना पाहिले तेव्हा जॉनने तिला घोड्यावर धरले होते आणि तिचे श्वसनयंत्र त्याच्या खांद्यावर लोंबकळत होते.

रात्र झाली तरीही मेगनने आतषबाजी पाहण्यासाठी हट्ट धरला होता. आकाशात ठिणग्यांचा नाच चालू झाला आणि मुले उत्साहाने किंचाळत होती. जॉनने एलीनचा मुका घेतला आणि कानात कुजबुजला. “तुझे बरोबर होते. आपण मुलांना डिस्नेवर्ल्डला आणणे आवश्यकच होते.”

त्याच्या हाताच्या झुल्यामध्ये एलीन सुखावली. विषुववृत्तीय संध्याकाळच्या गरम हवेचा आस्वाद घेत गडद आकाशातील रंगांची उधळण पाहत राहिली. भविष्यात काहीही असो, जॉनच्या खास औषधाला उशीर होवो, त्याचा उपयोग न होवो किंवा कधीच तयार न होवो. पॅट्रिक कधी तरी चालेल. श्वसनयंत्राशिवाय मेगन कधीच श्वास घेऊ शकणार नाही. काहीही होवो, पण आता त्यांच्याकडे टिकाऊ असे जपून ठेवण्यासारखे काहीतरी होते. त्यांच्याकडे एक कुटुंब म्हणून एकत्रपणे आनंद उपभोगल्याच्या आठवणी होत्या.

१९. एक थाप

वसंतऋतू, २००१
ओक्लाहोमा शहर-ओक्लाहोमा, केंब्रिज-मॅसॅच्युसेट्स

डिस्नेवर्ल्डहून परत आल्यानंतरच्या सोमवारी जॉन विमानाने ओक्लाहोमा शहराकडे निघाला. विमानात बसून त्याने डोक्यातील विविध योजना कागदावर लिहून काढल्या. अजूनही त्याला खातरी होती की, केवळ औषध वेळेत तयार होणार नाही म्हणून नव्हे, तर चाचण्यांसाठी पुरेसा विकर तयार करण्यासाठीही अजून कित्येक दशलक्ष डॉलर्सची गरज होती. तो आशावादी असला तरी केवळ जनावरांवरील प्रयोगाच्या निष्कर्षावरून इतका निधी कसा उभा करायचा आणि तेही वेगाने थंड होत चाललेल्या पैशाच्या बाजारात हे त्याला कळत नव्हते.

तरीही त्याने त्याची ही जाणीव स्वत:पाशीच ठेवली. सप्टेंबरमध्ये चाचण्या होणे शक्य नाही हे त्याने कबूल केले, तर त्याला नोव्हाझाईममधील प्रत्येक कर्मचारी नाराज होऊन आणखी मागे पडेल अशी काळजी वाटत होती. गुंतवणूकदारांची गुंतवणूक चालू असेपर्यंत तरी त्यांची बरोबरी तो करू शकेल यावर त्याचा क्षणभरही विश्वास नव्हता.

नोव्हाझाईम विकून टाकण्याची कल्पना पूर्णपणे नवीन नव्हती. कॅलिफोर्नियातील लॅग्युना निव्यूऐल येथील एका जैवतंत्रज्ञान चर्चासत्रामध्ये जेन्झाईमचे मुख्य कार्यकारी अधिकारी हेन्री टर्मीर यांना काही महिन्यांपूर्वी भेटल्यापासून ते जेन्झाईमने नोव्हाझाईम ताब्यात घेण्याबाबत जॉनशी संवाद साधत होते. परिस्थिती अशी होती की, जेन्झाईमने फार्मिंग आणि केनचा विकर विकसित करण्याचे करार केले होते. परंतु दोन्हीत काही अडथळे निर्माण झाले होते. पॉम्पे व्याधीवरील औषध निर्मितीची योजना पूर्ण करण्यासाठी काहीतरी मार्ग शोधणे आवश्यक होते. यामुळे जॉनची जेन्झाईमला

विकून टाकण्याची योजना शक्य होती. अडचण फक्त एकच होती.

कागदावर त्याने लिहिले 'अडथळे' आणि त्याशेजारी मोठ्या अक्षरात लिहिले 'किंमत'. निधी उभारण्याच्या नव्या फेरीनंतर त्याच्या गुंतवणूकदारांचा नोव्हाझाईमवरील ताबा अधिक वाढला होता आणि त्यांच्या गुंतवणुकीवर अधिक फायदा मिळण्याची त्यांची मागणी वाढत होती. त्याचे गुंतवणूकदार विक्रीस तयार होतील एवढी किंमत नोव्हाझाईमसाठी द्यावी, यासाठी तो हेन्रीला तयार करू शकेल का?

हे अतिशय अवघड असेल, कारण जॉनचे तीन प्रमुख गुंतवणूकदार 'हेल्थ केअर मॅच्युअर्स', पर्स्यूअस सोरॉस आणि कॅटॅलिस्ट यांनी २४ दशलक्ष डॉलर्सपेक्षा अधिक रक्कम गुंतवली होती. यामध्ये सप्टेंबरमध्ये चाचण्या सुरू झाल्या तर कबूल केलेले ८ दशलक्ष डॉलर्सएवढी रक्कम आधीच दिलेली होती. बहुतेक सर्व गुंतवणूकदारांप्रमाणेच त्यांना त्यांचे पैसे किमान दुप्पट किंवा तिप्पट होतील अशी आशा होती. एकत्रितपणे त्यांच्याकडे कंपनीचा अर्ध्यापेक्षा थोडा अधिक मालकी हक्क होता. नवीन 'ब' फेरीनंतर त्याची किंमत ५१ दशलक्ष डॉलर्स होत होती. याचा अर्थ गुंतवणूकदारांच्या इच्छेप्रमाणे गुंतवणूक दुप्पट किंवा तिप्पट होण्यासाठी जॉनला नोव्हाझाईम १०० ते १५० दशलक्ष डॉलर्सला विकणे आवश्यक होते. या रकमेच्या आसपासची रक्कम जेन्झाईम देईल, अशी कल्पना करणेही कठीण होते. कारण जैवतंत्रज्ञान क्षेत्रामध्ये त्याने अशी अफवा ऐकली होती की, आधीच्या दोन व्यवहारांमध्ये या रकमेचा फक्त काही अंशच दिला होता. १७ दशलक्ष डॉलर्स फार्मिंगच्या सशांपासून बनवलेल्या विकरासाठी आणि २० दशलक्ष डॉलर्स चेनच्या कार्यक्रमासाठी.

त्याने लिहिले जेन्झाईम जास्तीत जास्त २० दशलक्ष डॉलर्स देईल.

पुढे 'अडथळे' या यादीत त्याने लिहिले 'बायो मरीन' जेव्हा त्याने पूर्वी जेन्झाईमच्या बोलणी करण्याबाबत निर्देश केला होता, तेव्हा त्याच्या गुंतवणूकदारांनी हे स्पष्ट केले होते की, त्या कंपनीने एखादी असामान्य किंमत देऊ केली नाहीतर ते कॅनफिल्डचे विज्ञान मानवी चाचण्या सुरू करण्यापर्यंत जाण्यासाठी १-२ वर्षे थांबण्यास तयार आहेत. त्यानंतर ते कंपनी सार्वजनिक करतील. बायो मरीन फार्माक्यूटिकल्सच्या व्यवहारामुळे त्यांच्या तोंडाला पाणी सुटले. जैवतंत्रज्ञानातील ही छोटी कंपनी दोन वर्षांपूर्वी मार्टीन्यूकच्या विकरात रस घेत होती. विकण्यासारखे काहीही तयार नसताना १९९९मध्ये ती कंपनी सार्वजनिक झाली. पॉम्पेसारख्या परंतु त्यासारख्या इतर दुर्मीळ व्याधीवरील एकच प्रायोगिक औषध मानवावरील चाचण्यांसाठी तयार होते. बायो मरीनची किंमत १०० दशलक्ष डॉलर्सपेक्षा अधिक वाढली होती. जॉनच्या काही गुंतवणूकदारांची खातरी होती की, १-२ वर्षांतच नोव्हाझाईम आणखी एक बायोमरीन ठरू शकेल. दोन वर्षे थांबल्यामुळे गुंतवणूकदारांसाठी घबाड मिळू शकेल. परंतु जॉन हा पर्यायी विचार घेऊच शकत

नव्हता. त्याची मुले इतका काळ जगणार नव्हती. जगभर असलेले पॉम्पे व्याधीचे इतर रुग्णही जगणार नव्हते. परंतु जरी त्याची कंपनी सार्वजनिक होऊ शकली तरी तेथपर्यंत थांबण्याची जॉनची इच्छा नव्हती. जॉनला हेही माहीत होते की, हा धंदा होता. दान देणारी संस्था नव्हती. त्याच्या मुलांसाठी कंपनी कमी फायद्यामध्ये विकावी असे त्याच्या गुंतवणूकदारांना सुचवण्याचे त्याच्या मनातही आले नाही. त्याला हे कठोर सत्य माहीत होते की, गुंतवणूकदारांच्या जगात त्याच्या मुलांच्या जगण्याला शून्य किंमत होती.

जेन्झाईमने पुरेशी अधिक किंमत देण्यासाठी एकच मार्ग होता. पॉम्पे व्याधीवरील तिसरा विकर विशेषतः, ज्याची चाचणी अजून माणसांवर झालेली नाही अशा विकरसाठी निश्चितच नाही. परंतु हेन्रीचा विश्वास बसला की, नोव्हाझाईम गौचर या व्याधीवरील अधिक चांगले औषध निर्माण करत आहे तर तो नोटांच्या अधिक थप्प्या देऊ शकेल. त्याच्या कंपनीचा मुख्य व्यवसाय गौचर या व्याधीवरील सेरेझाईम हे औषध त्याला प्रतिवर्षी ५४० दशलक्ष डॉलर्स मिळवून देत होते. त्याला धोका पोहोचला असता.

वास्तविक ही एक थाप नसेल. कॅनफिल्ड नेहमीच म्हणत असे की, योग्य शर्करा जोडण्याच्या त्याच्या तंत्रज्ञानामुळे लायसो सोमल विकरच्या अभावामुळे होणाऱ्या ४९ व्याधींवरील औषधे तयार करता येतील. जॉनने त्याच्या व्यवसायाच्या योजनेमध्ये म्हटलेच होते की, तो नवीन विकराचा उपचार दर १८ महिन्यांनी निर्माण करू शकेल. नोव्हाझाईमच्या विकर विकसनाच्या व्याधीमध्ये गौचर व्याधी पहिल्या सहामध्येही नव्हती. अनेक उपचार उपलब्ध नसलेल्या व्याधींवर औषध विकसित करण्यामध्ये अधिक व्यावसायिक अर्थ होता. जगातल्या जैवतंत्रज्ञानातील एका मोठ्या कंपनीबरोबर स्पर्धा करण्यापेक्षा हे अधिक शहाणपणाचे ठरले असते.

अर्थातच जेन्झाईमने तुमची कंपनी विकत घेऊ नये, असे वाटत असेल तरच जॉन आणि कॅनफिल्डने जे केले, त्याला कंपनी विकली जाण्यासाठी धंद्याच्या जगात 'डावपेचात्मक स्थिती' असे म्हणले जाते. इतर सर्व ठिकाणी याला 'थाप' म्हणतात.

दुसऱ्या दिवशी जॉन कॅनफिल्ड यांच्या कोपऱ्यावरच्या कार्यालयात बसला होता. कंपनीच्या वरिष्ठ व्यवस्थापनाला जे आधीच जाणवत होते, परंतु उघड बोलले जात नव्हते, ते त्याने कॅनफिल्डसमोर मांडले. सप्टेंबरमध्ये वैद्यकीय चाचणी सुरू करण्याचे उद्दिष्ट हाताबाहेरचे होते. त्याने कॅनफिल्डला सांगितले की, त्याचा असा विश्वास होता की, पुढील ८ दशलक्ष डॉलर्स गुंतवणूकदार सप्टेंबरमध्ये देणार नाहीत आणि कंपनीच्या तिजोरीत परत खडखडाट होईल. आर्थिक मंदी येत होती. त्यामुळे पुढे मानवी चाचण्यांमध्ये जाण्यासाठी लागणारे अनेक दशलक्ष डॉलर्स मिळण्यासाठी नवीन स्त्रोत हुडकणे अवघड होते.

'बिल, जेन्झाईमबरोबरचा आपला व्यवहार कदाचित सर्वोत्तम ठरू शकेल' जॉन म्हणाला. कॅनफिल्डला जेन्झाईमबरोबर झालेले बोलणे माहिती होते. इतकेच काय काही वेळेला तो त्यात सहभागीही झाला होता. मात्र त्या वेळी आपण ही मोठी कंपनी विकू असे दोघांनाही वाटले नव्हते.

'मला वाटते जेन्झाईमबरोबर बोलणी सुरू करण्यास ही योग्य वेळ आहे. हेन्रीला आपण पुरेशी मोठी रक्कम देण्यास भाग पाडू शकू का? हा मोठा प्रश्न आहे.' जॉन म्हणाला. दाढी थोपटत आणि विचार करत कॅनफिल्डने मान डोलावली. त्या दोघांची व्यक्तिमत्त्व एकदम वेगवेगळी होती. जॉनला नाही म्हणणे अवघड जात असे, तर कॅनफिल्डचे त्याच्या उलट होते. त्याच्याकडून होकार मिळवणे हे ओक्लाहोमा शहरामध्ये चांगले चायनीज जेवण मिळवण्याइतके अवघड होते. तरी वर्षभराच्या संबंधांमधून जॉन हे शिकला होता की, एखादा युक्तिवाद तर्कशुद्ध पद्धतीने केला तर कॅनफिल्ड कदाचित चिडेल, परंतु तो जर व्यवहार्य असेल तर तो त्याला मान्यता देईल.

'मला ही कल्पना आवडली नाही, पण मला वाटते तू बरोबर असावास,' तो सावकाश म्हणाला. 'मला वाटते हीच गोष्ट करणे योग्य आहे.' मान डोलावत जॉन म्हणाला.

एक भुवई वर करून बदललेल्या सुरात त्याने विचारले, 'बिल, तुम्ही तुमच्या तंत्रज्ञानाची गौचर व्याधीसाठी चाचणी करण्यास सुरुवात केली का?

'नाही, पण करू शकेन.' जॉनचा विषयबदल पटकन उचलत कॅनफिल्ड उत्तरला.

'गौचर विकरचे काही प्रयोग एल्व्हिरा किती पटकन करू शकेल हे पाहू या' जॉन म्हणाला. वैद्यकीय पूर्व अभ्यासासाठी नुकत्याच नेमलेल्या निर्देशिकेला कॅनफिल्डने बोलावले आणि सांगितले की, जेन्झाईमच्या गौचर उपचारापेक्षा अधिक सुधारित औषध तयार करण्याच्या नव्या योजनेची तू अधिकारी आहेस. याला तू सर्वाधिक प्राधान्य दे. सर्व प्रयोगांचा तपशील लिहून ठेव. आपल्याला त्याचे निष्कर्ष लवकरच दाखवावे लागतील.' कॅनफिल्ड म्हणाला.

ती खोलीबाहेर गेल्याबरोबर जॉनने त्याच्या खेळकर आवाजात सुचवले की, ते आता विकसित करत असलेल्या गौचर व्याधीवरील औषधाचे नाव पटकन ठरवू या. गौचरवरील औषधाच्या पहिल्या आवृत्तीचे नाव जेन्झाईमने 'सेरेडेज' ठरवले होते आणि त्याच्या सुधारित आवृत्तीचे 'सेरेझाईम.'

'सेरेव्हान्स' कसे वाटते?' भुवई उंचावत जॉन म्हणाला. कॅनफिल्ड हसत म्हणाला, ''मला हे नाव आवडले. व्यापारी नाव देण्याबाबतचे अर्ज करण्यावर मी आज काम करीन.' जॉन म्हणाला. 'एकत्रिकरणाच्या चर्चेला सांकेतिक नाव

काय ठेवायचे?' चर्चा गुप्त राहाव्यात यासाठी वरिष्ठ अधिकारी सांकेतिक नाव देत असतात. ज्यामुळे त्यांचे स्वतःचेच कर्मचारी अवैधरित्या माहितीचा दुरुपयोग करणार नाहीत.

'प्रतिध्वनी योजना!' कॅनफिल्डने सुचविले 'नाही, नाही' जॉन हसत म्हणाला. माझ्याकडे त्यापेक्षा एक चांगले नाव आहे. ६० ते ९० दिवसांमध्ये आपण अशा वळणावर आले पाहिजे की, जेन्झाईमला आपल्याबरोबर व्यवहार करावाच लागेल. आपण ही योजना वेष्टनात गुंडाळून त्यावर एक मोठा 'बो' ठेवू या. त्याला 'प्रोजेक्ट बो' म्हणू या. खरे तर जॉनच्या या स्वभावामुळे कॅनफिल्ड अनेकदा अस्वस्थ होई. या सगळ्यातील फाजीलपणाला डोके हलवत तो हसला आणि तेच नाव ठरले. जगभर औषधे पाठवणाऱ्या जेन्झाईमचा उपकार्याध्यक्ष 'जान व्हॅन हीक' हेन्री टर्मीरचा उजवा हात होता. त्याला जॉनने त्या दिवशी फोन केला. ''आमच्याकडे काही चांगले वैद्यकीय निष्कर्ष आहेत आणि इतरही काही गोष्टी तुम्हाला सांगायच्या आहेत.'' जॉन म्हणाला. कॅनफिल्डच्या औषधामुळे पॉम्पे झालेल्या उंदराच्या पायातील स्नायूंची ताकद वाढते. हे दाखवणाऱ्या 'डॉक्टर बॅरी बिर्ने' यांच्या चाचण्यांकडे तो निर्देश करत होता.

हेन्रीप्रमाणेच व्हॅन हीक हाही मूळचा नेदरलँडचा रहिवासी होता. त्याच्या आवाजातूनच कळत होते की, तो अतिशय उत्साहित झाला होता. केव्हा भेटायचे हे ठरवण्यासाठी तो परत फोन करणार होता. त्याने हेन्रीला फोन करून सांगितले की, प्रोजेक्ट रेडिओवर अखेरीस काही हालचाल होत आहे. त्याने नोव्हाझाईमबरोबरच्या चर्चेला सांकेतिक नावाची मालिका दिलेली होती आणि ती सर्व प्रोजेक्ट बो पेक्षा अगदीच कल्पनाहीन होती. प्रथमतः जेन्झाईम या चर्चेला प्रोजेक्ट कॉर्न हस्कर असे संबोधले जाई. परंतु नंतर कोणीतरी लक्षात आणून दिले की, 'कॉर्न हस्कर'हे 'नेब्रास्काच्या' विश्वविद्यालयाचे बोधचिन्ह होते. त्यांतर या चर्चेला ओक्लाहोमा विश्वविद्यालयाच्या फुटबॉलच्या टीमचे 'प्रोजेक्ट सूनर' हे नाव ठेवण्यात आले. परंतु हेही नाव फारच बटबटीत वाटल्यामुळे बदलण्यात आले. आताचे ताजे नाव आजपर्यंत तरी बदलण्यात आले नव्हते. 'प्रोजेक्ट रेडिओ' काहीतरी पाश्चिमात्य सुचविणारे होते. यामध्ये मोठे क्षेत्र येत असले, तरी ही कंपनी ओक्लाहोमामध्ये आहे हे उघड होत नव्हते. ओक्लाहोमामध्ये जैवतंत्रज्ञानामधील मूठभर कंपन्याच अस्तित्वात होत्या.

मॅसॅच्युसेट्सवरील केंब्रिज येथील केंडॉल स्क्वेअर या एकमेकांना जोडलेल्या जुन्या विटांच्या इमारतींमध्ये जेन्झाईमचे मुख्यालय होते. तेथे ४ एप्रिल रोजी जॉन व कॅनफिल्ड आले. व्हॅन ही हा एक उंच आणि सडपातळ माणूस होता. रेखीव चेहरा, डोक्यावर दाट पिंगट केस असे त्याचे रूप होते. तो त्यांना घेऊन लांब व

अरुंद मार्गाने गेला. या इमारतीमध्ये पूर्वी आग विझवण्यासाठीचे नळ बनवण्याचा कारखाना होता. एका मोठ्या आणि अतिशय यशस्वी जैवतंत्रज्ञानाच्या कंपन्या आवतीभोवती असणाऱ्या त्या कार्यालयात आल्यापासून त्याला आधीच उदास वाटत होते आणि कंपनीच्या भिंती त्याच्यावर चाल करून येत आहेत, असा भास होत होता. एका लांबुडक्या चर्चेच्या खोलीमध्ये औषध विकसनाचे बारा वरिष्ठ अधिकारी त्यांची वाट पाहत होते.

एक दीर्घ श्वास घेऊन जॉनने उत्तम माहितीपूर्ण भाषण सुरू केले. त्याला दाखवून द्यायचे होते की, त्याच्या कंपनीकडे गती आणि आवश्यक सर्व साधने असल्यामुळे जेन्झाईमविना ते एवढीच प्रगती करू शकले असते. प्रेक्षकांना भारून टाकणाऱ्या पल्लेदार भाषणांऐवजी या वेळी जॉन आणि कॅनफिल्डने फक्त अठरा स्लाइडस घेऊन संक्षिप्त रूपात सत्य मांडायचे ठरवले होते. जॉन म्हणाला, आता नोव्हाझाईमकडे ७०पेक्षा अधिक कर्मचारी आहेत. पूर्णपणे कार्यरत असलेली उत्पादनासाठीची नव्याने बांधलेली यंत्रणा आहे आणि सर्वांत महत्त्वाचे म्हणजे त्यांनी निधीचा दुसरी फेरी पूर्ण केली होती.

नंतर आत्मविश्वास वाढल्यामुळे त्याच्या सवयीप्रमाणे जॉन आणखी म्हणाला, 'नोव्हाझाईमकडे बँकेमध्ये १५ दशलक्ष डॉलर्स आहेत.' त्याने कॅनफिल्डला आधीच सांगितले होते की, मी आकडे पूर्णांकात सांगणार आहे. वैद्यकीय चाचण्या आम्ही सप्टेंबरमध्ये सुरू करू असेही जॉन म्हणाला. खरे तर हे अशक्य असल्याचे त्याला माहीत होते. मार्चमधील वार्तालापामध्ये जेन्झाईमने पाहिलेले डॉक्टर बिर्नेचे निष्कर्ष दाखवले नाहीत. त्याऐवजी त्याने त्याच्या नवीन वैद्यकीय चाचण्यांच्या प्रामुख्याने उंदरांवर केलेल्या ताज्या फेरीचे असामान्य निष्कर्ष दाखवले. तुमच्या लक्षात येईल की, त्या उंदरांना तो विकर मिळाला होता. त्यांच्या पेशींमधून ग्लायकोजेन पूर्णपणे नाहीसे झालेले आहे. कॅनफिल्ड आणि खरे तर आपल्या स्पर्धकाला इतके तपशील कोणतीच कंपनी देणार नाही. ग्लायकोजेनची चाचणी विकत घेण्याच्या प्रयत्नात मॅकिनी होते. पण ते विकण्यास तयार असलेली कोणतीच कंपनी त्यांना सापडली नाही. म्हणून कॅनफिल्डच्या गटाने स्वतःच तयार केलेला एक पर्याय वापरला होता. हे आशादायक होते, परंतु कॅनफिल्डने अजून दुसरी मोठी परीक्षणे केली नव्हती. कॅनफिल्डने त्याची पाळी आल्यानंतर हेही सांगितले नाही की, या नवीन प्रयोगांच्या मालिकेमध्ये जुने गाईंपासून बनविलेलेच PTase वापरले होते. परंतु ते मानवी चाचण्यांमध्ये वापरण्याची त्याची इच्छा नव्हती. कॅनफिल्डने मानवी PTase तयार केले होते, परंतु अनेक महिन्यांच्या प्रयत्नानंतरही उंदरांमध्ये चांगला उपयोग दाखवणारे पॉम्पे विकर पुरेसे निर्माण करण्यामध्ये त्यांना यश आले नव्हते. ते अजून त्या

प्रक्रियेमध्ये चाचपडत होते. प्रत्येक घटक किती आणि कसा वापरावयाचा ज्यामुळे अचूक विकर तयार होईल, हे अजून स्पष्ट व्हायचे होते.

प्रयोगावरून असे दिसून येते की, त्याने तयार केलेल्या पॉम्पे विकरमुळे फार्मिंग आणि चेनने केलेल्या विकरांपेक्षा उंदरांच्या पेशीमधून खूप अधिक ग्लायकोजेन नाहीसे केले जाते. असे सांगून कॅनफिल्डने समारोप केला. फार्मिंग आणि चेन या दोन्ही विकरांचे मालक जेन्झाईम होते.

त्यानंतर, जणू नंतर सुचलेला विचार असावा याप्रमाणे कॅनफिल्ड म्हणाले, 'आणखी एक गोष्ट. आम्ही एक नवी सुरुवात करत आहोत. त्याबाबतही तुम्हाला सांगावयाचे आहे.''

त्याने खोलीच्या समोरील पडद्यावर 'प्रोजेक्ट ॲडव्हान्स' असे नाव असलेली एक स्लाइड दाखविली. त्यावर लिहिलेले होते, 'जेन्झाईम कंपनी सुमारे ८० टक्के फायद्याने ६०० दशलक्ष डॉलर्स कमावते.'' गौचरवरील औषध सेरेझाईमपासून हा फायदा मिळतो, हे खोलीतील सर्वांना माहीत होतेच.

नंतर त्याने पुढील स्लाइड दाखवली, जिचे शीर्षक होते 'सेरेझाईमच्या पुढील आवृत्तींच्या संधी.' संघराज्याच्या कायद्याप्रमाणे दुर्मीळ आजारावरील नवीन औषध बाजारात आणण्यासाठीचा जेन्झाईमचा सात वर्षांचा एकाधिकार पुढील महिन्यात संपणार आहे. गौचर व्याधीत रुग्ण हळूहळू सुजलेले अवयव आणि खराब झालेली हाडे यामुळे अपंग होत जातो. सेरेझाईम हा एक परिणामकारक उपाय होता. परंतु हे परिपूर्ण औषध नाही. ते रुग्णांच्या पुफ्फुसात आणि हाडांत परिणामकारकरित्या पोहोचत नाही.

'सेरेव्हान्स, ही सुधारित तिसरी आवृत्ती आहे.'' गेल्याच आठवड्यात जॉनला त्याच्या कार्यालयात सुचलेले नाव वापरत तो सांगत राहिला. स्लाइडमध्ये सेरेव्हान्स या शब्दाच्या वर एका वर्तुळात R असे लिहिलेले होते. त्यावरून हे नाव व्यापारी नाव असल्याचे समजत होते.

कॅनफिल्ड त्यांचे शास्त्रीय निष्कर्ष सादर करत असताना व्हॅन हीक उठून खोलीच्या मागच्या भागात फेऱ्या मारत होते. हे ऐकताच ते थांबले आणि काहीशा अविश्वासाने आणि काहीशा भयाने त्यांनी डोके हलवले. आता जॉनला खातरी पटली की, पेटंट बाबतच्या वकिलांना व्यापारी चिन्हासाठी अर्ज करण्याकरता खर्च केलेले अडीच हजार डॉलर वसूल होत होते.

काही दिवसांनी व्हॅन हीकनी जॉन व कॅनफिल्डना बोलणी करण्यासाठी केंब्रिजला बोलावले. जॉनने कॅनफिल्डच्या दारावर टकटक केली. त्यांच्या चेहऱ्यावर लहान मुलांचे हास्य होते. अंगठा वर करून विजयाची जोरदार खूण केली आणि म्हणाले, ''प्रोजेक्ट बो पुढे सरकत आहे.'' लिमोसीन गाडीच्या मागच्या आसनावर

बसून जेन्झाईमच्या ऑफिसकडे जात असताना जॉनने कॅनफिल्डना जेन्झाईम किती पैसे देऊ करेल यावर पैज लावा असे सांगितले.

"५० दशलक्ष डॉलर्सपेक्षा अजिबात जास्त नाही." कॅन्फिल्ड म्हणाले. जॉनने आपली बोली उत्साहित होऊन सांगितली. मी म्हणतो, "१०० दशलक्ष डॉलर्स."

जेन्झाईममध्ये मुख्य इमारतीच्या पाचव्या मजल्यावर हेन्रीच्या शानदार कार्यालयाच्या शेजारी धूसर काचांच्या भिंती असलेली एक खोली होती. तिथे एका टेबलासमोर कॅनफिल्ड बसला होता. सुमारे पंधरा मिनिटे थांबल्यावर हेन्री आणि व्हॅन हीक आले. बरोबर असलेल्या माणसाची ओळख त्यांनी करून दिली. तो पीटर विर्थ मुख्य वकील, वरिष्ठ व्यवसाय विकास व्यवस्थापक होता. पन्नाशीत असलेल्या उंच आणि रुबाबदार हेन्रींनी त्यांच्या कुरळ्या तांबूस केसांचा एका बाजूस भांग पाडला होता. त्यांनी या दोघांचेही स्वागत स्मितहास्याने आणि आपुलकीच्या हस्तांदोलनाने केले आणि जॉनला त्याची मुले कशी आहेत, त्याबद्दल विचारले.

"मला आशा आहे की, आपण एकत्र काम करू. तुमच्या आणि पॉम्पे व्याधी असलेल्या इतर मुलांसाठी काही करू शकू." शांत, प्रेमळ आवाजात ते म्हणाले, त्यांची डच उच्चार पद्धती लगेच जाणवत होती.

ते पुढे म्हणाले, "पीटर आपल्याशी आकड्यांबाबत बोलेल. परंतु आकडे महत्त्वाचे नाहीत. महत्त्वाचे हे आहे की, हा औषध विकसनाचा कार्यक्रम, आपण एकेकट्याने करण्यापेक्षा एकत्रपणे अधिक वेगाने करू शकू."

व्हॅन हीक त्यांच्याबरोबरच्या चर्चेच्या वेळी जॉन परत-परत म्हणाला होता की, रुग्णांना उपचार अधिक लवकर मिळतील याची खातरी पटल्याशिवाय मी करार करणार नाही. त्याने मेगन आणि पॅट्रिकचे नाव कधीच घेतले नाही. पण त्याच्या मनात त्याच्या मुलांचे हित आहे हे प्रत्येकालाच माहीत होते.

पुढील अर्धा तास अशासारख्याच इतर व्यवहारांच्या काय किमती होत्या हे सांगत असताना जॉन व कॅनफिल्ड त्याच्याकडे टक लावून पाहात गंभीरपणे बसले होते. त्यांनी सांगितले की, जेन्झाईमने १७ दशलक्ष डॉलर्स फार्मिंगला आणि २० दशलक्ष डॉलर्स डॉक्टर चेनच्या कार्यक्रमासाठी दिले होते. पैसे देण्याची ताजी फेरी होण्यापूर्वी नोव्हाझाईमच्या स्वत:च्या गुंतवणूकदारांनी कंपनीची किंमत ३५ दशलक्ष डॉलर्स केलेली होती.

'नोव्हाझाईमची योग्य किंमत ४८ दशलक्ष डॉलर्स आहे.' शेवट करत विर्थ म्हणाले. कॅनफिल्ड खुर्चीवर मागे रेलून हाताची घडी घालून टेबलाकडे पाहात आहे, हे जॉनच्या लक्षात आले. जॉन म्हणाला, 'ही जर तुम्ही ठरविलेली किंमत

असेल, तर आम्ही खूपच वेळ फुकट दवडला आहे. माझ्या गुंतवणूकदारांना हे कधीच मान्य होणार नाही आणि हेन्री हे तुम्ही जाणता.'

त्यांचे आकडे बरोबर असल्याचे सांगण्यास विर्थने सुरुवात केली. त्यांना मध्येच थांबवत जॉन म्हणाला, 'तुमच्या गणिताशी माझे भांडण नाही, तुमची आकडेमोड ठीक आहे. परंतु प्रश्न हा आहे की, काय किमतीला आपण व्यवहार करू शकतो आणि ४८ दशलक्ष डॉलर्स? माझे गुंतवणूकदार याला कधीच तयार होणार नाहीत.'

हेन्रीने विचारले, 'तुम्ही काय किंमत सांगता?'

गाफिल स्थितीत पकडले गेल्यामुळे जॉनने प्रथम उत्तर दिले नाही. नंतर चाचरत म्हणाला, 'आम्हाला संचालक मंडळाला विचारावे लागेल.' वास्तविक त्याला खरोखरच माहिती नव्हते, कारण विकून टाकायला ही त्याची कंपनी नव्हती. भांडवल गुंतवणारे आणि कॅनफिल्ड यांची ती कंपनी होती. जॉनचा मालकी हक्क फक्त पाच टक्के एवढाच होता.

''मला खातरी आहे. याच्यातून मार्ग निघेल.'' स्मितहास्य करत हेन्री म्हणाले, ''तुम्ही तुमच्या गुंतवणूकदारांशीच का चर्चा करत नाही? काय किमतीला ते तयार आहेत ते पाहा.'' जॉनला आता धैर्य आले होते. तो म्हणाला, ''मी १०० दशलक्ष डॉलर्सपेक्षा कमी सुचवणार नाही आणि मला हेही माहीत नाही की, हा आकडाही त्यांच्या कक्षेत असेल किंवा नाही'' जॉनचे डोळे मोठे झाले. तो म्हणाला, ''आपल्या दोघांच्यात फारच अंतर असेल.''

''तुम्ही लक्षात न घेतलेली बाब म्हणजे आम्ही आता प्रचंड प्रगती करत आहोत आणि हा व्यवहार आम्ही केलाच पाहिजे असे नाही. आमची वाढत असलेली उंची पाहा. ज्या वेळी तुम्हाला आम्हाला बरोबर घ्यावेच लागेल, त्या वेळी आम्ही तुमच्यासाठी फारच महाग झालेले असू.''

हेन्रीने भुवया उंचावल्या. प्रथमच त्याच्या आवाजात थोडी कटुता आली. ते म्हणाले, ''आम्हाला तुम्ही नेहमीच परवडाल.'' त्या रात्री केंब्रिजच्या हॉटेलमध्ये परत आल्यावर जॉन आणि कॅनफिल्डनी काय करावे, आणि काय करू नये याबद्दल खूप माथाफोड केली. गेल्या जानेवारीमध्ये त्याने त्याच्या गुंतवणूक करणाऱ्या भांडवलदारांकडून जी बोलणी खाल्ली होती, त्यावरून तो हे शिकला होता की, त्याने त्यांचे मत विचारलेच पाहिजे आणि त्यांना सगळी माहिती सांगितली पाहिजे. गससाठी तो खास प्रयत्न करत होता आणि त्यामुळे त्यांच्या संबंधांमध्ये आश्चर्यकारक बदल होत होते. हा खेळ कसा खेळायचा हे तो अखेरीस शिकला होता. तुम्ही तुमच्या गुंतवणूकदारांना भागीदाराप्रमाणे वागवले पाहिजे. एक वर्षांपूर्वी त्याला असे वाटे की, त्यांचे पैसे घ्यायचे आणि तीन महिन्यांनी एकदा संपर्क साधायचा एवढे पुरेसे आहे. त्याचा समज किती चुकीचा होता. त्यांना आपण

मौल्यवान आहोत आणि सहभागी आहोत असे वाटले पाहिजे, हे त्याला कळले होते. गुंतवणूकदारांचा अनुभव आणि जैवतंत्रज्ञानाच्या कारखानदारीतील त्यांचा संपर्क यांच्यामुळे त्यांच्याकडे आर्थिक क्षमतेपेक्षाही अधिक मौल्यवान असे बरेच आहे, याचे जॉनला आश्चर्य वाटायचे. जॉन व कॅनफिल्डनी जेवण संपल्यावर गसला फोन केला. तो अजून त्यांच्या कार्यालयातच होता. जॉन निराशेने म्हणाला, ''आपण आणि जेन्झाईममध्ये खूपच फरक पडतो आहे.''

'मी तिकडेच येतो आणि एक पेग घेतो,' गस म्हणाला. त्यांचे कार्यालय काही मैलांवरच होतो. काही मिनिटांतच जॉन व कॅनफिल्डच्या समोर बसले. ते जीन व लिंबूपाणी ढवळत राहिले. वाद्यवृंद वाजत होता. जॉनने जेन्झाईमच्या बैठकीतले तपशील आणि अखेरीस त्यांनी देऊ केलेली किंमत ४८ दशलक्ष डॉलर्स आहे हे सांगितले.

गसनी अनेक प्रश्न विचारले. जॉनला प्रथमच असे जाणवले की, एक कंपनी म्हणून नोव्हाझाईमला काय योग्य आहे हे ठरवण्यासाठी मनापासून मदत करत होता. केवळ स्वत:साठी एक गुंतवणूकदार म्हणून नव्हे. ते ऐकून घेत होता आणि चिकित्सा करत होता. अगदी एखाद्या पित्याने करावी तशी.

गस म्हणाला, ''तुम्ही स्वत:ला जे प्रश्न विचारावयास हवेत ते असे. माझ्या हलकट गुंतवणूकदारांबरोबर मला व्यवहार करायचा आहे का? का हेन्री आणि व्हॅन यांच्याबरोबर? आणि विज्ञान यशस्वी होईल याची मला किती खातरी आहे?''

तो पेल्यामध्ये बर्फाचे तुकडे ढवळत होता. त्यातील दारू त्याने केव्हाच पिऊन टाकली होती, हे जॉनच्या लक्षातही आले नाही. जॉनने कबूल केले की, ''मला आतून असे वाटते की, हेन्री आणि व्हॅन यांना फोन करून सांगावे. आपल्या दोघांच्या अपेक्षांमध्ये फारच अंतर आहे.''

गस म्हणाला की, ''त्यांनाही तसेच वाटते.'' त्यांनी प्रथम देऊ केलेली रक्कम चर्चा सुरू करण्याच्या दृष्टीने फारच कमी होती.

त्या रात्री झोप लागणे अवघडच होते. जेन्झाईम परत चर्चेला आलेच नाही तर? जॉनने यावर परत-परत विचार केला. या सभ्यतेला सामोरे जाण्यासाठी त्याने तयार राहायलाच हवे होते. त्याने कॅनफिल्ड सोडून गस किंवा अन्य कोणापाशीही हे मान्य केले नव्हते की, मानवी चाचण्या सप्टेंबरमध्ये सुरू करणे शक्य नाही असे त्याला वाटत होते. ज्या माहितीद्वारे पर्यायांवर विचार करावा अशी संपूर्ण माहिती फक्त तो आणि कॅनफिल्ड यांच्याकडेच होती आणि या प्रश्नावर कॅनफिल्डचे मत वेगळे असावे असे दिसत होते.

थकलेल्या आणि अस्वस्थ जॉनने काचांनी बंदिस्त असलेल्या हॉटेलच्या पोहण्याच्या तलावामध्ये ५० हात मारले. पाण्यामध्ये पूर्ण ताकदीने मारलेल्या

हातासरशी जेन्झाईम बरोबरच्या चर्चेमधील फायदे आणि तोटे यांचा तो विचार करत होता. त्याचे पोहणे संपल्यावर तलावातून बाहेर येऊन तो एका बाकावर बसला. तो अजूनही विचारात गढलेलाच होता. जेन्झाईमने देऊ केलेली रक्कम सगळ्या संचालकांसमोर मांडण्यासाठी व्हॅन हीक कडे त्याने अवधी मागून घ्यावा का? व्हॅन हीकने देऊ केलेली रक्कम वाढवण्यासाठी त्यांना आग्रह करावा का?

त्याच्या एकदम लक्षात आले की, तलावाच्या मध्यावर पोहणे थांबवून आणि तोंड उघडे ठेवून त्याच्याकडे एक व्यक्ती पाहात होती. तलावाच्या दुसऱ्या टोकाला दोन पुरुषही टॉवेल गुंडाळत त्याच्याकडे पाहात होते. जॉनने खाली पाहिले आणि त्याच्या लक्षात आले की, तो पूर्ण नागडा बसलेला होता. तो आपल्या विचारांमध्ये एवढा गुंतून गेला होता की, कपडे बदलण्याच्या खोलीच्या पुढे जाऊन त्याने आपला पोहण्याचा पोशाख काढून टाकला होता.

जॉनने उडी मारली आणि त्याचा पोहोण्याचा पोशाख घालण्याचा प्रयत्न केला. पण तो त्याच्या घोट्यांमध्ये अडकला होता. आता दोन वृद्ध गृहस्थांनी त्यांचे पोहणे थांबवले होते आणि ते अविश्वासाने काळे चष्मे उतरवून त्याच्याकडे पाहात होते. प्रत्येक जण त्याच्याकडे रोखून पाहात आहे, असे त्याला वाटले. जणू दिवास्वप्नांच्या शाळेत तो वर्गामध्ये नागडा आला होता. फरक इतकाच होता की, हे सत्य होते. जॉन चडफडत उड्या मारत शक्य तितक्या भराभर पुरुषांच्या कपडे बदलण्याच्या खोलीकडे जाऊ लागला. त्याची ओली पोहण्याची चड्डी घोटे आणि पायांभोवती अडकत होती. आपण लवकरच या अवस्थेला पोहोचू असे त्याला वाटले नव्हते. सगळ्याच गोष्टी मंदगतीने चालू होत्या.

"मी अधिकृतरित्या हरलो आहे." त्या दिवशी उशिरा सकाळी जॉनने कॅनफिल्डला सांगितले. लोगन विमानतळाकडे जाताना जॉनने कॅनफिल्डला सकाळचा किस्सा सांगितला. तणावपूर्ण स्थितीमध्येदेखील आपली विनोदबुद्धी न हरवणारा जॉन आजही अपवाद नव्हता. कॅनफिल्डने डोके हलवत हसत विचारले, "तू व्हॅनला फोन केलास का?

रात्रभरचे चिंतन आणि पोहण्याच्या तलावापाशीचे विचार यांनी जॉनला गसबरोबरच्या आदल्या रात्रीच्या चर्चेपर्यंत परत आणून ठेवले. त्याने हेन्रीबरोबरची चर्चा ४८ दशलक्ष डॉलर्सपासून सुरू केली, तर त्याच्या गुंतवणूकदारांना मान्य होईल अशा मर्यादेतही तो पोहोचू शकला नसता.

"काल रात्री तुला वाटत होते तसेच आताही वाटते आहे का? जॉननी कॅनफिल्डला विचारले.

"माझ्या मनात काहीही शंका नाही." कॅनफिल्डचे उत्तर आले. जॉनने व्हॅन हीकचा नंबर फिरवून त्याच्याशी मोबाईलवर संपर्क साधला. "आपण केलेल्या

किमतीप्रमाणे आपण एकमेकांपासून इतके दूर आहोत की, कोणतेही भांडवली विचार आणि भावना हे अंतर कमी करू शकत नाहीत.'' जॉन म्हणाला.

व्हॅन हीक निराशेने म्हणाले, ''तुम्हाला इतकी खातरी असेल तर ठीक आहे. तुमचे विचार बदलले तर चर्चा पुढे चालू ठेवण्यात आम्हाला आनंदच होईल.''

जॉनने नोव्हाझाईम विकण्याची संधी घालवली का? याचा विचार न करता त्याने शनिवार-रविवारी स्वत:ला आपल्या कौटुंबिक आयुष्यात झोकून दिले. पॅट्रिक आणि ज्युनियर जॉनला जॉनच्या भरोशावर घरी ठेवून शनिवारी दुपारी एलिन खरेदीला निसटली. मेगन तिच्याबरोबर होती. एलिनची खरेदीची हाव तिच्या छोट्या मुलीमध्येही आली होती. खरेदीच्या गाडीमध्ये मेगन लहान मुलांच्या आसनावर आणि तिचे श्वसनयंत्र बास्केटमध्ये ठेवून एलीन आनंदाने तिच्या आवडत्या घरगुती वस्तूंच्या विभागाकडे गेली. मायलेकींनी सारख्याच उत्सुक नजरेने मांडणीवरील वस्तू न्याहाळल्या. एलीनने गडद रंगाच्या चित्रे लावण्याच्या लाकडी अनेक फ्रेम्स घेतल्या. ती 'थँक्यू' कार्डस शोधत होती. तेव्हा मेगनने एक पाकीट पकडले. त्यावरील चकचकीत सोनेरी देवदूताने तिचे लक्ष वेधले आणि एलीनला दाखवण्यासाठी ते तिने वर करून दाखवले. ''अहाहा! किती सुंदर?'' ती उत्तेजित होऊन म्हणाली. मग तिने मेगनला त्याच्यावरचा मजकूर वाचून दाखवला. यांच्यावर लिहिले आहे, 'तू भेट दिलेल्या बाळाबद्दल धन्यवाद!' किती छान आहे नाही.

एका तासानंतर त्या हिशेबाच्या टेबलापाशी रांगेत उभ्या होत्या. एलीनच्या लक्षात आले की, मेगनने अजूनही देवदूताची शुभेच्छापत्रे धरून ठेवली होती. हिशेबासाठी तिने घेतलेले सामान गाडीतून बाहेर काढून ठेवले आणि मेगनच्या हातातील शुभेच्छापत्रे हळूच बाजूला ठेवली. त्याकडे बोट दाखवत मेगन म्हणाली, ''माझी शुभेच्छापत्रे ती विसरू नकोस.''

''आपण ती पत्रे आज घेणार नाही आहोत. त्यावर लिहिले आहे की, बाळाच्या भेटीबद्दल धन्यवाद. आपल्याकडे आता बाळे आहेत का?''

'मला ती पत्रे हवीत.' मेगन म्हणाली.

'बाळा, आपण ती नेणार नाही.'

''ती मला घ्यायची आहेत.' मेगनने आग्रह धरला. तिच्या डोळ्यांत अश्रू जमू लागले होते आणि चेहरा गडद लाल झाला होता.

क्षणार्धातच तिच्या श्वसनयंत्राचा गजर ठणाणू लागला.

'हे बघ मेगन, बाळ, माझे ऐकतेस का?' मेगनच्या चेहऱ्याकडे बोट दाखवत एलीन ओरडली.

'मेगन, माझ्याकडे पाहा. तुला श्वसनाला मदत करण्यासाठी एखाद्या यंत्राची

गरज पडली, तर मला फिकीर नाही. तुला ही फालतू पत्रे मिळणार नाहीत.'

मेगन अजून मोठ्या आवाजात ओरडू लागली. ती हातवारे करत तिच्या खुर्चीत वेडीवाकडी होत होती. गजराचा ठणाणा चालूच होता. एलीनने मान वर करून पाहिले. हिशेब करणारी महिला तोंड उघडे ठेवून तिच्याकडे रोखून पाहात होती. तिने आजूबाजूला नजर टाकली आणि पाहिले की, आसपासचे सर्वच लोक तिच्याकडे रोखून पाहात होते. ती गोंधळून गेली. तिने गडबडीने चित्रांच्या फ्रेमचे पैसे दिले आणि पळू लागली. बाबागाडीमध्ये मूल आणि ५० पौंड वजनाचे श्वसनयंत्र यांच्यासह ती जेवढ्या जोरात पळता येईल तितक्या जोरात पळत राहिली. वीस मिनिटांनी घरी पोहोचल्यावर तिने मेगनला उचलून आत घेतले आणि जॉनकडे दिले. ती धुमसत म्हणाली, "आत जा. माझी सहनशक्ती संपली आहे."

"बाबा, आईने मला दुकानात काहीही विकत घेऊ दिले नाही." मेगन निराश होऊन म्हणाली. "बाईसाहेब, आपण आताच काय शोभा केली, हे मी बाबांना सांगते. तोपर्यंत जरा थांबा." असे म्हणत डोके हलवत एलीन जॉनकडे वळली. "मी अगदी वैतागले. मी त्या जागी परत जाईन की, नाही कोणास ठाऊक. ते कदाचित पोलिसांना बोलावतील."

"न रागावणारी आदर्श आई हरली. ही गोष्ट ऐकण्यासाठी मी आता वाट पाहू शकत नाही." जॉन तिला चिडवत म्हणाला.

एलिन धावत जिना चढून गेली. अंघोळ करून मुलांची शिस्त या विषयावरील नुकत्याच घेतलेल्या पुस्तकांमध्ये डोके खुपसून राहिली. एका तासानंतर ती खाली आली तेव्हा मेगन वडिलांच्या मांडीवर बसलेली होती.

"आई, बाबा मला ती कार्डस उद्या आणून देणार आहेत." तिच्या सुरात साखरेचा गोडवा होता आणि डोळ्यांतील चमक परत आली होती.

एलीन म्हणाली, "नाही, ते आणणार नाहीत. जॉन मी तुला या मुलीला बिघडवू देणार नाही. सगळ्या परिचारिका तक्रार करतात की, ती तिचे म्हणणेच खरे करते. तिने हे शिकलेच पाहिजे की, तुम्ही दुकानात जाणार नाही. हवे ते सगळे आणणार केवळ एवढ्याच करता की, तू विरघळला आहेस." जॉनने सौम्यपणे तिचे म्हणणे मान्य करत आपल्या चेहऱ्यावरील हसू पुसून टाकले. "आईचे बरोबर आहे, मेगन." पश्चात्तापयुक्त नजरेने डोळ्यांच्या दोन जोड्या एलीनकडे रोखून पाहत होत्या. 'शप्पथ, आई मी असे परत करणार नाही.' मेगन म्हणाली. मागे फिरल्यावर डोळ्यांच्या कोपऱ्यातून एलीनने पाहिले की, तिचा नवरा एलीनकडे वाकून जोरात डोळे मिचकावत होता. 'मूर्ख मुली हे आपल्या दोघांतील गुपीत होते." डोळे मिचकावण्याचा गोड प्रयत्न करत तिच्या मुलीने डोळे मिटले आणि आपले हसू दाबण्यासाठी जोराने ओठ चावला.

२०. करार

वसंतऋतू ते उन्हाळा, २००१
केंब्रिज-मॅसॅच्युसेट्स, पेनिंग्टन-न्यू जर्सी

"नोव्हाझाईमबद्दल काय करावे?" यावर हेन्री टर्मीर दोन आठवडे विचार करीत होते, त्यांचा स्वत:चा पॉम्पे व्याधीवरील औषधे विकसित करण्याचा कार्यक्रम पुढे जाण्यासाठी कंपनीला मोठी रक्कम द्यावी की नाही, हा प्रश्न त्यांच्या मनात होता. हेन्री एक अनुभवी मुख्य कार्यकारी अधिकारी होते. त्यांनी जेन्झाईममध्ये प्रमुख म्हणून १७ वर्षे काढली होती आणि त्याआधी १० वर्षे ते 'बॅक्स्टर इंटरनॅशनल' या युरोपियन औषधी कंपनीमध्ये होते. त्यांच्यापुढे दोन पर्याय होते. नोव्हाझाईम विकत तरी घ्यायची किंवा त्याचा कार्यक्रम तात्पुरता थांबवून नोव्हाझाईमच्या उत्पादनाबाबत काय होते, याची वाट पाहायची. त्यांच्या औषध विकसनाच्या कार्यक्रमामध्ये त्यांनी आधीच ५० दशलक्ष डॉलर्स गुंतवलेले होते. त्यामध्ये डॉक्टर चेन आणि फार्मिंग्ज विकर ताब्यात घेण्याची किंमतही होती. त्यांच्यामध्ये आणखी पैसे गुंतवणे त्यांना योग्य वाटत नव्हते. नोव्हाझाईम अधिक चांगले औषध निर्माण करेल, असेही त्यांना वाटत होते. दुसऱ्या बाजूने कामाला मिळालेली गती घालविणेही त्यांना चुकीचे वाटत होते. कारण त्यांनी जाणले होते की, एकदा मागे पडल्यावर तो फरक भरून काढणे जवळजवळ अशक्य असते.

नोव्हाझाईमच्या यशाचीही खातरी नव्हती. त्यांचे तंत्रज्ञान नुकतेच सुरू झाले होते आणि जनावरांवरील निष्कर्षांची प्रचिती आलेली नव्हती. त्याच्या संशोधकांना त्या निष्कर्षांबद्दल शंका होत्या आणि त्यांनी ही कंपनी विकत न घेण्याबद्दल वारंवार सल्ला दिला होता. ते म्हणाले होते, थांबा आणि संशोधन कसे पुढे जात आहे हे पाहा. आणखी निष्कर्ष जमल्यानंतर १-२ वर्षांनी कंपनी विकत घ्या.

हेन्री कदाचित थांबलेही असतो, पण नोव्हाझाईमने नुकतेच केलेले सादरीकरण आणि व्हॅन हीक यांनी घातलेली गळ यामुळे नोव्हाझाईम ताब्यात घेण्याबाबत अधिक विचार करायला लावला होता. व्हॅन हीक त्यांना परत-परत आठवण करून देत होते की, त्यांचे जेन्झाईमच्या भरपूर विकल्या जाणाऱ्या सेरेझाईमची सुधारित आवृत्ती काढण्याचे उद्दिष्ट होते. ते अन्न औषध प्रशासनाच्या मान्यतेची आणखी एका औषधाबद्दल वाट पाहात होते आणि याच पद्धतीने नोव्हाझाईम जेन्झाईमच्या या औषधापेक्षाही चांगले औषध तयार करण्याची शक्यता होती. हेन्रीने शेवटी असा निष्कर्ष काढला की, नोव्हाझाईम ही छोटी कंपनी त्यांचा पॉम्पे व्याधीवरील विकसनाचा कार्यक्रम उशीरा होण्यास भाग पाडू शकेल. इतकेच काय, पण त्यांच्या कंपनीचे उत्पन्नाचे मुख्य साधन असलेल्या औषधालाही गंभीर धोका ठरू शकेल.

'ते जर बरोबर असतील, तर आपण सर्व योजनांमध्ये जे करत आहोत, ते विसंगत ठरेल.' दोन आठवड्यांनंतर त्यांनी व्हॅन हीकना सांगितले की, 'आपण हे करू या.'

पुढील आठवड्यात व्हॅन हीक यांच्या निमंत्रणावरून जॉन मॅसॅच्युसेट्समधील केंब्रिजला आला. गेल्या सहा महिन्यांमध्ये अनेक वेळा ते याच चार्लस हॉटेलवर भेटले होते. या दोघांचे चांगले जमत असे आणि ते एकमेकांना आवडूही लागले होते आणि एकमेकांवर विश्वासही ठेवू लागले होते. ६ फूट ४ इंच उंच असलेला व्हॅन जॉनपेक्षा खूपच उंच दिसत असे. त्याच्या उबदार, उत्सुक आणि मोकळेपणाने बोलण्याच्या पद्धतीवर जॉनचा विश्वास होता. हेन्रीप्रमाणेच व्हॅन हीकदेखील हॉलंडमध्ये वाढले होते आणि डच ढब असलेले, ओघवते इंग्लिश बोलत असत.

जॉनचा विनोदी स्वभाव, त्याच्या तीव्र भावना, काम करण्याची तीव्र इच्छा यामुळे व्हॅन हीकला त्याने आकर्षित केले होते. ते म्हणाले, "तुम्ही हेन्रीबरोबरच्या बैठकीमध्ये एक आकडा बोलला होतात. १०० दशलक्ष. मला वाटते, मी हेन्रीला तुमच्या या किमतीच्या जवळ आणू शकेन." "माझे संचालक मंडळ १०० दशलक्ष डॉलर्सला हा व्यवहार करण्यास तयार होईल की, नाही याची मला कल्पना नाही." नाराज होत जॉन म्हणाला. त्याने ठरविले होते की, ४८ दशलक्ष ही त्याने देऊ केलेली किंमत संचालक मंडळापुढे आणायचीच नाही. त्याच्या गुंतवणूकदारांशी संपर्क साधण्यापूर्वी काही वाढीव किंमत घेऊन जेन्झाईम परत संपर्क साधतात का, याची तो वाट पाहात होता. त्याच्या असे लक्षात आले होते की, त्याच्या गुंतवणूकदारांची मते अतिशय भिन्न-भिन्न होती. त्यातील काही तर पूर्णपणे सत्य परिस्थितीला धरून नव्हती. "मी आपला एक आकडा टाकला. मला वाटते की, ती किमान किंमत आहे."

आश्चर्यचकित होऊन व्हॅन हीक म्हणाले, "अरे जॉन, काय म्हणतोस!'

"निर्णय घेणे माझ्या हातात असते, तर मी आता लगेच १०० दशलक्षवर सही करून टाकली असती." देऊ केलेल्या किमतीबाबत आपण फाजील उत्साह दाखवत आहोत असे वाटून जॉन संकोचला. 'परंतु मला संचालक मंडळाशी आधी बोलले पाहिजे. पुढील आठवड्यात हा व्यवहार आपण करू शकू का हे पाहू या.'

त्यानंतरच्या सोमवारी जॉनने संचालक मंडळाची तातडीची बैठक बोलावली. नंतर त्याने प्रत्येक संचालकाला त्यांचा कल आजमावण्यासाठी वेगवेगळा फोन केला. त्याच्या अपेक्षेप्रमाणेच संचालकांच्या मतांमध्ये खूपच वेगवेगळी मते होती. काहींनी देऊ केलेल्या रकमेवर विचार करण्याची इच्छा दर्शविली, तर काहींनी पूर्णपणे असहमती दर्शविली. "मी तुम्हाला सांगतो, आपण १०० दशलक्ष डॉलर्सना कधीच तयार व्हायचे नाही." परस्युअस सोरॉस गटाचे स्टीव्हएल्म म्हणाले. त्यांनी बायोमरीन व्यवहाराची आठवण करून दिली.

बैठकीमध्ये जॉनने जेन्झाईमच्या वकिलांनी समान व्यवहारांच्या किमतीची जॉनने चर्चा केली. त्याने संचालक मंडळाला सांगितले की, जेन्झाईमने प्रथम ४८ दशलक्ष डॉलर्स देऊ केले होते आणि ते १०० दशलक्ष डॉलर्स देण्यास तयार आहेत. पुढे तो म्हणाला, "कोणती किंमत आपल्याला मान्य करण्याजोगी आहे, याबद्दल मला तुमच्या मार्गदर्शनाची गरज आहे."

काही महिन्यांपूर्वीच ज्या गुंतवणूकदारांना नोव्हाझाईम एक फसवणूक वाटत होती; त्यांची आता खातरी पटली होती की, ते अतिमौल्यवान कंपनीचे मालक आहेत. जेन्झाईमला नोव्हाझाईम हवी असेल, तर त्यात त्यांचा काहीतरी हेतू नक्कीच असेल.

एल्म म्हणाले, "१०० दशलक्ष डॉलर्स म्हणजे आम्हाला फक्त दुप्पट किंमत मिळणार हे मान्य होण्याजोगे नाही. कोणत्याही कंपनीला किमान ५०० दशलक्ष डॉलर्स द्यावे लागतील." त्यांनी आठवण करून दिली की, बायोमरीन हे एक औषध वैद्यकीय चाचण्यांमध्ये आल्यापासून तिची वायदे बाजारातील किंमत १० कोटी डॉलर्सवर पोहोचली होती. कॅनफिल्डचा विकर मानवी चाचण्यांमध्ये येईपर्यंत थोडे महिने आणखी थांबलो, तर कंपनीची किंमत आभाळाला पोहोचेल. जॉन म्हणाला, "स्टीव्ह, आपण पूर्व वैद्यकीय काम करणारी कंपनी आहोत. आपण १०० दशलक्ष डॉलर्सची सीमा ओलांडली, तर या प्रकारातली ही सर्वांत महागडी विक्री ठरेल."

जॉनला पाठिंबा देण्यासाठी हस्तक्षेप करीत गस म्हणाला, "हे पाहा, १०० दशलक्ष डॉलर्स देऊ केले जात असतील, तर आपण आपली कंपनी प्रचंड

मौल्यवान बनवलेली आहे, आणि बाजारात मंदी येऊ शकते.'' त्याने इतरांना आठवण करून दिली की, नोव्हाझाईम सार्वजनिक प्रगती करेपर्यंत त्यांना नोव्हाझाईममध्ये प्रचंड पैसा ओतावा लागेल. आणि हे विसरू नका, ''औषध विकसन हे धोक्यांनी भरलेले आहे.'' त्यांनी गंभीरपणे आपले बोलणे संपविले.

गस आणि स्टीव्हकडे पाहात जॉन म्हणाला, ''तुम्ही तुमच्या मतांमधील अंतर कमी करू शकाल का?'' ''तुम्हाला जर २२५ दशलक्ष डॉलर्स मिळत असतील तर आपण हा व्यवहार उद्या पूर्ण करून टाकावा.'' गसने जाहीर केले.

''गस, तुम्ही बरोबर आहात. आपल्याला २०० कोटी दशलक्ष डॉलर्स मिळत असतील तर आपण विक्री करावी.'' जॉन म्हणाला आणि यावर चर्चा न होता एकमत झाले की, २२५ दशलक्ष डॉलर्स हे उद्दिष्ट असेल.

बैठकीनंतर जॉनने व्हॅन हीकना फोन करून संचालक मंडळाने २२५ दशलक्ष डॉलर्स ही विक्रीची किंमत ठरविल्याचे सांगितले.

आश्चर्यचकीत झालेले व्हॅन हीक, 'जॉन' एवढेच बोलले.

त्यांना शांत करीत जॉन म्हणाले, ''आपण किती जवळ जाऊ शकतो ते पाहू या.'' त्याला माहीत होते की, जेन्झाईम २०० कोटी दशलक्ष डॉलर्सपर्यंत कधीच जाणार नाहीत; परंतु त्याला आशा होती की, तो जर सुमारे १५० दशलक्ष पर्यंत जाऊ शकला तर कदाचित संचालक मंडळ व्यवहाराला तयार होईल.

घाईने अनेक फोन केल्यावर व्हॅन हीकने किंमत १२५ दशलक्षापर्यंत वाढविली. जॉन २२५ दशलक्षावर अडून बसला. व्हॅन हीकने १३७ पूर्णांक ५ दशलक्ष देऊ केले आणि या आकड्यांवर दोघेही अडून बसले. यापेक्षा जास्त देण्यास व्हॅन हीक आणि हेन्री अजिबात तयार नव्हते. जॉन म्हणाले, ''संचालक मंडळाची मान्यता मिळविण्यास हे पुरेसे नाहीत.''

शनिवार-रविवार आपल्या घरी असताना जॉनने एका समेटावर विचार केला. त्याने व्हॅक हीकना फोन केला, ''बिल आणि मी हा व्यवहार करू इच्छितो. पण तुम्ही आम्हाला मदत केली पाहिजे.'' त्यांनी आपली योजना त्यांच्यापुढे मांडली. १३७.५ दशलक्ष डॉलर्स आत्ता द्यायचे आणि २२५ पैकी उरलेले ८७.५ दशलक्ष डॉलर्स पुढील काही वर्षांत द्यायचे, तेही त्याने जेन्झाईमसाठी दोन नवीन औषधे कॅनफिल्डच्या पद्धतीने तयार केली तरच.

''या पद्धतीने मी माझ्या संचालक मंडळाला सांगू शकतो की, मी त्यांना २२५ दशलक्ष डॉलर्स मिळवून दिले आहेत. त्यातील काही हिस्सा नंतर मिळेल आणि तुम्ही हेन्रींना सांगू शकता की, ते १३७.५ दशलक्ष डॉलर्सला तयार झाले आहेत आणि पुढील यश मिळाले, तरच तुम्ही अधिक पैसे द्याल.''

हेन्रींना असे वाटते की, ''ते यश मिळण्याआधीच यशाची किंमत देत

आहेत.'' व्हॅन हीक निराशेने म्हणाले. ''हे पाहा १३७.५ दशलक्षपेक्षा अधिक एक किंवा दोन औषधांना मान्यता मिळाली, तरच ह्या एकाच औषधाला मान्यता मिळाली तरी व्यवहाराची पूर्ण रक्कम एक वर्षाच्या फायद्यात तुम्हाला मिळून जाईल.'' ''ठीक आहे जॉन, मी हेन्रीशी एकदा शेवटचे बोलतो.'' व्हॅन हीक यांनी मान्यता दिली.

काही तासांनी त्यांनी उत्तेजित होऊन फोन केला आणि म्हणाले, ''हेन्री म्हणतात, आपण व्यवहार करू या.''

जॉनने ही बातमी सांगण्यासाठी कॅनफिल्डना फोन केला. परंतु दोघांनीही आनंद साजरा केला नाही. जेन्झाईमची २२५ दशलक्ष डॉलर्सच्या या गुंतागुंतीच्या गणिताला मान्यता मिळणे, ही एक गोष्ट होती आणि त्यांच्या संचालक मंडळाला ही गोष्ट पटविणे, ही अगदीच वेगळी गोष्ट होती.

अचानकपणे ही छोटी कंपनी मौल्यवान झाली. हेन्रींनी या व्यवहाराला मान्यता दिल्यानंतर लगेच जगातील जैवतंत्रज्ञानातील दोन सर्वांत मोठ्या कंपन्यांपैकी एक जीनेन्टेक कार्पोरेशन या कंपनीने या प्रकरणात उडी घेतली. ही कंपनी त्यांच्या कर्करोगांवरील औषधांमध्ये पायाभूत कामासाठी प्रशंसनीय ठरली होती. जीनेन्टेकने आपण देऊ शकत असलेली किंमत सांगितली. जॉन अनेक महिने या कंपनीचा पाठलाग करत समांतर चर्चा करत होता. केवळ एक पर्याय म्हणून नव्हे; तर त्यांच्या विज्ञानाने इतर जैवतंत्रज्ञानातील कारखानदारांप्रमाणे जॉनही दिपून गेला होता. त्या कंपनीची मुख्य कार्यकारी अधिकारी असलेली 'मिर्टल क्वाटर' हिच्याशी त्याची मैत्रीही होती. त्या दोघांनी ब्रिस्टॉल मायरमध्ये एकत्र काम केले होते. जॉनला ती आवडत असे आणि तिच्याबद्दल आदरही वाटत असे. क्वाटरनी त्यांच्याकडे एकत्र काम करण्याची योजना मांडली. नोव्हाझाईमच्या १० टक्के मालकी हक्काच्या बदल्यात २२.५ दशलक्ष डॉलर्स गुंतवायचे आणि औषधे तयार करण्याच्या पुढील खर्चातील जवळ-जवळ सर्व खर्च द्यायचा. या पद्धतीने जॉन आणि कॅनफिल्डला पॉम्पे विकर विकसित करण्यासाठी पैसेही मिळणार होते आणि कंपनीचा जवळजवळ पूर्ण ताबा दुसऱ्या कंपनीला द्यावा लागणार नव्हता. आपले अधिक पैसे न गुंतवता पैसे तर वापरायला मिळाले असते आणि कंपनी दोन वर्षांत सार्वजनिक करण्याचा खजिना मिळेपर्यंत थांबताही आले असते.

आर्थिकदृष्टीने सकृतदर्शनी हा एक अशक्य पर्याय दिसत होता. जॉन त्याच्या संचालक मंडळाच्या सदस्यांशी बोलला आणि त्याला असे दिसून आले की, कोणत्या मार्गाने पुढे जावे याबाबत त्यांच्यात फारच मतभिन्नता होती. मॉर्गन स्टॅन्ली येथील त्याच्या वित्तसंस्थेला त्याने या दोन व्यवहारांचे आर्थिक मूल्यमापन

पटकन करून देण्यास सांगितले आणि पुढील सोमवारी संचालकमंडळाची आणखी एक बैठक ठरविली.

रविवारी रात्री आपल्या घरी अभ्यासिकेत बसलेले असताना मॉर्गन स्टॅन्लीने एक तासापूर्वी पाठविलेली माहिती वाचत असताना जॉनला राग येत होता. एखाद्या त्रयस्थाला देखील हा निर्णय स्पष्ट उत्तर देणारा नव्हता. अभ्यासिकेचे दार लावून त्याने तो अहवाल शांतपणे परत वाचला. कॅनफिल्ड मुलाबरोबर न्यू मेक्सिकोच्या पर्वतरांगांमध्ये गिर्यारोहणासाठी गेला होता. त्यामुळे सोमवारच्या संचालक मंडळाच्या बैठकीस कॅनफिल्ड हजर राहणार नव्हते. परंतु जॉनने त्यांना बरोबर घेऊन जाण्यासही एक सॅटेलाइट फोन घेऊन दिला होता. प्रत्येक रात्री दहा वाजता तो सुरू करण्यास सांगितले होते. त्यामुळे ते दहा मिनिटे बोलू शकत होते. तो फोन यायला काही तास होते आणि त्यापूर्वी त्याला या व्यवहाराबद्दल काय सल्ला द्यावा, हे ठरविण्यासाठी जॉनकडे काही तास होते.

कॅनफिल्डना आपल्या बाजूस वळविण्यासाठी त्याने स्पष्ट आणि आग्रही राहणे आवश्यक होते, हे जॉनला माहिती होते. परंतु तो कोणत्या बाजूचा होता हे त्याचे त्यालाच स्पष्ट झाले नव्हते. मॉर्गन स्टॅन्लीचा विचार बाजूला ठेवून त्याने आपली स्वत:ची फायदे आणि तोट्याची यादी कागदावर लिहायला सुरुवात केली. फायद्याच्या यादीमध्ये जनेन्टेकच्या व्यवहाराबद्दल लिहिले 'महान विज्ञान' त्यानंतर जॉनने पुढे लिहिले, "शास्त्रज्ञांना एकमेकांबद्दल आदर." जेनेन्टेकचे शास्त्रज्ञ कॅनफिल्डना भेटले होते आणि त्यांच्या शास्त्रीय पद्धतीबद्दल ते उत्साहित झाले होते. याविरुद्ध जेन्झाईमचे शास्त्रज्ञ कॅनफिल्डच्या विज्ञानाबद्दलची आपली नाखुशी लपवत नव्हते. जॉनला हेही माहीत होते की, जनेन्टेकमध्ये त्यांच्या व्यापारी विभागाशी तो चांगले काम करू शकला असता. क्वाटरला अनेक वर्षे ओळखत असल्यामुळे त्याचा तिच्या योजना अंमलात आणणाऱ्या क्षमतेवर विश्वास होता.

जेनेन्टेकच्या योजनेप्रमाणे नोव्हाझाईम ही एक स्वतंत्र कंपनी राहणार होती. याचाच अर्थ, नोव्हाझाईम यशस्वी झाली, तर बायोमरीनप्रमाणे हे केव्हा ना केव्हा प्रचंड फायदा घेऊन ते सार्वजनिक होऊ शकले असते. आणखी एक फायदा म्हणून त्याने लिहिले, 'बायोमरीनप्रमाणे लक्षवेधी उत्कर्ष.'

त्याखाली त्याने लिहिले 'नियंत्रण'. जेनेन्टेकच्या भूमिकेप्रमाणे कंपनीच्या भविष्याचे नियंत्रण, नि:संशयपणे तो आणि कॅनफिल्डकडे राहणार होते. कारण नोव्हाझाईम स्वतंत्र राहणार होती आणि जॉन त्याचा मुख्य कार्यकारी अधिकारी असेल. अर्थातच ते जेन्झाईमबरोबर गेले, तर त्याचे संपूर्ण नियंत्रण जाणार नव्हते. जॉनने हेन्रीला आधी सांगितले होते की, तो वरिष्ठ, उपाध्यक्ष म्हणून

पॉम्पे व्याधीवरील औषध विकसनाचा मुख्य म्हणून राहणार असेल, तरच तो जेन्झाईमला कंपनी विकेल. हेन्रीने ताबडतोब मान्यता दिली होती. कारण जॉनची ऊर्जा आणि प्रवृत्ती त्याला सकारात्मक वाटत होती. त्याने दोन रुग्णांचा बाप असणे आणि व्यवसाय यातील द्वंद्वावर मात केली होती, तरीही नोव्हाझाईमचा मुख्य कार्यकारी अधिकारी असण्याच्या अधिकाराच्या जवळपासही तो उपाध्यक्ष म्हणून आला नसता.

जेन्झाईमचे फायदे याखाली त्याने हेही लिहिले 'मनी इन बँक' – 'बँकेत पैसे जमा' जेन्झाईमने ताबा घेतला तर गुंतवणूकदारांना १३७.५ दशलक्ष डॉलर्स लगेच मिळणार होते. जनेन्टेकशी व्यवहार केल्यास कंपनी सार्वजनिक होण्याइतपत सक्षम होण्यापर्यंत गुंतवणूकदारांना सुमारे दोन वर्षे थांबावे लागले असते.

आपले थकलेले डोळे चोळत जॉनने एक नि:श्वास सोडला आणि लिहिलेला कागदांचा गठ्ठा मेजावर ठेवला. दोन वर्षांनंतर हॉवर्ड बिझनेस स्कूलमधील विद्यार्थी हेच वैचारिक द्वंद्व अभ्यासतील आणि ''जॉनने त्या रात्री योग्य निर्णय घेतला का?'' यावर मतदान करतील हे त्याला माहीत नव्हते. अनेक मुख्य कार्यकारी अधिकाऱ्यांना असे कठीण धोरणात्मक निर्णय घ्यावे लागतात. पण कदाचित इतिहासामध्ये प्रथमच व्यवसायाचे भवितव्य स्वत:च्या मुलाच्या जिवंत राहण्यावर ठरत असेल. धंद्याच्या व्यवहाराचे गुणावगुण बाजूस ठेवून त्याच्या हृदयातील प्रश्न जॉनने स्वत:ला विचारला. त्याच्या मेगन आणि पॅट्रिकसाठी कोणता व्यवहार अधिक चांगला होता? डिस्ने वर्ल्डला भेट देऊन आल्यापासूनच्या काही महिन्यांमध्ये लक्षात येण्याइतपत मुले अशक्त झाली होती. नोव्हाझाईमच्या प्रश्नांमुळे त्यात बुडून गेलेल्या आणि लक्ष तिकडे वेधल्या गेलेल्या जॉनच्याही हे लक्षात आले. जॉनच्या हेही लक्षात आले होते की, मुलांची खुंटलेली प्रगती एलीन त्याच्यापुढे मांडत नव्हती. जॉनप्रमाणेच तिनेही आपल्या खात्यातील काळज्या म्हणजेच त्यांचे आयुष्य, घर आणि मुलांची दैनंदिन व्यवस्था हे स्वत:कडेच ठेवले होते. जॉन काही मदत करू शकेल असे काही उद्‌भवले तरच ती त्याला सांगत असे. आधाराशिवाय पॅट्रिक आता बसू शकत नाही आणि मेगन बसू शकते, परंतु वारंवार पडते. याकडे लक्ष न देणे त्याला अवघड होते, ते आणखी किती काळ जगू शकतील?

कोणती कंपनी त्याच्या मुलांना लवकरात लवकर उपचार देऊ शकेल?

तो स्वत:शी परत म्हणाला की, जेन्झाईम ही जगामध्ये एकमेव कंपनी अशी होती की, लायसोसोमल व्याधी – गौचर वरील औषध विकत होती. आणखी एका अशाच व्याधीवरील औषध त्यांनी विकसित केले होते आणि वैद्यकीय चाचण्या करून अन्न आणि औषध प्रशासनाच्या मंजुरीची वाट पाहात होते.

अशा प्रकारची औषधे तयार करण्यामध्ये जेन्झाईम तरबेज होते, याबद्दल शंकाच नाही; तर जनेन्टेकचे लक्ष मुख्यत: आत्तापर्यंत कर्करोग आणि इतर व्याधींवरील औषधांवर केंद्रित होते.

नोव्हाझाईममध्ये त्याने काढलेल्या वर्षभरामध्ये त्याला माहिती झाले होते की, औषध विकसनाच्या कार्यक्रमात अडथळे येऊ शकतात. असे घडले तर? त्याने स्वत:ला विचारले, कार्यक्रम चालू ठेवण्यास कोणती कंपनी अधिक कसोशीचे प्रयत्न करू शकेल जेन्झाईम की, जनेन्टेक जेनेन्टेकमध्ये अनेक औषधांचे संशोधन चालू असेल? त्या कॅनफिल्डचा विकर हा त्यापैकी एक असेल हेन्रीने त्याला आश्वासन दिले होते की, जेन्झाईमच्या इतिहासातील पॉम्पे व्याधीवरील औषध विकसनाचा कार्यक्रम हा सर्वांत मोठा असेल. जेन्झाईमच्या भविष्याच्या दृष्टीने हा कार्यक्रम अतिशय महत्त्वाचा असेल आणि हा कार्यक्रम चालू राहण्यासाठी हेन्री आणि स्वत: जॉन लढा देतील.

"हा कार्यक्रम हेन्रीला रात्रभर जागा ठेवेल." तो मोठ्या आवाजात म्हणाला. "कॅनफिल्डचा विकर उपयुक्त ठरला नाहीतर?" तुमच्या स्वत:च्या संयुक्त विचारावर विश्वास ठेवणे सोपे होते. परंतु दुर्दम्य आशावादी असूनही तो मूलत: वास्तववादी होता. मानवी PTase आणि डीएमजेचा पर्याय किफ्यूनेनसिन वापरून पॉम्पे विकर तयार करण्याची प्रक्रिया कॅनफिल्डनी अजून तपशीलात तयार केली नव्हती. जेन्झाईम आणि गुंतवणूकदार यांना तो भासवत असलेले निष्कर्ष, हे गतवर्षी गाईपासून केलेल्या PTase वापरून तयार केलेल्या पॉम्पे विकराचे होते आणि अन्न व औषध प्रशासनाने ते कधीच मान्य केले नसते.

जॉन जेन्झाईम बरोबर राहिला, तर त्याला आधार मिळाला असता; फार्मिंग आणि ड्यूकचे विकर परिपूर्ण असण्यापासून खूप दूर असले, तरी त्यांनी काही रुग्णांचे जीव वाचविले होते. जर कॅनफिल्ड अडखळला, तर हे विकर मुलांसाठी तात्पुरता पूल म्हणून उपयोगी पडतील आणि अधिक चांगले औषध येईपर्यंत मुलांना जिवंत ठेवता येईल. त्याच्या स्वत:च्या कंपनीच्या अपयशाविरुद्ध हे विकर त्यांचा आयुर्विमा होऊ शकतील.

या विचारानंतर आपण काय करायला हवे, हे जॉनला समजले. त्याने त्याचे पाय समोरच्या मेजावर ठेवले, घड्याळाकडे पाहिले आणि कॅनफिल्डला फोन करण्यासाठी दहा वाजण्याची वाट पाहिली. दुसऱ्या दिवशी, म्हणजे १८ जूनला जॉन झोपेतून उठला तेच मुळी स्वच्छ डोक्याने जेन्झाईमबरोबरच्याच व्यवहाराला पुढे सरकविण्यास कॅनफिल्डने मंजुरी दिली होती. त्याला हा सर्वोत्तम निर्णय असल्याचा आत्मविश्वास होता. त्याला शांत झोप लागली. त्याच्या गुंतवणूकदारांना जेन्झाईमबरोबर जायला पटवण्यासाठी त्याला त्याची शक्ती एकवटणे आवश्यक होते. परस्यूअस

सोरॉस आणि कॅटॅलिस्ट हे गुंतवणूकदार जेनेन्टेककडे झुकलेले होते, हे त्याला माहीत होते. परंतु हेल्थ केअर व्हेच्यूअर्सचे गस हे जेन्झाईमच्या व्यवहाराबाबत वकिली करीत होता.

जॉन आंघोळ करत-करत जेन्झाईमचा व्यवहार व्हावा, यासाठी बाजू मांडण्याचे विचार मनात घोळवत असताना एलीन आत घुसली. भीतीने तिचा चेहरा पांढरा पडला होता. मनाचा तोल क्वचितच सुटणारी एलीन किंचाळली, ''जॉन ज्युनिअर कुठे आहे? मला तो सापडत नाही आहे.'' कमरेभोवती टॉवेल गुंडाळत जॉन धावत बाहेर आला. तो वरच्या मजल्यावरील मुलांच्या शयनकक्षाकडे धावत गेला. साबणाच्या पाण्याचे डाग जमीन आणि भिंतीवर उठत होते. मेगन आणि पॅट्रिक त्यांच्या शयनकक्षात जागे होत होते. परंतु जॉन ज्युनिअर त्याच्या खोलीत नव्हता. मुलाच्या नावाने हाका मारत तो पहिल्या मजल्यावरून धावत सुटला. नंतर पुढील दरवाजा उघडून 'जॉन, जॉन' अशा हाका मारत अजूनही टॉवेल गुंडाळलेल्या जॉनने बाहेरचा परिसर ढांगा टाकून धुंडाळला.

घरात धावत येत तो ओरडला, ''एलीन, पोलिसांना बोलव.'' तिने फोन उचलला. एवढ्यात त्या छोट्या मुलाला शोधत असलेल्या दिवसाच्या परिचारिकेने वरच्या मजल्यावरून ओरडून सांगितले, ''शांत व्हा. शांत व्हा. तो त्याच्या अंथरुणातच आहे.'' एलीन आणि जॉनने आश्चर्याने एकमेकांकडे पाहिले. माडीवरील खोलीमध्ये त्यांचा मुलगा अंथरुणाच्या पायाकडील बाजूस पांघरुणाच्या ढिगाखाली मुटकुळे करून झोपलेला होता. ना जॉन, ना एलीनने त्याला पांघरुणाच्या ढिगाखाली झोपलेले पाहिले होते.

अंथरुणावर कोसळत जॉनने त्याच्या मुलाला मिठीत घेतले. त्याच्या गालांवरून सुटका झाल्याचे अश्रू ओघळत होते. एलीनने त्याच्या अंथरुणाजवळ आपले गुडघे टेकले आणि त्या दोघांभोवती आपले हात टाकून दोघांना मिठीत घेतले. आपले झोपाळू डोळे उघडत आपले आई-वडील आणि परिचारिका यांच्याकडे पाहात तो छोटा मुलगा म्हणाला, ''आई-बाबा, तुम्ही सगळे माझ्या खोलीत का आहात?''

तीन तासांनंतर साबणाचे डाग धुतलेला आणि केस नीट विंचरलेला जॉन, मॉर्गन स्टॅन्लीच्या सगळ्यात वरच्या मजल्यावरील चर्चेच्या खोलीमध्ये मेजाच्या मुख्य टोकाशी बसला होता. तेथून मॅनहॅटनचा खालचा भाग दिसत होता. वर्ल्ड ट्रेड सेंटरचे जुळे मिनार आकाशाला भिडले होते. मोठ्या खिडक्यांमधून प्रकाशाचे झोत आत येत होते. त्यामधून खाली शहर दिसत होते. दक्षिण मॅनहॅटन काही अंतरावर असल्याचे दर्शवत होते. परस्यूसोरॉसचे डेनिस आणि स्टीव्ह त्याच्या उजवीकडे बसले होते. गस त्याच्या डावीकडे आणि त्याच्या शेजारी होता जोश नंतर फिलीप्स आणि त्यांचा वरिष्ठ भागीदार डेव्हीड हेनड्रेन बसले होते. इतर

दोन संचालक, हुशार वैज्ञानिक स्टुअर्ट कॉर्नफेल्ड, ओक्लाहोमाचा गुंतवणूकदार डेव्हीड अल्बर्ट यांनी फोन केला होता. अजूनही गिर्यारोहण करीत असलेला कॅनफिल्ड सहभागी नव्हता. प्रत्येक संचालकाच्या समोर निळ्या रंगाचे जाड पुठ्ठ्याचे पुस्तक होते. त्यामध्ये मॉर्गन स्टॅन्लीने केलेले आर्थिक विश्लेषण होते.

जॉनने सुरुवातीस प्रत्येक व्यवहाराचे फायदे सांगणारे मुद्दे थोडक्यात विशद केले. त्यानंतर त्याने जेन्झाईमशी व्यवहार करण्याबाबत आपले वैयक्तिक मत सांगितले.

''जनेन्टेकच्या व्यवहारामध्ये अधिक प्रगतीची शक्यता आहे. परंतु गुंतवणूकदारांकडे औषध विकसनातील सर्व धोके शिल्लक राहतात. तर दुसऱ्या बाजूस जेन्झाईमच्या व्यवहारामध्ये गुंतवणूकदारांना मोठा आणि ताबडतोब परतावा मिळतो आणि अधिक पैसे मिळण्याची शक्यताही राहते. आपले तंत्रज्ञान यशस्वी झाले तर हा व्यवहार फार उत्तम नाही; परंतु चांगला व्यवहार असेल. पण आपले तंत्रज्ञान जर यशस्वी झाले नाही; तर जेन्झाईमचा व्यवहार हा या शतकातील सर्वोत्तम व्यवहार असेल.'' जॉन म्हणाला. डोके हलवित तो पुढे म्हणाला, ''मला असे वाटते की, एका मोठ्या मौल्यवान व्यवहारापासून आपण दूर जात आहोत.''

''माफ करा, तुम्ही निराश झाला आहात असे वाटते.'' जॉन थोड्या उपरोधाने म्हणाला, त्याला त्यांच्या चेहऱ्यावर काही आठवड्यातील तणाव दिसून येत होता. जॉनला माहीत होते की, फार अधाशीपणा केला नाही, तर गुंतवणूकदारांसाठी हा एक चांगला व्यवहार होता. ''तुमचे सगळेच व्यवहार या इतकेच निराशाजनक असतील.'' जॉन लगेच म्हणाला.

''मला हे मान्य नाही, पण हे आम्हीही समजू शकतो की, जेव्हा व्यवस्थापनाला एकमताने वाटते की, विकून टाकण्यास हीच योग्य वेळ आहे. तेव्हा आम्ही त्या मार्गात अडसर होऊ शकत नाही.'' डेनिस हस्तक्षेप करीत म्हणाले, ''यापेक्षा अधिक किंमत आपल्यापुढे आहे असे तुम्हाला वाटते का? जेन्झाईमकडून आपण किंमत वाढवून घेऊ शकतो का?''

जॉन निश्चयाने म्हणाला, ''हेन्रींना आपण येथपर्यंतच आणू शकतो.''

डेनिस आपला मुद्दा दामटत म्हणाले, ''जेनेन्टेकने देऊ केलेल्या शर्थींचा वापर आपण तरफेप्रमाणे करू शकतो का?''

''त्यामुळे हा व्यवहार धोक्यात येईल आणि आपल्याबद्दलचे मत वाईट होईल. हेन्रींकडे यापेक्षा किंमत वाढविण्याचा आणखी प्रयत्न केल्यास मी जेन्झाईमबरोबर कधीच काम करू शकणार नाही.'' जॉन अधिक खंबीरपणे म्हणाला. त्याला खातरी होती की, त्याने हेन्रीला त्याला शक्य तेवढी जास्तीत जास्त किंमत वाढवावयास लावली आहे. जेनेन्टेकला स्पर्धक म्हणून वापरून

मीर्टर, पॉटर बरोबरचे त्याचे संबंध धोक्यात आणण्याची त्याची तयारी नव्हती.

गस म्हणाला, "हा एक चांगला व्यवहार आहे आणि आपण तो करावा." डेनिसची अखेरीस खातरी पटली आणि त्यांनी होकारार्थी मान हलविली. मतदान घेण्याचीही गरज पडली नाही.

"मला तुम्हाला सांगावेसे वाटते की, तुम्ही खरोखरच चांगले काम केले आहे." डेनिस जॉनचा उत्साह वाढवत बैठक संपल्यावर जॉनची पाठ थोपटत म्हणाले. खोलीतून सर्व जण बाहेर गेल्यावर गस हसत जॉनकडे आला आणि म्हणाला, "मला वाटते तू आनंदी असशील.हे तुम्ही आणि तुमच्या कुटुंबियांसाठी चांगले असेल."

जॉन खोलीतून बाहेर आला. बाहेर वसंतऋतूतील स्वच्छ सूर्यप्रकाश पडला होता. पेन स्टेशनला जाण्यासाठी त्याने टॅक्सी पकडली. ती दुपारची लवकरची वेळ होती. ज्या बैठकीने त्याच्या कंपनीचे भवितव्य ठरविले होते आणि त्याची झोप उडविली होती. ती बैठक केवळ एक तास चालली होती. घरी जाण्यासाठी न्यू जर्सीच्या ट्रेनमध्ये तो आसनाला टेकून बसला. त्याच्या मनात आले दोन वर्षांपूर्वी जेन्झाईम किंवा फार्मिंगचे व्यवस्थापक त्याच्या फोनला उत्तर देण्याचीही टाळाटाळ करीत होते. काही आठवड्यातच फक्त कॅनफिल्डच्या प्रायोगिक औषधाचेच नव्हे, तर पॉम्पे व्याधीवरील जगभर चाललेल्या इतर औषधांचेही वैद्यकीय विकसन त्याच्या अधिपत्याखाली असेल. रँडॉलच्या पॉम्पे संशोधनाच्या चर्चासत्रामध्ये प्रवेश मिळविण्यासाठीसुद्धा त्याला धडपडावे लागले होते, आणि त्या दिवसापासून तो आज कितीतरी पुढे पोहोचला होता.

आता, या ना त्या मार्गाने कॅनफिल्डच्या औषधाने किंवा इतर कुठल्यातरी विकरामुळे त्याच्या मुलांवर उपचार होतील. याची त्याला खातरी वाटली. आता जेन्झाईम लवकरात लवकर वैद्यकीय चाचण्या सुरू करेल, यासाठी जेन्झाईमवर दबाव टाकणे, एवढेच फक्त करायचे होते. सगळ्यात अवघड भाग त्याने साधला होता. पॉम्पे जगताचा तो एक भाग होता आणि एका प्रभावी स्थानावर होता. विज्ञानाला आवश्यक असलेले निधीचे शक्तीवर्धक त्याने दिलेले होते आणि कॅनफिल्डच्या विकराच्या चाचण्या, अन्न आणि औषध प्रशासनाची मान्यता मार्गस्थ केले होते. उर्वरित कार्य यापेक्षा अवघड असणार नाही, अशी त्याची खातरी होती. बैठकीबद्दल एलीनला सांगण्यासाठी त्याने फोन उचलला. "हाय हनी! तुला शिंपले आणि चीज अजूनही आवडते का?" तो म्हणाला.

"याचा अर्थ जेन्झाईमचा व्यवहार तू संचालक मंडळाकडून मान्य करून घेतलास." बोस्टनचा संबंध लक्षात घेऊन एलीन म्हणाली. त्याने विचारले, "कमाल आहे! तुला कसं कळलं? मुलं कशी आहेत?" "ओ! उत्तम!" किंचित

उपरोधाने ती म्हणाली. ''पॅट्रिकचा बोलण्याचा उपचार आत्ताच संपला. मेगनचा व्यायाम सुरू आहे. त्यांची तोंडे आज काम करीत आहेत. शेरॉन आणि मी त्यांचा गजर का वाजतो आहे, हे पाहण्यासाठी धावपळ करीत आहोत. कौली कुटुंबाचा हा आणखी एक महान दिवस आहे. तू घरी किती वाजता येशील.''

२१. जेन्झाईम

पानगळ, २००१
केंब्रिज-मॅसॅच्युसेट्स

जेन्झाईममध्ये कामाचा पहिला दिवस सुरू करण्यासाठी जॉन केंब्रिजमधील वनकेंडॉल स्क्वेअर येथील विटा लावलेल्या प्रांगणातून २६ सप्टेंबरला सकाळी ८.३० वाजता चालत गेला. त्याने निळा सूट घातला होता आणि कागदपत्रांची जुनी कातडी पिशवी उजव्या खांद्यावर अडकविली होती. पानगळीच्या काळातील तो एक सुंदर दिवस होता आणि जवळच्याच एमआयटीमधील विद्यार्थी अर्धी चड्डी आणि टी-शर्ट घालून फिरत होते. आपला सूट सोडल्यास आपण त्यांच्यातीलच एक शोभून दिसू, असे जॉनच्या मनात आले. लहान सडसडीत बांध्यामुळे ३४ वर्षांचा असूनही तो लहानखुरा दिसत असे. त्याचे केस दाट होते आणि चेहराही तुकतुकीत होता. त्याने स्वत:ची ओळख करून दिल्यावर जवळजवळ प्रत्येक वेळी इतका तरुण माणूस नोव्हाझाईमचा मुख्य कार्यकारी अधिकारी आहे. याचे समोरच्या व्यक्तीला आश्चर्य वाटत असे. यावर जॉनचे उत्तर ठरलेले असे. ती हसून म्हणे, ''त्यामुळे तुम्हाला बरे वाटत असेल, पण मला खूपच प्रौढ झाल्यासारखे वाटते.''

चार्ल्स नदीच्या पलीकडे आणि जेन्झाईमच्या मुख्यालयापासून केवळ दोनच मैलांवर असलेल्या हार्वर्ड बिझनेस स्कूलमधून साडे-चार वर्षांपूर्वी पदवीधर म्हणून बाहेर पडलेल्या त्या तरुण माणसांपासून तो स्वत:ला मनाने आणि भावनिकरित्या दूर करू शकत नव्हता. हे सत्य होते. त्या वेळचे त्याचे आयुष्य इतके वेगळे, इतके तणावमुक्त होते की, जणू दुसरीच कोणीतरी व्यक्ती ते आयुष्य जगत होती असे वाटावे.

हार्वर्डमध्ये पदवी मिळाली तो दिवस जॉनला आठवला. स्वत: आणि आपले

कुटुंबीय यांच्या भव्य, आनंदी आयुष्यासाठीच्या त्याच्या योजना व तो स्वत: यांच्यामध्ये काहीही येऊ शकणार नाही असे त्याला वाटत होते, हेही त्याला आठवले. असे कसे होईल? हार्वर्डची एमबीए, नॉटर डेमची कायदा पदवी, ॲनॉपॉलिसमधील शिक्षण, त्याच्या आणि एलीनच्या एकत्र घट्ट विणलेल्या, एकत्र कुटुंबाची ताकद हे सगळे असल्यावर विपरीत कसे घडेल? कदाचित पदवीदान समारंभाच्या वेळचे प्रमुख वक्ते मर्क आणि कंपनीचे मुख्य कार्यकारी अधिकारी रे गिल्मार्टीन यांची त्याच्या वर्गाने केलेली निवड ही त्याच्या आयुष्याच्या दिशेकडे दाखविलेले एक बोट होते. त्याच्या स्वत:च्या वर्गातील भाषणामध्ये त्याने आपल्या सहाध्यायींना त्यांच्या हार्वर्डच्या एमबीएचा उपयोग रोगांशी लढण्यासाठी वंशवादाविरुद्ध लढण्यासाठी आणि आपल्या देशात उद्योजकता वाढविण्यासाठी वापरण्यास सांगितले होते. हा केवळ योगायोग नसावा.

त्यावेळचे जेन्झाईमचे मुख्यालय असलेल्या विटांच्या मोठ्या इमारतीकडे जाण्यापूर्वी जॉन विबटाऊन उपहारगृहामध्ये न्याहारी करण्यासाठी थांबला. त्याच्या वैशिष्ट्यपूर्ण हस्ताक्षरात कंपनीच्या पॉम्पेवरील कार्यक्रमाची योजना लिहिलेला कागद त्याच्या पिशवीमध्ये होता. जूनमधील त्यादिवशी कंपनी जेन्झाईमला विकण्यास संचालक मंडळाने मंजुरी दिल्यापासूनच्या त्या तीन खडतर महिन्यांमध्ये जॉनने कराराचे बारीक-सारीक मुद्दे चर्चेद्वारे नीट तयार केले होते. त्यामध्ये जेन्झाइमने ताबा घेतल्यावर तो स्वत: आणि कॅन्फिल्ड यांची काय पदे असतील हेही ठरविले होते. आता ते दोघेही जेन्झाईमचे वरिष्ठ उपाध्यक्ष होते. कॅनफिल्डने ओक्लाहोमा येथील संशोधनाचे काम सांभाळावयाचे होते. कंपनीच्या पॉम्पे व्याधीवरील उपचार विकसनाच्या योजनांवर जॉन प्रशासक राहणार होता. केवळ जेन्झाईमच्याच नव्हे, तर जैव तंत्रज्ञान कारखानदारीच्या इतिहासामध्ये हा सर्वांत महागडा औषध विकसन कार्यक्रम ठरणार होता.

हेन्री टर्मीर याच्या पाचव्या मजल्यावरील कार्यालयाकडे जाताना वाटेत परिषदेची तीच खोली लागली, जिथे काही महिन्यांपूर्वी त्यांनी कंपनीच्या किमतीबद्दल घासाघीस केली होती. कराराला मान्यता दिल्यावरही चर्चेमध्ये अनेक उलथापालथी झाल्या होत्या. जॉनला माहीत होते की, वरिष्ठ संशोधकांनी अखेरच्या कागदांवर सह्या करण्याच्या निर्णयाबद्दल त्यांना हेन्रीने अनेकवेळा नकार दिला होता. तो जेन्झाईममधील हे वैज्ञानिक व इतर लोक आपल्याशी कसे वागतील याची काळजी वाटून, त्यांच्याशी कसे जुळवून घ्यायचे हे गेले काही आठवडे ठरवित होता.

हा सप्टेंबर महिना होता. हाच तो महिना, जेव्हा चाचण्या सुरू होणार होत्या. ज्यामुळे मेगन आणि पॅट्रिकवर उपचार करून त्यांना वाचविता येईल अशी त्याला एकेकाळी आशा होती. त्याऐवजी तो नवीन कामावर रुजू होत

होता. मेगन आणि पॅट्रिकसारखी असामान्य बालकांच्या पॉम्पे व्याधी असलेली मुले जास्तीत जास्त पाच वर्षांपर्यंत जगू शकतात, असे डॉक्टरांनी त्याला अनेकदा सांगितले होते. डिसेंबरमध्ये मेगनला पाच वर्षे पूर्ण होतील. आता फक्त तीन महिन्यांचा अवधी होता. त्याची मुले वाचवायची असतील, तर एक समंजस गट पटकन तयार करून रुग्णालयीन चाचण्या सुरू करणे अत्यावश्यक होते. वेळ हातातून निसटत होता.

गडद रंगाचा सूट घातलेल्या, लालभडक टाय लावलेल्या, नेहमी आनंदी दिसणाऱ्या हेन्रीने आपलेपणाने जॉनचे स्वागत केले. "तुम्हाला भेटून आनंद झाला. तुम्ही इथे आल्यामुळे माझे मन भरून आले आहे." जॉनचा हात धरीत ते म्हणाले. आपले काम कसे करावे याबाबत काही सूचना मिळतील, अशी जॉनला अपेक्षा होती. परंतु जॉनला त्या दिवशी काहीच मार्गदर्शन मिळाले नाही. त्याऐवजी ते दोघे थोडा वेळ एकत्र बसलेले असताना त्यांनी जेन्झाईममधील नेतेपदाची भूमिका जॉन कशी करणार, याबाबतचे जॉनचे विचार जाणून घेतले. आधी लिहून काढलेल्या टिपणाप्रमाणे जॉनने हेन्रींना सांगितले की, तो जेन्झाईममध्ये पॉम्पे व्याधीवर काम करणाऱ्या सर्व वरिष्ठ कर्मचाऱ्यांना पुढील काही आठवड्यात एकेक करून भेटू इच्छितो. या काळामध्ये आपले मोठेपण न दाखविता तो त्याचा स्वतःचा वेगळा गट जेन्झाईममध्ये आणण्याच्या मोहापासून स्वतःला परावृत्त करणार होता. सर्व महत्त्वाच्या व्यक्तींना भेटल्यानंतर आणि प्रत्यक्ष काय करायचे याची योजना तयार झाल्यावरच तो त्याचा गट कार्यरत करणार होता.

हेन्री होकारार्थी मान हलवित म्हणाले, "हो जॉन, हे शहाणपणाचे ठरेल. मला हे आवडले. सध्यासाठी मी एक छोटी सूचना करेन. तुझ्या नोव्हाझाईममधील माणसांचा अंदाज घे. त्यांना इथे यावेसे वाटेल, असे प्रेरक वातावरण तयार कर." कंपनी ताब्यात घेत असताना काही अतिहुशार कर्मचाऱ्यांच्या मनात आपले महत्त्व कमी होत जाईल, ही भीती निर्माण होण्याचा धोका त्यांना टाळायचा होता. त्यानंतर हेन्रीचे सचिव आले आणि त्यांना त्याने सांगितले की, आणखी काही लोक तुमची वाट पाहात आहेत. हेन्रींनी उभे राहून जॉनच्या पाठीवर थोपटले आणि म्हणाले, "जा, त्यांना भेटून घ्या. काहीही मदत लागली तर मला सांगा."

एका मिनिटानंतर जेन्झाईमचा नवा वरिष्ठ उपाध्यक्ष व पॉम्पे व्याधीवरील कार्यक्रमाचा निर्देशक, मुख्य कार्यकारी अधिकाऱ्याच्या कार्यालयाच्या बाहेर उभा होता. आता यापुढे कोठे जावे, याची त्याला काहीच कल्पना नव्हती. कोणीतरी त्याच्यासाठी एक ऑफिस तयार ठेवले असेल, अशी त्याला आशा होती.

आपण कोठे जात आहोत, हे माहीत असल्याचा आव आणत जॉन हॉलमधून

पुढे जाऊन हीक यांच्या कार्यालयात जाण्यासाठी उजवीकडे वळला. त्याने त्यांच्या सेक्रेटरीला विचारले की, त्याने कोठे बसावयाचे आहे, हे तिला माहीत आहे काय? गडबडीने अनेक फोन केल्यानंतर अनेक अरुंद मार्गांनी ती जॉनला दुसऱ्या इमारतीत घेऊन गेली. तेथील एका कोपऱ्यातील छोटे कार्यालय त्याच्यासाठी होते. तिला धन्यवाद देऊन जॉन आत गेला. तो त्याच्या भावना काबूत ठेवण्याचा प्रयत्न करीत होता. त्याच मजल्यावरील यापेक्षा मोठ्या असलेल्या खोल्या त्याने पाहिल्या होत्या. या खोलीचे छत इतके कमी उंचीचे होते की, तो कसाबसा उभा राहू शकत होता.

हेन्री आणि व्हॅन हिक यांच्या कार्यालयापासून जवळ असलेल्या आपल्या कार्यालयातून सत्ता आणि प्रभाव मिळविण्याच्या त्याच्या आशांचे असे झाले होते. तो त्या इमारतीत देखील नव्हता. जॉनने हे विचार झटकून टाकले आणि तो कामाला भिडला.

व्हॅन हीक यांनी पॉम्पे व्याधीच्या योजनेशी संबंधित कर्मचाऱ्यांच्या फोन क्रमांकाची एक यादी त्याला दिली होती. जॉनने प्रथम डॉक्टर हाललँडी या नव्याने नियुक्त केलेल्या पॉम्पेव्याधीच्या वैद्यकीय निर्देशकांना भेटावे असे त्याला सांगण्यात आले होते. जॉनने त्यांना फोन लावून त्याच दिवशी त्यांच्याबरोबर जेवण ठरविले. तुम्हाला भेटण्यासाठी मी तुमच्या ऑफिसमध्ये येईन, असे जॉनने लँडी यांना सांगितले. 'मी तुमच्या भेटीची वाट पाहात आहे' लँडींनी नम्रपणे उत्तर दिले.

हेन्री यांच्या कार्यालयाच्या खालच्याच मजल्यावर लँडी यांचे कार्यालय आहे. हे माहीत असूनसुद्धा तो रस्ता चुकला. एकमेकांशी जोडलेल्या तीन इमारतींमधून चार मजल्यांवरून भरकटत तो अखेरीस लँडीच्या कार्यालयाच्या बाहेर उभा राहिला.

दार उघडे ठेवून ते त्याची वाट पाहातच होते. जॉनपेक्षा अंदाजे दहा वर्षांनी मोठे असलेले लँडी मध्यम उंचीचे, चौकोनी चेहऱ्याचे, मोठे कपाळ असलेले, केस बारीक कापलेले आणि भावनाप्रधान होते. त्यांनी शर्टाच्या बाह्या वर गुंडाळल्या होत्या. शर्टची कॉलर मोकळी होती आणि टाय पदकासारखा लोंबत होता. जॉनशी हस्तांदोलन करीत ते म्हणाले, ''तुम्हाला भेटून खूप छान वाटले. तुम्ही कंपनीत येताय, असे कानावर आले होते.''

बाहेर येऊन ते चालू लागले, तेव्हा जॉन त्यांच्यामागे झाकला जात होता. ते लहान मुलांच्या नलिकाविरहीत ग्रंथींचे तज्ज्ञ होते, आणि 'सेरोनो' या जैव तंत्रज्ञानातील कंपनीचे रुग्णालयीन चाचण्यांचे संयोजक म्हणून अनेक वर्षे काम करीत होते. त्यांच्या निर्देशनाखाली सेरोनोला वाढीच्या संप्रेरकाची कमी असणाऱ्या मुलांमध्ये वापरता येतील, असे कृत्रिक संप्रेरक विकण्याची सरकारची मान्यता

मिळाली होती. फक्त दोन आठवड्यांपूर्वीच त्यांनी जेन्झाईमला आल्याचे सांगितले.

त्या दोघांनी जवळच्याच मेक्सिकन उपहारगृहाची चव पाहाण्याचे ठरविले. केडॉंलस्क्वेअरमधील त्या उपहारगृहाच्या बाहेरील भागामध्ये ते खुर्च्यांवर बसले. जेन्झाईमचे मुख्य कार्यालय त्यांच्या डाव्या बाजूस होते आणि विटांच्या इमारतीतील गसचे कार्यालय त्यांच्या उजव्या बाजूस होते. जेवण काय हवे, याची मागणी नोंदविल्यानंतर त्यांनी थोड्या इकडच्या-तिकडच्या गप्पा केल्या. त्यानंतर जेन्झाईमच्या आतापर्यंतच्या अनुभवाबाबत जॉनने लँडी यांना प्रश्न विचारायला सुरुवात केली.

जॉनने विचारले, 'पॉम्पेचा कार्यक्रम मुख्यत: कुणाच्या ताब्यात आहे?'

लँडी म्हणाले, 'कुणीतरी एक भला माणूस आहे. वास्तविक तो या कंपनीमध्ये फार जुना नाहीये.'

''पॉम्पेवरील उपचार विकसित करण्यासाठी काही एकत्रित योजना आहे असे दिसून येते का?'' जॉनने विचारले.

''मी सांगू शकेन अशी खास कोणतीच योजना नाही. नोव्हाझाईमच्या विकराव्यतिरिक्त त्या व्याधीवरील शक्य होऊ शकतील, अशा तीन इतर उपचारांवर जेन्झाईम काम करीत आहे. फार्मिंग आणि चेनचा विकर विकसित करण्याच्या योजना होत्या. तसेच जॉनला माहीत नसलेल्या, चेनच्या विकरासारखाच, परंतु सोपी निर्मितीप्रक्रिया असलेला विकर निर्माण करण्याचे अलीकडेच प्रयत्न सुरू होते.

''प्रत्येक विकरासाठी एक केंद्रीय गट आहे. या सर्वांना एकत्र आणण्यासाठी मी स्वत:चा गट तयार करणार आहे. तुम्हाला आवडत असेल तर तुम्ही माझ्या या केंद्रीय गटामध्ये येऊ शकता.'' चहाचा घोट घेत लँडी यांनी सांगितले.

जॉनने आधी काहीच उत्तर दिले नाही. पॉम्पेच्या कार्यक्रमाचे नेतेपद आपल्याकडेच आहे असे लँडीला वाटत असल्याचे पाहून जॉनला धक्काच बसला. त्यांचे जेवण त्यांच्यासमोर वाढले जात असताना जॉन विचार करीत होता की, लँडीला आत्ताच सरळ करावे की, आणखी माहिती मिळेपर्यंत थांबावे? जॉनने जेवायला सुरुवात केली. त्याने ठरविले की, आत्ताच भांडण सुरू करणे शहाणपणाचे ठरणार नाही. त्याने लँडीचा शेरा विनोदाने घेण्याचा प्रयत्न केला.

''कदाचित मी माझा केंद्रीय गट तयार करीन आणि मग सहा केंद्रीय गट आपल्याकडे असतील.'' तो बालीश हसत म्हणाला. ''मग आपण एकमेकांशी बोलणारही नाही. ती परिस्थिती आजच्या परिस्थितीपेक्षा अधिक वाईटच असेल.''

परंतु लँडी हसत नव्हते. हा गरम डोक्याचा तरुण, मुख्य कार्यकारी अधिकारी आणि ते स्वत: यांच्यामधील सीमारेषा त्यांना जाणवत होती. त्यांनी पटकन आपला अधिकार दाखवून दिला.

''जॉन, तुम्ही नोव्हाझाईमच्या औषध विकसनाचा कार्यक्रम करा. मला

त्याबद्दल काहीही माहिती असणे आवश्यक नाही.'' कपाळाला आठ्या घालत ते म्हणाले. पॉम्पे व्याधीवरील उपचाराच्या चार संभाव्य उपचारांपैकी एकाच औषध विकसन कार्यक्रमाचे जॉन प्रमुख आहेत. जॉनचा अधिकार दुय्यम आहे, हे त्यांनी जाणूनबुजून जॉनला जाणवून दिले.

''तुम्हाला त्याबद्दल माहीत असलेच पाहिजे.'' उपरोधिक स्वरात जॉन उत्तरला. आपल्या पानातले उर्वरित अन्न चिवडत तो म्हणाला, ''पॉम्पे कार्यक्रमाचे वैद्यकीय निर्देशक म्हणून तुम्हाला सर्वच कार्यक्रमांबद्दल माहिती असणे आवश्यक आहे असे वाटते.''

त्या दोघांनी आपले जेवण संपविले. त्या वेळी तेथे केवळ तणाव उरला होता. लँडीबरोबर अधिक चर्चा करण्यापूर्वी निश्चित काय चालले आहे, हे बाहेर पडून पाहाणे, एवढाच विचार जॉनच्या मनात होता. त्यांच्याभोवती गिरक्या मारणाऱ्या दोन मधमाश्यांकडे निर्देश करीत जॉन विनोदाचा आविर्भाव आणत म्हणाला, ''त्यांनी मला ठार मारण्यापूर्वी आपण कार्यालयात परत जाऊ या.'' सेवकांनी कॉफी किंवा काही गोड हवे आहे का, हे विचारण्यापूर्वीच त्यांची चर्चा आणि जेवण संपले होते.

कार्यालयात परत आल्यावर जॉनने दार बंद केले आणि तो डोके हातात धरून टेबलापाशी बसून राहिला. कामावरचा पहिलाच दिवस आणि त्याच्या तिथल्या पदाबाबतच आव्हान दिले जात होते. या कंपनीतील त्याची स्थिती नगण्य वाटत होती.

व्हॅन हीक किंवा हेन्री यांना फोन करून लँडीना सरळ करण्याची मागणी करावी का? हार्वर्ड बिझनेस स्कूलमधील एका तासाची त्याला आठवण झाली. त्याचे शीर्षक होते, ''योग्य मांडणी, नियंत्रण आणि संस्थेचे व्यवस्थापन'' अननुभवी अधिकारी मदतीसाठी त्याच्या वरिष्ठाकडे लगेच जाईल, अनुभवी खेळाडू थोडी माघार घेईल; अधिक माहिती गोळा करेल आणि काय करायचे याची स्पष्ट योजना घेऊन वरिष्ठाकडे जाईल. तो त्याच्या मूळ योजनेलाच धरून राहिल.

कंपनीच्या पॉम्पे कार्यक्रमामध्ये महत्त्वाची भूमिका बजावणाऱ्या व्यक्तींच्या फोनच्या यादीवरून जॉनने अनिच्छेने नजर फिरविली. यादीतील पुढील नाव बॉब मॅटॅलियॅनो या वरिष्ठ वैज्ञानिकाचे होते. जॉनने आशा केली की, ते लँडीपेक्षा अधिक समजूतदार असतील. काही क्षणातच तो आणखी एका सहभोजनाची वेळ निश्चित करीत होता. जॉनने पुढील तीन आठवड्यांसाठी भेटीगाठीची धावपळ सुरू केली. त्या काळात जवळजवळ ५० व्यक्तींशी त्याने सखोल चर्चा केली.

जॉनने भेट घेतलेले लोक डॉ. चेन यांच्या औषध विकसित करण्याच्या केंद्रिय गटामध्ये होते. जॉन कॉन्सेल नावाच्या पॉम्पेग्रस्त बाळामध्ये या औषधांमुळे

सुधारणा दिसून आली होती. त्यामुळे जॉन आणि एलीन याच वीकरावर आशा लावून होते. परंतु पुढे या औषधाला प्रतिरोध करणारे द्रव्य शरीरात निर्माण होऊ लागल्यामुळे तो विचार सोडून द्यावा लागला होता. जॉन ज्यांच्याशी बोलला त्यातील दुसरा गट युरोपमधील केंद्रिय गटाचा भाग होता. हा गट फार्मिंगचा विकर विकसित करण्याचे काम हाताळत होता. शास्त्रज्ञ बॉब मॅटॅलियॅनो हे तिसऱ्या केंद्रिय गटाचे प्रमुख होते. मेटॅलियॅनो आणि सहकाऱ्यांनी काही महिन्यांपूर्वीच ही योजना चालू केली होती. (चिनी हॅमस्टरच्या बीजांड कोषातील पेशीपासून (CHO) या डॉक्टर चेन यांनी निवडलेल्या अधिक विकर देणाऱ्या पद्धतीमधून पॉम्पे विकर विकसित करण्याचा प्रयत्न ते करीत होते.) पण त्याचे उंदरांवरील सुरुवातीचे निष्कर्ष प्रोत्साहन देणारे होते.

या सर्व भेटीगाठींवरून जॉनने निष्कर्ष काढला की, सर्वसमावेशक अशी औषध विकसनाची कोणतीच योजना नव्हती. नोव्हाझाईमसह संभाव्य पॉम्पे औषध विकसित करण्याच्या प्रयत्नात असलेले हे चारही गट स्वतंत्रपणे काम करीत होते. "यातून निष्पन्न होणाऱ्या गोष्टींवर माझ्या मुलांचे आयुष्य अवलंबून नसते, तर हा मला विनोदच वाटला असता." जॉन अविश्वासाने व्हॅन हीक यांच्या समोर पुटपुटला.

जेन्झाईम मोठी आणि सुनियोजित कंपनी होती. टफ्ट विश्वविद्यालयाच्या वैद्यकीय केंद्रातील संशोधकांनी १९८१ साली ती कंपनी स्थापन केली. त्यांचे पहिले औषध गौचर व्याधीवरील उपचारासाठी होते. या औषधामुळे मिळालेल्या प्रचंड पैशातून कंपनीची प्रचंड वाढ झाली होती. जेन्झाईमचे सुमारे ५००० कर्मचारी जगभर पसरले असले, तरी हेन्रीने कंपनीची सुरुवातीपासूनची मुक्त संस्कृती अबाधित ठेवली होती. त्यांचा विश्वास होता की, कंपनीच्या यशास ही नवीन काहीतरी सुरू करण्याची वृत्ती कायम ठेवणे महत्त्वाचे होते. कपाटामध्ये आपले बूट एका ओळीत लावणे आणि कप्प्यात रंगाप्रमाणे पायमोजे लावणे, हे देखील अवघड वाटणाऱ्या जॉनसाठी कुशलतेने कंपनी चालविणे दूरच होते.

हेन्रीच्या म्हणण्याप्रमाणे पॉम्पे व्याधी कार्यक्रमाचा जॉन प्रमुख होता. परंतु त्याला अहवाल तर कोणीच सादर करत नव्हते. वैद्यकीय आणि व्यवस्थापकीय गोष्टी पाहणाऱ्या विभागाकडील कोणाकडे तरी लँडी अहवाल देत. चेनच्या विकराच्या उत्पादनाची केंद्रीय गटाची मुख्य असलेली महिला अमेरिकेतील उत्पादन विभागाच्या प्रमुखांकडे अहवाल देत असे. वैद्यकीय उत्पादन, विक्री आणि विज्ञान हे विभाग एकमेकींशी न जोडलेल्या हवाबंद पेट्यांप्रमाणे उत्तुंग, परंतु एकमेकांशी काहीही संबंध नसलेल्या आहेत, असा जॉनचा समज होता.

पुढे घुसल्याशिवाय अन्य पर्याय नसलेल्या जॉनने व्हॅन हीकला सांगितले

की, सर्व पॉम्पे व्याधी कार्यक्रमांचा मुख्य म्हणून तो नेतेपद स्वीकारतोय, हे जाहीर करण्याची वेळ आली आहे. त्याने तयार केलेले पत्र व्हॅन हीकने सर्वांना पाठविले. त्यामध्ये पॉम्पेनेत्यांचा नवीन गट तयार करण्यात आला असून पॉम्पेसाठीच्या कंपनीच्या सर्व औषध विकसनाच्या कार्यक्रमांवर जॉन देखरेख करेल असे लिहिले होते. त्या पत्रकामध्ये म्हटले होते की, या गटाचा कार्याध्यक्ष जॉन असेल आणि इतर अकरा सदस्य असतील. लँडी आणि मेटॅलियॅनो हे उत्पादनास अधिक सोपा असणारा विकर निर्माण करण्याच्या प्रयत्नात असलेल्या शास्त्रज्ञांसह जेन्झाईममधील आठ लोक, नोव्हाझाईममधील जॉनसह चार जण, टोनी मॅकॅनीबील फॅलन हे उत्पादनातील तज्ज्ञ आणि ब्रिस्टॉल मायरमधून जॉनने भरती केलेली ज्यूली स्मिथ ही चलाख महिला या सगळ्यांचा त्यात समावेश असेल. यापूर्वी जेन्झाईम करार पूर्ण करण्याची जबाबदारी जॉनने ज्यूली स्मिथवर सोपविली होती.

दखल घेण्यासारखी गोष्ट म्हणजे विल्यम कॅनफिल्ड यांचे नाव या यादीत नव्हते.

या गोष्टीचे कॅनफिल्डला वाईट वाटले की, लँडींना हे सांगणे कठीण होते. कॅनफिल्डचा असा समज झाला की, जॉनने त्यांची सरळसरळ फसवणूक केली होती आणि त्यामुळे त्यांनी जॉनला फोन करणे बंद केले. दोन्ही कंपन्यांचे एकत्रीकरण झाल्यानंतर आपण एक गट म्हणून काम करू, असे वचन जॉनने दिले होते आणि नेतृत्व करण्याच्या गटामध्येच कॅनफिल्डचा समावेश नाकारणे हा निव्वळ विश्वासघात होता.

त्या गटातून कॅनफिल्डना वगळण्याची जॉनची अजिबात इच्छा नव्हती. परंतु काही दिवस सर्व बाजूंनी विचार केल्यावर तो या निष्कर्षाप्रत आला की, कॅल्फिल्डच्या असण्यामुळे विभाजनच होईल. जेव्हा-जेव्हा जेन्झाईमच्या शास्त्रज्ञांबरोबर त्याच खोलीत कॅनफिल्ड होता, तेव्हा-तेव्हा बैठकीचा विचका होऊन एकमेकांवर आरोप व अपमान केले जायचे. कॅनफिल्डची नेहमी चूक असायची असे नाही; कधी-कधी जेन्झाईमचे शास्त्रज्ञ भांडण उकरून काढत. परंतु कॅनफिल्ड आपल्या मतांबद्दल दुराग्रही असे आणि आपल्या मतांशी असहमत असणाऱ्यांशी कठोर बोलत असे. आपले तोंड आवरून हातमिळवणी करणे, त्याला जमत नसे. जॉनला वेगाने एक युती उभी करण्याची गरज होती. वादाची एक बाजू टाळण्याचा हा एकमेव मार्ग होता.

ते पत्रक पाहीपर्यंत लँडीची खातरी होती की, या योजनेचे तेच प्रमुख होते. आणि त्यांचा हा गैरसमज होण्यात त्यांची काहीच चूक नव्हती. ते सेरोनो कंपनीमध्ये औषध विकसनाच्या एका मोठ्या कार्यक्रमामध्ये रुग्णालयीन विभागाचे प्रमुख होते. लँडींनी जेन्झाईममधील काम स्वीकारले होते ते एवढ्याचसाठी की, त्यांना फार मोठी भूमिका मिळेल असे त्यांना वाटले होते. त्यांना कामावर

घेणाऱ्या वरिष्ठ व्यवस्थापकांना हे माहितही नव्हते की, हेन्री आणि व्हॅन हीक यांनी जॉनला सर्व पॉम्पे कार्यक्रमाचे नेतेपद देण्यास मान्यता दिली होती. आता या व्यवस्थापकांनी क्षमायाचना करून लँडींना सांगितले की, परिस्थिती बदलण्याची सत्ता त्यांच्याकडे नव्हती. सर्व गोष्टी हेन्री व्हॅन हीक यांच्या ताब्यात होत्या. जॉनला दिलेल्या शब्दास ते चिकटून होते.

आपल्या मार्गात दुखावलेली मने येऊ नयेत, असा निश्चय करून जॉनने पुढील हालचाली चालू केल्या. त्याने नोव्हेंबरच्या शेवटच्या गुरुवारच्या आधी एक आठवडा पॉम्पे व्याधीच्या नेत्यांच्या गटाची पहिली बैठक ठरविली. या बैठकीचे महत्त्व ठसविण्यासाठी त्याने ही बैठक जेन्झाईमच्या कार्यालयामध्ये न ठरविता, जवळच्या सिडनी रस्त्यावरील महागड्या युनिव्हर्सिटी पार्क हॉटेलमध्ये नियोजित केली. या बैठकीस हजर राहण्याचे निमंत्रण अंदाजे वीस लोकांना देण्यात आले होते. त्यामध्ये नव्याने स्थापन केलेल्या बारा सदस्यांच्या नेत्यांचा गट आणि काही इतर लोक होते. हॉटेलमध्ये सर्व जण यू आकाराच्या टेबलाभोवती बसल्यावर जॉन स्वागताचे भाषण करण्यास उभा राहिला. तुम्ही माझ्या संघात येण्यास संमती दिल्याचा मला अतिशय आनंद होतो. आपण जे करीत आहोत त्याचे महत्त्व आपण जाणताच, हे मला माहीत आहे. प्रत्यक्ष कामाला सुरुवात करण्यापूर्वी मला माझी एक अतिशय खाजगी गोष्ट तुम्हाला सांगणे आवडेल. गतवर्षी मी नोव्हाझाईममध्ये आल्यानंतर केवळ काही महिन्यांनीच कन्सासमधील एक कुटुंब माझ्या ओक्लाहोमाच्या घराच्या दारात येऊन उभे राहिले. पॉम्पे व्याधीने मरणोन्मुख झालेल्या त्यांच्या छोट्या लुळ्या-पांगळ्या बाळाला वाचविण्याचा प्रयत्न करण्यासाठी ते आले होते. त्यांनी ऐकले होते की, आम्ही त्यावरील उपचारावर काम करीत होतो आणि ते त्या उपचाराची अक्षरशः भीक मागत होते. त्या वेळी प्राण्यांवरील चाचण्यादेखील अजून सुरू केलेल्या नव्हत्या. त्या कुटुंबाला रिक्त हस्तानेच पाठवावे लागले होते. सांगण्याचा मुद्दा असा की, त्या कुटुंबाची उपचाराची अपेक्षा पूर्णपणे अवास्तव होती. परंतु यावरून हेही दिसून येते की, पॉम्पेचे रुग्ण आणि कुटुंबीय या व्याधीशी लढत असताना किती अगतिक झालेले असतात. मला वाटते की, या बैठकीतील सर्व जणांनी हे समजून घेणे महत्त्वाचे आहे की, खरोखरच आपण सर्व उत्तम प्रतिनिधी आहोत. आणि या रुग्णांसाठी आणि त्यांच्या कुटुंबियांसाठी एकमेव आशास्थान आहोत.''

''पुढील साठ दिवसांच्या आत पॉम्पे व्याधीवरील औषध विकसन कसे करणार याची माहिती आपल्यापुढे ठेवणे, हे पॉम्पे नेतृत्व संघाचे पहिले काम असेल.'' जॉन म्हणाला. या प्रयत्नामध्ये जॉनची अशी इच्छा होती की, प्रत्येकाने एका साध्या, पण महत्त्वाच्या सरावामध्ये सहभागी व्हावे. प्रत्येकाने आजपासून

पाच वर्षांनी पॉम्पे रुग्णांना हे जग कसे दिसेल, याबाबतची आपली कल्पना सांगितली तर बरे होईल. प्रत्येकाने आपापले स्वप्न सांगण्यास सुरुवात करावी.''

कुणीतरी आपणहून बोलण्यास उठावे यासाठी जॉन काही क्षण थांबला, पण कोणीच हात वर केला नाही. जेन्झाईमचे कर्मचारी खुर्चीत मागे रेलून टेबलाकडे पाहात राहिले. नाराज न करण्याचा निश्चय केलेला जॉन मुद्दाम मोठ्याने हसला व म्हणाला, ''ठीक आहे. मला वाटते, आज आपण सर्व जण बुजत आहोत. मी माझे स्वप्न तुम्हाला सांगतो. माझे असे स्वप्न आहे की, आजपासून पाच वर्षांनी या व्याधीसाठी आपल्याकडे चांगला उपचार असेल. पॉम्पे भोवतीचे प्राणीशास्त्र आणि विज्ञान आपल्याला समजलेले असेल, त्यानंतर ही व्याधी बरी करण्यासाठी आपण पूर्णपणे नव्या मार्गांवर संशोधन करीत असू. ज्यांच्यामुळे हे विकर वापरातून लुप्त झालेले असतील.''

टोनी मॅकीनी आणि ज्यूली स्मिथ या नोव्हाझाईममधील जुन्याजाणत्यांनी हात वर केले आणि या स्वप्नांमध्ये भर घातली. ''मला असे पाहायला आवडेल की, केवळ पॉम्पेवरील उपचारच नव्हे, तर यासारखे इतरही आजार आहेत; ज्याबाबत रुग्णांना आज काहीही आशा नाही. अशा आजारांवरील औषधेदेखील आपल्याकडे असतील.'' मॅकीनी म्हणाले.

''माझे असे स्वप्न आहे की, नवजात बालकांची तपासणी होऊन पॉम्पे व्याधी असलेली बाळे जन्माला आल्यावर लगेचच ओळखली जातील आणि ताबडतोब उपचार केले जातील.'' ज्युलीने आपली भर घातली.

आणखी कोणी बोलू इच्छिते का? हे पाहाण्यासाठी जॉनने नजर फिरविली, पण कोणीही दिसले नाही.

लँडी आपल्या पायांकडे पाहात शेजारच्या व्यक्तीशी धुसफुसले, ''तुम्ही पंचवीस वर्षांचे असताना अशा प्रकारचे खेळ करण्यात गंमत होती, पण वीस वर्षे काम करीत असल्यावर नाही.''

''तो एखाद्या गाड्यांच्या विक्रेत्यांसारखा आहे.'' माइक ओकॅलॅघन हे वैज्ञानिक मॅटॅलियॅनोंच्या कानात कुजबुजले. ओकॅलॅघन हे एक सडपातळ, पांढऱ्या केसांचे, न्यूझीलँडवासी होते आणि जेन्झाईमच्या उच्च वैज्ञानिकांपैकी एक होते.

खांदे उडवून जॉनने आपले आधी तयार केलेले मुद्देसूद सादरीकरण सुरू केले. पॉम्पे व्याधीवरील उपचारांची कशी प्रगती होत गेली याचा इतिहास त्याने सांगितला. जे.सी. पॉम्पे या डच डॉक्टर व संशोधक व्यक्तींपासून त्याने सुरुवात केली. एका बालकामध्ये आकार मोठे झालेले हृदय आणि ग्लायकोजेनने भरलेल्या स्नायूपेशी यांच्यातील संबंध त्याने शवविच्छेदनातून शोधला. त्याने आधी अभाव असलेला विकर देण्याचे सुरुवातीचे प्रयत्न सुरू केले. काही साहसी डॉक्टर व

संशोधकांनी मानवी वारेपासून (प्लॅसेंटापासून) पॉम्पेविकर शुद्ध केला आणि रुग्णांमध्ये घातला. दुर्दैवाने त्या रुग्णांमध्ये सुधारण्याची काहीच लक्षणे दिसली नाहीत. यामुळे संशोधकांना असे वाटले की, पॉम्पेसाठी अभाव असलेला विकर भरणे हा परिणामकारक उपाय होऊ शकत नाही.

त्यानंतर १९७० साली संशोधकांनी विकर पेशींच्या विशिष्ट महत्त्वाच्या भागांमध्ये कसा जातो हे शिकायला सुरुवात केली. त्यांच्या असे लक्षात आले की, विकराला जोडलेल्या शर्करा विकर पेशींच्या लायसोझोमकडे जाण्यामध्ये महत्त्वाची भूमिका बजावतात. वारेपासून मिळविलेल्या पॉम्पे विकरचा प्रयोग का अयशस्वी झाला, हे या संशोधकाच्या गटाने स्पष्ट केले. लायसोझममधून हा विकर बाहेर टाकला गेला होता आणि आत जाण्यासाठी आवश्यक असणाऱ्या शर्करा छाटल्या गेल्या होत्या. त्यामुळे वारेतील शर्करा जेव्हा रुग्णाच्या शरीरात घातल्या गेल्या, तेव्हा त्यांना लायसोझोममध्ये शिरण्यासाठी आवश्यक असणाऱ्या शर्करेच्या साखळ्या नव्हत्या.

ओकॅलॅघन यांनी डोके हलवित मॅटॅलियॅनोंना दाखविले की, जॉन दाखवत असलेल्या स्लाइडसवर अजूनही नोव्हाझाईमचेच चिन्ह होते.

"खरं तर, ते चिन्ह बदलून जेन्झाईमचे चिन्ह करण्यास कितीसा वेळ लागतो? जणू काही लहान विश्वविद्यालयाने मोठ्याला गिळंकृत केले आहे." मॅटिलियॅनो पुटपुटले.

पॉम्पे व्याधीवरील चार औषधांचे विकसन जे आता जेन्झाईमच्या मालकीचे होते, त्याची माहिती जॉनने सारांशाने सांगितली आणि बैठकीचा शेवट कसा करावा याचा विचार करीत तो क्षणभर थांबला. 'टुडे' या कार्यक्रमामध्ये काही आठवड्यांपूर्वी दाखवला गेलेला त्याच्याबद्दलचा भाग या संघाला दाखवावा की नाही, याचा विचार तो करीत होता. सर्व रुग्णांना बरे करण्याचा हेतू असलेला नेता अशी त्याची छबी आवश्यक असताना त्याच्या मुलांबद्दल लोकांना आठवण करून देणे कितपत हुशारीचे ठरले असते?

परंतु गोष्टी इतक्या वाईट रीतीने घडत होत्या की, जॉनने धोका पत्करण्याचे ठरविले. 'आणि आता 'टुडे' मालिकेतील हा ताजा भाग पाहा, यावरून तुम्हाला माझ्या स्वत:च्या कुटुंबाच्या आशा आणि आव्हाने यांची कल्पना येईल.' असे म्हणून जॉनने सी.डी. प्लेअर चालू केला.

दोन महिन्यांपूर्वी झालेल्या, देशाला हलवून सोडणाऱ्या अतिरेक्यांच्या हल्ल्याचा निर्देश करीत टुडेची यजमान कॅटी क्यूरिक म्हणाली, 'गेले कित्येक आठवडे शूरवीरांबद्दल बरेच बोलले जात आहे. हे एक वडील आहेत. ते त्यांच्या मुलांना वाचवण्यासाठी धडपड करीत आहेत.' तिने क्रौलींची ओळख करून दिली.

पडद्यावर लाल ठिपक्याचा वेश घातलेली मेगन आणि गुलाबी ओठ चोखत असलेला पॅट्रिक दाखविला होता. त्यांच्या घशामधून बाहेर पडणाऱ्या नळ्या वगळता ती लहान सुंदर मुले इतर सर्वसाधारण मुलांप्रमाणेच दिसत होती. त्या नळ्यांवरून त्यांना श्वसनासाठी श्वसनयंत्राची गरज असल्याचे कळत होते. ॲनाथॉम्सन या वार्ताहराने मेगन आणि पॅट्रिकच्या निदानाची कहाणी आणि जॉनने निर्माण केलेल्या मुलांच्या पॉम्पे न्यासाची, नोव्हाझाईमचा मुख्य कार्यकारी अधिकारी झाल्याची आणि आपली मुले वाचविण्यासाठी उपचार शोधण्याच्या प्रयत्न करणाऱ्या जॉनची कथा सांगितली. नंतर कॅमेरा जॉनच्या चेहऱ्यावर आणला गेला आणि वार्ताहाराने त्याला विचारले, "जर मेगन आणि पॅट्रिक मृत्युमुखी पडले, तर त्यांच्याविषयीच्या कर्तव्यात तुम्ही अपयशी ठरलात असे म्हणता येईल का?" भावनांनी गळा दाटून आलेल्या आवाजात जॉनने हळूहळू उत्तर दिले, "साडेतीन वर्षांपूर्वी मी त्यांना वचन दिले होते की, आम्हाला शक्य होईल ते सर्व आम्ही करू. मला वाटते ते आम्ही केले आहे." वार्ताहराने कॅमेऱ्याकडे स्मितहास्य करीत क्रौलींना शुभेच्छा दिल्या आणि तो भाग संपला.

थोड्या अस्वस्थपणे जॉन म्हणाला, "हे माझे कुटुंब." दिवे परत लावले गेल्यावर अनेकांच्या डोळ्यांत अश्रू दिसले. घशात दाटून आलेले मोकळे करण्यासाठी लँडींनी अनेकदा आवंढा गिळला. त्यांच्यातील पिता, लहान मुलांचा तज्ज्ञ आणि आदर्शवादी या दृश्याने हादरून गेले होते. त्यांना स्वत:ला तीन मुलगे होते आणि सगळ्यात धाकट्या मुलाला जन्मत:च सांध्याचे इतके दोष होते की, त्याला त्याच्या आयुष्यातील काही महिने शरीराच्या आकाराच्या साच्यामध्ये राहावे लागले होते. या बाळाच्या वेळी त्यांची डॉक्टर असलेली पत्नी गरोदर असतानाची त्याला आठवण झाली. एका चाचणीमध्ये असे दिसून आले होते की, बाळामध्ये जन्मत: अनेक व्यंगे असू शकतील. डॉक्टरांनी गर्भपाताची शक्यता सुचविली होती. लँडी आणि त्यांच्या पत्नीने गर्भधारणा चालूच ठेवण्याचा निर्णय घेतला. त्यांचा विश्वास होता की, अन्य कोणाहीपेक्षा स्वत: डॉक्टर असल्यामुळे अशा अपंग बाळाची काळजी घ्यायला ते प्रशिक्षित होते.

डॉक्टरांना भीती वाटली होती, तितके अपंगत्व त्या बाळामध्ये नव्हते. तान्हा असताना आणि लहान मूल असताना त्याची खूपच जादा काळजी घ्यावी लागली होती. सुंदर, मौल्यवान आणि अत्यंत अशक्त अशा मेगन आणि पॅट्रिकला पडद्यावर पाहून लँडींना स्वत:च्या मुलाबद्दल वाटणारे प्रचंड प्रेम आणि अगतिकता यांची आठवण झाली.

आता सत्तापिपासू, 'मी सर्व जाणतो' अशा थाटात बारीक रेघांचा सूट घालणाऱ्या, टी.व्ही. शेजारी शांतपणे बसलेल्या जॉनच्या जागी, आपल्या मुलांवर

प्रेम करणारा, निराशेने काहीही करण्यास तयार असलेला आणि आपली प्रचंड बुद्धिमत्ता मुलांचा सर्वनाश करणाऱ्या व्याधीवर उपचार शोधण्यावर केंद्रित केलेला एक पिता दिसत होता. व्याधीग्रस्त लोकांना मदत करणे, या एकाच कारणासाठी लँडी वैद्यकीय संशोधनांमध्ये गेले होते. विचार करत असताना त्यांना जाणवले की, त्यांच्यासमोर उभा असलेला अस्वस्थ माणूस १३७ दशलक्ष डॉलर्सची कंपनी एका वर्षात उभी करू शकला होता. जेन्झाईममध्ये पॉम्पेव्याधीचा कार्यक्रम चालविण्यासाठी जर कोणी योग्य असेल तर निश्चितच तो जॉनच होता, असे लँडींना वाटले. या कार्यक्रमाच्या नेतेपदाची लढाई त्यांना त्या क्षणी एकदम बालीश वाटू लागली आणि लँडींनी ते मान्य केले.

कागद गोळा करून ते सर्वांत प्रथम उभे राहिले आणि जॉनकडे चालत गेले.

“अरे व्वा!” लाजत, पण शांतपणे ते आपल्यापेक्षा तरुण असलेल्या माणसाला म्हणाले, “हे सादरीकरण अतिशय चांगले होते. आम्हाला यात सामील करून घेतल्याबद्दल धन्यवाद!”

२२. अवघड पर्याय

हिवाळा, २००१ ते वसंतऋतू, २००२
प्रिन्स्टन-न्यू जर्सी, केंब्रिज-मॅसॅच्युसेट्स

शुक्रवारी रात्री नऊ वाजता जॉन घरी आला, तेव्हा मुले आधीच झोपी गेली होती. हलक्या पावलांनी तो त्यांच्या शयनकक्षामध्ये गेला आणि त्याने त्यांचा पापा घेतला. जॉन ज्युनियर गाढ झोपला होता. परंतु धाकटी दोघे थोडी जागी झाली. मेगनने तिच्या गुलाबी काठीच्या आधारे एक हात वर करून हालविला. अंगठा ताणलेला होता, या तिच्या खुणेचा अर्थ 'माझे तुमच्यावर प्रेम आहे.' असा होता.

जॉन एक आठवडा घरापासून लांब होता. जणू त्याचे दुसरे घरच बनू पाहात असलेल्या केंब्रिजमधील चार हॉटेलमध्ये तो राहिला. कंपनी एकत्रित करण्याच्या कराराप्रमाणे एका वर्षानंतरही जेन्झाईममध्ये राहायचे ठरविले तर तो कुटुंब बोस्टनला हलविणार होता. अन्यथा ते न्यू जर्सीमध्येच राहणार होते. कारण तेथून जॉन आणि एलीनचे एकत्रित कुटुंबीय, परिचारिकांचे जाळे, स्पीच थेरपिस्ट, फिजिओथेरपिस्ट, ऑक्युपेशनल थेरपिस्ट हे सर्व जवळ होते. गेल्या चार वर्षांत त्यांना शिकस्तीने भरती केले होते. जॉनला एलीनचा स्वयंपाकघरातला आवाज ऐकू आला. त्याला दिसले की, ती मटण सॉसवर साय ओतत होती. त्याच्या लक्षात आले की, ती मिशेल आल्याने शिकविलेला अति उच्च उष्मांकांचा पदार्थ बनवत होती. तिने तो सॉस पास्ताच्या थाळीमध्ये ओतला आणि मेजावर मांडला.

बसत असताना त्याने विचारले, "तू कशी आहेस?"

"हं! मी छान आहे." ती अनुत्सुकतेने म्हणाली.

"डिअर, तू अजिबात आनंदात दिसत नाहीस. तुझा दिवस कसा गेला ते सांग."

‘आपल्या छोट्या जवानांनी आज काय-काय केले?’

‘ते छान आहेत, पण ते आता छान आहेत. काही तासांपूर्वी ते छान नव्हते.’

‘हे बघ एलीन, काय झाले? तू जर मला सांगणार नसशील, तर तू कुणाला सांगणार?’

‘कुणाशीच नाही.’ ती म्हणाली. तिने ताब्यात ठेवलेला तिचा आवाज कापू लागला होता.

‘हे असेच आहे. ज्याच्याशी बोलावे असे कुणीच नाही जॉन.’

‘ए एलीन.’ असे म्हणत जॉनने तिला मिठीत घेतले. दीर्घ श्वास घेत स्वत:ला सावरण्यासाठी त्याचा आधार घेत तिने आपला चेहरा त्याच्या शर्टमध्ये घुसवला.

तो परत खाली बसल्यावर ती सांगू लागली. ती पॅट्रिकला माडीवर नेऊन त्याचे कपडे काढत होती. एवढ्यात श्वसनयंत्राचा गजर वाजू लागला. तिने सर्व व्यवस्था तपासल्या. श्वसनयंत्र व्यवस्थित चालत होते. अस्वस्थ झालेल्या पॅट्रिकने रडत त्याच्या घशाच्या भोकाकडे बोट दाखविले. नळी कफामुळे बंद झाली आहे का? हे पाहण्यासाठी तिने नळी ओढून बाहेर काढली.असे आठवड्यातून एकदा तरी होत असे. नळी कफाने बंद झाली होती. तिने ती साफ करून परत जागेवर बसविण्याचा प्रयत्न केला. परंतु घशाचे भोक बंद झाले होते. अशी तातडीची भयानक परिस्थिती दर काही महिन्यांनी नियमितपणे होत असे. मुलांचा मृत्यू अक्षरश: काही मिनिटांवर येऊन ठेपत असे. या परिस्थितीतून बाहेर येण्यासाठी कुशलता, शांत डोके आणि नशिबाची गरज असते.

पॅट्रिक काळपट झाला. एलीनने किंचाळून शेरॉनला हाका मारल्या. ती मेगनबरोबर खालच्या मजल्यावर होती. शेरॉन धावत वर आली आणि अनेक प्रयत्नांनंतर अखेरीस तिने नळी परत आत ढकलली. या वेळेपर्यंत पॅट्रिक बेशुद्ध झाला होता. त्याचे ओठ निळे झाले होते. त्याच्या फुफ्फुसांमध्ये हवा ढकलण्यासाठी घशाच्या भोकाच्या नळीला जोडलेली हवेची पिशवी एलीन दाबत राहिली, पॅट्रिकला शुद्धीवर यायला दोन मिनिटे लागली.

पॅट्रिकला काहीतरी झाल्याचे जाणवून मेगन खालच्या मजल्यावर रडत असल्याचे एलीनच्या लक्षात आले. एलीनने तिला उचलून अंथरुणावर ठेवले आणि तिचे आवडते गोष्टीचे पुस्तक ‘ब्यूटी अँड दी बीस्ट’ वाचू लागली. तेव्हा तिने गळ्याकडे बोट दाखविले आणि श्वासाला त्रास होत असल्याचे खुणेने सांगितले. एलीनने श्वसनयंत्राच्या सर्व व्यवस्था तपासल्या.त्या ठीक होत्या. काही क्षणापूर्वीच तिच्या मुलाला झालेला त्रास मनात येऊन तिने तिच्या मुलीची नळीही ओढून काढली. श्वसनाचा मार्ग मोकळा होता म्हणून तिने ती नळी पटकन जागेवर

बसविली. काही मिनिटातच मेगनला बरे वाटले व ती झोपी गेली.

"असे पूर्वी शेकडो वेळा घडले आहे." आपल्या ताटाकडे पाहात एलीन म्हणाली. "पण आज मी खूपच अस्वस्थ झाले. का? मला माहीत नाही."

"एलीन, तुला माहीत आहे, तू मुलांबाबत फार मोठे काम करीत आहेस? अगदी सर्वोत्तम. यापेक्षा चांगले काही करताच येणार नाही." तिचा हात थोपटत जॉन म्हणाला, "मी नेहमीच म्हणतो. तू आमची सर्वोत्तम परिचारिका आहेस आणि निश्चितच सर्वांत सुंदर." "मला मुलांची परिचारिका नाही व्हायचं जॉन. मला त्यांची आई व्हायचं आहे." एलीन म्हणाली. परत तिच्या डोळ्यांतून अश्रू ठिबकू लागले.

"हो! मला माहीत आहे. ते तुझ्यासाठी खरोखरच फार कठीण आहे. मला फार काळ दूर राहावे लागले. दिवसांतून दिवस मुलांचे आयुष्य तुझ्या एकटीच्या हातात असते. हे तुझ्यासाठी फारच अवघड आहे. तुझ्याबरोबर शेरॉन आहे. पण तुला माझीही गरज आहे. मी तुला खातरी देतो, आपण जवळ-जवळ तेथे पोहोचलो आहोत." वाकून तिच्या चेहऱ्याकडे पाहात तो म्हणाला. एलीनने डोळे पुसत मान डोलावली.

"जेन्झाईममध्ये मी जे करणे आवश्यक होते, ते जवळजवळ सगळे मी मिळविले आहे. आपल्याला हवे ते सर्व मिळवून तू आणि मुलांसाठी मी येथे असेन." तिला शांत करत त्याने पुढे सांगितले. "जेन्झाईममधील लोकांना आपण काय केले पाहिजे हे अखेरीस समजले आहे, असे मला वाटते. पॉम्पेवरील नेत्यांचा संघ पूर्ण तयारीत आहे. त्यांची टुडेमधील आपली चित्रफित पाहिली. एका कुटुंबाने पॉम्पे व्याधींसह जगणे म्हणजे काय असते, ते आता त्यांना समजले आहे, असे मला वाटते." टेबलावरील रुमालामध्ये नाक साफ करून एलीनने विषय बदलला. "जॉन, मेगनचा पाचवा वाढदिवस जवळ येत आहे. तिला काय करावेसे वाटते, या विषयी मी तिच्याशी बोलते आहे. आपण काय करावे असे तुला वाटते?"

"एलीन, आपण काहीतरी भव्य केले पाहिजे." उत्साहित होऊन जॉन म्हणाला.

"मेगन, पाच वर्षांची होईपर्यंत जगेल, अशी कोणालाच अपेक्षा नव्हती. आणि या चिवट मुलीने हे करून दाखविले आहे. आपण काहीतरी भव्य-दिव्य केले पाहिजे आणि आता आपल्याकडे पैसेही आहेत."

'नोव्हाझाईम,' जेन्झाईमला विकण्याच्या एक ताबडतोब झालेला परिणाम होता – पैसे. जॉनसह मुख्य खेळाडूंना दशलक्षात संपत्ती मिळाली होती. सर्वांत मोठा भागधारक असलेल्या कॅनफिल्डनी सुमारे ३० दशलक्ष डॉलर्स मिळविले होते. मोठे दोन गुंतवणूकदार प्रत्येकी २८ दशलक्ष डॉलर्स घेऊन गेले होते,

आणि पाच टक्के पेक्षा कमी भाग असलेल्या जॉनने ६ दशलक्ष डॉलर्स कमावले होते. क्रेडिट कार्डचे कर्ज आणि १ लक्ष ४० हजार डॉलर्स जॉनचे शैक्षणिक कर्ज यांच्याशी दहा वर्षे झगडल्यानंतर अचानकपणे जॉन आणि एलीन श्रीमंत झाले होते. त्यांनी कर्जे फेडून टाकली. ६० हजार डॉलर्सच्या बादलीतील एखादा थेंबच वापरला गेला होता. त्यानंतर त्यांनी आपली श्रीमंती मिरविली. जॉनने स्वत:साठी एक रोलेक्स सबमरीनर घड्याळ घेतले. 'स्पेशल फोर्सेस मरिन' म्हणून त्याच्या वडिलांना असेच घड्याळ मिळाले होते. जुनाट झालेले हे घड्याळ त्याला वडिलांच्या मृत्यूनंतर वारस म्हणून मिळाले होते. अनेक वेळा दुरुस्तीचा प्रयत्न करूनही ते कधीच चालले नाही. मग त्याने तीन वर्षांची जुनी जग्वार गाडी घेतली. त्याने आणि एलीनने रोख २.७ दशलक्ष डॉलर्स मोजून प्रिन्स्टनमध्ये एक नवीन मोठे घर विकत घेतले. त्याचे बांधकाम अपूर्ण होते. त्या घरात कुटुंब हलविण्यापूर्वी काही महिने त्यावर काम करावे लागले असते. परंतु त्यामुळे घरातील सर्वांनाच अत्यंत आनंदीत होण्यासारखे काही तरी मिळाले. नवीन घर इतके मोठे होते की, मेगनला आतल्या आत तिची विजेवर चालणारी व्हीलचेअर फिरविता आली असती, असे ती सतत म्हणत असे. एक वर्षापूर्वी मेगनला ही व्हीलचेअर मिळाली होती. गाडी वळविण्याच्या छोट्याशा उपकरणाने ती व्हीलचेअर चालवू शकत होती; पण तिला ती घराबाहेरच चालवावी लागे. जॉन ज्युनियर प्रत्येकाला सांगत असे की, त्या घरामध्ये सात शयनकक्ष, सहा न्हाणीघरे, दोन स्वयंपाकघरे होती. एलीनने अंतर्गत सजावट करणाऱ्याला भेटून काही मोठ्या आरामदायी खुर्च्या, कोच, फुलांची नक्षी असलेले पडदे निवडून ठेवलेले होते. नवीन संपत्तीची कदाचित सर्वांत मोठी देणगी ही होती की, जॉन आणि एलीनला सतत भेडसावणारी पैशाची काळजी संपली होती. लग्न झाल्यादिवसापासून जॉन देणी, गहाण ठेवलेल्या वस्तू, विद्यार्थी दशेतील कर्ज, आजी-आजोबांना सांभाळणे आणि अलीकडे येणारा औषधांचा खर्च याबाबत तक्रार करीत असे. आता जॉन धनादेशापाठोपाठ धनादेश काहीही न बोलता लिहित असे, तेव्हा एलीन अविश्वासाने पाहात असे. 'कोट्यवधी डॉलर्स असण्याची केवढी मदत होते.' ती खिदळली.

एलीनचे जेवण झाल्यावर मेगनच्या वाढदिवसासाठी एकेक महागड्या कल्पना जॉन सांगू लागला – विदूषक, घोडे, घराच्या आकाराएवढे केक. अखेरीस तो म्हणाला, ''ठीक आहे. मी उद्या मेगनशी बोलेन आणि तिला काय वाटते, ते पाहीन.''

जेन्झाईममध्ये पॉम्पे व्याधीचे आपले नेतेपद दृढ करण्यासाठी जॉन प्रयत्नांची पराकाष्ठा करीत होता. परंतु हे सत्य होते की, कोणी कितीही हट्टीपणा केला तरी एक गोष्ट बदलणार नव्हती आणि ती म्हणजे पैसा. जेन्झाईम विकून पॉम्पे

औषधाच्या विकसनासाठी लाखो डॉलर्सची निश्चिती केली होती. इतके पैसे तो नोव्हाझाईमच्या भित्र्या गुंतवणूकदारांकडून कधीच काढू शकला नसता. कदाचित कधीच उपयुक्त ठरणार नाही अशा औषधांवर अतिखर्च करण्याचा धंदा जेन्झाईमनेही केला नसता.

पुढील वर्षाचे अंदाजपत्रक तयार करण्यासाठी, पॉम्पेसाठीच्या संभाव्य चाचण्या चालू ठेवण्यासाठी जॉनने अंदाजे ८० दशलक्ष डॉलर्स खर्च धरला होता. इतर कोणत्याही औषध विकसन कार्यक्रमापेक्षा पॉम्पेवर जास्त खर्च करण्यास हेन्री तयार होते. परंतु ८० दशलक्ष डॉलर्स शक्यच नव्हते. त्यांनी जॉनला ५० दशलक्ष डॉलर्सचा अंदाज दिला. हा खर्चही कंपनीच्या इतिहासात सर्वांत मोठा अंदाजित खर्च होता. ते म्हणाले, 'तू तुझा खर्च आता व्यावहारिक बनविणे आवश्यक आहे.'

औषधाच्या कारखानदारीमध्ये सौम्य शब्दांत सांगितलेला, हा अतिशय अवघड निर्णय होता. शिवाय योग्य निर्णयावर त्याच्या मुलांचे जीवन अवलंबून होते, हे सत्य होते. पुढील दोन महिन्यांमध्ये सर्वांत शक्तीशाली वाटणारा विकर त्यामागे जेन्झाईमचा सर्व पैसा आणि कर्मचारी उभे करून इतर विकरांवरील कार्यक्रम बंद करणे जॉनसाठी गरजेचे होते. एक वर्षापेक्षा अधिक काळ कॅनफिल्डशी दररोज केलेल्या चर्चेतून योग्य शर्कराशृंखला विकराला जोडण्याचे महत्त्व त्याच्या मनावर बिंबले होते. जॉनला खातरी होती की, त्याची पद्धत सर्वोत्तम होती. कॅनफिल्डचा विकर यशस्वी व्हावा, अशी जॉनची खास वैयक्तिक कारणे होती. ५० दशलक्ष डॉलर्सचा जेन्झाईमचा एकमेव विकर म्हणून निवडला गेला, तर हे जवळजवळ नक्की होते की, त्याच्या वैद्यकीय चाचण्यांदेखील त्याच्याच ताब्यात असतील. कारण तो नोव्हाझाईमच्या एकत्र येण्याच्या शर्तींप्रमाणे अध्यक्ष आणि सर्वसाधारण व्यवस्थापक होता. नोव्हाझाईम आता जेन्झाईमची एक उपशाखा होती. तो जर ताबेदार असेल, तर तो काहीही करून खातरी करून घेईल की, मेगन आणि पॅट्रिक पहिल्या चाचणीत असतील. यासाठीच त्याने पॉम्पे कार्यक्रमाचा निर्देशक होण्यासाठी दबाव आणला होता.

नोव्हाझाईमच्या विकरासाठी त्याने खंबीर वातावरण तयार केले असते. एकच संभाव्य कृती होती, ती म्हणजे कॅनफिल्ड अजूनही प्रयोगशाळेत धडपडत होते. मानवी PTase आणि इफ्यूनेन्सींज वापरून त्याने पॉम्पे विकराच्या अनेक वेगवेगळ्या आवृत्त्या तयार केल्या होत्या. परंतु त्यातील एकही उंदरांच्या प्रयोगात वापरलेल्या गाईंपासून तयार केलेल्या विकराएवढी कार्यक्षमता दाखवत नव्हती. त्यामुळे ताबा घेण्यापूर्वीची त्यांची योग्य दक्षता अशी होती की, नवीन पदार्थ वापरून तयार केलेल्या कॅनफिल्डच्या विकरामुळे जेन्झाईमच्या शास्त्रज्ञांना कॅनफिल्ड

आणि जॉनने काही महिन्यांपूर्वी दाखविलेले आश्चर्यकारक निष्कर्ष त्यांना मिळत नव्हते.

हेन्रींनी करार करण्यास पुढाकार घेतला होता, कारण त्यांचा कॅनफिल्डच्या कार्यपद्धतीवर विश्वास होता आणि शास्त्रज्ञ म्हणून त्याची अशी तक्रार होती की, नीट काम करण्यासाठी काही टोचणी आवश्यक होती. एखाद्या वेळी एका क्षणी अपयश येणे, याचा अर्थ कायम अपयशी असा नव्हे, असे हेन्रीचे मत होते. गौचर व्याधीवरील औषध पहिल्या चाचणीत अयशस्वी ठरले होते, तरी इतरांच्या विरोधाला न जुमानता त्याने योजना पुढे चालू ठेवली. पुढे असे दिसून आले की, चाचणींमधील बहुतेक सर्व रुग्णांना औषधाची अतिशय कमी मात्रा दिली गेली होती आणि अधिक मात्रेमध्ये आश्चर्यकारक परिणाम दिसून आला. सेरेझाईम हे औषध जैव तंत्रज्ञानाच्या इतिहासात अतिशय यशस्वी औषधांपैकी एक ठरले होते.

कॅनफिल्ड रात्रंदिवस आणि आठवड्याची सुट्टीही न घेता, या विकरांबाबतची अडचण शोधून काढण्यासाठी मनापासून काम करीत होते. परंतु या गोष्टीला किती वेळ लागेल, हे कोणीच सांगू शकणार नाही हे जॉनला माहीत होते. त्याची मुले आणि इतर पॉम्पे रुग्णांसाठी नोव्हाझाईमचा विकर ही योग्य निवड नव्हती. कारण सहा महिन्यांच्या आत उपचार मिळाले नाहीत, तर ती मृत्युमुखी पडली असती. त्यांच्यासाठी इतर विकरांमधून कोणत्यातरी एका विकराची निवड करणे अधिक चांगले ठरले असते. जरी स्नायूपेशींच्या लायसोझोमपर्यंत पोहोचविण्यासाठी या विकरांबरोबर योग्य शर्कराशृंखला नव्हती. अडचण कुठे आहे, हे त्यांनी शोधून काढल्यावर उपचाराची दुसरी आवृत्ती म्हणून कॅनफिल्डच्या विकराकडे जेन्झाईम परत वळू शकले असते.

मुलांसाठी इतरांपैकी सगळ्यात उत्तम निवड कोणत्या विकराची ठरेल?

जॉनने रात्री चार्ल्स हॉटेलमध्ये तीन इतर संभाव्य विकरांच्या उपचारांबद्दलची आजपर्यंतची माहिती असलेले शास्त्रीय दस्तावेजांचे ढिगारे वाचून काढले. आता जॉन जेन्झाईममध्ये असल्यामुळे मानवांवरील अभ्यास आणि वैद्यकीय चाचण्या याबद्दलची आजपर्यंत प्रकाशित झालेल्या माहितीपेक्षा कितीतरी अधिक माहितीपर्यंत पोचू शकत होता.

त्याचे विचार चेनच्या विकराकडे वळले. कदाचित ती सर्वोत्तम निवड असेल. केवळ काही आठवड्यांच्या उपचारांनंतर हात उचलून स्मितहास्य करणाऱ्या जॉन कॉन्सेल बाळाचे दृश्य तो कधीच विसरू शकत नव्हता. परंतु त्यानंतरच्या दोन-तीन महिन्यांनंतरचे दृश्यही तो कधीच विसरू शकला नसता. ते मूल आता बसत नव्हते, त्याला श्वास घेण्यास त्रास होत होता. हळू-हळू तो अशक्त होत जात होता.

जॉनने वाचले की, कॉन्सेल बाळाला त्याच्या मात्यापित्याने इलिनॉईस

येथील त्यांच्या घरी नेले होते. तो अजून जिवंत होता. परंतु अतिशय अशक्त झाला होता. त्याला श्वसनासाठी श्वसनयंत्र आवश्यक होते. तो जवळ-जवळ सतत जंतू प्रादूर्भावाशी लढत होता. तोच विकर दिलेले दुसरे एक मूल सुरुवातीला चांगले सुधारले. परंतु थोड्या काळानंतर औषधाने त्याला मिळालेले सर्व फायदे नाहीसे होत गेले. परंतु अजूनही काही आशा होती. चेनच्या विकरामुळे तिसरे मूल इतके सुधारले होते की, कोणतीही अधोगती न होता तो चालत होता आणि सर्वसाधारण दोन वर्षांच्या मुलाइतकाच सशक्त होता.

आश्चर्यकारक प्रगती दाखविणाऱ्या त्या तीन मुलांपैकी हे एकटेच होते, ज्याचे शरीर अत्यल्प प्रमाणामध्ये विकर निर्माण करीत होते. यावरून असे दिसून आले की, त्याचे शरीर बाहेरून घातलेल्या विकराला परके समजले नाही आणि त्याविरुद्ध लढण्याचा पदार्थ त्याच्या शरीरात निर्माण झाला नाही. या बाळाप्रमाणेच मेगन आणि पॅट्रिक देखील अल्पप्रमाणात हा विकर तयार करीत होते. एक टक्क्यापेक्षाही कमी. त्यामुळेच ती दोघेही बालपणातच मृत्युमुखी पडली नाहीत. जॉनला खातरीने असे वाटले की, चेनचे औषध निवडले तर त्याची मुले औषधाला चांगला प्रतिसाद देतील. चेनच्या हाताखालची तरुण, भावूक डॉक्टर प्रिया किश्नानी जेन्झाईमसाठी आठ बाळांसाठी एक छोटी दुसरी चाचणी करीत होती. या गटामध्ये सहा महिन्यांची किंवा त्यापेक्षा कमी वयाची बाळे होती. ज्यांना स्वत: श्वास घेता येत होता आणि अल्प प्रमाणात स्वत: विकर तयार करीत होती.

या छोट्या चाचण्या चालविण्यासाठीदेखील आधी डॉक्टर चेन आणि आता जेन्झाईम यांनी पुरेसा विकर निर्माण करण्यासाठी खूप धडपड केली. आता चालू असलेली दुसरी चाचणी परत-परत पुढे ढकलावी लागत होती. कारण उत्पादनाचा करार केलेली कंपनी पुरेसे औषध निर्माण करू शकली नाही आणि पाठोपाठ निर्मिती केलेल्या तुकड्या तपासणीमध्ये अयोग्य ठरल्या. हे औषध निर्माण करण्याचा अधिक चांगला मार्ग मिळाला तरी, त्यासाठी किती वेळ लागेल आणि मुळात ते शक्य होईल का, हे जॉनला माहीत नव्हते.

तिसरे संभाव्य औषध होते, फार्मिंगचा विकर. जेन्झाईम आता त्याच्या हक्काचे मालक होते. खोलीवरच मागविलेले पास्ताचे जेवण घेत-घेत १९९९मध्ये फार्मिंगने घेतलेल्या छोट्या चाचणीचे दस्तावेज जॉनने बारकाईने पाहिले. पहिल्या चाचणीमध्ये फार्मिंगने सशांपासून तयार केलेला विकर चार बालकांना देण्यात आला होता. त्यातील एकाने इतका चांगला प्रतिसाद दिला होता की, दोन वर्षांच्या सर्वसाधारण मुलाइतका सशक्त झाला होता. इतर तिघांची हृदये आश्चर्य वाटावी इतकी बलवान झाली होती. परंतु शरीरातील इतर भागाची ताकद

वाढण्याचे प्रमाण वेगवेगळे होते. काही काळानंतर या तीनपैकी दोन बाळांची अधोगती होऊ लागली. तिसऱ्याची ताकद वाढत राहिली. परंतु अतिशय संथ गतीने.

जॉन पुढे वाकत राहिला तसे त्याला दिसून आले की, चेन आणि किश्नानी यांनी रुग्णांच्या वेगवेगळ्या प्रतिसादापासून काढलेल्या निष्कर्षांपेक्षा डच संशोधकांनी अतिशय वेगळे निष्कर्ष काढले होते. सर्वोत्तम प्रतिसाद देणारे बाळ अगदी थोड्या प्रमाणात खरोखरच विकर स्वत: निर्माण करीत होते. पण त्यानंतरचे बाळ ज्याने चांगली प्रगती दाखविली होती, ते बाळ विकर अजिबात निर्माण करत नव्हते. सर्वोत्तम प्रतिसाद देणारी ही दोन्ही बालके यांच्यावर उपचार अतिशय लहान असल्यापासून झाले होते. ती अनुक्रमे तीन महिने आणि अडीच महिने वयाची होती. आणि त्यांच्यावर व्याधीचा फारसा परिणाम झाला नव्हता. डच संशोधकांचा असा विश्वास होता की, वयाने अतिशय लहान असल्यापासून आणि स्नायूंची ताकद फारशी कमी होण्यापूर्वी उपचार केल्यास रुग्णांचे भवितव्य सर्वोत्तम असते.

उपचार केलेल्या या चार बालकांशिवाय पॉम्पेच्या इतर पाच रुग्णांना फार्मिंगचा उपचार मिळाल्याचे दिसून आले. त्यापैकी ज्यांना उपचार मिळाले ते तीन रुग्ण पौगंडावस्थेतील किंवा प्रौढ होते. त्यामध्ये रँगॅल हाउस यांची मुलगी टिफनी होती. त्यांची ताकद काही प्रमाणात वाढली. अर्थातच त्या बाळांशी तुलना करता येईल की, नव्हे पण तरीही अर्थपूर्ण.

अनेक वर्षांनी प्रथमच उपचार चालू केल्यानंतर टिफनीला शाळेला जाण्याएवढी ताकद वाटू लागली आणि पाठीच्या मणक्यांचा वाकडेपणा सुधारण्यासाठी तिच्यावर शस्त्रक्रियाही करण्यात आली. ती माध्यमिक शाळेत हजर राहू शकत नव्हती. कारण तिला वाटणारा थकवा आणि श्वसन संस्थेतील जंतुप्रादुर्भाव यामुळे शाळेऐवजी घरी येऊन शिकविणाऱ्या शिक्षकांवरच तिला अवलंबून राहावे लागे. परंतु एक वर्षापूर्वी तिने सॅनफ्रॅन्सिस्कोमधील टेक्सास विश्वविद्यालयामध्ये प्रथम वर्षासाठी नाव नोंदविले होते. ती अजूनही व्हीलचेअरमध्येच होती आणि रात्री तिला श्वसनयंत्राची मदत लागत असे. ताकदीत झालेली थोडीशी वाढ आणि सहनशीलता यामुळे तिचे जीवन खूपच बदलले होते.

जॉन पुढे वाचत राहिल्यावर त्याच्या लक्षात आले की, फार्मिंगच्या औषध निर्मितीच्या अडचणीमुळे त्यांचा विकर एक अपूर्ण उमेदवार होता. तो विकर अजूनही जनुकीय बदल घडविलेल्या सशांच्या दुधापासून शुद्ध केला जात हाता. सशांचे दूध काढणे अवघड होते. एवढेच नव्हे, तर त्यांना शांत करण्यासाठी त्यांना औषधे द्यावी लागत. इतकेच काय, काही काळानंतर त्यांच्यातील दुधाचे प्रमाण कमी कमी होत जाई. फार्मिंगने एक गाईचा कळपही बाळगला होता.

त्यांच्या दुधामध्ये मानवी पॉम्पे विकर येण्यासाठी त्यांच्यात जनुकीय बदल घडविले होते. परंतु फार्मिंग आणि जेन्झाईममधील वैज्ञानिकांना निराश करणारी गोष्ट अशी होती की, गाईंच्या दुधामध्ये विकराचे प्रमाण इतके कमी होते की, ते शुद्ध करणे जवळजवळ अशक्य होते.

फार्मिंगच्या औषधामागे जर जेन्झाईमने आपले प्रयत्न उभे करायचे ठरविले, तर याचा अर्थ लक्षावधी सशांचा पुरवठा चालू ठेवावा लागेल. हे जवळजवळ अशक्य असल्याचे जॉनच्या लक्षात आले. तांत्रिकदृष्ट्या हे एक केवळ दिवास्वप्न असेल. इतकेच नव्हे तर, जिवंत जनावरांमध्ये औषध वाढविण्यामध्ये भेसळीचा मोठा धोका होता.

अखेरीस फार्मिंगच्या उपचारावरील संशोधन बंद करण्याचा निर्णय जॉनने घेतला तर? ज्या डच संशोधकांनी तो विकसित केला होता आणि जे रुग्ण तो उपचार अजूनही घेत होते, ते या उपचारांच्या फायद्यांबद्दल अतिशय भावनाप्रधान होते आणि हे औषध थाबंविले जाईल, अशी भिती त्यांनी आधीच व्यक्त केली होती.

हे औषध निवडले गेले नाही आणि सशांपासूनचा विकर थांबविण्यात आला; तर टिफनीसह हे सर्व रुग्ण पसंत केलेल्या दुसऱ्या औषधावर आणावे लागतील. नवीन औषधामुळे त्यांना पहिल्या औषधाइतके बरे वाटले नाही तर ते दोष कोणाला देतील?

चेन आणि फार्मिंगचे विकर तयार करण्यात येणाऱ्या अडचणी टाळण्यासाठी जेन्झाईमच्या शास्त्रज्ञांनी विकसित केलेली पद्धत वापरणे हा अखेरचा पर्याय होता. चिनी हॅमस्टरच्या बिजांडातील पेशींमध्ये विकर वाढविण्याचा जेन्झाईमला आधीपासूनच प्रचंड अनुभव होता. हीच पद्धत चेननी वापरली होती. कंपनीचा गौचरवरील उपचार सेरेझाईम या पद्धतीने बनविला जात असे. जेन्झाईमच्या समोर नदीच्या पलीकडे बोस्टनच्या एका भागात ऑल्स्टन इथल्या एका मोठ्या उत्पादनाच्या संयंत्रामध्ये तपमान नियंत्रित केलेल्या मोठ्या जैव प्रतिक्रिया करण्याच्या भांड्यांमध्ये ते बनविले जाई.

चेनने निवडलेल्या सीएचओ पेशींच्या प्रकारामध्ये पॉम्पे विकर अतिशय कमी प्रमाणात तयार केला जाई. वैज्ञानिक बॉब मॅटॅलियॅनोच्या गटाने अधिक उत्पादनासाठी ज्ञात असलेल्या वेगळ्या पेशी प्रकारामध्ये संशोधन करायला सुरुवात केली. त्यांनी मानवी पॉम्पे विकर तयार करणाऱ्या जनुकाचे इंजेक्शन या पेशींना दिले आणि पॉम्पे विकर तयार व्हायला मदत करणारी वेगवेगळी रसायनेही त्यामध्ये घातली. पुरेसे प्रयोग झाल्यावर त्यांना एक चांगला नमुना मिळाला आहे, असे त्यांना वाटले आणि उंदरांना त्याचे इंजेक्शन देऊन त्याची चाचणी घेतली गेली. नोव्हाझाईममध्ये

कॅनफिल्डच्या विकराने सुरुवातीस परिणाम दाखविले होते. तितके नाही तरी हा विकर परिणामकारक आणि आशादायी होता आणि हा विकर तयार करणे इतके सोपे होते की, जेन्झाईम तो विपुल प्रमाणात निर्माण करू शकला असता.

या विकरामुळे उंदरामध्ये मध्यम सुधारणा दिसून आली, पण माणसांमध्ये चाचणी झाली नव्हती. त्यावरून जेन्झाईमने प्रतिवर्षी ५० दशलक्ष डॉलर्स खर्च करावेत का? चेन किंवा फार्मिंगच्या विकराइतके माणसांमध्ये चांगले परिणाम त्यांनी दाखविले नाहीत तर....

पर्यायांबद्दल जॉन जितका जास्त विचार करत गेला, तसे-तसे त्याला जाणवत गेले की, कोणता पर्याय निवडावा हे निश्चितपणे समजण्यासाठी कोणताच मार्ग नव्हता. अशा प्रकारच्या देवाच्या खेळामुळे तो गांगरून गेला. अपुऱ्या माहितीच्या आधारे त्याने केलेल्या पसंतीवर त्याच्या मुलांचे भवितव्य आणि पॉम्पे रुग्णांच्या आशा अवलंबून होत्या. हा विचार करणे, त्याच्या कल्पनेपलीकडील होते आणि तरीही व्यापारी जगतात त्याने हार्वर्डमध्ये शिकलेले आणि नोव्हाझाईममध्ये सांगितले गेलेले असेच होते की, निवडी या नेहमीच्या अपुऱ्या माहितीवर आधारित असतात. रुग्णांबद्दलची चर्चा, व्यवस्थापनाची भागधारकांप्रती निष्ठा ही अत्त्युच्च होती. व्यापारी म्हणतात की, आपली साधने संरक्षित राहिली पाहिजेत. त्यामुळे कंपनीला खातरीने फायदा मिळत राहील आणि परिणामतः औषधे तयार करणे चालू ठेवता येईल. या मापदंडातून पाहिले तरी, चार पॉम्पे विकरांपैकी तीन विकरांचे उत्पादन थांबविणे, हे दुःखद असले; तरी जॉन तोंड देत असलेल्या परिस्थितीत ते कमी दुःखद होते.

शास्त्रीय बाजूनेच एक उत्तर निघाले. लवकरच जॉनसह प्रत्येकाने निर्णय घेतला की, यातून पुढे जाण्यासाठी एकच मार्ग होता. चारीही विकरांचा एकमेकांशी तुलनात्मक अभ्यास करणे. संभाव्य नवीन औषधाचा योग्य मार्ग मानवांवरील प्रयोग; परंतु तो करता येत नव्हता. अन्न आणि औषध प्रशासनाने नोव्हाझाईम आणि जेन्झाईममध्ये विकसित केलेल्या विकरांना जनावरांवरील भरपूर चाचण्या झाल्याशिवाय मानवी चाचण्यांच्या जवळपास जाण्यासही परवानगी दिली नसती. त्यामुळे हा तुलनात्मक अभ्यास उंदरावरच करावा लागला असता. उंदीर हा चाचण्यांसाठी चांगला पर्याय होता. सर्वांनाच हे माहीत होते की, उंदीर आणि माणूस यामध्ये औषध हे वेगवेगळ्या तऱ्हेने काम करते. त्यामुळे ही सूचना धोक्याची होती. परंतु यामुळे स्पर्धक असलेल्या चार विकरांची तुलना करण्यासाठी समान परिस्थिती मिळाली असती.

या अभ्यासाची गरज जॉनला मान्य होती. परंतु वेगवेगळ्या विकरांचे गुणावगुण याबाबत चाललेली अंतर्गत चर्चा इतकी जहाल होती की, त्याचा

परिणाम प्रयोगांवर होऊ शकला असता, जेन्झाईमचे शास्त्रज्ञ नोव्हाझाईमच्या शास्त्राला इतके कमी मानत की, त्यांनी नोव्हाझाईम करारालाही विरोध केला होता. नोव्हाझाईमचा विकर नापास होईल, असे प्रयोग ते करतील का? आणि त्यांनी तसे केलेच तर ते त्याला कधीच कळणार नाही. वैज्ञानिक ज्ञानाबाबत तो खेळाबाहेर होता आणि हे त्याला माहीत होते.

जॉनला माहीत असलेल्या कंपनीमध्ये एकच व्यक्ती होती, जी वैज्ञानिक अधिष्ठानामध्ये पावलोपावली जेन्झाईमच्या शास्त्रज्ञांबरोबर राहू शकली असती, ती म्हणजे बील कॅनफिल्ड.

कान आणि खांदा यांच्यामध्ये फोन धरून जॉन म्हणाला, 'बील, मला तुमची गरज आहे. तुम्ही पॉम्पेच्या नेते संघामध्ये याल का?''

''आता तुला माझी गरज भासली.'' कॅनफिल्ड कडवटपणे म्हणाले. नेत्यांच्या संघातून वगळल्याबद्दल जॉनला माफ करण्यासही त्यांनी सुरुवात केली नव्हती. अनेक प्रयत्नांनंतर अनेक दिवस कॅनफिल्डच्या सचिवाजवळ तोंडी आणि लेखी निरोप दिल्यानंतर आता कुठे कॅनफिल्डनी फोन घेतला होता.

चर्चेच्या वैज्ञानिक बाजूमध्ये कॅनफिल्डनी पूर्ण भाग घ्यावा, यासाठी उत्सुक असलेल्या जॉनने पटकन ठरलेल्या चार विकरांच्या उंदरांवरील तुलनात्मक अभ्यासाची योजना समजावून सांगितली.

'हे वेळ वाया घालविणे आहे.' कॅनफिल्ड खेकसला. त्यांचा विश्वास होता की, जर फॉस्फेट, अणू, टोकाला असलेल्या योग्य शर्करा शृंखला जोडल्या असतील, तरच स्नायू पेशींच्या लायसोझोममध्ये पॉम्पे विकर उत्तम तऱ्हेने जातो. त्याच्या विकरावर अशातऱ्हेने प्रक्रिया केली होती की, सातही शर्करा शृंखलांच्या टोकाला फॉस्फेटचे दोन अणू जोडलेले होते. सीएचओ पेशी किंवा सशाच्या दुधापासून बनविलेले तीन विकर यावर नंतरची प्रक्रिया केलेली नव्हती. त्यांना वेगवेगळ्या प्रमाणात निसर्गतः असणाऱ्या, पण पुरेशा आणि योग्य प्रकारच्या शृंखला नव्हत्या असे कॅनफिल्डचे मत होते. काही प्रमाणात लायसोझोमपर्यंत पोचू शकेल असा चेनचा एकमेव विकर होता. त्याच्या एका शर्करा शृंखलेच्या टोकाला दोन फॉस्फेट अणू होते. जेन्झाईममध्ये विकसित केलेल्या विकराला फॉस्फेट अणू टोकाशी असलेली एकच शर्करा शृंखला होती. फार्मिंगच्या विकराला असलेल्या शर्कराशृंखलांना वेगवेगळ्या प्रमाणात फॉस्फेट अणू होते; परंतु ते इतर अणूही बंदिस्त केले होते.

''बील, तुमच्यासह किंवा तुमच्याविना हा प्रयोग होणारच आहे.'' जॉन कॅनफिल्डच्या दुखावलेल्या आत्मसन्मानावर मात करून कॅनफिल्डच्या समंजसपणाला पुकारण्याचा प्रयत्न करताना थोडे अडखळत म्हणाला, ''हे प्रयोग योग्य रीतीने

केले जातील, याची खातरी करेल अशी एकमेव व्यक्ती तुम्ही आहात. त्यामुळे आपल्या विकराला न्याय्य संधी मिळेल.''

नोव्हाझाईममधील इतरांकडून जॉनला माहीत होते की, बाजूला टाकले गेल्यामुळे कॅनफिल्डच्या भावना अजूनही दुखावलेल्याच होत्या. कॅनफिल्डना बोलावण्याच्या आपल्या निर्णयाबाबत जॉनला शंका नव्हती; परंतु हे प्रकरण त्याने ज्या पद्धतीने हाताळले होते, त्याची त्याला शरम वाटत होती. दूरध्वनीवरील त्रोटक संभाषणापेक्षा ओक्लाहोमाला जाऊन त्याने समोरासमोर स्पष्टीकरण करायला हवे होते, असे त्याला वाटले. 'तातडी'वर त्याच्या मुलांचे जीवन वाचविण्याच्या भावनांनी मात केली होती आणि त्याने त्याच्या आधीच्या भागीदाराला खोलवर दुखावले होते. कॅनफिल्डच्या उत्तराची वाट पाहात जॉनने दोन दीर्घ श्वास घेतले.

अतिशय खंबीर आणि मनस्वी कॅनल्फिड अत्यंत तर्कशुद्ध विचार करणारे होते, हे जॉनला पूर्णपणे माहीत होते. तो आयुष्यभराच्या कामाचे भवितव्य ठरविणाऱ्या अशा संधीचा निर्णय घालविणाऱ्यातील नव्हता.

'तुम्हाला मी केव्हा केंब्रिजला येण्याची गरज आहे.' कॅनफिल्ड तुटकपणे म्हणाला.

२३. सर्व प्रयोगांची जननी

हिवाळा, २००१ ते वसंतऋतू, २००२
प्रिन्स्टन-न्यू जर्सी, न्यूयॉर्क-न्यूयॉर्क, केंब्रिज-मॅसॅच्युसेट्स,
फ्रॅमिंग हॅम-मॅसॅच्युसेट्स

मेगनचा पाचवा वाढदिवस कथेतील राजकन्येचा वाटावा असा झाला. अगदी जॉनने योजल्याप्रमाणे भव्यदिव्य. पाच वर्षांच्या मानाने वाढदिवस फारच भव्यदिव्य झाला, असे त्याने आणि एलीनने मान्य केले. परंतु तो तसाच हवा होता. एलीन विनोदाने म्हणे, त्याप्रमाणे त्यांच्याकडे 'कोट्यवधी' डॉलर्स होते. त्यामुळे मेगन या वाढदिवसाला अजून जिवंत होती, याचा आनंद त्यांना साजरा करायचा होता. कारण डॉक्टरांमागून अनेक डॉक्टरांनी असे सांगितले होते की, हा वाढदिवस पाहण्यास ती जिवंत असणार नाही. दोघांनाही माहीत होते की, मेगनचे आणखी किती वाढदिवस असतील, हाच विचार दोघेही करत होते.

१६ डिसेंबर रविवारी सकाळी ११ वाजता एक पांढरी लांबडी लिंकन नॅव्हीगेटर लियो गाडी क्रौलींच्या घरापुढे येऊन थांबली. काळ्या वेलवेटचा पोशाख घातलेली, नीटनेटकी आणि सुंदर मेगन, भोवती असलेल्या सहा मैत्रिणींसह माडीवरच्या खिडकीपाशी वाट पाहात होती. आई तिच्या केसातून केस कुरळे करण्याचे गरम उपकरण काढू लागली. 'आई, लिमो आली चल जाऊ या.' मेगन ओरडली आणि कुरळे करणारे दोन गरम चाप तिने केसांतून ओढून काढले. 'अगं, अगं, मेगन,' एलीन ओरडली, 'तू भाजून घेशील स्वत:ला. केस कुरळे करायला फक्त पाच मिनिटे लागतील.'

बोलल्याप्रमाणे काही सेकंदातच एलीन आणि मेगन तयार झाल्या. तिचे खांद्यापर्यंत येणारे सुंदर कुरळे केस तिच्याभोवती लोंबत होते. मेगनने आरशात

पाहिले. डोळे हसत होते हलू न शकणाऱ्या गालांना!

"बाळा, तू किती सुंदर दिसते आहेस." एलीन म्हणाली. तिने मेगनच्या डोक्यावर गुलाबी रंगाची खास वाढदिवसाची टोपी ठेवली आणि जिन्यावरून तिला खाली नेले. तिच्या पाठोपाठ शेरॉन श्वसनयंत्र घेऊन आली. खालची खोली आणि स्वयंपाकघर यामध्ये जमलेली नातेवाईकांची गर्दी मेगन दिसताच 'Happy Birth Day' म्हणून ओरडली. ती तेजस्वी दिसत होती. जॉनने तिला एलीनच्या हातातून फुलासारखे अलगद उचलून घेऊन लिमोपर्यंत नेले. हिवाळ्यातल्या ५० डिग्री तपमानातील सूर्यप्रकाशात पांढरीशुभ्र गाडी चमकत होती.

"राजकुमारी मेगन, तुला कुठे बसायचे आहे?" त्याने विचारले.

"मला अगदी मध्ये बसायचे आहे." ती उत्साहाने म्हणाली.

जॉनने मागच्या बाकावरील मधल्या आसनाला तिला पट्ट्याने बांधले आणि तिच्या शेजारी घुसून बसला.

त्रासिकपणे मेगन किणकिणली. "बाबा, तुम्ही नाही येऊ शकत. ती फक्त मुलींसाठी आहे." चुकचुकत जॉनने तिचा पापा घेतला आणि म्हणाला, "मला माहीत आहे, मी घरी तुझ्या भावांबरोबर, तुझी वाट पाहात थांबेन. घरी मुलांकडे येण्यासाठी फार घाई करू नकोस." मेगनच्या सहा मैत्रिणी – शेरॉनच्या तीन नाती हेली, कॅरा, टेलर, दोन शेजारणी – एन्जला आणि व्हिटनी आणि एलीनच्या मैत्रिणीची मुलगी ॲलेक्सा. यानंतर गाडीत आब्यानना (एलीनची आई), लॉरी (ॲलेक्साची आई), शेरॉनची मुलगी मिस्टी या नंतर आत आल्या. गाडीच्या मागील भागात एलीन आणि शेरॉनने मेगनच्या लाल व्हीलचेअरचे भाग सुट्टे करून पेटीत भरले आणि एक जादा बॅटरी व श्वसनयंत्र घेतले.

लिमोमध्ये या सर्वजणी आणि मेगनची वैद्यकीय उपकरणे गाडीमध्ये घ्यायला अर्धा तास लागला. अखेरीस मेगन आणि तिच्या खिदळणाऱ्या ११ सहप्रवासी यांच्यासह गाडी वेगाने न्यू जर्सी टर्न पाईकवरून मॅनहॅटनला गेली. दुपारच्या जेवणाच्या नियोजित वेळेपेक्षा या गटाला एक तास उशीर झाला. तासाभराने सेंट्रल पार्कमधील प्रसिद्ध बागेतील उपहारगृह 'कॅव्हर ऑन द ग्रीन'च्या प्रवेशद्वारासमोर लिमो थांबली. जॉनची आई बार्बरा ग्रीन हाउस विभागातील तेराजणींसाठीच्या कोपऱ्यावरील मेजापाशी त्यांची वाट पाहात होती. त्यांचे जेवण सांगत असताना त्याच शहरात राहणारा एलीनचा भाऊ मार्टी गुलाबांचे सात पुष्पगुच्छ घेऊन आला. त्याने मेगन आणि तिच्या मैत्रिणींना प्रत्येक एकेक पुष्पगुच्छ दिला. उत्साहाने पुष्पगुच्छ स्वीकारत मेगनने एलीनकडे पाहिले व म्हणाली, "तुम्हाला माहीत आहे. मुलांना इथे परवानगी नाही." मार्टी मामा हसला आणि म्हणाला, "फुले घेऊन आलेल्या मुलांनासुद्धा नाही का?"

डोके हालवत मेगन म्हणाली, ''नाही, नाही.ही सर्व मुलींची मेजवानी आहे.''

मेगनने तिचा वाढदिवसाचा पांढरा केक कापून ती परत गाडीत येईपर्यंत मार्टीमामा थांबला. त्यानंतर गाडी लंट-फॅन्टॅन नाट्यगृहापाशी आली. तिथे या गटाने ब्रॉड वे निर्मित मेगनची आवडती कथा 'ब्युटी अँड द बिस्ट' पाहिली.

संध्याकाळी ५ वाजता परत येत असताना मेगन आईला म्हणाली, 'आपण उद्या परत इथे येऊ या का?'

हसत आणि तिच्या प्रश्नाचे उत्तर टाळत एलीन म्हणाली, 'तू बाबांना नक्की विचार. कारण हा सगळा कार्यक्रम त्यांनीच आखलाय.''

ते घरी आले तर स्वयंपाकघर आणि शेजारील खोली गुलाबी आणि पांढऱ्या फुग्यांनी सजविली होती. सजावटीच्या वस्तू आणि एक मोठा केक होता ज्यावर लिहिले होते, 'राजकुमारी मेगनला वाढदिवसाच्या शुभेच्छा' हे आणण्यासाठी जॉन, पॅट्रिक आणि छोट्या जॉनला घेऊन दुकानात गेला होता. सर्वांनी उभे राहून 'Happy Birth Day' गायले. छोट्या राजकुमारीने पाच मेणबत्या फुंकल्या तसे जॉनचे डोळे भरून आले. सगळ्यांचे लक्ष केंद्रित झाल्यामुळे पुलकित झालेल्या तिला या दिवसाच्या महत्त्वाची अजिबात जाणीव नव्हती.

त्या रात्री सर्व नातेवाईक आणि पाहुणे गेल्यावर हवा गेलेले फुगे, चुरगाळलेले रंगीत कागद, कचऱ्याच्या टोपलीत होते. त्या मोठ्या केकचा उर्वरित भाग फ्रीजमध्ये ठेवला होता. 'ब्यूटी अँड द बीस्ट' ही कथा वाचून जॉन आपल्या मौल्यवान मुलीला झोपवत होता. मेगनने त्याच्याकडे वर पाहिले. तिचे डोळे अजूनही चमकत होते. ती म्हणाली, 'दिवसभर किती गंमत आली बाबा, आपण हे उद्या परत करू या?'

जेन्झाईममध्ये सर्व प्रयोगांची जननी म्हणून सर्वश्रुत झालेल्या कार्यक्रमांचे नियोजन आणि सुरुवात करण्यात जवळजवळ संपूर्ण डिसेंबर संपला. पॉम्पे नेतृत्व संघाच्या बैठकीमध्ये मॅकेनींच्या तोंडून हे नाव आले. नियोजन केलेल्या सर्व प्रयोगांची यादी त्यांनी वाचली आणि ते उद्गारले, 'देवा, ही तर 'सर्व प्रयोगांची जननी' आहे.' जेन्झाईममध्ये अनेक गंभीर विचाराच्या अधिकाऱ्यांनी या प्रयोगांना योग्य नाव देण्याचा प्रयत्न करूनही हेच नाव चिकटून राहिले.

प्रत्येक औषधाच्या विकसनाचा गट - युरोपमधील फार्मिंगच्या विकरावर काम करीत असलेला गट, कॅनफिल्डसाठी काम करीत असलेले ओक्लाहोमातील वैज्ञानिक, ड्यूक मधील चेनचा गट आणि जेन्झाईममध्ये मॅटॅलियानोचा गट हे सर्वच प्रार्थना करीत होते की, त्यांच्या औषधाने 'जिंकावे'; कारण प्रत्येकाला माहीत होते की, हरणे म्हणजे त्यांचे संशोधन नगण्य ठरणे आणि काहीसाठी नोकरी जाणे.

विविध गटांना पटवून शांत करण्यासाठी वैज्ञानिकांनी विकराची परिणामकारकता

तपासण्यासाठी अनेक पद्धती वापरण्याचे ठरविले. यामध्ये जैवरासायनिक पृथक्करण होते. त्यासाठी उंदराचे पेशीसमूह बारीक करून त्यावर एक रसायन घातले जाई. त्यावरून किती विकर पेशींमध्ये शिरला आहे, हे मोजता येईल. आणखी एका जैवरासायनिक पृथक्करणामध्ये किती ग्लायकोजेन काढून टाकले गेले याची तुलना केली जाईल. त्यांनी पेशीशास्त्राद्वारेही पृथक्करण केले. त्यामध्ये पेशीसमूहांचे पातळ तुकडे काढून स्लाइडवर ठेवून रंगविण्याच्या विशिष्ट क्रियेने किती ग्लायकोजेन शिल्लक आहे हे समजले. त्यांनी विकराच्या कार्याची आणि ग्लायकोजेन काढून टाकण्याची तुलना उंदराच्या विविध प्रकारच्या पेशींमध्ये केली. ज्यामध्ये दंडाच्या, मांडीच्या आणि हृदयाच्या पेशींचा अभ्यास होता. त्यांनी विकरांची तीन वेगवेगळ्या मात्रांप्रमाणे चाचणी केली. कोणता विकर शरीराला कमीत कमी परका वाटतो, त्याची तुलना करण्यासाठी त्यांचे विरोधी कण उंदरांमध्ये किती प्रमाणात होतात, याचेही प्रयोग त्यांनी केले. एकूण जवळजवळ ५०० पेशी समूहांच्या नमुन्यांचे पृथक्करण ते करणार होते. ओक्लाहोमा येथे कॅनफिल्डची प्रयोगशाळा, तसेच फ्रॅमिंगहॅम येथील जेन्झाईमच्या प्रयोगशाळेत ही परीक्षणे होणार होती. विकर ओळखला जाऊ नये, यासाठी प्रत्येक विकराला संयोजक समितीने एकेक गुप्त रंग ठरविला होता आणि कोणता रंग ठरविला आहे हे गुप्त ठेवण्यात आले होते. परीक्षण करताना त्यांची ओळख हिरवा, निळा, पिवळा आणि किरमीजी अशा रंगाने ते नमुने ओळखले जाणार होते.

हे ५०० प्रयोग करण्यासाठी जवळजवळ दोन महिने लागले आणि निष्कर्ष एकत्र करण्यासाठी एक आठवडा लागला आणि खरोखर एक विजेता निघाला.

३१ जानेवारीला जॉन जेन्झाईमच्या विज्ञान केंद्रामध्ये आला. फ्रॅमिंगहॅममध्ये एका भूखंडावर कंपनीच्या एक डझनभर इमारती उभ्या होत्या. त्यातील एका चार मजली विटा आणि काचांच्या इमारतीमध्ये हे केंद्र होते. ही एक जुनी औद्योगिक वसाहत होती आणि बोस्टनच्या पश्चिमेस वीस मिनिटांच्या अंतरावर होती. कॅनफिल्ड, मॅकॅलियानो, ओकॅलॅघन आणि इतरांचा वैज्ञानिक संघ कित्येक तास आधी येऊन सर्व 'प्रयोगांच्या जननी'च्या निष्कर्षांवर चर्चा करीत होते आणि कोणता विकर जिंकला हे पाहात होते. ते जॉनच्या येण्याचीच वाट पाहात होते.

जॉनला दुसऱ्या मजल्यावरील लहान, थंड कॉन्फरन्स रूममध्ये शास्त्रज्ञ बसलेले दिसले. चौकोनी टेबलाभोवती दहा खुर्च्या मांडल्या होत्या. त्यातील नऊवर शास्त्रज्ञ बसलेले होते. सगळ्यांना नमस्कार करीत जॉनने त्याची जागा घेतली. मॅटॅलियानो म्हणाले की, 'प्रयोगांच्या जननी'मधून मिळालेली प्रचंड माहिती वैज्ञानिकांच्या संघाने पाहाण्यासाठी आणि त्याचे पृथक्करण करण्यासाठी अनेक तास खर्च केले होते आणि आता ते सर्वांत महत्त्वाचा निष्कर्ष मांडणार होते.

त्यांनी निष्कर्षांचे सादरीकरण करण्यास सुरुवात केली. सुरुवातीच्या काही स्लाइडसमध्ये जैव रासायनिक पृथक्करणाची मालिका होती. त्यामध्ये स्नायूंच्या नमुन्यांचे बारीक तुकडे करून त्यात पॉम्पे विकर असल्याची चाचणी घेण्यासाठी काही रसायन मिसळले. या चाचणीमध्ये किरमीजी रंगाचा विकर सर्वोत्तम घेतला गेला होता, आणि इतरांपेक्षा त्याचे प्रमाण फारच मोठे होते. परंतु स्लाइडच्या पुढच्या मालिकेमध्ये अनेक पेशीसमूहांचे नमुने घेऊन कोणत्या विकरामुळे ग्लायकोजेन काढून टाकले जाते हे पाहिले होते आणि या चाचणीमध्ये पिवळा आणि हिरवा विकर किरमीजीपेक्षा अधिक कार्यक्षम दिसून आला. पॉम्पे शास्त्रामध्ये या प्रकारचे पृथक्करण अधिक महत्त्वाचे मानले जाई, कारण विकराचा उपचार आणि त्याने त्याचे काम म्हणजेच ग्लायकोजेनचे विघटन केले होते हे कळते.

'या सर्वोत्तम दोनपैकी काही स्नायूंमध्ये पिवळा विकर किंचित अधिक कार्यक्षम दिसून आला, परंतु तो संख्याशास्त्राच्या दृष्टीनेही महत्त्वाचा ठरावा इतका विशेष कार्यक्षम नव्हता.' पुढील स्लाइड सरकवत मॅटॅलियानो म्हणाले.

जॉन आशा करीत होता की, नोव्हाझाईमचा विकर पिवळा किंवा हिरवा असेल. त्याने आत्तापर्यंत काहीच न बोललेल्या कॅनफिल्डकडे एक चोरटा कटाक्ष टाकला. छातीवर हाताची घट्ट घडी घालून तो समोरच्या टेबलाकडे टक लावून पाहात होता. जॉनला वाटले नोव्हाझाईमच्या विकराचा रंग पिवळा असला पाहिजे. कॅनफिल्ड निराश दिसला कारण, दुसऱ्या क्रमांकाच्या विकरापेक्षा त्याने जास्त चांगली क्षमता दाखवली नव्हती.

मॅटॅलियानो म्हणाले, 'आता मी तुम्हाला हे विकर कोणकोणते आहेत ते सांगतो. दोन तासांपूर्वी या सांकेतिक रंगाचे खरे स्वरूप आम्हाला कळले.'

प्रथमत: संख्याशास्त्रदृष्ट्या सर्वोत्तम कार्यक्षम विभाग विकर डॉक्टर चेन यांचा होता आणि हिरवा जेन्झाईममध्ये तयार केलेला होता. यांचे गुण समसमान होते. बनविण्यास सुकर असा मॅटॅलियानोने विकसित केलेला नोव्हाझाईमचा किरमीजी विकर हा तिसऱ्या क्रमांकावर होता. सर्व चाचण्या केल्यावर फार्मिंगचा विकर चौथ्या क्रमांकावर होता.

जॉनला काही प्रमाणात धक्का बसला आणि तो गोंधळून गेला. त्याला माहीत होते की, कॅनफिल्ड त्याचा विकर योग्य काम करेल, यासाठी धडपडत होता. जॉनला खातरी होती की, तो सर्वांच्या पुढे असेल. किमान इतरांएवढेच चांगले काम करेल.

"विकराच्या कार्यक्षमतेच्या चाचणीमध्ये नोव्हाझाईमचा विकर इतका चांगला होता, तरीही ग्लायकोजेन नाहीसे करण्याबाबत इतका कमी कसा पडला," अखेरच्या पृथक्करणात काहीतरी चूक झाली असेल, अशी आशा करत जॉनने विचारले.

मॅटॅलियानो हसले आणि त्यांनी कबुलीही दिली की, 'आम्हालाही याच गोष्टीचे आश्चर्य वाटत होते. काही तासांपूर्वी आम्ही यावर खूप चर्चा केली.' ते पुढे म्हणाले की, 'शर्कराशृंखलांच्या टोकांना स्नायूपेशींच्या लायसोझोममध्ये नोव्हाझाईमचा विकर जाण्यापूर्वी कोणतातरी इतर पेशी समूह हा विकर खात असला पाहिजे असा शास्त्रज्ञांचा तर्क होता. रक्तवाहिन्यांच्या आतील अस्तराच्या पेशी यांच्यामध्येही संवेदनकेंद्रे होती आणि त्यांना शर्करा शृंखलांची ओढ होती. कदाचित या पेशींनीच नोव्हाझाईमचा विकर घेतला असावा आणि लायसोझोममध्ये शिरून ग्लायकोजेन नाहीसे करण्यासाठी पुरेसा विकर शिल्लक राहात नसावा. शेवटी सर्वांच्या संमतीची खातरी करण्यासाठी आता मतदान करण्याची वेळ आली आहे असे जॉनने सुचवले. नंतर त्याने टेबलाभोवती फिरून निष्कर्षास त्यांची मान्यता आहे का? असे विचारले. मॅटॅलियानो, ओकॅलॅघन, जेन्झाईम गटातील इतरांनी मान हलविली. प्रत्येकाने ठाम होकार दिला.

अखेरीस जॉन कॅनफिल्डपाशी आला. त्याला आशा होती की, नेहमी चिकित्सक असणारा कॅनफिल्ड ज्या पद्धतीने प्रयोग केले गेले. त्याला आव्हान देईल, त्याला निष्कर्षामध्ये काहीतरी चूक सापडेल.

परंतु कॅनफिल्डने हळूच मान डोलावली व म्हणाला, 'निष्कर्षच काय ते सांगत आहेत.' 'तुला खातरी आहे? तुला आणखी काही सांगायचे आहे?' जॉन म्हणाला. कॅनफिल्डनी नकारार्थी मान हलविली.

जॉनने उभे राहून सर्वांचे आभार मानले आणि गंभीरपणे म्हणाला, 'परमेश्वरा, आम्ही चुकत असलो, तर आम्हाला मदत कर.'

जेन्झाईमच्या केंब्रिज मुख्य कार्यालयाकडे येत असतानाच्या अर्ध्या तासात होणाऱ्या गंभीर परिणामांचा जॉन अंदाज बांधत राहिला. मॅटॅलियानोचा सहज उत्पादन करता येणारा विकर अगदी थोड्या फरकाने दुसऱ्या क्रमांकावर होता आणि त्याचीच निवड केली जाईल, अशी जॉनला जवळ-जवळ खातरी होती. फार्मिंगचा विकर तर बंदच करून टाकावा लागेल. त्यांच्या औषधाचे विकसन थांबविण्यात येत आहे, हे त्या रुग्णांना कोण सांगणार? इतके चांगले वाटणारे चेनचे औषधही बंदच करावे लागेल. गरज पडली तर असावा म्हणून त्याचा एक नमुना फ्रीजमध्ये ठेवला जाईल. या विकराचे उत्पादन करणाऱ्या उत्पादकांबरोबरचे अनेक दशलक्ष डॉलर्सचे करार ताबडतोब रद्द करावे लागतील.

नोव्हाझाईमला सर्वांत मोठा तडाखा बसेल. औषध विकसित करण्यासाठी कॅनफिल्डनी १८ महिने कष्ट केले होते. ९ वर्षांपूर्वी ज्या शास्त्रज्ञाला आव्हान दिले गेले होते, त्या शास्त्राला भुईसपाट करणारा दणका बसला होता. नोव्हाझाईमच्या विकराचे उत्पादन ताबडतोब सुरू होणार नसेल, तर अनेकांना नोकरीवरून कमी

करावे लागेल. कॅनफिल्ड त्याला पूर्वी ठक समजत होते. ते आणि ओक्लाहोमामधील इतर यांना आता त्याच्याबद्दल काय वाटेल, हे ठक समजण्याच्या तुलनेत काहीच नव्हते.

हे असे सत्य होते, जे स्वीकारावेच लागणार होते. त्याच्यापासून पळून जाताच येणार नव्हते. जॉनचे औषध हरले असल्यामुळे वैद्यकीय चाचण्या कशा व्हाव्यात, यावर आपला प्रभाव टाकण्याच्या त्याच्या आशा आणि मेगन आणि पॅट्रिक या चाचण्यांत समाविष्ट असतील या आशा संपल्या होत्या. जेन्झाईमचे औषध निवडले गेल्यामुळे जेन्झाईमचे वैद्यकीय नियामक खाते सर्व गोष्टी ठरवणार होते. वैद्यकीय निर्देशक म्हणून लँडीच्या मताप्रमाणे रुग्णालयीन चाचण्या ठरविल्या जाणार होत्या.

काही दिवसांनंतर जॉनने हेन्री आणि व्हॅन हीक यांना औषध निर्मितीचा एक आराखडा सादर केला. जेन्झाईमच्या उत्पादनास मदत करण्यासाठी कंपनीच्या ऑस्टन संयंत्रामध्ये दोन नवे मोठे २००० लिटरचे जैविक क्रियेसाठीचे पिंप, ५० दशलक्ष डॉलर्स गुंतवून उभे राहावेत अशी जॉनने शिफारस केली. सर्व काही ठीक झाले, तर त्यांच्याकडे जेन्झाईमच्या विकराच्या रुग्णालयीन चाचण्या सुरू करण्यासाठी उन्हाळ्यापर्यंत पुरेसा साठा असणे आवश्यक होते. त्याने तसे स्पष्ट म्हटले नाही, परंतु लँडी आणि जे कोणी मुख्य असतील; त्यांच्यावर मेगन आणि पॅट्रिक यांना चाचणीमध्ये समाविष्ट करण्यासाठी त्याचा प्रभाव पूर्णपणे वापरण्याचा त्याचा इरादा होता.

जॉनने असेही सुचविले की, चेनचा विकर तयार करण्यासाठी बाहेरच्यांशी केलेले करार ताबडतोब रद्द करून प्रतिवर्षी २० दशलक्ष डॉलर्स वाचवता येतील. त्याने अशीही शिफारस केली की, नोव्हाझाईमच्या विकराचे उत्पादन थांबवून अनेक दशलक्ष वापरता येतील. तो म्हणाला, 'यथावकाश त्यांना फार्मिंगचे उत्पादन संयंत्रही बंद करावे लागेल. परंतु पुढील वर्षापर्यंत नाही जोपर्यंत जेन्झाइमचे स्वत: उत्पादन केलेले औषध वाढत नाही. पुढील वर्षासाठी फार्मिंगचे ससे उपचार घेत असलेल्या रुग्णांना औषध पुरवत राहतील.'

मानवी चाचण्या सुरू करण्याऐवजी नोव्हाझाईमची टेक्नॉलॉजी आणि प्रायोगिक विकराचे उपचार हे परत संशोधनाच्या प्रयोगशाळेत पाठविले जातील. कॅनफिल्ड यांच्या पद्धतीवर अजूनही विश्वास असलेला जॉन म्हणाला, 'नोव्हाझाईमच्या संशोधनाला यापेक्षा चांगले काम करू शकेल अशी उपचाराची दुसरी पिढी विकसित होईल, अशी मला आशा आहे; यासाठी त्यांना पैसे पुरवत राहावे.' जॉनला खातरी होती की, कॅनफिल्डचा आधीचा विकर वापरून बिर्ले आणि इतरांचा निष्कर्ष अगदी बरोबर होते. त्याला असे वाटत होते की, मानवी प्रक्रिया

करणारा विकर आणि नवा मनाई करणारा पदार्थ यांच्या धांदलीमध्ये काहीतरी चुकले होते आणि अधिकाधिक फॉस्फेट अणू घातले गेले होते. इच्छित स्थळी पोहोचण्यापूर्वी नवीन विकर अन्य कोठे तरी शोषला जात होता. अखेरीस जॉनने हेन्रींना सांगितले की, हा प्रश्न सोडविण्यासाठी कॅनफिल्डना वेळ दिला पाहिजे.

त्याचे म्हणणे लक्षपूर्वक ऐकत हेन्रींनी मान्यतादर्शक मान हलविली. शास्त्रज्ञ नसूनही शास्त्रीय माहिती समजून घेण्याची आणि त्याचा योग्य अर्थ काढण्याची हेन्रींची पद्धत अतिशय अहंकारी शास्त्रज्ञांनासुद्धा चकित करून टाकीत असे. जेव्हा जॉनने त्याचे बोलणे संपविले, तेव्हा जेन्झाईमच्या विकराबरोबर जावे लागण्याचा धोका हेन्रींनी पत्करला.

''प्राण्यांबरोबर हा विकर कसे काम करतो, हे आपल्याला माहिती आहे. पण माणसांमध्ये तो काम करेल की नाही, हे आपल्याला माहिती नाही. या विकराची चाचणी माणसांवर कधीच घेतली नाही. फार्मिंग आणि चेन यांच्या विकराची चाचणी माणसांवर झालेली आहे. तो उपयुक्त ठरला नाही तर? आपण चुकीचे ठरलो तर काय होईल.''

'ही आपली काल्पनिक परिस्थिती आहे हेन्री,' जॉन प्रामाणिकपणे उत्तरला, 'जेन्झाईमचे उत्पादन करणे इतके सोपे आहे की, तशी संधी घेणे मला व्यावहारिक वाटते. आपण चेनचे विकर राखीवमध्ये ठेवू या. जेन्झाईम उपचाराचा उपयोग झाला नाही, तर आपण चेनचे उत्पादन परत सुरू करू शकतो आणि काय करायचे ते ठरवू शकतो.'

दुसऱ्या दिवशी हेन्रींनी ही व्यूहरचना जेन्झाईमच्या संचालक मंडळापुढे मांडण्यास जॉनला सांगितले. 'आणि जॉन त्यानंतर ते सुरू करून घेणे हे तुझे काम राहील.'

जॉनने रुग्णांना बोलावून कर्मचाऱ्यांशी चर्चा करण्यास लावून त्यांना कामाच्या तातडीची गरज जाणवून देण्याची पद्धत नोव्हाझाईममध्ये सुरू केली होती. त्याच तातडीची जाणीव जेन्झाईममध्ये त्याला आणायची होती. हेन्री टर्मिलनी होकार दिल्यावर फेब्रुवारीमध्ये त्याने पॉम्पे शिखर परिषद बोलावली. चार्ल्स हॉटेलमध्ये पॉम्पे व्याधीवर काम करणारे सर्व कर्मचारी, रुग्ण आणि त्यांचे कुटुंबीय यांना जेवणासाठी एकत्र आणले. त्यांच्या उद्दिष्टाला धक्का बसेल अशी भीती व्यक्त करण्यासाठी वैद्यकीय आणि व्यवस्थापकीय कामाच्या गटाने हेन्रींच्या कचेरीत भेट घेतली. हेन्रींनी त्याचे म्हणणे खोडून काढले. त्यांनी शिखर परिषदेला केवळ हजर राहाण्याचेच नव्हे, तर भाषण देण्याचे मान्य केले. जॉनप्रमाणेच अशक्य वाटणारे मिळविण्यासाठी प्रेरणेच्या शक्तीवर हेन्रींचाही विश्वास होता.

सकाळी रुग्ण येऊन पोहोचण्यापूर्वी पॉम्पे कार्यक्रमात सहभागी असलेले

यात यंत्रकुशल कर्मचारी, सचिव, वरिष्ठ शास्त्रज्ञ आणि वैद्यकीय अधिकारी अशा सुमारे २०० जणांचा समावेश होता. सर्व कर्मचाऱ्यांनी औषध विकसनाची पॉम्पे नेतृत्व संघाने तयार केलेली व्यूहरचना ऐकली. मॅटॅलियानो यांनी सादर केलेल्या स्लाइड शोचे नाव होते – 'In Vivo Veritas' किंवा ‘प्राण्यांच्या प्रयोगांवरील उलगडलेले सत्य’ यामध्ये त्यांनी ‘प्रयोगांच्या जननी’ मधील निष्कर्ष सादर केले. हे शीर्षक म्हणजे कॅनफिल्डना काढलेला एक चिमटा होता. प्रयोगांपूर्वी त्याची पद्धत आणि विकर सर्वोत्तम आहेत, असे तो आग्रहाने म्हणायचा. नोव्हाझाईम काबिज केल्यानंतर सहा महिने उलटून गेले, तरी जेन्झाईम आणि नोव्हाझाईमच्या शास्त्रज्ञांमधील तणाव खूपच होता. हे शीर्षक दाखविणारी स्लाइड पडद्यावर आल्यावर जॉनने ती दुःखाने पाहिली. कॅनफिल्डने अस्वस्थतेने दुसरीकडे नजर फिरविली.

लँडींनी उभे राहून जेन्झाईमच्या विकरच्या चाचणीतील रुग्णांना एक वर्षभर पुरेल एवढा विकर तयार झाल्यावर रुग्णालयीन चाचण्या लगेच सुरू केल्या जातील असे सांगितले. ‘बील फॅलन’ नोव्हाझाईमचे उत्पादनाचे प्रमुख होते. त्यांनी उत्पादन वाढविण्यासाठी काय प्रयत्न चालू आहेत ते थोडक्यात सांगितले. फ्रॅमिंगहॅममधील बायोरिॲक्टरचे नूतनीकरण केले जाणार होते आणि ऑल्स्टनमध्ये दोन नवीन उभे केले जाणार होते. कॅनफिल्डची भाषण देण्याची पाळी आपल्यावर त्याने नोव्हाझाईमची शास्त्रीय पद्धत विशद करून सांगितली आणि अधिक चांगला उपचार देणारे पुढच्या पिढीचे औषध देण्याचे वचन दिले. रुग्ण, त्यांचे कुटुंबीय आणि हेन्री जेवणासाठी वेळेत पोहोचले. जॉनने मुद्दामच त्याच्या स्वतःच्या कुटुंबाची जागा हेन्रींच्या टेबलावर ठेवली होती. हेन्रींच्या शेजारी लाल व्हीलचेअरच्या बदली नव्या गुलाबी व्हीलचेअरवर मेगन बसली होती. मेगन ही गुलाबी व्हीलचेअर घरामध्ये आणि अशा गर्दीच्या ठिकाणी वापरत असे. कारण तिथे तिची विजेवर चालणारी खुर्ची नेता येत नसे. जॉन, एलीन आणि शेरॉन त्याच टेबलांवर बसले होते. गर्दी न आवडणारा आणि जास्त लक्ष केंद्रित केल्यावर चिडणारा आणि विचित्र वागणारा पॅट्रिक घरीच एका परिचारिकेबरोबर राहिला होता.

हेन्री यांनी छानसा ट्वीडचा स्पोर्ट कोट घातला होता. झगमगीत नारिंगी रंगाचा टाय बांधला होता. जॉनच्या मुलीशी बोलायला ते पुढे वाकले. ‘मेगन, तुझ्याबद्दल मी खूप ऐकले आहे. तुझे बाबा इथे आमच्याबरोबर आहेत, हे फार छान आहे.’’ त्यानंतर हेन्री उभे राहिले आणि प्रत्येक टेबलापाशी जाऊन प्रत्येक रुग्ण आणि त्याचे कुटुंबीय यांच्याशी किमान ५-५ मिनिटे बोलले. हे निरखत असलेल्या जॉनने जेन्झाईमला नोव्हाझाईम विकण्याचा निर्णय अगदी योग्य होता हे कबूल केले. जरी अधिकाऱ्यांचे वागणे आणि त्याला स्वतःला अधिकार नसणे

याबाबत तो निराश होता, तरी सगळे एकमेकांमध्ये मिसळून गेल्यावर रुग्णांची ओळख करून देण्यासाठी जॉन व्यासपीठावर आला. 'तुमच्यापैकी किती जण एखाद्या रुग्णाला कधी ना कधी भेटले आहेत?'' त्याने जेन्झाईमच्या जमलेल्या गटाला विचारले. हजर असलेल्या २०० कर्मचाऱ्यांपैकी केवळ हाताच्या बोटांवर मोजता येतील एवढ्यांनीच हात वर केला.

'ठीक आहे. तुम्ही आज काही अतिशय खास रुग्णांना आणि त्यांच्या कुटुंबांना भेटणार आहात. पहिल्या वक्त्याला मी चांगल्या प्रकारे ओळखतो. ग्रेग एसिंक, पत्नी डेबोरा आणि त्यांची नवजात बालिका मेगनसह मिशिगनहून विमानाने येथे आले आहेत. मला सांगण्यास अभिमान वाटतो, त्यांच्या मुलीचे नाव मेगन, माझ्या मुलीवरून ठेवले आहे. ग्रेग आणि डेब यांनी चिल्ड्रेन्स पॉम्पे फाउंडेशनला खंबीर पाठिंबा दिलेला आहे. मी भेटलेल्यांमध्ये ते सर्वांत अधिक जबाबदारी घेतलले आई-वडील आहेत. ते एवढा प्रवास करून आज इथे आल्याचा अभिमान आणि आनंद वाटतो.'

आपल्या चार महिन्यांच्या मुलीला – मेगनला, हातावर घेऊन ग्रेग उभा राहिला. शेजारी बसलेली त्याची पत्नी स्मितहास्य करीत होती. त्यांनी जमलेल्या श्रोतृवर्गास सांगितले की, 'त्याला ही व्याधी असलेली दोन मुले आहेत. माझ्या हातात आहे ती एक आणि दुसरी घरी आहे. आता आठ वर्षांची असलेली एल्सी कमालीच्या अशक्तपणामुळे प्रवास करू शकत नाही. जन्मानंतर काही आठवड्यांनीच त्यांनी त्यांच्या धाकटीच्या चाचण्या घेतल्या आणि पॉम्पेचे निदान करण्यात आले. ती अजूनही डोके वर धरू शकते, परंतु तिचे तोंड उघडे राहते आणि जीभ थोहीशी बाहेर डोकावते. हे या व्याधीचे निश्चित लक्षण आहे.'

'तुम्ही सर्व जण आमच्या मुलांना बरे करण्यासाठी काम करीत आहात. याबाबत आम्हाला काय वाटते, हे मी सांगूच शकत नाही.' ग्रेग म्हणाले. त्यांचा घसा दाटून आला. 'मी आणि डेब तुम्हाला मनापासून धन्यवाद देतो आणि हे लक्षात घ्या की, तुम्ही यशस्वी व्हाल. आम्हाला माहीत आहे की, तुमच्या कामामुळेच एल्सी आणि मेगन वाचतील.'

इतर अनेक आई-बाप बोलल्यानंतर एलीनची पाळी आली. 'मला वाटते, तुम्हा सर्वांना माझा नवरा कोण आहे, ते माहिती आहे.' यावर हशा पिकला आणि काहींनी टाळ्या वाजविल्या. 'ही इथे बसलेली आमची मुलगी मेगन आणि आमची परिचारिका शेरॉन. तुम्ही जे कष्ट करीत आहात त्याबद्दल आम्ही तुम्हाला धन्यवाद देऊ इच्छितो. आम्ही तुमच्यावर अवलंबून आहोत.' श्रोत्यांनी टाळ्या वाजविल्या, तेव्हा मेगनने तिच्या खुर्चीतून त्यांना हात केला.

शेवटी रुग्णांना उद्देशून बोलण्यासाठी हेन्री उभे राहिले. त्यांनी एक मोठे

आणि प्रोत्साहित करणारे भाषण दिले. आपल्या कर्तव्याबद्दलची एक भावनिक घोषणा करून त्यांनी भाषणाचा शेवट केला. "आम्ही तुमच्या मुलांना किती सुधारू शकतो, हे मला माहीत नाही. पण माझ्या शरीराच्या प्रत्येक कणांद्वारे मी तुम्हाला वचन देतो की, हे घडावे यासाठी आम्ही आमच्या प्रयत्नांची पराकाष्ठा करू."

रुग्ण हजर राहतील की, नाही याबद्दल काळजी करत खोलीच्या मागच्या बाजूस बसून राहिलेले लँडी यांनी सभा संपल्याबरोबर उडी मारली. रुग्णांच्या आणि त्यांच्या कुटुंबियांच्या आवाजातून जाणवलेल्या आशेमुळे प्रोत्साहित होऊन अशी सभा घेण्याच्या कल्पनेबाबत ते किती अस्वस्थ होते, हेही ते विसरले. त्यांनी एका पाठोपाठ एक रुग्णांच्या कुटुंबियांजवळ जाऊन स्वत:ची ओळख करून दिली आणि सभेला आल्याबद्दल त्यांना धन्यवाद दिले. जेन्झाईमच्या बहुतांश कर्मचाऱ्यांप्रमाणेच तेही या पॉम्पे रुग्णांना आधी कधीच भेटले नव्हते.

सगळ्यांमध्ये मिसळत असताना पॅट्रिक नावाच्या, बायोरिॲक्टर चालविणाऱ्यांने जॉनला मिठी मारली. तो म्हणत होता, 'मलाही एक मुलगी आहे आणि तुम्ही काय परिस्थितीतून जात असाल, याची मी कल्पनाही करू शकत नाही. तुमची मुलगी सुंदर आहे. मी तुम्हाला सांगू इच्छितो, मी तुम्हाला निराश करणार नाही.'

लँडी पॅट्रिकशी सहमत होते. पण भावना जाहीर करण्याची त्यांना सवय नव्हती. त्यांनी जॉनशी फक्त हस्तांदोलन केले आणि ओठ चावत मान डोलावली.

त्याच संध्याकाळी मेगन, एलीन, शेरॉन यांच्यासह जॉन एका खाजगी विमानाने घराकडे प्रिन्स्टनला निघाला. अतिशय उत्साहाने तो अखंड बोलत होता. मोठ्या शिखर परिषदेपूर्वी त्याने स्वत:ला झोकून दिलेल्या नैराश्याच्या परिस्थितीतून तो अजून बाहेर येत होता.

'फक्त पाच महिन्यांमध्ये जेन्झाईमचा आजपर्यंतचा सर्वांत मोठा औषध विकसनाचा कार्यक्रम पुढे सरकण्यासाठी मी योजनेचा आराखडा तयार केला आहे.' तो म्हणाला.

'हे खरेतर इतके खडतर काम होते की, मला हे शक्य होईल असे मला कधीच वाटले नाही. परिषदेच्या शेवटी लोक किती उत्साहित झाले आहेत, तू पाहिलेस का?'

आसनावर मागे रेलत, डोळे मिटत एलीन म्हणाली, 'जॉन, ते नक्कीच उत्साहित झाले होते.' त्या सकाळीच ती, शेरॉन आणि मेगन या कार्यक्रमासाठी विमानाने आले होते. हा एक थकवून टाकणारा दिवस होता.

'या योजनेबाबत आम्ही एकमत तयार केले आणि आजच्या सभेमुळे वैद्यकीय चाचण्यांमध्ये लवकर जाण्यासाठी कंपनीमध्ये आपण एक तातडीची भावना निर्माण केली आहे. मी पैज लावू शकतो. या उन्हाळ्यामध्ये मेगन आणि

पॅट्रिकवर उपचार झालेले असतील.' त्याच्या नेहमीच्या आत्मविश्वासाने खरोखरच स्वत:वर विश्वास असलेला जॉन म्हणाला.

'मिस्टर जॉन तुम्हाला खरेच असे वाटते?' शेरॉन मध्येच म्हणाली.

'मी माझे सर्वस्व पणाला लावून प्रयत्न करीत आहे.' तो म्हणाला.

'तुम्ही निश्चितच प्रयत्न करीत आहात. मिस्टर जॉन, मी त्या दिवसापर्यंत तुम्हाला थांबवूही शकत नाही. मला तुमचा अतिशय अभिमान वाटतो.' शेरॉन म्हणाली. तिचे डोळे अश्रूंनी भरले होते.

खिडकीच्या बाहेर बघत असलेल्या मेगनने संभाषणामध्ये उडी मारली.

"खास औषध केव्हा तयार होईल असे तुम्ही म्हणालात?"

"बाळा, ते जवळ जवळ तयार आहे. अजून फक्त काही महिने." जॉन म्हणाला.

"मला आता ते निळे नको आहे. मला ते गुलाबी हवे." ती म्हणाली.

मान डोलावत तो म्हणाला, "ठीक आहे बाळा, आपण ते गुलाबी करू शकतो."

"मला चालता येईल का?"

"चालायला?" दीड वर्षांपूर्वी त्यांनी तिच्यासाठी एक औषध बनत असल्याचे तिला प्रथम सांगितले; तेव्हा आता ज्याला खास औषध म्हटले जाते, त्याबद्दलच्या तिच्या प्रश्नांपैकी पहिला प्रश्न होता की, 'तिला चालता येईल का?' त्या वेळी ते शक्य असल्याचे मानण्यास पुरेसा आधार होता. आता दोन वर्षांनंतर ती आणि पॅट्रिक इतके अशक्त झाले होते की, त्यांचे पायाचे आणि कुल्ल्याचे स्नायू कदाचित दुरुस्त होण्यापलीकडे खराब झाले होते.

आज मुलांची हृदये औषधांमुळे आरोग्यपूर्ण झाली, तर तो विजय समजेल आणि असे होण्याची अजून खूप शक्यता होती. त्यामुळेच त्यांचे हृदय अपयशी होण्याचा धोका दररोज होता. हा धोका त्याला वाचविता आला असता. काय होऊ शकले असते यापेक्षा काय होऊ शकेल, याला त्याने धरून राहणे आवश्यक होते. त्याने परत विचार केला तो त्यांच्या हृदयांना मदत करू शकला तरी तो आनदी असेल.

त्याची विचार शृंखला तोडत मेगनने परत विचारले की, "बाबा, मला चालता येईल का?"

"मेगन, मी तशी आशा करतो." तो अडखळत म्हणाला, "पण मला माहीत नाही. ते लगेच होईल, असे मला वाटत नाही. खास औषध ही जादू नाही. तुला माहीत आहे, तुला सशक्त होण्यासाठी खरोखरच खूप-खूप प्रयत्न करावे लागतील. ते तू करशील."

तिने मान डोलावली, परंतु तिचे वडील सतत म्हणत असल्याच्या विचाराने तिने परत विचारले, "पण मी चालेन का?"

तिच्या आशांना धक्का न लावता तिच्या अपेक्षा पूर्ण करण्यासाठी, तो प्रयत्न करीत असलेली गोष्ट, अतिशय भावनिक होती. त्याला माहीत होते की, *प्रेमानंतर फक्त आशा हीच जगातील सर्वांत प्रेरक गोष्ट होती.*

"मला वाटते की, तू खूप-खूप सशक्त होणार आहेस. मला खातरी आहे, तुझे हृदय खूपच अधिक सशक्त होणार आहे." तो म्हणाला, "मेगन, मला नाही वाटत तू लगेच चालू शकशील; पण तू खरोखरच मनापासून खडतर प्रयत्न केलेस तर काहीही घडू शकते."

२४. भावंडांचा अभ्यास

वसंतऋतू ते उन्हाळा, २००२
फ्रॅमिंग हॅम-मॅसॅच्युसेट्स, केंब्रिज-मॅसॅच्युसेट्स,
प्रिन्स्टन-न्यू जर्सी, ओशन सिटी-न्यू जर्सी,

खूप काळाने अखेरीस पॉम्पे नेतृत्व संघाने आपले लक्ष रुग्णालयीन चाचण्यांकडे वळविले. त्याच्या आधारेच अन्न आणि औषध प्रशासनाची मान्यता जेन्झाईमला मिळेल, ही आशा होती. फ्रॅमिंगहॅम विज्ञानाच्या इमारतीत गटाच्या बैठकीमध्ये व्यासपीठावर आले आणि आपली योजना सादर करण्यासाठी त्यांनी एक तक्ता वापरला. एक वर्षापेक्षा लहान असलेल्या बारा रुग्णांवर एकच चाचणी करण्याची ती योजना होती.

लँडी अशी एक चाचणी ठरवत होते, ज्याच्या आकृतीबंधामध्ये त्याच्या मुलांचा समावेश करता येणार नव्हता. जॉन थक्क झाला होता. त्याने पहिला प्रश्न विचारला, "आपण एक वर्षाच्या आतील मुलांवरच का चाचणी करत आहेत?"

लँडी शांतपणे म्हणाले, "अनेक कारणे आहेत. मुख्य कारण हे आहे की, एक वर्षाच्या आतील मुलांची जगण्याची शक्यता फार कमी काळ असते आणि ती इतकी कमी असते की, एक वर्षाच्या आत आपण हे दाखवून देऊ शकतो की, आपल्या औषधांमुळे त्यांचे आयुर्मान वाढते. एखाद्या औषधाला मान्यता देण्याची अन्न आणि औषध प्रशासनाची ही अतिमहत्त्वाची अट असते." हे सत्य सांगून ते थांबले.

फार्मिंग आणि ड्यूकच्या संशोधकांकडून गेली चार वर्षे तो हेच उत्तर ऐकत आला होता. या मुद्द्यांमुळेच त्याने चिल्ड्रेन पॉम्पे फाउंडेशन सुरू केले. ज्याद्वारे त्याच्या मुलांच्या वयोगटामधल्या रुग्णालयीन चाचण्या घेण्यासाठी पैसा पुरविला

जाईल आणि अशी योजना कोणीही करत नव्हते. आता जेन्झाईममध्ये उपचाराची पहिली मोठी चाचणी होणार असेल आणि त्यात त्याच्या मुलांचा समावेश नसेल? ज्याचा पाठपुरावा तो जिवाचे रान करून करत होता? गेली चार वर्षे त्याच्या वेळेचा एक प्रचंड अपव्यय झाला होता.

''डॉक्टर अल्फ्रेड, स्लोनिम यांनी नेहमीच अशी शिफारस केली आहे की, नवीन उपचारांची चाचणी आधी थोड्या मोठ्या मुलांवर केली जावी.'' जॉन आपला मुद्दा पुढे रेटत म्हणाला. ''एक वर्षाच्या आतील मुलांवर प्रथम चाचणी करण्यामध्ये काहीच अर्थ नाही. कारण ही मुले नेहमी सर्वाधिक आजारी असतात. तुमच्या जवळ अगदी योग्य औषध असले तरी ही मुले इतकी आजारी असतात की, त्यांना वाचविणे कधीच शक्य नसते.''

''तुम्ही जी शिफारस करीत आहात, ते नोव्हाझाईमचे धोरण होते.'' लँडी म्हणाले.

''तुम्ही याला काय म्हणायचे ते म्हणा. सत्य हे आहे की, ती बाळे कदाचित विकर अजिबातच निर्माण करीत नाहीत. यामुळे तुमच्याकडे सर्वोत्तम औषध असले तरी तुम्हाला चिकित्सालयीन फायदा मिळत नाही. कारण त्या बाळांकडून चुकीचा प्रतिसाद मिळतो.''

''जॉन, आपण अशी बाळे निवडू जी 'क्रिम पॉझिटिव्ह' आहेत. तुम्हाला कदाचित माहिती नसेल, जे रुग्ण निसर्गत: थोड्या प्रमाणात कार्यक्षम विकर निर्माण करतात त्यांच्यासाठीचा हा वैद्यकीय शब्द आहे.' आवाज मोठा करत व प्रत्येक शब्दावर जोर देत लँडी म्हणाले. या चाचणीच्या आराखड्यामध्ये आपल्याला अनेक गोष्टी विचारात घ्याव्या लागतील. आपल्याला हे ही सत्य ध्यानात घ्यावयास हवे की, आपल्याकडे अगदी थोड्या विकराचा पुरवठा असेल आणि बाळांची विकराच्या मात्रेची गरज सर्वांत कमी असते.

बोलत असताना लँडीचा चेहरा हळूहळू अधिक लाल होत गेला आणि त्यांना दम लागू लागला. ''औषधाला मंजूरी मिळविण्यासाठी लहान बाळांवर चाचणी करणे, हा सर्वांत गतीमान मार्ग आहे.'' ते परत म्हणाले, ''तुम्ही नोव्हाझाईमची योजना मांडत आहात.''

''हे अशा करता की, नोव्हाझाईमची योजना ही मी पाहिलेल्या योजनांमध्ये सर्वोत्तम आहे.'' माघार घेण्यास नकार देत जॉनने प्रत्युत्तर दिले. पॉम्पे कार्यक्रमाचा प्रमुख म्हणून त्याने कष्टपूर्वक मिळविलेली विश्वासार्हता, पिता म्हणून त्याच्या असलेल्या गरजा त्याने शांतपणे वस्तुनिष्ठ राहाण्यावर अवलंबून होती. हे नेहमीच लक्षात ठेवणे कठीण होते.

बैठकीनंतर त्याच्या कार्यालयातील शांततेत लँडीही शांत झाले. शास्त्रीय

संघाच्या पुढे त्याच्या वैद्यकीय निर्देशक असलेल्या अधिकाराला आव्हान दिल्यामुळे ते इतके चिडले होते की, जॉन बरोबर सहानुभूती दाखविण्याची क्षमता हे हरवून बसले होते. आता मनातल्या मनात बैठकीचा आढावा घेताना लँडींना जाणवले की, इतरांना ताबडतोब काय वाटले असेल? असेच वाटले असेल की, जरी जॉनने मेगन आणि पॅट्रिकचा निर्देश केला नाही तरी तो ज्यामध्ये त्यांना बाहेर ठेवले जाईल अशा योजनेविरुद्ध बोलत होता.

लँडींनी विचार केला, यामध्ये नक्कीच समझोता होऊ शकेल. त्यांनी त्यांच्या मेजावरून एन्झाईमचे उत्पादन आणि पुरवठ्याची योजना यांची फाइल पुढे ओढली आणि शांतपणे भविष्यातील औषधाचा पुरवठा दाखविणाऱ्या कागदपत्रांची बारकाईने पाहणी केली. पुढच्याच क्षणी टेबलाच्या खणातून एक वही काढली आणि त्यावर मुद्दे खरडण्यास सुरुवात केली. अर्ध्या तासानंतर त्यांनी कॉम्प्युटर सुरू केला आणि रुग्णालयीन चाचण्या परत लिहिण्यास सुरुवात केली. त्यामध्ये दोन चाचण्या होत्या. एकामध्ये सोळा लहान बालके आणि दुसरीमध्ये सोळा लहान मुले.

उत्पादनाच्या गटांमधून याबाबत फारच अपेक्षा होत्या. जेन्झाइमने पुरेसा विकर तयार केल्याशिवाय – एक किलोग्रॅमपेक्षा थोडा अधिक, एक पूर्ण वर्ष पुरेल एवढा साठा झाल्याशिवाय कोणतीच चाचणी सुरू करता येणार नव्हती. त्यांचा विश्वास होता की, विकर कमी पडण्याचा धोका पत्करणे शहाणपणाचे नव्हते. ऑल्स्टनमधील नवे बायोरिॲक्टर्स अजून तयार होत होते आणि चाचणी साठीचे विकर फ्रॅमिंगहॅममधील तीन जुन्या फ्रॅमिंगहॅमच्या संयंत्रामधून येणार होते. लँडींची नवीन योजना प्रत्यक्षात येण्यासाठी बायोरिॲक्टर्समधील पुढील पाच प्रयत्नांपैकी चार पूर्ण यशस्वी होणे आवश्यक होते.

असे असूनही त्यांना वाटले की, हे होऊ शकेल. जॉनच्या मुलांना मदत करण्यासाठी हा एक मार्ग असू शकतो.

दुर्दैवाने उत्पादनाच्या आघाडीवर पुढील काही आठवडे जवळजवळ प्रत्येक गोष्टच चुकीची होत गेली. पॉम्पे नेतृत्व संघाच्या अंदाजापेक्षा पहिल्या फेरीपासून औषध कमी मिळाले. नवीन पद्धतीची खातरी करण्याच्या चाचणीसाठी औषधाचा काही भाग बाजूला काढावा लागतो; तो एकूण होणाऱ्या उत्पादनातून वजा केला गेला नाही, हेही एक कारण होते. त्यानंतर बायोरिॲक्टर्सच्या अनेक फेऱ्या अपयशी ठरल्या. एप्रिलमध्ये अखेरचा तडाखा बसला, तो म्हणजे फार्मिंगचा विकर ज्या काचेच्या बाटल्यांमध्ये साठविला होता त्यांना तडे गेले. फर्मिंगच्या सर्व बाटल्या फेकून द्याव्या अशी शिफारस एका वरिष्ठ अधिकाऱ्याने केली. जॉनने व्हॅनहीकना समझौता करण्यासाठी पुढे केले. जेन्झाईमने फक्त त्याच

बाटल्या फेकाव्या ज्या फेरीतील इतर बाटल्या फुटल्या होत्या, अशी सूचना समोर आली. तरीही त्याची किंमत खूपच होत होती. फार्मिंगच्या औषधाचा एक तृतियांश भाग वाया गेला. फ्रॅमिंग हॅम बायोरिॲक्टर्समध्ये तयार केलेले पहिले जेन्झाईमचे औषध फार्मिंगच्या रूग्णांकडे वळवावे लागले. या रुग्णांना जेन्झाईम उपचार योजनेपेक्षा एक वर्ष आधी हा बदल करणे आवश्यक झाले.

पॉम्पे नेतृत्व संघ मेमध्ये तीन महिन्यांनी रुग्णालयीन चाचणीचा आराखडा पक्का करण्यासाठी जमला. प्रत्येकाला जेवढा विकर तयार असेल असे वाटत होते, त्याच्या फक्त निम्माच उपलब्ध होता. हातात लाल पेन घेऊन लँडी गटापुढे उभे राहिले आणि म्हणाले, "चाचणीचा आराखडा बदलावा लागणार आहे. कारण औषधाचा पुरवठा कमी होणार आहे. सोळा लहान बाळांवरील चाचणी ते ठेवू इच्छित होते. कारण प्रायोगिक औषध काम करते, हे अन्न आणि औषध प्रशासनाला पटविण्यासाठी ही किमान गरज होती. शेकडो रुग्णांवर चाचणी झाल्याच्या आधारावरच बहुतेक सर्व औषधांना मान्यता मिळते."

लँडी बोलायचे थांबले, तेव्हा जॉनने श्वास रोखून धरला आणि त्याच्या समोरील तक्त्याचा कागद उलटला. त्यांनी दुसरी चाचणी रद्द केली होती का?

लँडी अजूनही दुसऱ्या चाचणीची योजना करत आहेत हे पाहून जॉनला हायसे वाटले. परंतु जॉनने; हे कसे केले आहे, हे पाहिल्यावर त्याला वाटलेली सुटका निराशेत बदलली. तीन वर्षांखालील मुलांचा समावेश करण्याचे त्यांनी ठरविले होते कारण ती लहान असल्यामुळे त्यांची विकराची गरजही कमी होती. पाच वर्षांची मेगन आणि चार वर्षांचा पॅट्रिक हे यात अटीत बसत नव्हते.

तो काय म्हणणार? लँडींनी जे केले होते, ते वैद्यकीय आणि व्यावसायिक दृष्टीने अगदी व्यावहारिक होते आणि सर्व रुग्णांसाठी लवकरात लवकर उपचार बाजारात यावा, या दृष्टीनेही चांगले होते. पॉम्पे कार्यक्रमाचा निर्देशक म्हणून याविरुद्ध सांगण्यासारखा एकही योग्य मुद्दा जॉनला मिळू शकला नाही. "मेगन आणि पॅट्रिकचे काय?" खोलीतील सर्वांनाच माहीत होते की, त्याची मुले मरणोन्मुख होती. त्यांचा समावेश नसलेली अशी एक योजना ते त्याच्यापुढे कशी ठेवू शकत होते? लँडींनी चाचणीसाठीची मात्रा आणि चाचणीच्या शेवटचे वैद्यकीय मुद्दे यांचे अभ्यासपूर्वक केलेले वर्णन ऐकत असतानाच त्याच्या मनात राग धुमसत होता. परंतु जॉनने स्वत:ला आठवण करून दिली की, एक वस्तुनिष्ठता असलेली आणि स्वत:च्या मुलांच्या आत्यंतिक गरजा बाजूस ठेवून सर्व रुग्णांचा फायदा होईल असे वागणारी व्यक्ती म्हणून त्याने स्वत:ला जेन्झाईमला विकले होते. लँडी फक्त त्यांचे काम करीत होते.

मेगन आणि पॅट्रिक त्यांच्या कामाचा भाग नव्हते.

काही दिवसांनंतर मॅकॅनी आणि जॉन जेन्झाईमच्या मुख्यालयाकडे आले. मॅकॅनी गाडी चालवत होते. मॅकॅनींनी थोडे-थोडे बोलण्याचा प्रयत्न केला. परंतु जॉन सहभागी झाला नाही. तो शांतपणे खिडकीतून समोर पाहत राहिला. मुलांबद्दलच्या काळजीविषयी जॉन मोकळेपणाने बोलत असे. अशा कामावरील अगदी थोड्या लोकांपैकी मॅकॅनी एक होते. पॉम्पे कार्यक्रमाचा नेता म्हणून वस्तुनिष्ठता कायम ठेवणे, हे जॉनसाठी किती त्रासदायक असेल, याची मॅकॅनीला कल्पना होती. विशेषत: त्याच्या मुलांचे जीवन कार्यक्रमाच्या निर्णयावर अवलंबून होते. मॅकॅनी आपल्या पत्नीशी खाजगीमध्ये आश्चर्य व्यक्त करीत की, जॉन हे कसे काय साधत असेल कोणास ठाऊक!

अखेरीस जॉन बोलला तेव्हा त्याचा आवाज खोल आणि परका वाटला. मॅकॅनींना या तरुण कार्यक्रम निर्देशकाची, त्याचा हजरजबाबीपणा आणि विनोदबुद्धी यांची, त्याचा संताप आणि अधीरपणाची सवय होती. लँडीच्या संवेदनशून्यतेबाबत तक्रार करण्याची त्यांची तयारी होती; परंतु जॉन त्यानंतर जे काही बोलला ते त्यांना पूर्ण अनपेक्षित होते.

''टोनी, तुम्हाला माहीत आहे, कधी-कधी तुम्हाला भयानक मोह पडतो.'' जॉन म्हणाला. त्याचा चेहरा वाचता येत नव्हता. ''तिथे औषध ठेवले आहे आणि तुमच्या मनात विचार येतो की, त्यातील थोडेसे हरविले तर कोणाच्याही लक्षात येणार नाही.''

जॉन सरळ-सरळ असे सुचवत होता की, थोडे औषध चोरावे आणि आपल्या मुलांना द्यावे. ''जॉन, मला खातरीने वाटते, तू असा विचार करत असशील. पण सुरुवात करण्याचा हा अतिशय धोक्याचा मार्ग आहे.'' मॅकॅनी थांबत-थांबत म्हणाले, ''मला खातरी आहे, आपण एक चांगला मार्ग काढू शकू.''

'अर्थातच' जॉन म्हणाला. त्याच्या आवाजात अत्यंत थकवा जाणवत होता. तो आसनावर मागे रेलला आणि परत खिडकीबाहेर पाहू लागला.

''जॉन,'' मॅकॅनी मृदूपणे म्हणाले, ''मला फारच वाईट वाटले.''

उर्वरित प्रवासात ते दोघेही नि:शब्द होते. जॉनचे मन परत-परत लँडींच्या प्रकटीकरणाच्या धक्क्याकडे वळत होते आणि तिथे पडून असलेल्या विकराच्या बाटल्यांबद्दलचा विचार याकडे जात होते. त्याने याचा विचार पूर्वीही केला होता. त्याने हा विचार पूर्वी किती वेळा केला होता, हे जर त्याच्याबरोबर काम करणारे आणि त्याचे गुंतवणूकदार यांना समजले असते, तर मोठा धक्का बसला असता. औषधाच्या अनेक बाटल्या त्याने घेतल्या असत्या, तरी तो मुलांना औषध कसे देणार होता? ते त्यांच्या शिरेमधून रुग्णालयामध्ये दर दोन आठवड्यांनी देणे आवश्यक होते. मुलांच्या शिरेमध्ये मोठ्या प्रमाणात विकर सहज घालता

यावा, यासाठी मुलांवर शस्त्रक्रिया करून एक नळी बसविणे आवश्यक होते. त्याने औषध घेऊन मुलांसह मेक्सिकोला पळून जावे का?

हे इतके सोपे नव्हते, काहीही कधीच सोपे नव्हते. या व्याधीबद्दल ज्ञान असणाऱ्या डॉक्टरांनी मुलांच्या प्रगतीवर लक्ष ठेवणे आवश्यक होते. या विकराशी लढण्यासाठी त्यांनी विरोधी कण निर्माण केले तर? डॉक्टर योग्य त्या चाचण्या करीत आहेत की, नाही, हे ही त्याला कधीच समजले नसते.

सर्व योजना अखेरीस धुळीस मिळत होत्या. एक सुस्कारा सोडून त्याने परत रस्त्याकडे तोंड फिरवले. नुसत्या काही बाटल्या घेऊन तो पळून जाऊ शकत नव्हता, हे त्याला पूर्ण माहीत होते. त्याला दुसराच काहीतरी मार्ग शोधावा लागणार होता.

ऑफिसमध्ये परत आल्यावर जॉनने उत्पादन गटाचे अहवाल आणि कॅल्क्युलेटर पुढे ओढले आणि औषध पुरवठ्याचे आकडे पाहण्यास सुरुवात केली. त्याने लँडींच्या ताज्या योजनेकडे पाहिले आणि त्यामध्ये प्रत्येक रुग्णाला लागणाऱ्या विकराची बेरीज केली. जेन्झाईमकडे एक वर्षासाठी लागणारा औषधाचा पुरवठा हाताशी असल्याशिवाय वैद्यकीय चाचण्या सुरू करता येणार नाहीत, या गृहीतावर लँडींची आखणी आधारित होती. जॉनने विचार केला; कदाचित तो एक वर्षाऐवजी नऊ महिन्यांच्या पुरवठ्यावर काम सुरू करण्यास लँडींचे मन वळवू शकला तर त्यामुळे मेगन आणि पॅट्रिकसारख्या मोठ्या मुलांचाही समावेश करता येईल.

त्या दिवशी उशीरा दुपारी जॉन लँडीच्या कार्यालयापाशी आला. कार्यालयाचे दार किलकिले होते. त्याला लँडी टेबलापाशी बसलेले दिसले. त्यांनी बाह्या वर गुंडाळल्या होत्या आणि टायची गाठ सैल केलेली होती. मेजावर सर्वत्र कागद पसरलेले होते. त्यांच्या हातात औषध पुरवठादारांची यादी होती हे त्याने ओळखले. दारावर टकटक करून तो आत जाऊन बसला. आणि त्याने पुरवठ्याचा हिशोब आणि परत एकदा तयार केलेले कागद पुढे काढले.

'लँडी, आपण जर औषधांच्या पुरवठ्याचा नऊ महिन्यांचा हिशोब धरला, तर आपण मोठ्या मुलांचा चाचणीत समावेश कसा करू शकू, हे मी तुम्हाला दाखवू इच्छितो.' जॉन म्हणाला, लँडी ताबडतोब म्हणाले, ''मला ते पसंत नाही. आपण थोडे औषध राखून ठेवलेच पाहिजे. प्रत्येक वेळी आपण नव्याने पाहतो, तेव्हा कमी औषध असते. चाचणी सुरू असताना मध्येच रुग्णांना औषधाशिवाय सोडून द्यावे लागले, तर तो सर्वनाश ठरेल.''

''परंतु लँडी अनेक आई-वडील हा धोका पत्करायला तयार होतील.'' जॉन म्हणाला. अजूनही जीभेवर चुरचुरत असलेली नावे त्याने उच्चारली नाहीत. या रुग्णांना पर्याय काय आहे? अधिक काळ थांबावे लागले, तर त्यातील अनेक रुग्ण मरतील.

आपण काहीच मार्ग काढू शकत नाही, हे जॉनला कळेपर्यंत त्या दोघांनी खूप उलट-सुलट चर्चा केली. तिथून पराभूत होऊन जाण्यासाठी त्याने आपले कागदपत्र उचलले. तो उभा राहात असताना लँडी शांतपणे म्हणाले, ''जॉन, मी तुला सांगू इच्छितो की, मेगन आणि पॅट्रिकवर उपचार करण्याची माझीही इच्छा आहे.'' या शब्दांनी जॉन थंडच पडला. त्यांनी एकत्रपणे काम केलेल्या नऊ महिन्यांमध्ये लँडींनी जॉनच्या दोन आजारी मुलांची नावे कधीच घेतली नव्हती. गेली चार वर्षे लँडींचे अगदी हेच शब्द ऐकण्याची आशा तो धरून होता आणि आता एका शांत आणि स्पष्ट पद्धतीने हे शब्द उच्चारले गेले होते.

''मग उपचारांबाबत तुमचे काय म्हणणे आहे?'' मन स्थिर ठेवण्याचा प्रयत्न करत जॉन म्हणाला. जॉनच्या मुलांसाठी गेले कित्येक दिवस लँडी मनात आखत असलेली योजना त्यांनी सांगितली. चाचणीची फेरआखणी करावी लागेल, ते ही अशा पद्धतीने ज्यामधून जॉनच्या मुलांना बाहेर ठेवावे लागेल, हे लक्षात आल्यापासून लँडी हा विचार करत होते. योजना पूर्ण तयार झाल्याशिवाय ती जॉनला सांगण्याची त्यांची इच्छा नव्हती. त्यांनी जॉनला सांगितले की, त्याच्या मुलांना अनुकंपेच्या आधारे औषध देण्यासाठी अन्न आणि औषध प्रशासनाकडे अर्ज करावा लागू नये, अशी त्यांची इच्छा होती. कधी-कधी ही शासकीय संस्था प्रायोगिक उपचार अत्यवस्थ रुग्णांना द्यायला मंजूरी देत असे. अशी विनंती करू नये, कारण कंपनीवर वशिलेबाजीचे आरोप होतील, असे लँडीना वाटत होते. जवळ-जवळ दररोज पॉम्पे व्याधी असलेल्या मुलांचे आई-वडील थोड्या विकराची भीक मागायचे. हेन्रींवर दबाव आणण्यासाठी संसद सदस्यांपैकी काही जण प्रयत्न करत होते.

वशिलेबाजीचा आरोप टाळण्यासाठी लँडींनी एक शास्त्रीय तर्कशुद्ध योजना तयार केली. ही एक छोटी वैद्यकीय चाचणी होती. त्याला त्यांनी 'भावंडांचा अभ्यास' असे नाव दिले. पॉम्पे व्याधीची लक्षणे वेगवेगळ्या रुग्णांमध्ये वेगवेगळी का असतात? तसेच विकर उपचाराचा परिणामही इतका वेगवेगळा का येतो, हे जेन्झाईमला समजण्यासाठी ही चाचणी आवश्यक असल्याचे प्रतिपादन ते करणार होते. मेगन आणि पॅट्रिक यांच्या जनुकांमध्ये पॉम्पे विकराचा तोच दोष असूनही त्यांच्या व्याधीच्या तऱ्हा पूर्ण वेगळ्या होत्या. मेगन पॅट्रिकपेक्षा सशक्त होती. वैद्यकीय लक्षणांमधील वैविध्य आणि उपचारांचे परिणाम यातील फरक जाणून घेण्यासाठी केलेल्या प्रयोगामध्ये क्रौलींची मुले ही अतिशय योग्य आहेत, असे म्हणणे ते मांडणार होते.

''आपण कधी सुरुवात करू शकतो?'' दम लागलेल्या जॉनने विचारले.

''पत्राचा मसुदा लिहून काढल्यावर आपण लगेच सुरुवात करू शकतो.

कदाचित दोन महिन्यांत. ही चाचणी तुला कोठे केलेली आवडेल जॉन?'' जॉन ताबडतोब म्हणाला, 'CHOP (चिल्ड्रेन्स हॉस्पिटल ऑफ फिलाडेल्फिया) आमच्या घरापासून जवळ आहे आणि त्यांच्याकडे उत्तम डॉक्टर्स आहेत.'

''मी त्या रुग्णालयाच्या वैद्यकीय चाचण्यांवर लक्ष ठेवणाऱ्या मंडळाशी चर्चा सुरू करतो. त्यांनी या चाचणीला होकार दिल्यावर आपण सुरुवात करू शकतो.''

जॉनने धावत आपल्या कार्यालयात जाऊन एलीनला फोन केला. ''आज मला आत्ताच सांगितले की, ते आपल्या मुलांवर उपचार करू इच्छितात.'' तिने फोन उचलल्याबरोबर त्याने धडाधड सांगून टाकले.

''काय म्हणतोस? ते केव्हा होईल?'' तिने विचारले ती खूप उत्साहित झाली होती. ते जॉनला कळत होते. पण तो सांगत असलेल्यावर तिचा पूर्ण विश्वास बसत नव्हता. लँडीकडून ऐकलेले सर्व त्याने परत सांगितले आणि म्हणाला की, मुलांवरील उपचार दोन-तीन महिन्यांत होतील.

आश्चर्याने आणि आनंदाने एलीन परत म्हणाली, 'दोन किंवा तीन महिने?'

दुसऱ्या दिवशी दुपारी जॉन घरी आला. एक महिन्यापूर्वीच त्याने त्याचे कुटुंब हलवले होते. लिमोसीन गाडी पुढे गेल्यावर क्षणभर थांबून तीन गच्च्या असलेल्या विटांच्या पांढऱ्या मोठ्या घरांकडे तो पाहात राहिला. तो आणि त्याची मुलगी दोघांनाही हे घर किल्ल्यासारखे वाटायचे. मेगनला हे घर आवडण्याचे हे एक कारण होते. तो वसंतऋतूतील एक सुंदर दिवस होता. उंच झाडांच्या कडा असलेले आकाश शांत आणि निळे होते. तो चढून घराच्या दर्शनी भागात आला. दरवाज्याच्या दोन्ही बाजूंनी एकेक जिना दिमाखदारपणे वर जात होता आणि मेगनच्या महान खोलीत जात होता. विजेवर चालणाऱ्या व्हीलचेअरवर बसलेली मेगन वेगात दरवाजापर्यंत आली आणि त्याच्या पायांपासून एक इंचावर थांबली.

''मेरीओ अॅन्ड्रेटी, जरा हळू'' मागे उडी मारत तो म्हणाला. सर्वसाधारण पाच वर्षांच्या मुलाप्रमाणेच उत्साहित झाल्यावर ती पटकन हलत असे. तिची विजेवर चालणारी व्हीलचेअर मोठी आणि काळी होती. तिला एक डोक्याला आधार देणारा भाग होता. पाय ठेवण्याची जागा होती आणि पाठीमागे श्वसनयंत्र ठेवण्यासाठी कप्पा होता. आसनाच्या पट्ट्यामुळे तिचे पडणे रोखले जाई. ती तिच्या खुर्चीमध्ये इतकी आरामशीर बसत असे की, ती खुर्ची खरोखरच तिच्या शरीराचा एक वाढीव भाग झाला होता. ती खुर्चीमध्ये बसल्याबसल्या सावकाश जाऊ शकत असे, वेगात जाऊ शकत असे, वळू शके आणि गिरक्याही घेऊ शके.

'मेगन, माझ्याकडे एक तुझ्यासाठी चांगली बातमी आहे. खास औषध तयार आहे.' जॉनच्या तोंडून शब्द धबधब्यासारखे बाहेर पडले.

“ते कोठे आहे.” तिने विचारले.

“मी दर आठवड्याला जेथे जाते तिथे मॅसॅच्युसेटस्मधील केंब्रिजमध्ये.”

तिने विचार केला, “ते गुलाबी आहे.”

“आपल्याला पाहावे लागेल. मी केंब्रिजमध्ये त्यांना सांगितले आहे की, ते तुला गुलाबी हवे आहे, ते त्यावर काम करीत आहेत.”

“आणखी कोणाला ते मिळणार आहे?” तिला जाणून घ्यायचे होते. तोंड आणि खुणांनी ती प्रश्न इतकी भराभर विचारत होती की, ते जॉनला कसे-बसे समजत होते.

“तू आणि पॅट्रिक”

“व्वा, व्वा!” ती गात आणि हात नाचवत म्हणाली.

“मला खास औषध मिळणार,” असे गात मेगनने जॉनभोवती वेगात गिरक्या घेतल्या. पाच-सहा गिरक्यांनंतर ती जोरात स्वयंपाक घराकडे गेली. तिथे तिची आई पॅट्रिकला वाचून दाखवत होती.

एलीन म्हणाली, “जॉन, पॅट्रिकला सांग.” जॉन पॅट्रिकच्या बाजूला जोराने बसला आणि त्याने तीच बातमी परत सांगितली. पॅट्रिकने हात हलविले आणि वडिलांना पाहिल्यावर तो नेहमी किंचाळत असे, त्याप्रमाणे किंचाळला. आपल्या सर्वांत धाकट्या मुलाला कितपत समजते, याची जॉनला कधीच खातरी नव्हती. त्याने वाकून त्याच्या कपाळाचा मुका घेतला. पॅट्रिकच्या ज्या काही प्रतिक्रिया होत्या त्यावर तो समाधानी होता.

वैद्यकीय चाचणी घेण्यासाठीची योजना तपशीलवार लिहून काढण्यासाठी लँडींना दोन दिवस तरी लागतील, असे जॉनला वाटले. पण प्रत्यक्षात दिवसांमागून आठवडेही निघून गेले. लँडी आणि त्यांच्या वैद्यकीय संशोधनाचे सहाय्यक यांच्या गटाला काम गतीने करण्याची आज्ञा देण्याची त्याची इच्छा होती. परंतु त्याला वाटले की, तो आज्ञा देऊ शकत नाही. कारण ते त्याला झालेल्या कामाचा अहवाल देत नव्हते. दर काही दिवसांनी तो चौकशी करीत असे आणि प्रत्येकवेळी चौकशी केल्यावर ते हे स्पष्ट करीत की, अधिक प्राथमिकता असलेल्या कामांमध्ये ते व्यस्त आहेत. या दोन चाचण्यांच्या आधारावर अन्न आणि औषध प्रशासनाकडे जेन्झाईम मान्यतेसाठी अर्ज करणार होते. त्याला अधिक प्राथमिकता असणे आवश्यक होते, हे संस्थेच्या दृष्टीने जॉन अमान्य करू शकत नव्हता. पॉम्पे कार्यक्रमाचा प्रमुख म्हणून या चाचणीवर सर्वच रुग्णांवरचा नवीन उपचार अवलंबून होता. त्यापेक्षा त्याच्या मुलांवर उपचार करणे अधिक महत्त्वाचे आहे, असे तो कसे म्हणू शकेल?

आणखी एका त्रासदायक महिन्यानंतर लँडींच्या संघाने लहान मुलांवरील

चाचणीचे पत्र अखेरीस सीएचओपीकडे दिले. आता तो त्या हॉस्पिटलचे वैद्यकीय चाचणी मंडळाची बैठक होऊन पत्राचे परीक्षण होण्याची वाट पाहात होता. अनेक आठवडे निघून गेले. अखेरीस त्यांची बैठक ऑगस्टच्या सुरुवातीस ठरली. जॉन आणि एलीनने उन्हाळ्याची सुट्टी कुटुंबासह ओशन सिटी, न्यू जर्सी येथे घालवायची असे ठरविले होते. त्यांनी सुट्टीवर जाण्यापूर्वी ते ओशन सिटीमध्ये असताना समितीचा निर्णय कळविण्याची व्यवस्था सीएचओपीच्या डॉक्टर रीचर्ड फिंकेल यांच्यावर सोपवली होती. हे प्रसिद्ध चेतासंस्था तज्ज्ञ त्याच्या मुलांच्या 'भावंडांच्या अभ्यासा'चे नेतृत्व करणारे होते आणि त्यांनी फोन करण्याचे वचन दिले होते. खाद्यपदार्थ विकत घेण्यासाठी आणि दोन आठवड्यांसाठी भाड्याने घेतलेल्या समुद्रकाठच्या घराची तयारी करण्यासाठी जॉन सकाळी प्रथम बाहेर पडला. खूप नातेवाईक आणि वैद्यकीय उपकरणे त्यांच्याबरोबर असणार हे गृहीत धरून त्यांनी सहा शयनकक्ष असलेले, लिफ्ट असलेले आणि चार गाड्या ठेवण्याची व्यवस्था असलेले घर घेतले होते. जॉन अपंगांना नेण्याच्या खास गाडीतून मेगन, पॅट्रिक, जॉन ज्युनियर आणि त्यांचे वैद्यकीय सामान घेऊन निघालेल्या गाडीच्या मागोमाग आला. नियोजन करण्यासाठी त्यांना एक आठवडा लागला होता आणि पंधरवड्यात लागणाऱ्या सर्व गोष्टी गाडीत ठेवून तयार होण्यासाठी तीन तास लागले होते.

एलीनने हा विचार करून ओशन सिटी निवडली होती की, मेगन आणि पॅट्रिकला त्यांच्या व्हीलचेअरवरून रुंद आणि मोठ्या चालण्याच्या रस्त्यावरून फिरता आले असते. या रस्त्याच्या कडेने दुकाने, उपहारगृहे आणि अनेक खेळणी असलेली बाग होती. ते आले, त्या दिवशीची दुपार फारच गरम होती. त्यामुळे मुलांना बाहेर नेता आले नाही. पॅट्रिक टी.व्ही. पाहत बसला. एलीन आणि जॉन, मेगन आणि जॉन ज्युनिअर बरोबर आर्थरचे ग्रंथालय, राजकन्येचा खेळ आणि चेकर्स वगैरे खेळ खेळत राहिले.

लवकरच पाहुणे यायला लागले. शेरॉनची मुलगी मिस्टी आणि तीन नातवंडे, जॉनच्या गाडीच्या पाठोपाठच आले. त्यानंतर एलीनचे आई-वडील आले. पाठोपाठ तिचा भाऊ ब्रायन आणि वहिनी किम त्यांच्या तीन मुलांसह आली. मुलांची २४ तास काळजी घेण्यासाठी शेरॉनशिवाय दोन आणखी परिचारिका तिथे हजर होत्या. एकूण तिथे नऊ मुले, नऊ मोठी माणसे असे भरपूर जण घरात असल्यामुळे तीन मजले असूनही घरात गर्दी झाली होती.

संध्याकाळी तापमान खाली आल्यावर सर्व जण रस्त्यावर आले आणि वेगवेगळ्या राइड घ्यायला लागले. मेगन तिच्या विजेच्या व्हीलचेअरवर सर्वांत पुढे होती आणि तिच्या बरोबरीने राहण्यासाठी इतर मुले पायी चालत प्रयत्न

करीत होती. राइडबद्दल उत्साहाने बोलणाऱ्या पॅट्रिकला एलीन ढकलत होती. मेगनने जाहीर केले की, ‘फेरीज व्हिल्स’ हा त्यांचा पहिला थांबा असेल. जॉन गयावया करीत म्हणाला, ‘एलीन, तिला सांग की, फेरीज व्हिल्स वर कोणीही जाणार नाही. तिथे अनेक इतर सुरक्षित सवाऱ्या आहेत.’

एलीन नकारार्थी मान हलवित म्हणाली, ‘जॉन, मी मुलांना वचन दिले आहे की, ते फेरीज व्हिल्सवर जाऊ शकतात. आपण त्यांना आनंद घेऊ दिला पाहिजे.’

तो गट फेरीज व्हिल्सच्या प्रवेशद्वारापाशी आला आणि त्यांना दिसून आले की, सुरुवात होण्याच्या ठिकाणी जाण्यासाठी दोन उभे जिने होते. जॉनचे डोळे विस्फारले आणि तो नकळत थरथरला. एलीनने त्याच्याकडे दुर्लक्ष केले आणि ती पॅट्रिकला जिन्यावरून घेऊन गेली. श्वसनयंत्र घेऊन शेरॉन पाठोपाठ आली. एलीनची आई प्रवेशद्वारापाशी व्हीलचेअरची राखण करीत होती. निश्वास टाकत जॉन पाठोपाठ मेगनला हातात घेऊन गेला. एलीनचा भाऊ ब्रायन तिचे श्वसनयंत्र घेऊन आला आणि एलीनचे वडील मेगनच्या व्हीलचेअरपाशी थांबले.

क्षणात ते समुद्रकाठावर विहरत होते. एलीन आणि पॅट्रिक, जॉन आणि मेगनच्या वरच्या पाळण्यात होते, एलीन कडेला वाकून डोकावली आणि तिने पाहिले. जॉनने मेगनला घट्ट धरले होते आणि स्वत:चे डोळे मिटले होते. ती खो-खो हसायला लागली आणि अचानक तिला काही वर्षांपूर्वीची आठवण आली. त्यांच्या लग्नापूर्वी जॉन रोलर कोस्टर वरून फेकला गेला होता आणि त्याने इतर सहप्रवाशांना पाडले होते. कुटुंबाला फेरीज व्हिल्सवर मुलांनी जाऊ नये असे त्याला वाटत होते, कारण तो स्वत: उंचीला घाबरत असे. मेगनने वर पाहिले. तिला आई दिसली. तिने हात हलविले आणि गालांवरून बोटे फिरवली. काही वर्षांपूर्वी मेगन जेव्हा खुणांची भाषा शिकत होती, तेव्हा नाकात घातलेल्या नळीच्याद्वारे पॅट्रिकला अन्नपुरवठा केला जात होता. त्यामुळे मेगनची त्याच्यासाठीची खूण अशी होती की, चेहऱ्याच्या कडेने नळीचा मागोवा घेणे त्यामुळे मेगन पॅट्रिकविषयी विचारतेय, हे एलिनच्या लक्षात आले. एलीनने पॅट्रिक जोरात टाळ्या वाजवू लागला.

अखेरीस जेव्हा फेरीज व्हिल्स थांबले, तेव्हा जॉन पुटपुटला, “मी आणखी एका राइडवर जाणार नाही.” पण काही मिनिटांतच तो रेल्वेच्या सफरीवर मेगनशेजारी बसून उतारावर जात होता. पाठीमागच्या गाडीत एलीन आणि पॅट्रिक होते. सुट्टीची सुरुवात तर जोरदार झाली. सगळे जण अखेरीस घराकडे निघाले. त्या वेळी रात्रीचे नऊ वाजले होते. मेगन परत सगळ्यांच्या पुढे होती. कशी कोणास ठाऊक तिची व्हीलचेअर उभ्या स्थितीत थांबली. प्रत्येक वेळी जेव्हा ती उंचवट्यावरून जाई, तेव्हा तिचे डोके पुढे पडत असे. शेजारून चालत

असलेल्या जॉनला तिचे डोके उचलून मागे ठेवावे लागे.

असे काही वेळा झाल्यावर तो म्हणाला, "मेगन, तू हे काय करते आहेस," त्याला गप्प बसवत एलीन कुजबुजली. "आता तिला स्वत:ला तिचे डोके उचलता येत नाही."

मोठ्या लाटेप्रमाणे ही माहिती त्याच्यावर आदळली आणि त्याचा सुट्टीचा उत्साहच निघून गेला. दोघे आता उठून बसू शकत नाहीत. मदत केली, तरीही नाही हे त्याला माहीत होते. परंतु हे त्याच्या लक्षात आले नव्हते की, मेगन आता इतकी अशक्त झाली होती की, डोके पुढे पडले, तर ती डोके मागेही नेऊ शकत नव्हती. नशिबाने आता तिच्यावर उपचार सुरू होणार होते. धीरोदात्तपणे मेगनचे डोके परत परत मागे ओढत असताना डॉक्टर फिंकेल यांचा विचार त्याच्या मनात आला. त्यांनी पुढील दिवशी संचालक मंडळाच्या बैठकीची माहिती फोन करून सांगणे अपेक्षित होते. जॉनने मनातल्या मनात प्रार्थना केली. "आणखी उशीर नको."

सोमवारी दिवसभर मेगन आणि जॉन ज्युनिअर बरोबर जॉन चेकर्स खेळत होत. त्याचे कान मात्र डॉक्टर फिंकेलच्या फोनकडे होते. हवा फार गरम असल्यामुळे दोन्ही लहान मुलांना घेऊन बाहेर जाणे अशक्य होते. परंतु आवडती शॅम्पेनची बाटली विकत घेण्यासाठी जॉन छोट्या जॉनला घेऊन बाहेर जाऊन आला. अखेरीस काही चांगली बातमी मिळेल, या अपेक्षेने शॅम्पेन आणली.

दुसऱ्या दिवशी सकाळी एलीन समुद्रकिनाऱ्याकडे गेल्यावर जॉनने फिंकेलना फोन केला. डॉक्टरांनी फोन घेतला आणि आदल्या दिवशी फोन न केल्याबद्दल माफी मागितली. त्यांच्याकडे चांगली माहिती नव्हती आणि जॉनची सुट्टी खराब करण्याची त्यांची इच्छा नव्हती. तात्त्विकदृष्ट्या तुमच्या मुलांवर उपचार करणे योग्य होईल की नाही, याबाबत IRB साशंक आहेत. तुमचे हितसंबंध एकमेकांच्या विरोधात जाऊ शकतील. याबद्दल त्यांना काळजी वाटते.

ते रुग्णालय कदाचित चाचणीच फेटाळू शकेल, हा विचारही जॉनच्या मनात कधी आला नव्हता. 'डॉक्टर फिंकेल, जेन्झाईमचा पॉम्पे विकर मिळणारी मेगन आणि पॅट्रिक २६ आणि २७ वी मुले असतील.' जॉन अत्यंत निराश होऊन म्हणाला. चाचण्यांच्यामध्ये किंवा सरकारच्या विशेष परवानगीने चेनचा किंवा फार्मिंगचा विकर मिळालेल्या अमेरिका आणि युरोपमधील मुलांचा निश्चित आकडा जॉनला माहीत होता. जेन्झाईम दयाबुद्धी वापरणारी म्हणून प्रसिद्ध होती.

फिंकेलनी जॉनची समजूत घालण्याचा प्रयत्न केला. ते म्हणाले, 'मी मंडळाच्या अध्यक्षांशी बोललो आहे आणि काही बदल करून कागदपत्रे परत सादर केल्यास सप्टेंबरमधील सभेमध्ये चाचण्यांना मान्यता मिळू शकेल.'

समुद्र किनाऱ्यावरून परत आल्यावर एलीनने जॉनला लगेच "डॉक्टरांचा

फोन आला होता का?'' हे विचारले. जॉनने तिला तिच्या शयनकक्षात नेले आणि झालेल्या संभाषणाबद्दल सांगितले. ''मला आश्चर्य वाटले नाही.'' एलीन थंडपणे म्हणाली. एकही प्रश्न न विचारता ती खोलीबाहेर गेली आणि तिने तळमजल्यावर जाऊन स्वत:ला इतर पाहुण्यांबरोबर गप्पांमध्ये बुडवून घेतले.

आठवड्यातील उरलेल्या दिवसांमध्ये घर मित्र आणि नातेवाईक यांनी भरून गेले. ते ओट्यावर बसून रात्री उशिरापर्यंत दारू पीत आणि गप्पा मारत बसत. या सर्व मौजेमध्ये सहभागी होणे जॉनला कठीण जात होते. त्याला वाचन करण्यासाठी आणि विश्रांती घेण्यासाठी एक शांत जागा हवी होती. पण तशी जागा तिथे अजिबात नव्हती. त्याचे डोके दुखत होते आणि हृदय निराशेने जड झाले होते. एका रात्री तो अंथरुणात झोपायचा प्रयत्न करीत असताना ओट्यावरील लोकांचा आवाज फारच मोठा झाला. त्या दिवशीच आलेला एलीनचा भाऊ मार्टी याचा प्रचंड मोठा आवाज तो टाळू शकत नव्हता. निराश होऊन तो ओसरीवर आला आणि त्याने लोकांना आवाज कमी करायला सांगितले.

''गप्प बस!'' ते धुंद आवाजात त्याच्यावर ओरडले. ओट्यावरील मेजावर वाइनच्या उघडलेल्या अनेक बाटल्या होत्या. एलीन जॉनला आठवडाभर सांगत होती की, ''शांत हो, काळज्या सोडून दे आणि आनंद उपभोग'' एलीनने आपला हात त्याच्यावर उगारला आणि म्हणाली, ''मूर्ख माणसा, येथून बाहेर जा.''

एलीन सकाळी उठल्यावर जॉनचा स्फोट झाला. ''मी हे घर भाड्याने घेतले आणि हे सगळे लोक इथे आले.'' तो हे एवढ्या मोठ्या आवाजात ओरडला की, इतरांना ऐकू जाऊ नये म्हणून एलीनने त्याला ओढून न्हाणीघरात नेले.

''पण तू त्यांना निमंत्रण दिलेस.'' मोठ्या, पण दबक्या आवाजात ती म्हणाली, ''तू सगळ्यांना जागे करतो आहेस.'' तो कोणाचीही फिकीर करण्यापलीकडे गेला होता.

त्यानंतर जॉनचे त्याच्या पाहुण्यांशी आणखी बिघडतच गेले. जरा उशीरा सकाळी त्याची आई आली आणि तिने सुचविले की, त्यांनी दिवसभराच्या सहलीला जावे. ''आपण वर अटलांटिक सिटीला जाऊन थोडा जुगार खेळणे कसे वाटते,'' ती म्हणाली. त्याने नकारार्थी डोके हलविल्यावर ती त्याला चिडवत म्हणाली, ''एखाद्या म्हाताऱ्यासारखा वागू नकोस.'' जॉन तिच्यावर जोरात ओरडला आणि त्याने तिच्यावर आरोप केला की, ती तिच्या नातवंडाकडे पुरेसे लक्ष देत नाही, भेटत नाही. लवकरच ते एकमेकांवर ओरडत होते आणि गेल्या काही वर्षांत त्यांना खुपलेले सर्व काही काढत होते. आई म्हणाली, आता तो मोठा श्रीमंत झाला आहे; त्यामुळे त्याच्या घरामध्ये त्यांना समाधान वाटत नाही.

''मग जा, निघून जा.'' तो म्हणाला. नकळत त्याच्या तोंडून त्याच्या मनातले बाहेर पडले. जॉनची आई रागारागाने निघून गेली.

दुसऱ्या दिवशी सकाळी तो लवकर उठला. अर्धी चड्डी घालून पळण्यासाठी रस्त्यावर आला. त्याला आळस आणि अस्वस्थपणा जाणवत होता. दोन वर्षांपूर्वीपर्यंतच तो जवळजवळ दररोज पळत असे आणि वजने उचलत असे. सततच्या प्रवासाने त्याचे वेळापत्रक बिघडून गेले होते; तो आजकाल क्वचितच व्यायाम करीत असे आणि शरीराच्या मध्यभागाभोवती त्याचे वजन कितीतरी वाढले होते. त्याला घाम येऊ लागला; तेव्हा तीन वर्षांपूर्वी आपण मानसिकदृष्ट्या जेवढे दुबळे झालो होतो, तसेच आता दुबळे झालो आहोत, हे त्याला जाणवले. तेव्हा सुखी होण्याचा एकच मार्ग 'एलीनशी घटस्फोट घेऊन समोरच्या घरात राहायला जावे,' हा वाटत होता. त्याने स्वत:ला आठवण करून दिली की, त्याचे नैराश्य हा एलीनचा दोष नव्हता, ना त्याच्या आईचा, ना मार्टीचा आणि मुलांचा तर नक्कीच नाही. तो फक्त थकला होता. घरापासून दूर राहाण्याचा थकवा, पॉम्पे व्याधीचा वस्तुनिष्ठ प्रमुख राहाण्याचा प्रयत्न करण्याचा थकवा त्याला सहन होत नव्हता. मुलांना वाचविण्याची जबरदस्त इच्छा कधीच संपणार नाही हे त्याला जाणवत होते आणि त्याचवेळी यातून मुक्तता हवी असेही वाटत होते.

सूर्य वर आल्यावर तो पळण्याचे थांबला आणि थकून चालायला लागला. अनेक दिवसांपासून तो विचार करीत होता की, जेन्झाईममध्ये राहावे की नाही. जेन्झाईममध्ये राहायचे, तर कुटुंब बोस्टनला हलविणे आवश्यक होते का, मुलांना उपचार मिळाल्यावर जेन्झाईम सोडून द्यावी, हे त्याला कळत नव्हते. व्यायाम, पहाटेची शांतता यामुळे त्याचे मन स्वच्छ झाले होते. जेन्झाईम सोडावी असा निर्णय त्याने घेतला. जेन्झाईमला विकण्याच्या कराराप्रमाणे त्याने कंपनीमध्ये एक वर्ष राहाण्याचे मान्य केले होते. पुढील महिन्यात ते वर्ष संपत होते. केंब्रिजला परत आल्यानंतर त्याने ठरविले की, व्हॅन हीकना शांतपणे सांगायचे की, या वर्षाच्या अखेरीस तो राजीनामा देण्याचे योजत आहे. त्यामुळे त्याच्या मुलांना उपचार मिळण्यासाठी आणि अन्न व औषध प्रशासनाकडे दोन मुख्य वैद्यकीय चाचण्यांच्या योजना सादर करण्यासाठी त्याला पुरेसा वेळ मिळेल. आयुष्यातील सर्वांत वाईट सुट्टी संपविणे आणि डॉक्टर फिंकेलना सीएचओपीमधील 'भावंडांच्या अभ्यासा'मधील चुकीच्या दुरुस्त्या करण्यासाठी पुरेसा वेळ मिळावा, म्हणून जेन्झाईममध्ये थोडे अधिक काळ रेंगाळणे एवढेच करणे त्याला आवश्यक होते.

सीएचओपीबरोबरचा संपर्क मी हाताळतो, असे आपलेपणाने जॉनला सांगणारे लँडी यांनी दोन आठवड्यांनंतर फोनवरून अधिक वाईट बातमी दिली. रुग्णालयाच्या संचालक मंडळाने परत बैठक घेतली होती. परंतु 'भावंडांच्या अभ्यासा'ला मान्यता दिली नाही. त्यांच्या मनामध्ये अजूनही हेतूंच्या गुंतागुंतीबद्दल अनेक प्रश्न होते.

"तू पर्यायी योजनेचा विचार करावास."

“एक पर्यायी योजना” – जॉन निर्विकारपणे म्हणाला, ‘बरोबर, हो-हो, आपण एक पर्यायी योजना शोधून काढू.” त्याने फोन सावकाश खाली ठेवला आणि डोक्यावर हात मारला. रागवायची किंवा निराश होण्याची ताकदही त्याच्यात उरली नव्हती. गेली चार वर्षे तो अनेक पर्यायी योजना ठरवत होता. आता कदाचित सर्व प्रयत्न सोडून देण्याची वेळ आली होती.

२५. पर्यायी योजना

पानगळ, २००२
प्रिन्स्टन-न्यू जर्सी, रॉटरडॅम-नेदरलँडस, गेनेस व्हिले-फ्लोरिडा

जॉनने एका आठवड्यानंतर फ्लोरिडा विश्वविद्यालयाचे डॉक्टर व संशोधक डॉक्टर बिर्ने यांना फोन केला. कॅनफिल्डच्या विकरांनी उंदरांची शक्ती वाढते, असे त्यांनी केलेल्या प्रयोगशाळेतील प्रयोगांवरून दिसून आले होते. नोव्हाझाईमसाठी प्राण्यांवरील अभ्यास आणि माणसांवरील वैद्यकीय चाचण्यांच्या योजनेचे डॉक्टर बिर्ने सहलेखक होते. नोव्हाझाईमच्या वैद्यकीय चाचण्यांचे प्रमुख डॉक्टर म्हणून त्यांनी रुग्णालयीन चाचण्यांचा आराखडा, एक वर्षापूर्वी हॉस्पिटलच्या रुग्णालयीन चाचणीची देखरेख करणाऱ्या मंडळाकडे नेला होता आणि त्याला मान्यता मिळाली होती.

जॉनने बिर्नेना सांगितले की, त्यांच्या मुलांची तब्येत वेगाने बिघडत आहे. "मेगन डोके पुढे पडले तर खेचून वर करू शकत नाही. मला माहीत आहे, ही किरकोळ गोष्ट वाटू शकेल. पण तिची परिस्थिती हाताबाहेर गेलीय, त्याचे ते लक्षण आहे आणि पॅट्रिकही पहिल्यापेक्षा अधिक अशक्त झाला आहे."

'भावंडांच्या अभ्यासा'ची योजना जॉनने वर्णन करून सांगितली आणि सीएचओपीने ती परत-परत कशी नाकारली होती, तेही सांगितले.

"बॅरी, मी विचार करत होतो, हा 'भावंडांचा अभ्यास' हा प्रकल्प तुमच्या हॉस्पिटलमध्ये करता येईल का?"

"मला मदत करायला निश्चितच आवडेल." बिर्ने गंभीरपणे म्हणाले, "परंतु इथली भौगोलिक परिस्थिती फारशी चांगली नाही."

"मेगन आणि पॅट्रिकला उपचार मिळण्यासाठी मी या क्षणी चंद्रावर जायला देखील तयार आहे."

''फ्लोरिडा काही तितके दूर नाही.'' जॉन म्हणाला, ''बॅरी, तुम्ही बरोबर आहात. भौगोलिक परिस्थिती आदर्श नाही. त्यामुळेच मी तुमचा विचार प्रथम केला नाही. परंतु सीएचओपीच्या सगळ्या त्रासामुळे हे प्रकरण पटकन पुढे सरकवण्यासाठी मला तुमच्याकडे यावे लागेल. मला नाही वाटत मुले फार काळ टिकू शकतील.''

भावंडांच्या अभ्यासाचा सर्व पत्रव्यवहार बिर्नेंनी जॉनला ई-मेलने पाठवायला सांगितला आणि सांगितले की, त्याचा वापर करून ते त्यांच्या रुग्णालयाच्या वैद्यकीय चाचणी मंडळास अर्ज करतील. मंडळाची बैठक ऑक्टोबरमध्ये आहे. काही बातमी समजल्यावर लगेच फोन करण्याचे त्यांनी आश्वासन दिले.

लँडींच्या वैद्यकीय संशोधनाच्या एका मदतनीसाकडून जॉनने त्या कागदपत्रांची एक प्रत घेतली आणि बिर्नेंना ई-मेलद्वारा पाठवली. बिर्नेंबरोबरच्या संभाषणाबद्दल लँडींना सांगावे का? याचा निर्णय घेण्यापूर्वी त्याने जरा थांबण्याचे ठरवले. बिर्ने नोव्हाझाईमशी संबंधित असल्यामुळे जेन्साईमचे शास्त्रज्ञ आणि डॉक्टर्स यांचा बिर्नेकडे पाहण्याचा दृष्टिकोन चांगला नव्हता. परंतु जास्त महत्त्वाचे हे होते की, जॉनला माहिती होते. लँडींचा संघ अर्ज देण्यास तयार होईल. कारण ते त्यांचे कामच होते पण हे सगळे जमवून आणण्यास ते किती वेळ घेतील कुणास ठाऊक. सर्व काही निश्चित झाल्याशिवाय तो लँडी किंवा अन्य कोणासही काहीही सांगणार नव्हता. हे पटकन करून घेण्यासाठी त्याचा फक्त एकाच व्यक्तीवर विश्वास होता आणि ती म्हणजे तो स्वतः. एका आठवड्यानंतर सप्टेंबरच्या अखेरीस जॉन आणि जेन्साईमचे सहा वरिष्ठ व्यवस्थापक आणि शास्त्रज्ञ फार्मिंगचा विकर वगळण्याच्या निर्णयाचे स्पष्टीकरण देण्यासाठी नेदरलँडला विमानाने गेले. डच वर्तमानपत्रांमध्ये रकानेच्या रकाने भरून घाबरलेले रुग्ण आणि त्यांचे कुटुंबीय यांच्या कथा आल्या होत्या. त्यांचे म्हणणे होते की, जिवंत राहण्यासाठी त्यांच्यासाठी आवश्यक असलेल्या विकरचे उत्पादन जेन्साईम थांबवत आहे. ''माझ्या म्हातारपणी माझ्या मुलामुळे मला तोंड लपवायला लागणार का!'' अजूनही नेदरलँडमध्येच राहत असलेल्या हेन्रींच्या आईने हेन्रींना फोन करून त्यांच्याकडे तक्रार केली होती.

ते आल्यानंतरच्या सकाळी जॉन, लँडी, व्हॅनहीक आणि मॅकॅनी हा जेन्साईमचा गट रॉटरडॅमला आला आणि फार्मिंग विकर तयार करणारे शास्त्रज्ञ डॉक्टर आर्मोल्ड रुझर आणि सोफिया चिल्ड्रेन हॉस्पिटलचे अधिकारी यांना भेटला.

जॉन आणि त्याची तुकडी रिॲसमस विश्वविद्यालयाच्या वैद्यकीय विभागाच्या इमारतीमध्ये सुमारे ४० मित्र आणि त्यांचे कुटुंबीय यांना भेटले. हा गट खूपच मोठा होता. पॉम्पे व्याधीचे प्रमाण नेदरलँडमध्ये अधिक आहे, असे दिसत होते. जरी संशोधक म्हणत असले, तरी हे खरे असल्याची त्यांना खातरी नव्हती. सादरीकरण

सुरू होण्याआधी जॉन स्वत:ची ओळख करून देई. व्हिल चेअरवर बसलेल्या एका जाडजूड माणसाशी त्याने हस्तांदोलन केले. तो श्वसनयंत्राने श्वासोच्छ्वास करत होता. त्याच्या पत्नीलाही जॉन भेटला. दुसऱ्या एका महिलेने एका लहान मुलाची आई म्हणून स्वत:ची ओळख करून दिली आणि सांगितले की, फार्मिंगच्या विकरामुळे त्या मुलाची इतकी चांगली प्रगती झाली होती की, तो आता चालू शकत होता. एका महिलेने विकराचे उपचार चालू असलेल्या आपल्या मुलीचे फोटो दाखवले. आणखी एका मुलाच्या वडिलांनी जॉनकडे पाहत डोके हलवले आणि नजर दुसरीकडे वळवली.

सर्व जण आसनस्थ झाल्यावर व्हॅन हीक भाषण देण्यासाठी उठले. डच भाषेत बोलत त्यांनी आश्वासन दिले की, रुग्णांना उपचार देण्याचे जेन्झाईमने व्रत घेतलेले आहे. वेगळ्या विकराने जेन्झाईम उपचार देत राहील. त्यांच्याकडे असलेल्या चारही विकरांचे विकसन करणे, जेन्झाईमला परवडणारे नव्हते. त्यांनी कोणता विकर सर्वांत चांगले काम करतो, हे पाहण्यासाठी 'प्रयोगांची जननी' हा विशाल दृष्टिकोन असलेला अभ्यास केला होता. हे सगळे त्यांनी सांगितले. त्यानंतर लँडी बोलले. त्यांनी काही स्लाइडस दाखवत 'प्रयोगांची जननी' या प्रकल्पाचा सारांश सांगितला.

विकसनाची योजना सांगण्यासाठी पाठोपाठ जॉन आला. आम्ही दोन वैद्यकीय चाचण्या करणार आहोत. १६ तान्ही बाळे असलेली एक आणि तीन वर्षांच्या आतील वयाची १६ मुले ही दुसरी चाचणी. तो म्हणाला, "या चाचण्या अतिशय अवघड, वेळ घेणाऱ्या आणि विकरांची निर्मितीप्रक्रिया महागडी आहे. परंतु आम्ही जगातील सर्वोत्तम तंत्रज्ञान या चाचण्यांसाठी वापरणार आहोत." आपल्या आवाजात आत्मविश्वास आणि अधिकार आणण्याचा त्याने प्रयत्न केला. जमलेल्या रुग्णांना दुभाषाकडून हे ऐकायला लागणार होते तरी त्यांच्यापर्यंत त्याचे शब्द पोहोचले. "अखेरीस विकर निर्मितीचा हा एक अधिक विश्वासार्ह आणि निर्धोक मार्ग असेल."

श्रोत्यांमधून एक हात वर केला गेला. "हा उंदरांचा विकर माझ्या मुलावरही तितकेच चांगले काम करेल. हे आम्हाला कसे कळेल?" हात वर केलेल्या महिलेने रागाने विचारले. सकाळच्या बैठकीमध्ये आणि आता जेन्झाईममध्ये तयार केलेल्या उपचाराला उपहासाने उंदरांचा विकर असे संबोधले जाई. कारण तो चायनीज ॲमस्टरपासून काढलेल्या सीएचओ पेशींमध्ये वाढवला जातो.

आत्ताच हॅलने वर्णन केल्याप्रमाणे त्यांच्या प्राण्यांवरील सर्व प्रयोगअभ्यासामध्ये असे दिसून आले आहे की, 'हा विकर तितकाच काय त्यापेक्षाही चांगले काम करेल.' जॉन म्हणाला, "मला हेही सांगावेसे वाटते की, आमचा विकर हा उंदरांचा विकर नाही. ह्यॅमस्टरच्या पेशीमधून अत्यंत अत्याधुनिक प्रक्रियेने मानवी

विकर तयार केला जातो. उत्पादनाची सोय म्हणून ह्यॅमस्टरच्या पेशी वापरल्या जातात. "या उंदरांच्या विकरामुळे आमच्या मुलांना बरे वाटले नाही तर त्याची जबाबदारी कोण घेणार आहे?' आणखी एका वडिलांनी आव्हान दिले.

"विश्वास ठेवा, हा निर्णय आम्ही सहजासहजी घेतलेला नाही," आपली कणव त्याच्यापर्यंत पोहोचवत जॉन म्हणाला, "आम्ही तो शास्त्रीय पुराव्यांच्या आधारे बनविला आहे. जॉनने सांगितल्याप्रमाणे तुमच्या गरजेप्रमाणे विकराचा पुरेसा साठा आमच्यापाशी झाल्याशिवाय आम्ही नवीन रुग्णांना हा विकर देणार नाही. आम्ही ह्याची खातरी करून घेत आहोत की, तुमच्या सर्वांच्या गरजेप्रमाणे तुम्हाला पुरवता येईल एवढा पुरेसा विकर आमच्याकडे असेल. यामुळे कदाचित जगातील इतर पॉम्पे रुग्णांना उपचाराची वाट पाहावी लागेल किंवा कदाचित मरणही पत्करावे लागेल."

"तुमच्या मुलांना हा विकर मिळायला केव्हापासून सुरुवात झाली, हे आम्हाला का सांगत नाही क्रौली साहेब?" त्या व्यक्तीने आरोप करत विचारले. जॉनच्या लक्षात आले की, तिथे जमलेल्या सर्वांना त्याची परिस्थिती माहिती होती आणि त्यांनी गृहीत धरले होते की, मेगन आणि पॅट्रिक यांच्यावर उपचार सुरू होते. हे पाहून जॉनला धक्काच बसला.

"आपण पुरवठ्याबाबत बोलत आहोत आणि आपण कशाबाबत बोलत आहोत हे मला कळते, कारण मी तसाच जगतो आहे." जॉन म्हणाला. "औषध विकसनामध्ये तुम्ही जे काही करता त्याचा औषधाच्या पुरवठ्यावर कसा परिणाम होतो हे मला माहीत आहे. माझी मुले इतकी अशक्त आहेत की, डोके वर धरून ठेवू शकत नाहीत." त्याच्या आवाजात कंप होता. आवाज स्थिर करण्यासाठी तो क्षणभर थांबला. "त्यांना व्हीलचेअरवर राहावे लागते. आणि त्यांचा श्वास श्वसनयंत्राने चालतो. ती दररोज अधिकाधिक अशक्त होत चालली आहेत आणि माझ्या मुलांना अजूनही विकराचा एकही थेंब मिळालेला नाही."

जॉन खाली बसला तेव्हा मन शांत करण्यासाठी तो धडपडत होता. खोलीमध्ये नीरव शांतता पसरली होती. कोणीही, ना आई-वडील, ना रुग्ण, इतकेच काय डच डॉक्टर आणि शास्त्रज्ञ कोणीही आणखी प्रश्न विचारला नाही. या बैठकीला हजर राहिल्याबद्दल व्हॅन हीक यांनी सर्वांचे आभार मानले आणि बैठक संपली. व्हीलचेअरवर बसलेल्या माणसाच्या पत्नीने जॉनला मिठी मारली व ती म्हणाली, "क्रौलीसाहेब तुमच्या मुलांना लवकरच उपचार मिळतील अशी मी आशा करते."

अखेरीस जॉन आणि मॅक्नी दोघेच खोलीमध्ये उरले. "आपण वेगळ्या विकराचा उपयोग करत आहोत, याबद्दल लोकांची तक्रार ऐकल्यावर मला मरण बरे

असे वाटले.'' जॉन कडवटपणे म्हणाला. या रुग्णांना मिळाला त्याप्रमाणे मेगन आणि पॅट्रिक यांना तीन वर्षांपूर्वी विकर मिळाला असता, तर इतर मुलांप्रमाणे ती पळत असती. टोनी, मुलांच्या बाबतीत मी अपयशी झालो आहे. मी माझ्या कुटुंबाबाबतच्या कर्तव्यात अपयशी झालो आहे. मी अजूनही इथे का थांबलो आहे हे कळत नाही.'' जॉन म्हणाला.

जॉन जेवून एका शुक्रवारी रात्री घरी आल्यावर त्याला डॉक्टर बिर्नेंचा संदेश दिसला. तो त्याच्या अभ्यासिकेत लगेच गेला व त्यांना त्याने फोन लावला.

''असे क्वचितच घडते परंतु आपल्या अर्जावर एका दिवसात कार्यवाही झाली. आपल्याला नियामक मंडळाकडून परवानगी मिळाली आहे.'' बिर्ने म्हणाले, ''आपण आता सुरुवात करणार आहोत. आपण कदाचित दोन आठवड्यांत हे सर्व जमवून आणू शकू.''

आयुष्यात प्रथमच इतक्या गतीने काहीतरी घडल्याचे पाहून जॉन चकीत झाला होता. ''मी उद्या येऊ शकतो का?'' त्याने विचारले. तो थोडा गोंधळला होता. ''हो, हो मला माहीत आहे. उद्या शनिवार आहे. तरीही समोरासमोर बोलणे मला आवडेल.''

न्यूयॉर्क ते जॅक्सन व्हिले या मार्गाचे पहिले विमान पकडण्यासाठी जॉन दुसऱ्या दिवशी पहाटे तीन वाजता उठला. विमानात असताना त्याने डॉक्टर बिर्नेंनी तयार केलेले आणि मंजूर करून घेतलेले कागदपत्र वाचले. जे आदल्या रात्रीच त्यांनी ई-मेलने जॉनला पाठवले होते. जॉनने पाहिले की, बिर्ने यांनी विरुद्ध हेतू टाळण्यासाठी सहा मुलांवरील अभ्यास लिहिलेला होता. त्यामुळे त्यामध्ये फक्त मेगन आणि पॅट्रिक नव्हते, तर इतरही रुग्ण होते. बिर्ने यांनी त्याचा मूळ नोव्हाझाईमचा अर्ज आणि जेन्झाईमचा 'भावंडांचा अभ्यास' या दोन्हीचे मिश्रण केले होते. जॉनला माहीत होते की, या कागदपत्रांमुळे लँडी खरेच रागावेल. पण त्याने परत ठरवले की, याचा विचार त्याने नंतर करावा. सध्या तरी फ्लोरिडाला जाऊन तो सर्व काही ठरवेल. त्याला पुरेसे बळ मिळाले तर लँडी आणि जेन्झाईममधील इतर हादरतील आणि कुंथतील. परंतु कालांतराने त्याच्या मार्गातून बाजूला होतील.

जॅक्सन व्हिले ते गेनेस व्हिले या दोन तासांच्या प्रवासात त्याने स्वतःला उत्साहामध्ये गाडी वेगाने चालवण्यापासून आवरले. ही बातमी सांगितल्यावर त्याला एलीनने मारलेली मिठी आठवली. शेरॉनची किंकाळी आणि मेगनचा डिस्ने वर्ल्डला जाण्याचा उत्साह आठवला. फ्लोरिडा विश्वविद्यालयाचे आवार आणि रुग्णालय यांच्या विटांच्या इमारतीकडे जातानाच्या रस्त्याच्या कडेने

पामची झाडे ओळीने लावलेली होती. प्रखर ऊन पडलेले होते आणि तापमान ७० डिग्री होते. जॉनने गाडीतळावर गाडी उभी केली आणि रस्ता ओलांडून लिफ्टने चर्चेच्या खोलीमध्ये गेला. तेथे डॉक्टर बिर्ने आणि डॉक्टर कॅरॉलिन स्पेन्सर हे लहान मुलांचे हृदय रोगतज्ज्ञ त्याची वाट पाहत होते. त्या दोन्ही डॉक्टरांनी प्रेमाने आणि उत्साहाने त्यांनी एकत्रितपणे तयार केलेले चाचणीचे कागदपत्र जॉनला समजावून सांगितले. जॉनला ते काचेची सरकती दारे असलेल्या चकचकीत नव्या वैद्यकीय चाचणी संशोधन केंद्रामध्ये घेऊन गेले आणि म्हणाले की, इथे मेगन आणि पॅट्रिकला प्रायोगिक औषध दिले जाईल. छताच्या फरशांवर मुलांनी अस्वले, डॉल्फिन्स आणि त्यांची नावे मायकेल, जेसिका, मेल्यानी रंगविलेली होती. अखेरीस त्याच्या मुलांना जेथे उपचार मिळणार होते, ती जागा किती छान होती.

त्या दिवशी दुपारी बिर्नेंनी जॉनला मुख्य परिचारिका ज्युली बर्थी हिच्याबरोबर जागा शोधण्यासाठी पाठवले. ते गेन्स व्हिलेमध्ये कित्येक तास फिरवले. एकाच मजल्यावर तीन शयनकक्ष असलेली एक जागा त्याने पसंत केली. महिन्यासाठी ११०० डॉलर्स असे तिचे भाडे होते.

हॉटेलवर परत येताना त्याने आपल्या कुटुंबासाठी निळ्या आणि नारिंगी रंगाचे गेटर कंपनीचे पाच टी-शर्टस खरेदी केले. गेन्स व्हिलेमध्ये काही काळ राहावे लागणार असेल, तर त्यांना फ्लोरिडा विश्वविद्यालयाच्या फुटबॉलचे प्रशंसक व्हावेच लागणार होते. क्रौली कुटुंबीयांचा फुटबॉलचा आवडता संघ म्हणून नॉटर डेमच्या संघाची जागा कोणताच संघ घेऊ शकला नसता. परंतु किमान जॉनसाठी गेटर्स हे पाठोपाठ दुसऱ्याच क्रमांकावर येत होते.

जॉन हिल्टन बारमध्ये बसून बिर्ने आणि स्पेन्सर या डॉक्टरांच्या बरोबर गप्पा मारत होता. ३५ इंची टेलिव्हिजनवर फुटबॉलचा खेळ दाखवला जात होता.

"बॅरी, आपण किती लवकर उपचार सुरू करू शकतो?" जॉनने विचारले.

"आपल्याला एक शल्यचिकित्सक आणि एक भूलतज्ज्ञ असे दोन तज्ज्ञ लागतील. मार्ग वरचेवर शिरेतून द्याव्या लागणाऱ्या इंजेक्शनमुळे आधीच नाजूक झालेल्या शिरांवरील ताण वाढवण्याऐवजी शिरेमध्येच बसवण्याच्या नळीकडे निर्देश करत बिर्ने म्हणाले.

"विश्वविद्यालय आणि कंपनीमध्ये करारावर सह्या होण्यासाठी नेहमीच काही वेळ जातो." असे स्पेन्सर म्हणाले.

"मी या कार्यक्रमाचा मुख्य सूत्रधार आहे आणि हे पटकन केले जाईल, असे मी पाहीन." जॉन खंबीरपणे म्हणाला. नंतर थोड्या अनिश्चिततेने त्याने विचारले, "आपण त्यांच्या दंडामध्ये सुई घालून आधी इंजेक्शन द्यायचे आणि

नंतर शस्त्रक्रिया करायची असे करता येईल का?''

बिर्नेंनी आपला ग्लास टेबलवर ठेवत हळूहळू विचारले, ''करता येईल पण का?'' ''एकदा मुलांना विकर दिल्यानंतर चाचणी अधिकृतदृष्ट्या सुरू झाली असेल आणि नंतर ती कोणीही थांबू शकणार नाही. तोपर्यंत मला काळजी वाटते की, जेन्साईममधील कोणी किंवा अन्य कोठून तरी परत उशीर होण्यासाठी विचार करत असेल.''

''चाचणी पुढील आठवड्यात सुरू होण्यासाठी मी सर्व काही नीट आखू शकेन की, नाही मला माहीत नाही.'' बिर्ने म्हणाले. काही क्षण थांबून ते पुन्हा म्हणाले, ''पण मी तसा प्रयत्न नक्की करेन.''

सोमवारी दुपारी जॉन त्याच्या प्रिस्टनमधील कार्यालयात फोनवरून वैद्यकीय साहित्य आणि अपंगांसाठीची गाडी भाड्याने मिळवण्याची तयारी करत होता. तेव्हाच लँडींचा फोन आला.

''लँडी तुम्ही कसे आहात?'' जॉन म्हणाला. सहजपणे बोलत असल्याचा आव आणत त्याने मोकळ्या हाताने आपले डोळे झाकले. फ्लोरिडाच्या चाचण्यांची बातमी अजून केंब्रिजपर्यंत पोहोचली नसेल अशी आशा तो करत होता.

''मी ठीक नाही आहे जॉन.'' डॉ. लँडी म्हणाले.

कशाबशा आवरलेल्या रागाने त्यांचा आवाज भरलेला होता. ''बिर्ने यांच्या कार्यालयाकडून औषध फ्लोरिडाला पाठवण्यासाठी आत्ताच फोन आला होता. याचा अर्थ काय? तू हे करण्यामागचा तुझा हेतू काय?'' वैद्यकीय चाचण्यांसाठी लिहिणे आणि अर्ज सादर करणे. ही लँडींची जबाबदारी होती. जॉनची नाही.

''लँडी, तुम्हाला माहिती आहे. आपण पर्यायी योजना शोधत होतो.' जॉन दुबळेपणाने म्हणाला.

'तू रुग्णालयाची परवानगी मिळविली आहेस हेही मला माहिती नव्हते.'' लँडी पटकन म्हणाले, 'मी ती कागदपत्रे पाहिलेली ही नव्हती? जॉन, तू काय करतोयस हे तुला माहितीय ना?''

''लँडी शांत व्हा, मी तिथे येतो आणि आपण काहीतरी मार्ग काढू'' जॉन म्हणाला.

''शांत होऊ!'' लँडी उसळले. ''तुला कल्पनाच नाही इथले लोक किती नाराज झाले आहेत ते. यामुळे किती त्रास होतो आहे, याची तुला कल्पना नाही. इथे नुसता गोंधळ सुरू आहे.''

''मला वाईट वाटते लँडी.'' जॉन शांतपणे म्हणाला, 'अर्थात, आम्हाला तुमची मान्यता आणि मार्गदर्शन हवे आहे. मला खातरी आहे आपण हे नीट करू शकू. मी सकाळी तिथे येतो आणि आपण यातून मार्ग काढू.''

“यातून मार्ग काढू?” अविश्वासाने लँडी परत म्हणाले व ओरडले, “तुला कल्पना नाही – तू काय केले आहेस याची तुला अजिबात कल्पना नाही. तुझ्या मुलांना कधीही उपचार घेण्याच्या शक्यतेमध्ये तू अडथळा आणलेला असू शकतोस.”

२६. तू मेगनला सांगू शकतोस!

पानगळ, २००२
केंब्रिज-मॅसॅच्युसेट्स, प्रिन्स्टन-न्यू जर्सी

दुसऱ्या दिवशी सकाळी डॉक्टर लँडी फ्लोरिडामधील रुग्णालयीन चाचणीसाठी मान्यता मिळालेले कागदपत्र वाचत होते व डोके हलवत होते. त्यांचा संताप बराच कमी झाला होता आणि जे काही घडले, त्याबद्दल त्यांनी स्वत:लाच दोष द्यायला सुरुवात केली. जॉनच्या मुलांवर उपचार लवकर सुरू करण्यास त्यांनी प्रयत्न करायला हवे होते. आपली वस्तुनिष्ठता जॉनने इतका काळ टिकवली होती. हे कौतुकास्पद होते असे त्यांना वाटले. तो कड्याच्या टोकावरून चालत होता. हे त्यांच्या लक्षात कसे आले नाही?

फ्लोरिडाची माहिती ते जसेजसे वाचत गेले, तसेतसे त्यांना अधिक निश्चित वाटू लागले की, हा मजकूर ते मंजूर करू शकत नाहीत. बिर्नेच्या अर्जामध्ये म्हटले होते की, त्यांनी तयार केलेल्या भावंडांच्या अभ्यासापेक्षा अनेक मुद्द्यांवर यात अनेक बदल होते. मुख्यत: या अभ्यासामध्ये ते सहा रुग्णांची नोंदणी करतील. तर 'भावंडांच्या अभ्यासा'मध्ये फक्त दोनच रुग्ण होते.

ते कागदपत्र चाळत असताना चेहरा पडलेला जॉन दारात आला. "जॉन, हा अर्ज पूर्णपणे वेगळा आहे." संगणकाच्या पडद्याकडे बोट दाखवत लँडींचा स्फोट झाला. त्यातील वेगळे असलेले भाग दाखवण्यासाठी त्यांनी कागदपत्र परत पाहिले. "तू परस्पर अर्ज करू शकत नाहीस. आपल्या कार्यालयीन पद्धती आहेत. आपल्याकडे सगळ्या गोष्टींची तपासणी करण्यासाठी निरीक्षक आहेत. हा 'भावंडांचा अभ्यास' या प्रकल्पाचा भाग होऊ शकत नाही."

"परंतु यामुळे दुहेरी हेतूंचे द्वंद्व संपेल." जॉन म्हणाला.

संतापून लँडी म्हणाले, ''पण आपल्याकडे सहा मुलांसाठी पुरेसे औषध नाही.''

''आपल्याकडे ज्यादा औषध आहे. ड्यूक चाचणीतील एक मूल मृत्युमुखी पडले. आपण सर्व सहा मुलांची लगेच नोंदणी करणे आवश्यक नाही. आपण तीन रुग्णांनी सुरुवात करू. औषधाचा पुरवठा वाढेल त्याप्रमाणे आपण रुग्णांची भर घालू शकतो. अशी निश्चित लक्षणे आहेत की, पुरवठा नक्की वाढेल. बायोरिॲक्टर्स चांगले उत्पादन करत आहेत.''

लँडींनी नकारार्थी मान हलविली आणि इतर फरक दाखवून दिले. ''मानवी चाचण्यांवरील चाचण्यांपूर्वीच्या भागामध्ये नोव्हाझाईमचा विकर वापरून प्राण्यांवरील प्रयोगाचे वर्णन केले आहे. जेन्झाईमचा नाही.'' ते परत संतापून म्हणाले.

''आपण सर्व काही ठरवू शकतो. तुम्हाला हवे असलेले सर्व बदल मी करीन. मी दोनच रुग्ण ठरवीन. नोव्हाझाईमच्या प्राण्यांवरील प्रयोगाचा भाग मी काढून टाकीन. हृदयाबद्दलचा अखेरचा मुद्दाही बदलेन.'' जॉन गयावया करत म्हणाला, ''हे सर्व करायला मला एक तास लागेल.''

''तुम्ही हे करू शकत नाही. आपल्याकडे कडक पद्धती आहेत.'' लँडी अडेलतट्टूपणाने म्हणाले.

''ठीक आहे, तुमच्या लोकांना ते करू देत. बॅरी म्हणाले की, बदलांची सूचना त्यांच्या देखरेख मंडळाकडे या आठवड्यात पाठवू शकतील.'' असे जॉन म्हणाला.

''हे इतके पटकन करायला आपल्याकडे साधने नाहीत.'' लँडी म्हणाले, ''आपण जास्तीत जास्त १६०२ आणि १७०२च्या मर्यादेपर्यंत जाऊ शकतो.'' या दोन मुख्य वैद्यकीय चाचण्यांची माहिती पुढील महिन्यात अन्न आणि औषध प्रशासनाकडे सुपूर्द करण्याची कंपनीची कल्पना होती.

जॉन गप्प बसला. त्याच्या एकदम लक्षात आले की, लँडी आदल्या रात्री जे बोलले होते ते खरेच करणार होते. फ्लोरिडाची चाचणी होण्यासाठी परवानगी देण्याची त्यांची इच्छा नव्हती आणि लँडीचा हात थांबविण्याची सत्ता त्याच्याकडे नव्हती. किमान अन्य कोणाच्या मदतीशिवाय तर नाहीच.

जिना चढून जॉन व्हॅन हीक यांच्या कार्यालयाकडे आला. लँडींचा निर्णय मोडून काढण्यासाठी तो त्यांना समजावू शकेल अशी त्याला आशा होती. जॉनने काय घडले ते सर्व व्हॅन हीकना सांगितले. त्यांनी एकही प्रश्न न विचारता जॉनचे म्हणणे ऐकून घेतले. जॉनने बोलणे संपवले तेव्हा प्रेमळपणाने परंतु ते चाचरत्या आवाजात म्हणाले, ''जॉन, मला निश्चित वाटते की, आपण हा गुंता सोडवू शकू.'' दुसऱ्या एका बैठकीला जायचे आहे, असे दर्शवत ते त्यानंतर उठून उभे राहिले. कार्यालयातून बाहेर पडताना जॉनला माहीत होते की, यावेळेस व्हॅन

हीक त्याच्या मदतीस येणार नाहीत.

हेन्री आणि जेन्झाईममधील वरिष्ठ अधिकारी यांना फ्लोरिडाच्या गोंधळाबद्दल आधीच काय समजले होते, ते जॉनला माहिती नव्हते. हेन्री यांनी लँडींना व्यक्तिश: फोन करून खातरी दिली होती की, पॉम्पे व्याधीच्या संबंधातील सर्व वैद्यकीय चाचण्यांवर केवळ त्यांचाच अधिकार होता. अगदी 'भावंडांच्या अभ्यास' या प्रकल्पासह 'याबाबत जॉनवर विश्वास ठेवता येत नाही. तुम्हाला तुमचा अधिकार गाजवावाच लागेल. या वेळी जॉन मर्यादेच्या फारच पलीकडे गेला आहे. हे आम्हाला मान्य आहे.' हेन्री म्हणाले.

पुढच्या संध्याकाळी प्रिन्स्टनमधील नासाऊ रस्त्यावरील जॉनने नोव्हाझाईमसाठी भाड्याने घेतलेल्या जेन्झाईमच्या कार्यालयातील फोन वाजला. जेन्झाईमचे मृदुभावी वकील टॉमडेसरुझीअर हे त्याला अनाधिकृतरित्या कळवत होते की, थोड्या वेळातच काही प्रश्न विचारण्यासाठी दोन वकिलांचा त्याला फोन येईल. काही क्षणातच दोन वकिलांनी जॉनला फोनवर सांगितले की, आवश्यक त्या परवानग्या घेतल्याशिवाय फ्लोरिडा विश्वविद्यालयाकडे त्याने कंपनीचे नियम मोडून अर्ज साद केल्याच्या तक्रारीबाबत ते बोलत आहेत.

'सद्‌गृहस्थ हो, याला अनधिकृतपणे हा शब्द वापरणे, म्हणजे मला मूर्खपणा वाटतो.' जॉन धुमसत म्हणाला. परंतु पुढील १५ मिनिटे त्याने सोशिकपणे त्यांच्या प्रश्नांना उत्तरे दिली.

काय करावे हे न समजून जॉन त्याच्या टेबलापुढे तासभर बसून राहिला. स्वत: वकील असल्यामुळे त्याला हे माहीत होते की, अंतर्गत नियम मोडल्याबद्दलच्या प्रश्नांचा काहीच परिणाम होणार नाही. परंतु त्याच्या हेही लक्षात आले की, तो फ्लोरिडाची लढाई हरला होता. इतकेच काय पण पॉम्पे कार्यक्रमाचा प्रमुख म्हणून त्याच्या विश्वासार्हतेला धक्का बसला होता. त्याने माघार घेतली नाही तर त्याची नोकरी जाईल आणि पॉम्पे औषधाच्या वैद्यकीय चाचण्यांवर त्याचा जो काही थोडा फार प्रभाव होता तोही जाईल. तो संगणकासमोर बसला आणि त्याने टाइप करण्यास सुरुवात केली. प्रत्येक थोड्या शब्दानंतर तो थांबत होता.

''मला माहीत आहे की, माझ्या मुलांच्या उपचाराबद्दल खूपच चर्चा होत आहे. त्यामुळे निर्माण झालेल्या गोंधळाबद्दल मी माफी मागतो. सर्वांत महत्त्वाची गोष्ट ही आहे की, हा संपूर्ण कार्यक्रम पुढे चालू राहिला पाहिजे, हे आपण जाणता. असे समजले जात आहे की, माझ्या मुलांवरील चाचण्या या मोठ्या कार्यक्रमात अडथळा निर्माण करत आहेत. मी फ्लोरिडामधील डॉक्टर्सना हे कळवेन की, माझ्या मुलांवर उपचार करण्याची विनंती आम्ही मागे घेत आहोत.

१६०२ आणि १७०२चे अभ्यास अन्न आणि औषध प्रशासनाला सादर केल्यानंतर 'भावंडांची चाचणी' आपण परत सुरू करू शकतो.'' त्याने पत्र संपवले.

जॉनने पत्र संपवेपर्यंत दिवसभराचे काम संपवून इतर कर्मचारी कार्यालयातून गेले होते आणि कार्यालय शांत होते. त्यांनी तयार केलेल्या ई-मेलकडे तो पाहतच राहिला. दोन दिवसांपूर्वी अगदी जवळ आली असे वाटणारी फ्लोरिडाची चाचणी सोडून देण्याची त्याची इच्छा नव्हती. अखेरीस त्याने घड्याळाकडे पाहिले. साडे-सहा वाजले होते आणि नेहमीप्रमाणेच त्याला घरी जायला उशीर झाला होता. त्याने ई-मेल पाठवण्याचे बटण दाबले आणि कार्यालय सोडलेल्या भयानक दिवशी जे काही घडले त्यापेक्षा त्याला यापुढील कामाची जास्त भीती वाटत होती.

जॉन घरी आला आणि थेट आपल्या अभ्यासिकेत गेला. एलीन नेहमी त्याला तिथे थांबू देत असे. परंतु आज ती आत आली आणि संगणकावरील नजर काढून तिच्याकडे पाहीपर्यंत त्याच्या टेबलाशेजारी उभी राहिली. ''आजचा दिवस कसा गेला?'' तिने अपेक्षेने विचारले. त्याच्या हालचालींवरून तिच्या एवढे लक्षात आले होते की, काहीतरी बिघडले आहे. चाचणीच्या योजनेबद्दल परत काहीतरी समस्या निर्माण झाली आहे.

''एक कंटाळवाणा दिवस.'' तो कोरडेपणाने म्हणाला आणि संगणकाच्या पडद्याकडे परत पाहू लागला.

''फ्लोरिडाबरोबरच्या कराराचे काय? शेरॉन आणि मी दिवसभर सामान बांधत होतो. आपण केव्हा निघणार आहोत हे आम्हाला कळले पाहिजे.''

''आपण मुलांवर उपचार करून घेऊ, पण आत्ता नाही. मला फक्त थोडा वेळ दे.'' तो म्हणाला. तो तिची नजर अजूनही चुकवतच होता.

''किती वेळ?'' तिने विचारले.

''मला माहीत नाही.'' तो कंटाळून म्हणाला, ''किमान एक महिना. आणखी एक अभ्यास सुरू होईपर्यंत.''

निःश्वास सोडत त्याने वर पाहिले. एलीनचे हिरवे डोळे आधी चमकले आणि नंतर गंभीर झाले.

''ठीक आहे जॉन, दोन गोष्टी!'' ती म्हणाली, तिचा आवाज पातळ आणि भावनाहीन होता. ''पुढच्या वेळेस गाडीत बसून रुग्णालयाकडे जायचे असेल तेव्हाच मला सांग.'' बोलून ती खोलीबाहेर भरभर निघून गेली.

ती दारापाशी थांबली. ''आणखी एक गोष्ट, तू मेगनला सांग.'' त्याच्याकडे न पाहता ती बाहेर गेली आणि दिसेनाशी झाली. जॉन तिच्या पाठोपाठ खेळण्याच्या

खोलीकडे गेला. मेगन संगणकापाशी बसून बार्बी प्रिन्सेस खेळ खेळत होती. एक खुर्ची ओढून घेऊन तो तिच्या शेजारी बसला आणि त्याने स्वत:ला अतिभावनिक न होण्याचे बजावले.

"बाळा, तुला माहीत आहे. तुझे खास औषध मिळण्याच्या आपण अगदी जवळ होतो." तो म्हणाला.

मेगनने आपली खुर्ची पटकन मागे घेतली आणि त्याच्याकडे तोंड करण्यासाठी वळवली. मान हलवत ती म्हणाली, "हो. आपण फ्लोरिडाला जात आहोत."

"खास औषध जवळ जवळ तयार आहे. ते निर्दोष बनवण्याच्या प्रयत्नात मी आहे." तो म्हणाला, "मला इतकेच सांगायचे आहे की, खास औषध तयार व्हायला थोडा वेळ लागत आहे. त्यामुळे आपण फ्लोरिडाला या आठवड्यात जाणार नाही आहोत. त्याला अजून थोडा वेळ लागेल."

मेगनने आपली हनुवटी हातांवर टेकवून ठेवली आणि नजर खाली वळवून मिनिटभर शांत बसून राहिली.

"मला वाईट वाटते बाबा."

एक शब्दही न बोलता मेगन वळली आणि तिने आपला खेळ परत सुरू केला.

जॉन हळूहळू चालत स्वयंपाकघरातून अभ्यासिकेकडे गेला. त्याचे हृदय धडधडत होते आणि पोटात गोळा आला होता. त्याला श्वास घेताना त्रास होत होता. राग व काळजी यांच्या मिश्रणाने त्याला एकदम मळमळू लागले. जेन्झाईममधील कुणावरतरी मेगनला सांगण्याची सक्ती करायला हवी होती. एलीन किंवा अन्य कोणी मेगनला सांगून त्याला मदत का नाही केली? सगळ्या गोष्टी त्याच्याच खांद्यावर येऊन का आदळत होत्या?

त्याच्या अभ्यासिकेतील फोन वाजत होता. दिवसभर त्याच्याशी संपर्क साधण्याच्या प्रयत्नात असलेल्या व्हॅन हीक यांचा फोन असणार हे त्याला माहीत होते. "जॉन, या सर्वांबद्दल मला अतिशय वाईट वाटते." व्हॅन हीक म्हणाले, "मदत करण्यासारखे काही असते, तर ते करण्याची माझी इच्छा होती. मला खूप वाईट वाटते. परंतु माझे हात बांधलेले आहेत."

"ठीक आहे, व्हॅन," थकून जॉन म्हणाला. इतरांची सद्सद्विवेक बुद्धी शांत करावीशी त्याला वाटली. "मला माहीत आहे हा तुमचा दोष नाही."

आठवड्याची अखेर त्रासदायक होती. दरवर्षीप्रमाणे एलीनने कुटुंबाची भोपळे गोळा करण्याची सहल आयोजित केली होती. पण तिलाही फारसा उत्साह नव्हता. शनिवारी दुपारी १० भोपळे घेऊन ते कुटुंब परत आले. पण

दरवर्षीचे भोपळ्याबद्दलच्या उत्साहाचे चित्र यावर्षी दिसत नव्हते.

शनिवारी रात्री जॉन कसाबसा झोपला आणि रविवारी त्याला जाग आली ती गाडीच्या हॉर्नच्या आवाजाने. रात्रीच्या वेशातच तो धावत जिना उतरून खाली गेला. दिवस-पाळीची परिचारिका कोणीतरी जागे होऊन तिला आत घ्यावे यासाठी जोरजोराने हॉर्न वाजवत होती.

"तुला दारावरची बेल वाजवता आली नाही का?" तो तिला म्हणाला. त्याच्याकडे दुर्लक्ष करून तिने जिन्याकडे वर पाहिले. काही मिनिटानंतर नेहमी उघड्या असणाऱ्या दाराला कुलूप लावल्याबद्दल ती एलीनला दोष देत असल्याचे त्याला ऐकायला आले. जॉनचा रागाचा पारा एकदम चढला आणि तो खालच्या खोलीत ओरडत आला, "चालती हो इथून. आत्ता लगेच आणि तुला सांगतो तू कधीही, परत इथे येता कामा नये." ती त्यांच्याबरोबर जवळजवळ चार वर्षे काम करत होती.

त्याच खोलीमध्ये परिचारिकेबरोबर असलेली मेगन रडायला लागली आणि जॉनला संताप अनावर झाल्याचा पश्चात्ताप झाला. "मेगन, ठीक आहे, ठीक आहे." तो हळुवारपणे म्हणाला आणि त्याने मेगनला जवळ घेतले. "मोठ्या माणसांमध्ये देखील मतभेद होतात."

एका तासानंतर जॉन ज्युनियरच्या लक्षात आले की, रविवारी नेहमी घरी असणाऱ्यांपैकी कोणीतरी कमी आहे. आणि त्यानी विचारले, "परिचारिका कुठे आहे?"

"ती सोडून गेली." जॉन म्हणाला. स्पष्टवक्त्या साक्षीदारासमोर आपण खोटे बोलत आहोत. हे लक्षात येण्यापूर्वीच त्याच्या तोंडून शब्द बाहेर पडले.

"नाही, नाही असे नाही झाले." त्याच्याकडे बोट दाखवत लाजत मेगन म्हणाली.

"बाबांनी तिला सांगितले, तू इथून चालती हो."

जॉनने आवंढा गिळला आणि मोठ्याने हसत म्हणाला, "मेगन गप्प बस," शक्य तितक्या गंभीरपणाने तो म्हणाला, "तू आत्ता वापरलेला शब्द मी आईला सांगण्यापूर्वी थांब."

नाराज होत ती म्हणाली, "आईला सांगू नका ना बाबा! मी असं परत बोलणार नाही."

एलीनची मेगन, पॅट्रिक आणि जॉन ज्युनियरला घेऊन भाच्याच्या सहाव्या वाढदिवसाला पेन्सिल्व्हानियामधील स्क्रॅम्पटन येथे जाण्याची योजना परिचारिकेला हाकलल्यामुळे उद्ध्वस्त झाली होती. आता जॉनपेक्षा अधिक चांगली परिचारिका असलेल्या एलीनला, मेगन आणि पॅट्रिकबरोबर घरी राहावे लागले. तर जॉन

ज्युनियरला घेऊन वाढदिवसाच्या मेजवानीला गेला.

परंतु गाडी मागे घेऊन रस्त्यावर येणे जॉनसाठी त्रासदायक ठरले. गाडीखाली काहीतरी चुरडल्याचा आवाज झाला आणि नंतर एक मोठा आवाज झाला. गाडीतून उडी मारून बाहेर येऊन त्याने पाहिले. त्याने अपंगांसाठीच्या गाडीतील पोर्टेबल टी.व्ही.वरून गाडी नेली होती. ''या गाडीचा मला तिरस्कार वाटतो. परिचारिकेंचा मला तिरस्कार वाटतो. या रोगाचा मी तिरस्कार करतो.'' असे ओरडत त्याने गाडीच्या मागे लाथ मारली.

त्यांना बाय-बाय करण्यासाठी दारात उभी असलेली एलीन पुढे आली आणि तिने निःशब्दपणे जॉनला मिठीत घेतले. ते एकमेकांना चिकटून एकत्र उभे होते. एवढ्यात जॉन ज्युनियर गाडीतून खाली उतरला आणि त्यांच्याकडे झेपावत ओरडला, ''मस्त! तुम्हीही एकमेकांना मिठी मारता!!''

२७. धावण्यास सज्ज

हिवाळा, २००२ ते वसंतऋतू, २००३
केंब्रिज-मॅसॅच्युसेट्स, न्यू ब्रन्सविक-न्यू जर्सी, प्रिन्स्टन-न्यू जर्सी

डॉक्टर लँडी सोमवारी सकाळी केंब्रिजमधील जेन्झाईमच्या मुख्यालयातील चर्चेच्या खोलीमध्ये बसले होते. त्यांच्याबरोबर पॉम्पेच्या नेतृत्वाच्या संघातील बारा इतर सभासद होते आणि जॉन येण्याची ते वाट पाहत होते. जॉन नेहमी सर्वांत आधी यायचा. उत्साही बडबड्या, मॅकॅनीची चेष्टा करायचा आणि सर्व लोक जमेपर्यंत त्याच्या मुलांबद्दलची एखादी गंमतशीर गोष्ट सांगायचा. त्यांनी सकाळी जॉनचे पत्र वाचले होते आणि त्यांना सुटल्यासारखे वाटत होते आणि दु:खही होत होते. जॉन कोणत्या मन:स्थितीत येईल, याचा विचार लँडी करीत होते. अस्वस्थ शांतता पसरली होती.

अखेरीस जॉन आला. त्याला १५ मिनिटे उशीर झाला होता. तो थकलेला दिसत होता. तो त्याच्या नेहमीच्या निळा सूट व लाल टायमध्ये, प्रत्येक केस विंचरून नीट जागेवर बसवलेला असा सुव्यवस्थित, नीटनेटका होता. परंतु लँडींना सरळ सरळ दिसत होते की, त्याचे खांदे झुकलेले आणि थकलेले होते. त्याच्या त्वचेवर पुळ्या उठल्या होत्या. तो पटकन व्यासपीठावर गेला. न हसता व्यावसायिक सराईतपणे त्याने सभेचे नेहमीचे व्यवहार, उपसमित्यांच्या अध्यक्षांकडून आलेली उत्पादन विषयक आणि वैद्यकीय चाचणीच्या योजनेबद्दलची माहिती सांगितली. बायोरिॲक्टर्स चांगले काम करत होते. अन्न आणि औषध प्रशासनाकडे पाठवण्याचे वैद्यकीय चाचणीचे कागदपत्र जवळजवळ पूर्ण तयार होते. आठ रुग्णांवर वैद्यकीय चाचण्या होत असलेल्या डॉक्टर किश्नानी यांच्याकडून आलेले एक वर्षाच्या उपचारानंतरचे निष्कर्ष अतिशय प्रोत्साहन देणारे होते. तिने पाठवलेली

व्हिडीओ टेप जॉनने सुरू केली. त्यामध्ये एक वर्षाचे दोन मुलगे होते. लंगोट बांधलेले, बसणारे, उभे राहणारे आणि चालणारे, आणि इतकेच काय जिना चढणारे अशा सर्व अवस्था त्या व्हिडीओत होत्या.

ही बातमी जवळजवळ पूर्णपणे सकारात्मक होती. परंतु थोडे प्रश्न होते. पण कोणीच हसत नव्हते. लँडीप्रमाणेच त्या गटातील बहुतेक सर्व व्यक्तींना जॉन आवडू लागला होता. फ्लोरिडाच्या गोंधळाबद्दल त्यांना कसनुसे वाटत होते. तासाभराच्या सभेमध्ये जे घडले होते त्याबद्दल त्याने फक्त एकच निर्देश केला. 'दोन मुख्य चाचण्यांचे कागदपत्र दिल्यानंतर आपण मेगन आणि पॅट्रिक यांच्याबद्दल निर्णय घेऊ' त्या सगळ्यांनी आत्तापर्यंत वाचलेल्या शुक्रवार रात्रीच्या ई-मेलमधील मुद्द्यांबाबत तो परत एवढेच बोलला होता.

मधल्या एका विश्रांतीच्या काळात लँडी जॉनजवळ आले आणि म्हणाले, 'ती ई-मेल पाठवल्याबद्दल धन्यवाद, मला वाटते तू ई-मेल पाठवून योग्य पाऊल उचललेस. ''त्यांनी बैठक संपल्यानंतर आपल्या कार्यालयामध्ये येऊन अजून नाराज असलेल्या काही कर्मचाऱ्यांशी माफी मागायला सांगितले. जॉनला ही कल्पना अजिबात आवडली नव्हती. परंतु आज्ञाधारकपणे तो त्यांच्या पाठोपाठ त्यांच्या खोलीमध्ये गेला. त्याच्या मुलांना उपचार मिळण्याची संधी मिळविण्यासाठी त्याच्याकडे अन्य पर्याय नव्हता. एकापाठोपाठ दुसऱ्या व्यक्तीला जॉन म्हणत गेला, ''माझ्यामुळे तुम्हाला मान खाली घालावी लागली असेल आणि मी तुम्हाला अडचणीत आणले असेल तर मला माफ करा.''

लँडींचा संताप शांत झाला होता आणि त्यांना जॉनबद्दल वाईटही वाटत होते. त्यांना आशा होती की, त्यांच्या खात्यातील तरुण व्यक्ती त्यांच्या पाठीमागे जॉनच्या मुलांसाठी चाचणी ठरवल्याबद्दल आणि जॉनच्या आगाऊपणाबद्दल शांत होतील. लँडींना असे वाटले की, ज्यांना मुले आहेत आणि ज्यांनी पित्याच्या प्रेमाची खोली अनुभवली आहे; केवळ तेच कदाचित समजू शकतील की, जॉन क्रौली फ्लोरिडाला का गेला होता. जसा जसा अधिक विचार करावा तसा तसा तितका काळ उपचारासाठी थांबण्यासाठी जॉनने मनाला काबूत ठेवले होते. त्यांना कौतुक वाटू लागले. यावेळेपर्यंत जॉन जवळजवळ १३ महिने जेन्झाईमबरोबर होता.

लँडींनी जॉनच्या मुलांना उपचार मिळवून देण्याचा मार्ग शोधून काढण्याचा निश्चय केला. त्या दुपारी लँडींनी जेन्झाईमच्या न्यू जर्सीमधील विक्रेत्यांच्या गटाच्या सभासदांना फोन केले आणि असे सांगितले की, ते काम करत असलेल्या प्रिन्स्टनमधील डॉक्टर्स आणि रुग्णालयांकडे चौकशी करून 'भावंडांचा अभ्यास' हा प्रकल्प चालवायला कोणी तयार असल्यास शोधून काढावे. त्यानंतर ते त्यांच्या

मुख्य कामाकडे वळले – अन्न आणि औषध प्रशासनाच्या मान्यतेसाठी दोन मुख्य वैद्यकीय चाचण्यांच्या मागणीसाठीचा अर्ज तयार करून पाठवणे, हे त्यांचे मुख्य काम होते.

नेहमीप्रमाणेच आणखी एक प्रश्न उपस्थित झाला. त्याचा जॉनशी काहीही संबंध नव्हता. स्पेनचे आरोग्यमंत्री फोनवर बोलत होते. ते अत्यंत दुर्मीळ असलेल्या प्रायोगिक उपचाराची चौकशी करत होते. ते लँडींकडे पॉम्पे व्याधीमुळे मरणोन्मुख असलेल्या एका मॅट्रीडमधील बाळासाठी थोड्या औषधाची याचना करत होते. लँडी आणि इतरांना असहाय्य झालेल्या आई-वडिलांकडून अशा प्रकारचे फोन येणे, हा दररोजचाच अनुभव झाला होता. त्यांनी नम्रपणे मंत्रीमहोदयांना सांगितले की, लवकरच सुरू होणाऱ्या वैद्यकीय चाचण्यांसाठी कसेबसे पुरेल एवढेच औषध उपलब्ध आहे. "तुम्हाला सांगायला मला अतिशय वाईट वाटते की, जेन्झाईम या बाळासाठी औषध पुरवू शकणार नाही."

परंतु स्पेनचे आरोग्य अधिकारी एवढ्यावरच थांबले नाहीत. त्यांनी हेन्रींना फोन केला त्यांनी व्हॅनहीकशी संपर्क साधला. त्यांनी जॉनवर दबाव आणण्याचा प्रयत्न केला. लवकरच स्पेनमधील अमेरिकेचे राजदूत या सर्वांना फोन करत होते. प्रायोगिक उपचार मरणोन्मुख रुग्णांना द्यायला मान्यता देण्याबाबत युरोपमधील सरकारे अधिक सौम्य होतील. इतकेच काय, औषध उपलब्ध करण्यासाठी ते कंपन्यांवर दबावही आणू शकत होते. युरोपातील आरोग्य अधिकारी औषधाला मान्यता देणे आणि किंमत देणे याबाबत अत्यंत लवचीक होते आणि कंपनीला त्यांच्याशी फारकत घेणे परवडणारे नव्हते. त्या बाळाला औषध देण्याचा काहीतरी मार्ग शोधून काढला नाही, तर शिक्षाही होईल अशी जेन्झाईमच्या नेतृत्त्वाला काळजी होती. त्यांच्या औषधाची मान्यता रोखून धरली जाईल किंवा त्यांच्या किमतीबद्दल प्रश्न निर्माण केले जातील.

व्हॅन हीकनी पॉम्पे विकर जहाजाने स्पेनला पाठवण्याची व्यवस्था करा, असे जॉनला सांगितले. इटली सरकारच्या दबावामुळे व्हॅन हीक यांच्या सूचनेवरून एक महिन्यापूर्वीच जेन्झाईमचे असेच एक औषध पाठवले होते. आपली दोन वर्षांची मुलगी रोझेला हिला वाचवण्यासाठी जेन्झाईम जोपर्यंत प्रायोगिक औषध देत नाही, तोपर्यंत रोझेलाचे वडील रुग्णालयाच्या दरवाज्याला साखळीने बांधून घेऊन उपाशी राहून मरण्याची धमकी देत असल्याच्या कथा, इटालियन प्रसिद्धी माध्यम जवळजवळ दररोज दाखवत होते. आरोग्यमंत्री जेन्झाईमचा विकर रोझेलाला देत असल्याची चित्रे सगळीकडे दिसू लागली.

जॉन गेल्या सप्टेंबरमध्ये रोझेलाबद्दल खूप उत्साहित झाला होता आणि स्वत:बद्दलही. कारण त्याचा विश्वास होता की, आता मेगन आणि पॅट्रिकची पाळी

असेल. पण आत्ता त्याच्या मुलांना ताबडतोब औषध मिळण्याची कोणतीही योजना नव्हती आणि हा टंचाई असलेला विकर अन्य कुणाच्यातरी मुलाला पाठवण्यास त्याला सांगितले जात होते. स्पेनच्या वर्तमानपत्रामध्ये जेन्झाईमचे अधिकारी पोलीस संरक्षणात ग्रेगोरियो मॅरॅनॉन रुग्णालयातील बाळाला वाचवण्यासाठी औषध घेऊन जात असलेले दाखवले होते. हा उपरोध पाहून तो खचून गेला. पूर्वी कधीही न भेटलेला हजारो मैल दूर असलेला तो देवदूत असू शकेल. परंतु स्वत:च्या मुलांसाठी तो हे करू शकत नव्हता. जेन्झाईम आणि फिलोडेल्फियाचे लहान मुलांचे रुग्णालय आपल्यावर वशिलेबाजीचा आरोप होऊ नये, यासाठी कसोशीचे प्रयत्न करत होते आणि तरीही इथे इतर कुटुंबे त्यांचा राजकीय दबाव वापरून एकदम पुढे जात होती. दबाव उर्वरित आयुष्य व्यापून टाकत होता. एक औषधी कंपनी सुरू करण्याऐवजी तो उपोषणावर गेला असता, तर त्याच्या मुलांना केव्हाच उपचार मिळाले असते का? जेन्झाईममधील पॉम्पे कार्यक्रमाचा प्रमुख हे त्याचे पद, त्याच्या मुलांवरील उपचारासाठींची एक पायरी होण्याऐवजी अडथळा बनत होते का? काही दिवसांनी ग्रेग एसिंगच्या एका नातेवाइकाकडून आलेल्या ई-मेलने त्याला स्वत:बद्दल कीव वाटण्याच्या स्थितीतून तो बाहेर पडत होता. ई-मेलमध्ये म्हटले होते की, ग्रेगची मुलगी केल्सी वारली होती. ती नऊ वर्षांची होती. आणि तिला मेगन व पॅट्रिकच्या प्रकाराचीच पॉम्पे व्याधी होती.

जॉन आणि एलीनने केल्सीच्या अंत्यसंस्काराला हजर राहण्याचे ठरवले. ग्रेग केवळ एक जुना आणि खंबीर पाठीराखा नव्हता. त्याने निधी संकलनाच्या कार्यक्रमाला विमानाने येऊन २०,००० डॉलर्सचे धनादेश दिले होते. तो जेन्झाईममधील पॉम्पे शिखर परिषदेला हजर राहिला होता. जॉन आणि एलीन त्याला आपला जवळचा मित्र मानत होते. ते साधारण एकाच वयाचे होते. जॉन व ग्रेग एकमेकांना सहज समजून घेत असत.

जॉनच्या कामाच्या वेळापत्रकामुळे जॉन व एलीन मिशिगन येथील ग्रँड रॅपीडसला वेगवेगळ्या विमानाने पोहोचले. ते विमानतळावर भेटले आणि हडसन व्हिले या उपनगरात आले. ते शहराच्या जवळ आल्यावर जॉनने एलीनला सांगितले की, एसिंक कुटुंबाला काही आशादायी देण्याचा मार्ग त्याला सुचला होता. ब्रा क्रौलींच्या मेगनवरून नाव ठेवलेले ग्रेग आणि डेबोराच्या सर्वांत लहान बाळाचेही निदान पॉम्पे व्याधी असे झाले होते. "जेन्झाईम पुढील वर्षाच्या सुरुवातीला वैद्यकीय चाचण्या सुरू करत आहे." हे त्यांना कळले तर त्यांना किती आनंद होईल याचा विचार कर. आणि त्यांनी मेगन या चाचण्यांमध्ये निश्चित असेल, हे कळल्यावर त्यांना किती आनंद होईल! बहुतेक सर्व कंपन्यांप्रमाणेच जेन्झाईम देखील आपला चाचण्यांचा कार्यक्रम गुप्त ठेवत असत आणि विशेषत:

यामुळे कंपनीने अजून अन्न आणि औषध प्रशासनाकडे अर्जही सादर केलेला नव्हता.'' ''त्यांना चाचण्यांबद्दल सांगावे आणि मेगन त्यामध्ये नक्की असेल हेही सांगावे, हे सांगण्याचा मी विचार करत आहे.'' जॉन म्हणाला.

''तू हे करावेस असे तुला खातरीने वाटते का?'' एलीननने विचारले. अपेक्षांचा चक्काचूर होण्याचे दु:ख तिने स्वत: अनुभवले होते आणि तिला हेही जाणवले होते की, जेन्झाईममध्ये जे घडते त्यावर जॉनचा काहीच ताबा नव्हता.

जॉनने उत्तर देण्यापूर्वीच त्यांची गाडी एसिंकच्या घरापाशी थांबली. ते एका मोठ्या रांगेच्या टोकाला उभे राहिले. शेकडो लोक हजर होते. ती रांग खोलीच्या बाजूने जात होती. तिथे केल्सीच्या आयुष्यातील प्रसंग मोठे फोटो लावून दाखवले होते. त्याकडे जॉन आणि एलीन रोखून पाहात राहिले.

त्या फोटोत निळ्या डोळ्याची लाल केसांची एक वर्षाची मुलगी बसली होती. पॉम्पेचे नेहमीचे लक्षण वगळता ती सर्वसाधारण मुलांप्रमाणे दिसत होती. मेगन आणि पॅट्रिकप्रमाणेच तिची जीभ तोंडात नीट मावत नव्हती.

त्या चित्रात पाच वर्षांची केल्सी व्हीलचेअरवर बसली होती. तिच्या गळ्याच्या भोकापासून श्वसनयंत्रापर्यंत नळ्यांचे भेंडोळे जात होते. अगदी मेगन आणि पॅट्रिकप्रमाणे खालून आधार दिलेला होता.

इथे केल्सी डिस्नेवर्ल्डच्या 'मेक अ विश' सहलीला आली होती. अगदी मेगन, पॅट्रिकप्रमाणे तिच्या भोवती तिचे आई-वडील, लहान मुले, आजी-आजोबा आणि परिचारिका होत्या.

त्या दोन कुटुंबातील समसमान गोष्टी टाळता येण्यासारख्या नव्हत्या. जॉन व एलीन एकमेकांच्या नजरेला नजर देऊ शकत नव्हते. एकमेकांचे हात धरून अश्रू पुसत ते उभे राहिले. ते दोघेही एकच विचार करत होते. त्यांच्या मुलांना लवकर औषध मिळाले नाही तर तेही असेच भेटायला येणाऱ्याच्या रांगेसमोर उभे असतील. किती काळ शिल्लक आहे, एवढाच प्रश्न होता. आठवडे की,महिने.

जॉन आणि एलीनला रांगेच्या सुरुवातीस पोहोचण्यास एक तास लागला. ग्रेग जॉनच्या मिठीत शिरला व रडू लागला. मिठीत असताना जॉन कुजबुजला, 'ग्रेग, हे गुप्त ठेव, परंतु तीन वर्षांखालील मुलांसाठी पुढील वर्षी एक पाहणी सुरू होत आहे. सुमारे दोन महिन्यांत ती सुरू होईल आणि मी तुला वचन देतो तुझी छोटी मेगन त्यामध्ये असेल.''

''अरे देवा,'' ग्रेग ओरडला. जॉनने ही बातमी त्याच्याजवळच ठेवण्याचे सांगितलेले तो लगेच विसरला होता. ''डेब, आई-बाबा, सगळ्यांनी इकडे लक्ष द्या. हा जॉन क्रौली आणि ही एलीन क्रौली. जॉनने आपल्यासाठी काही आश्चर्यकारक बातमी आणली आहे. पुढील काही महिन्यात वैद्यकीय चाचण्या सुरू होणार आहेत

आणि आपली मेगन त्यात नक्की असेल. तुमचे आभार कसे मानावेत हे मला कळत नाही.''

विमानतळाकडे परत जात असताना एलीनने विचारले, ''मेगन एसिंकच्या जागेची खातरी तू कशी काय देऊ शकतोस? त्यासाठी कोण पात्र आहे हे ठरवण्यासाठी लाखो कसोट्या नेहमीच नसतात का? हे सर्व लँड आणि जेन्साईमच्या इतर लोकांच्या हातातच असते ना! तुला तुझ्या स्वतःच्या मुलांनाही उपचार करवून घेता येत नाहीत.''

''एलीन, मला कसे ते माहीत नाही. पण मला माहीत आहे मी हे करणारच.'' जॉन म्हणाला, ''हे जर लँडीला समजले, तर त्याच्या भयानक प्रतिक्रियेची मी फक्त कल्पनाच करू शकतो. पण तुला माहीत आहे. मी त्या चांगल्या आणि सज्जन कुटुंबाला आशेचा किरण दाखवू शकलो. त्यामुळे किती छान वाटले! इतके की, लँडी किंवा इतरांना काय वाटेल याची मी फिकीरच करत नाही.''

'थँक्स गिव्हिंग' दिवसाच्या काही दिवस आधी लँडींनी जॉनला फोन केला आणि मेगनच्या वैद्यकीय तपासणीचे निष्कर्ष न्यू ब्रन्सविक येथील सेंट पिटर्स युनिव्हर्सिटी हॉस्पिटलमध्ये एक डॉक्टर डेब्रा – लिन, डे व सॅल्व्हॅटोर या डॉक्टरांच्याकडे पाठवण्यास सांगितले.

''आणि जॉन, तुम्ही या सर्वांतून बाजूला राहिले पाहिजे. आम्ही सर्व काही करू.'' लँडी खंबीर आवाजात म्हणाले.

जॉन हा जॉन असल्यामुळे मेगनचे वैद्यकीय नोंदणीचे सर्व कागद घेऊन दुसऱ्या दिवशी स्वतः रुग्णालयात गेला. त्याच्या प्रिन्स्टनमधील घरापासून हे केवळ वीस मैलांवर होते. पुठ्ठ्याची एक मोठी पेटी घेऊन तो डॉक्टर डे सॅल्व्हॅटोर यांच्या कार्यालयापाशी आला आणि त्याने दरवाजा वाजवला. दार उघडल्यावर समोर एक सडसडीत बांध्याची बॅले नृत्यांगना वाटावी, अशी स्त्री उभी होती.

''नमस्कार, मी जॉन क्रौली. माझ्या मुलीच्या वैद्यकीय नोंदण्या मी येथे ठेवत आहे.''

''मी डॉक्टर डे सॅल्व्हॅटोर.'' त्या महिलेने उत्तर दिले. तिचा आवाज कुजबुजण्यापेक्षा थोडा मोठा होता.

''कृपया, आत या.''

जॉनने डे सॅल्व्हॅटोर यांच्या छोट्या कार्यालयामधील टेबलाशेजारी हातातील पेटी ठेवली. ऑफिसातील मांडण्या पुस्तकांनी आणि तिच्या रुग्णांच्या छायाचित्रांनी भरल्या होत्या. त्यातील काही मुले पॉम्पे रुग्ण असल्याचे त्याने ओळखले. ती जॉनबद्दल आणि त्याच्या मुलांबद्दल उत्सुक होती. तितकाच जॉन तिच्याबद्दल आणि

तिच्या रुग्णालयाबाबत उत्सुक होता. तिने मेगन आणि पॅट्रिकच्या केवळ वैद्यकीय इतिहासाबद्दल नव्हे, तर दैनंदिन जीवनाबद्दलही प्रश्न विचारले.

"मेगन शाळेत जाते का?"

"ती नुकतीच शिशुवर्गात जायला लागलीय. तिला शाळा आवडते आणि मुलेही तिच्यावर प्रेम करतात." जॉन म्हणाला.

"ती अतिशय लोकप्रिय आहे. आम्ही तिचे टोपण नाव नगराध्यक्ष ठेवले आहे. सर्व काही आपल्या ताब्यात असणे तिला आवडते. आवती-भोवतीच्या सर्वांवर ती दादागिरी करते. तिला खूप मित्रमैत्रिणी आहेत. ती व्हीलचेअरवर असली आणि तिच्याबरोबर तिची परिचारिका सतत असली, तरी मुले तिला इतर मुलांप्रमाणेच वागवतात."

"तुम्हाला तुमच्या मुलीचा खूपच अभिमान आहे असे दिसते." डे सॅल्व्हॅटोर कनवाळूपणे चुकचुकत म्हणाली, "पॅट्रिकबद्दल काय? मला माहीत आहे, तो अधिक अशक्त आहे! तोही शाळेत जातो का?"

"तो पूर्व प्राथमिकमध्ये आहे. त्याची आठवड्यातून तीन दिवस शाळा असते. तो टोलगेट ग्रामर स्कूल होप वेलमध्ये आहे. त्यांच्याकडे एक अपंगांसाठीचा कार्यक्रम आहे."

"अस्सं, अस्सं!' डे सॅल्व्हॅटोर म्हणाल्या. त्यांनी घसा साफ केला आणि मेजावरील कागदपत्रांच्या ढिगातून त्याच्याकडे कनवाळूपणे पाहिले. "तुम्हाला तुमच्या मुलांकरिता औषध मिळवण्यासाठी मोठ्या आव्हानांचा सामना करावा लागला." तिने चिल्ड्रेन हॉस्पिटलमध्ये झालेल्या गोंधळाबद्दल लँडींकडून ऐकले होते.

"होय, ते खरोखरच खडतर होते." त्यावर अधिक न बोलता जॉन म्हणाला. त्याच्या मुलांसाठीच्या लढाईमध्ये त्यांनी अडथळे कसे पार केले हे सांगायचे झाले, तर त्यामागे कितीतरी इतिहास होता. अडथळे पार करायचे; जणू नवीन अडथळ्यांना जागा करण्यासाठी. आता हे मान्य करणे हे सर्व सांगत बसण्यापेक्षा सोपे होते. "मला फक्त माझ्या मुलांना बरे करायचे आहे."

"मला तुमच्या मुलांवर उपचार करायला अतिशय आवडेल." जॉन आपला धीर गोळा करण्याचा प्रयत्न करत असताना डे सॅल्व्हॅटोर म्हणाली. "आमचे वैद्यकीय चाचणीचे देखरेख मंडळ १९ डिसेंबरला भेटत आहे. ते तुमच्या मुलांच्या अर्जावर विचार करतील.'

दुसऱ्या दिवशी सकाळी जॉनने व्हॅन हीकना सांगितले की, त्याने यापूर्वी ठरवल्यापेक्षा तो दोन आठवडे आधी जेन्साईम सोडू इच्छितो. वैद्यकीय चाचणीवर विचार करण्यासाठी सेंट पीटर्सच्या संचालक मंडळाची बैठक असेल. त्यापूर्वीच तो जेन्साईमचा कर्मचारी असणार नाही, हे त्याला निश्चित करून घ्यायचे होते. असे

त्यांनी व्हॅन हीक यांना सांगितले. या वर्षाच्या अखेरीस जेन्झाईम सोडण्याची जॉनची इच्छा होती, हे व्हॅन हीक यांना माहीत होते आणि ते त्याला पूर्णपणे समजू शकत होते. जॉनने कंपनी सोडताना त्याला काय-काय मिळावे याच्या शर्तींवर त्या दोघांनी चर्चा केली. वरिष्ठ व्यवस्थापक नोकरी सोडताना मोठ्या कंपन्या काही फायदे देत असतात. एक वर्षाचा पगार आणि सगळ्यात महत्त्वाचे म्हणजे त्याच्या कुटुंबाला मिळणारे आरोग्यविषयक फायदे अशी मागणी जॉनने केली. ब्रिस्टॉल मायरमध्ये असताना संघराज्याच्या COBRA कार्यक्रमांतर्गत मिळणाऱ्या उत्तम वैद्यकीय सुविधा त्याला नोव्हाझाईममध्ये आल्यावर देखील एक वर्षभर चालू होत्या. तो अपंग असता तर त्या आणखी ११ महिने मिळू शकल्या असत्या. जेन्झाईमला रुजू होण्यापूर्वी त्याने त्याच्या मुलांसाठी समान आरोग्य सुविधा मिळवल्या होत्या. आणखी अडीच वर्षे त्या चालू राहतील अशी त्याला आशा होती. एक वर्ष नोकरी सोडताना फायदा म्हणून आणखी दीड वर्ष COBRAच्या माध्यमातून आरोग्य सुविधा मिळणार होत्या. व्हॅन हीकने अखेरीस त्याचे म्हणणे मान्य केले. तीन महिन्यांनी जॉनने जेन्झाईम सोडली, तेव्हा जेन्झाईमने त्याला दिलेल्या फायद्यांपैकी ४.२ दशलक्ष डॉलर्सवर आपला हक्क सांगितला त्यापैकी ४ दशलक्ष डॉलर्स मुलांच्या वैद्यकीय खर्चासाठी होते. कारण त्यांच्यासाठी वर्षाला प्रत्येकी १ दशलक्ष डॉलर्सचा खर्च येणार होता.

डिसेंबर २४ला क्रौलींच्या घरी जॉनसाठी एक नाताळ शुभेच्छा पत्र आले. त्यामध्ये अनेक कागद होते. मुखपृष्ठावर निळ्या रंगातील मेरीने छोट्या झोपलेल्या जीझसला छातीशी धरल्याचे चित्र होते. तिच्या चेहऱ्यावर स्मितहास्य आणि दुःखमुक्तीच्या आश्वासनाचे तेज होते. ''तुम्ही ख्रिसमसट्रीखाली ठेवण्यासाठी भेट मागितली होती.'' शुभेच्छा पत्राबरोबर लिहिलेल्या संदेशात लिहिले होते. ''मी आशा करते की, बरोबरचे मंजुरीचे पत्र ती गरज भरून काढेल.'' त्यावर सही होती 'डेब्रा लीन, डे सॅल्व्हॅटोर' मेगन आणि पॅट्रिकच्या वैद्यकीय चाचणीला मान्यता देणाऱ्या रुग्णालयाच्या संचालक मंडळाच्या दोन पानी मान्यतेच्या पत्राची प्रत डॉक्टरांनी आत ठेवलेली होती. तिचे रुग्णालय धोका पत्करायला तयार होते. ९ जानेवारीला चाचणी सुरू होईल.

आपल्या गालांवरचे अश्रू पुसल्यानंतर जॉनने ते शुभेच्छा पत्र आणि मान्यता पत्र पाकिटात परत घातले आणि ख्रिसमस ट्रीच्या एका फांदीवर सहज दिसेल असे ठेवून दिले.

त्या रात्री मुले झोपल्यानंतर त्यांच्या जेवणघरातील मोठ्या गोल टेबलाभोवती जॉन, एलीन, एलीनचे आई-वडील, तिचा भाऊ ब्रायन, चुलत भाऊ केन्हीन, आणि त्यांच्या पत्नी किम आणि लिसा बसले. जॉन हातात ग्लास घेऊन उभा

राहिला आणि त्याने सर्वांना शुभेच्छा दिल्या.

तो म्हणाला, "आपणा सर्वांना हे वर्ष चांगल्या आरोग्याचे जावो. मी तुम्हाला आणखी काही सांगणार आहे. हे सॅल्व्हॅटोर यांचे शुभेच्छापत्र वाचण्यास जॉनने सुरुवात केली. त्याचे वाचन संपण्यापूर्वीच नातेवाईक रडत होते आणि जॉन व एलीनला मिठ्या मारत होते.

९ जानेवारी २००३ला मेगन आणि पॅट्रिकने रुग्णालयाच्या गणवेशाचे झगे घातले. ज्यावर विदूषकांचे चित्र रंगवलेले होते. ते दोघे शेजार-शेजारच्या खोल्यांमध्ये सेंट पीटर्सच्या लहान मुलांच्या अतिदक्षता विभागामध्ये झोपलेले होते. काही दिवस आधी त्यांच्यावर छोटीशी शस्त्रक्रिया करून नियमितपणे औषध घालणे शक्य होण्यासाठी छातीमध्ये नळी घातली होती. त्यांच्या पायांच्या स्नायूंचे छोटे तुकडे तपासणीसाठी काढण्यात आले होते. त्यातले ग्लायकोजेनचे प्रमाण मोजून एक वर्षाच्या उपचारानंतरच्या ग्लायकोजेनच्या परिमाणाची तुलना केली जाणार होती. या शस्त्रक्रिया त्यांच्यासाठी आणि त्यांच्या शल्यचिकित्सकांसाठी थकवणाऱ्या होत्या. मेगनचे स्नायू इतके खराब झाले होते की, काढता येण्यासारखा तुकडा मिळवण्यासाठी शल्यचिकित्सकांना दोन तास लागले होते. पॅट्रिकचा रक्तदाब इतका कमी झाला की, त्यात त्रासदायक तीन तासांच्या शस्त्रक्रियेदरम्यान तो जवळजवळ अत्यवस्थ झाला होता. शस्त्रक्रियेच्या खोलीबाहेर एलीन एकटीच वाट पाहत असलेली पाहून तिच्या चेहऱ्याकडे बोट दाखवत शल्यतज्ज्ञ म्हणाले, "या बाळावर हे शस्त्रकर्म करणे, ही एक भयानक गोष्ट होती. हा उपचार उपयुक्त ठरणार आहे, याची खातरी तुम्ही मला दिली पाहिजे."

सकाळी ९ वाजता एलीन, जॉन, शेरॉन, डझनभर कुटुंबीय आणि मित्र मेगनच्या खोलीत गर्दी करून उत्सुकतेने वाट पाहत होते. मेगनला आधी इंजेक्शन देणार होते. कारण ती अधिक बोलकी होती आणि औषधाचे काही दुष्परिणाम जाणवले असते, तर ताबडतोब सांगू शकली असती. एलीनचे आई-वडील, जॉनची आई आणि सावत्र वडील, तसेच एलीनच्या चुलत भाऊ केव्हिन, भाऊ ब्रायन यांच्या बायका आणि मुले असे सर्व जण आले होते. जॉनने सर्वांना सांगितले की, आज त्याचे वडील जिवंत असते तर आज ते ६३ वर्षांचे झाले असते. जॉनचा मित्र एन आपला कॅमेरा घेऊन सज्ज होता. त्यांनी गेली पाच वर्षे जे स्वप्न पाहिले होते. ज्यासाठी प्रार्थना केली होती आणि वाट पाहिली होती. तो प्रसंग टिपण्यासाठी तो उत्सुक होता.

एका परिचारिकेने स्वच्छ द्रवाने भरलेली प्लॅस्टिकची पिशवी शिरेतून इंजेक्शन देण्याच्या स्टॅंडवर टांगली. हा स्टॅंड मेगनच्या उजवीकडे होता. डे सॅल्व्हॅटोर यांनी मान हलवून खुणावले की, सुरुवात करायला ते तयार आहेत. मेगनला

पाठीमागून आधार देऊन बसवले होते. एडी यांनी दिलेला नोझी नावाचा फरचा कुत्रा तिच्या गुडघ्यांखाली ठेवलेला होता. बटण कोण दाबणार? डॉक्टरांनी विचारले, जॉनने एलीनकडे बोट दाखवले.

"नाही, नाही जॉन, ते तूच कर." एलीन म्हणाली. जॉनने एक दीर्घ श्वास घेतला. खोलीत सभोवर पाहिले. उजवा हात वर उचलून बटणांकडे नेला 'चालू' बटण दाबले. नळीची झडप उघडली गेली आणि स्वच्छ द्रव थेंबाथेंबाने पुढे जाऊ लागला. त्याने एलिनकडे पाहिले. तिचे डोळे अश्रूंनी भरलेले होते आणि शब्दही न बोलता त्याने तिला मिठीत घेतले आणि तिचे चुंबन घेतले.

मेगनच्या हृदयाच्या मॉनिटरचा गजर वाजू लागला. तिच्या आई-वडिलांना समजले की, त्या क्षणाच्या भावनेने दडपण येऊन त्यांची छोटी मुलगीही रडायला लागली. ते घाईघाईने तिच्या एकेका बाजूस गेले. तिने एक हात वर केला आणि कौतुकाने हलवला. लवकरच सर्व जण रडता-रडता हसायला लागले.

"आता पुढच्या खोलीत आपण आपल्या लाल केसांच्या सावत्र बाळाची वाट पाहू या." एलीन म्हणाली, ती अजूनही हुंदके देत होती. ती आणि जॉन सर्वांना घेऊन पुढच्या खोलीत गेले आणि पॅट्रिकच्या औषधाची पिशवी आणण्याची वाट पाहत राहिले. एक पुरुष परिचारक आला. त्याने स्वच्छ द्रवाची प्लॅस्टिकची पिशवी पॅट्रिकच्या डाव्या बाजूस असलेल्या शिरेतून इंजेक्शन देण्याच्या दांडीवर अडकवली. जॉन विनोदाने म्हणाला, "अरे, अरे, काळजी घे; त्या पिशवीची किंमत २०० दशलक्ष डॉलर्स आहे." हे औषध विकसित करण्यासाठी जेन्झाईमने केलेल्या खर्चाचा हा अंदाज होता.

डे सॅल्व्हॅटोरने जेव्हा सगळी तयारी झाल्याची खूण केली, तेव्हा पॅट्रिक अंथरुणावर पडला होता. तिथे जमलेल्या माणसांची त्याने दखलही घेतली नाही. त्याची नजर समोरच्या टेलिव्हिजनवरील स्पाँज बॉब कार्टूनकडे खिळली होती. एका हातात त्याने त्याचे आवडते खेळणे (फरचा सांता क्लॉज) घट्ट पकडले होते. "आवाज आणि लक्ष वेधून घेणे त्याला आवडत नाही." त्याच्या कपाळाचे चुंबन घेण्यासाठी वाकत एलीनने त्या गटाला समजावले. "आपण इथे नाहीच आहोत. असे तो ढोंग करतोय." एक पाऊल पुढे टाकून त्याचे शिरेतील इंजेक्शन सुरू करण्याचे बटन तिने दाबले. तिने वळून जॉनचे परत चुंबन घेतले. ते मिठी मारत असताना एडने कॅमेरा खाली ठेवला आणि पुढे जाऊन त्यांना कवेत घेतले.

त्यानंतर मुलांच्या खोलीबाहेर एड आणि जॉन गप्पा मारत उभे असताना एड म्हणाला, "जॉन तू आणि एलीन परत आनंदी दिसताय. हे पाहून मी अतिशय खूश आहे."

जॉनने मान डोलावली आणि काही क्षण शांत राहून म्हणाला, "तुला माहीत आहे, हे कसे घडले हे खरोखरच मला माहीत नाही. पण कसेतरी मी एलीनला दोष देणे थांबवले. ताबडतोब नाही पण हळूहळू. कालांतराने आम्ही एकमेकांना क्षमा केली. या जन्मात काय, पुढच्या सात जन्मात कधीही मी अन्य कोणाबरोबर असण्याची कल्पनाच करू शकत नाही. आम्ही ज्या परिस्थितीतून गेलो त्यानंतर तर निश्चितच नाही."

"आजचा दिवस कधी उगवेल असे, मला कधीही वाटले नव्हते. हा खरोखरच अविश्वसनीय दिवस आहे." एड म्हणाला.

"गेल्या काही वर्षांत मी अनेक वेळा जशी कल्पना केली होती, त्यापेक्षा हे वेगळे आहे." जॉन म्हणाला.

"घंटानाद नाहीत. तुताऱ्या नाहीत, झगझगीत प्रकाश नाही, इथे फक्त दोन लहान आजारी मुले आहेत. ज्यांना खास औषधाची अत्यंत निकड आहे. यापेक्षा अधिक नाही किंवा कमीही नाही आणि हे असेच असायला हवे."

मुलांचे पहिले इंजेक्शन चार तास चालले. ते दोघेही थोडे लाल दिसत होते. सतत शू करत होते. परंतु हा एवढाच दुष्परिणाम त्यांच्यावर दिसून आला. मेगनचे इंजेक्शन चालू झाल्यावर एका तासाने तिच्या शेजारील फोन वाजला. एलीनने तो घेतला आणि मेगनकडे दिला. तिचे शिशुवर्गाचे शिक्षक श्रीयुत फ्लेचर फोनवर होते आणि तिचे १८ वर्गमित्र तिच्याशी बोलण्याची वाट पाहत त्यांच्या बाजूस उभे होते.

"ओ, हो, श्रीयुत फ्लेचर" फोन धरत मेगन म्हणाली, "इथे सर्व छान चालले आहे. मी सोम्मीशी बोलू शकते का? ठीक आहे, छान." सोफी. "तू आता कार्लीला फोन देते का?" आणि पुढे ओळीने अर्धा तास मेगन वर्गातील प्रत्येकाशी बोलत राहिली.

इंजेक्शन संपल्यावर मुलांमध्ये इतका उत्साह आला होता की, ती झोपू शकली नाहीत. मेगन तिच्या बार्बी बाहुल्या आणि एलीनशी मध्यरात्र उलटेपर्यंत खेळत राहिली. डे सॅल्व्हॅटोर म्हणाल्या की, हे एक चांगले लक्षण आहे. याचा अर्थ प्रायोगिक विकर ग्लायकोजेन पचवत होता आणि त्याचे रूपांतर ऊर्जेमध्ये करत होता. एलीनच्या मनात विचार आला की, जन्माला आल्यापासून प्रथमच खूप आईस्क्रिम खाणाऱ्या इतर मुलांप्रमाणेच त्यांनाही साखर घेण्याच्या इच्छेचा अनुभव येत होता. औषधाचे काही दुष्परिणाम होत नाहीत ना, याची खातरी होण्यासाठी मुले दुसऱ्या दिवशी रुग्णालयातच राहिली. त्यांनी दर दोन आठवड्यांनी इंजेक्शन घेण्यासाठी सेंट पीटर्समध्ये परत येणे गरजेचे होते. त्यांच्या पुढील भविष्यासाठी ते आवश्यक होते.

पुढील काही आठवडे दोन्ही मुलांच्या प्रत्येक हालचाली पाहताना हा मोठा प्रश्न होता की, हे खास औषध कितपत चांगले कार्य करत आहे. आत्तापर्यंत केलेल्या चाचण्यांमध्ये चेन आणि फार्मिंगचा विकर वापरून काही मुलांवर चांगला परिणाम झाला होता. पण इतरांवर नाही. असे दिसून आले होते की, जी मुले अत्यल्प का होईना नैसर्गिक विकर तयार करत होती, त्यांच्यामध्ये हे विकर अधिक परिणामकारक होते. कारण त्यांचे शरीर त्यांना परका पदार्थ समजत नव्हते. मेगन आणि पॅट्रिक अत्यंत कमी परिणामकारक विकर निर्माण करत होती. हे एक आशादायक लक्षण होते. परंतु चाचण्यांमध्ये असेही दिसून आले होते की, ज्या मुलांना विकराचा उपचार ती केवळ काही महिन्यांचीच असताना मिळत होता – त्यांच्या स्नायूंचे अधिक प्रमाणात नुकसान झाले नव्हते. ती मुले अधिक वय असलेल्या मुलांपेक्षा फारच चांगली प्रगती करत होती.

क्रौली मुलांसाठी हे चांगले चिन्ह नव्हते. एका विशिष्ट मर्यादेपलीकडे नुकसान झालेला स्नायू परत निर्माण होऊ शकतो असे दिसून आले नव्हते. चाचण्यांची पहिली फेरी पहिल्या इंजेक्शननंतर तीन महिन्यांनी म्हणजेच एप्रिलच्या पहिल्या आठवड्यात ठरवण्यात आली होती.

त्या हिवाळ्यात आणि वसंतऋतूच्या सुरुवातीस जॉन काही दिवस मेगन बरोबर शाळेत जात असे आणि इतर दिवशी पॅट्रिकचा परिचारक म्हणून काम करत असे. गेल्या तीन वर्षांत वाया गेलेला वेळ भरून काढण्याचा हा प्रयत्न होता. माझा खेळाचा तास असतो तेव्हा तुम्ही शाळेत या. माझा तो आवडता तास आहे.

पुढच्या सोमवारी खेळाचा तास होता. घरासमोरून अपंगांच्या शाळेच्या बसमधून मेगनला आठ वाजता घेऊन जाणाऱ्या बसच्या पाठोपाठ जॉन गेला. तिने तिचे नायके कंपनीचे नवे रबरी तळव्याचे बूट आणि गुलाबी स्वेटसूट घातला होता. तिला माहीत होते की, ती त्या दिवशी व्हीलचेअरवरून बाहेर येणार नाही. वडिलांकडे आठ्या घालत ती म्हणाली, ‘‘तुम्ही चुकीचे बूट घातले.’’

मेगनच्या शिशुवर्गाला शिकवणारे विशेष शिक्षक आजोबांसारखे प्रेमळ आणि अतिशय विनोदी फ्लेचर नावाचे गृहस्थ होते. ते या शाळेमध्ये दीर्घकाळ होते आणि पालक – सहशिक्षकांचे ते इतके लाडके होते की, त्यांना सगळे जण फ्लेच अशीच हाक मारायचे. ते एक जुने शिक्षक होते आणि प्रत्येक वर्षी ते शपथेवर सांगत की, हे त्यांचे शेवटचे वर्ष असेल. खोलीच्या पुढे डोलणाऱ्या खुर्चीत बसून ते आठवडाभरात मुलांबरोबर घालवलेल्या दिवसांचे पुनर्निरीक्षण करत घालवत असत.

‘मंगळवार नंतर काय येतो?’ त्यांच्याभोवती वर्तुळात बसलेल्या मुलांकडे पाहत त्यांनी विचारले.

त्याच्या डावीकडील मागच्या रांगेत बसलेल्या मेगनकडे जॉनने पाहिले आणि त्याला दिसले की, ती खिडकीबाहेर रोखून पाहत होती.

‘तू जेर्ट्रूड’ फ्लेचरनी हाक मारली. खूप दिवस या नावाने शेरॉन मेगनला हाक मारत असे आणि का? हे कोणालाही आठवत नव्हते. “तू आम्हाला इथे मदत का नाही करत?” मेगन बरोबर शेरॉन नेहमी येत असे. त्यामुळे फ्लेचर तिला ओळखत होते.

काहीच न समजून मेगन त्यांच्याकडे पाहत राहिली.

“तू प्रश्न ऐकलास का?” त्यांनी विचारले.

“नाही.” डोके हलवत तिने कबूल केले.

“मी तुला विचारले, मंगळवार नंतर कोणता दिवस येतो? काय झाले आहे? जेर्ट्रूड तू आता बहिरीही झाली आहेस का?” फ्लेच म्हणाले.

“हं! हे सोपे आहे. बुधवार?” मेगनने उत्तर दिले.

फ्लेचर यांच्या अपंगत्वाच्या उपरोधिक निर्देशाकडे दुर्लक्ष करून ती म्हणाली. जॉन हसला. त्याला आनंद झाला. त्याला त्या शिक्षकामधील विनोदबुद्धी आवडली. आणि ज्या पद्धतीने तो मेगनला जबाबदार धरत होता तेही आवडले.

शारीरिक व्यायामाच्या वेळेला जॉनने पाहिले की, लहान मुलांच्या मेजवान्यांमध्ये गिटार वाजविणारे व्यायाम शिक्षक स्टिव्हस हेनेसी यांनी लाल किंवा निळी जर्सी घालणाऱ्या विद्यार्थ्यांना दोन संघांमध्ये विभागले. हेनेसींच्या मागे काही पावलांवर जॉन उभा असल्याने त्याला नियम समजले नाहीत. पण आपण काय करीत आहोत हे गुलांना माहीत होते असे दिसून आले.

हेनेसींनी शिट्टी वाजविली आणि मेगन तिच्या निळ्या सहकाऱ्यांसह व्यायामाच्या जागेत पळू लागली. एक मुलगा अडखळून मेगनच्या व्हीलचेअरच्या पुढे पडला. जॉन श्वास रोखून धडक आणि त्यानंतर निश्चित येणाऱ्या किंकाळ्यांची वाट पाहत होता. तिने व्हीलचेअर मार्गातून डावीकडे पटकन वळवली आणि त्यामुळे दुसऱ्या एका मुलाच्या मार्गात ती आली. तो ओरडला, “मेगन नीट लक्ष दे.” मेगनच्या डावीकडील संपूर्ण गट उडी मारून रस्त्यातून बाजूला झाला. मेगन जोरात भिंतीपाशी आली. तिने तिची खुर्ची अचानक थांबवली. डाव्या हाताने आपले डोके धरत वळण घेऊन ती वेगात परत आली.

“आम्ही जिंकलो.” निळ्या रंगाच्या रांगेच्या टोकाशी उभी असलेली मेगन ओरडली. ती डावा हात वर-खाली करत होती आणि वडिलांकडे पाहत होती.

जॉनने हात हलवला आणि विजयाची खूण केली. जॉनकडे वळून हेनेसींनी

स्मितहास्य केले. जॉन अभिमानाने म्हणाला, "तिच्यात माझे खूप गुण आहेत."

त्या रात्री तो आणि एलीन जेवण करत असताना जॉन म्हणाला, "मेगनला शारीरिक शिक्षणाच्या वेळी पाहताना मला जाणवले की, ती खरोखरच स्वत:ला कोणत्याही प्रकारे अपंग मानत नाही. तिला वाटते की, ती इतर सर्वांप्रमाणेच आहे."

"तू मला फसवतो आहेस का?" एलीन हसत म्हणाली, "ती इतरांसारखीच आहे. असे तिला अजिबात वाटत नाही. तिला वाटते की, इतरांपेक्षा थोडी वरचढ आहे."

एप्रिलच्या सुरुवातीस रुग्णालयाच्या दुसऱ्या मजल्यावरील मोठ्या खोलीच्या कोपऱ्यामध्ये जॉन, एलीन, डॉक्टर डे सॅल्व्हॅटोर यांच्याबरोबर बसले होते. त्या खोलीमध्येच त्यांचे इंजेक्शन घेणे चालू होते. आजच्या दिवसाच्या महत्त्वाबद्दल ते अजाण होते. डे सॅल्व्हॅटोर यांनी इंजेक्शन पूर्वीचे मेगनचे हृदय दाखवणारा E.C.G. धरला होता. तिच्या वयाच्या सर्वसाधारण मुलाच्या हृदयाच्या आकारापेक्षा मेगनचे हृदय दुप्पट आकाराचे झाले होते. दुसऱ्या चित्रामध्ये मेगनचे हृदय जवळ-जवळ सर्वसाधारण आकाराएवढे आकुंचन पावले होते. तिचे यकृत ग्लायकोजेनमुळे इतके सुजले होते की, ते बुद्धाच्या पोटासारखे झाले होते. तेही आता सर्वसाधारण पणाच्या कक्षेत आले होते. तिची कंबर ८ इंचांनी कमी झाली होती. डॉक्टर सॅल्व्हॅटोर यांनी तिच्या स्नायूंची ताकद अतिशय काटेकोरपणे मोजली होती. उपचार सुरू करण्यापूर्वी आणि गेल्या आठवड्यात परत एकदा. त्या मोजणीत पाच अंक होते. एक – स्नायूंची केवळ थरथर दर्शवत होता. आणि पाच – सर्वसाधारण ताकद दर्शवत होता. उपचारापूर्वी मानेच्या स्नायूंचे गुण दोन होते, आता ते तीन झाले होते. मेगनच्या खांद्याच्या स्नायूंचे गुण अडीचवरून तीन झाले होते. इतकेच काय अतिशय अशक्त झालेल्या तिच्या पायाच्या स्नायूंनीही थोडी सुधारणा दाखवली होती. तिच्या घोट्याच्या स्नायूंची ताकद एक पासून दीड पर्यंत वाढली होती.

"मेगनसाठीचे निष्कर्ष अतिशय उत्साहवर्धक आहेत." डॉक्टर म्हणाले.
"ही फार मोठी बातमी आहे डॉक्टर सॅल्व्हॅटोर." जॉन म्हणाला.

एलीनने विचारले, "पॅट्रिकबद्दल काय?"

डॉक्टर थोडे अडखळले व नंतर म्हणाले, "दुर्दैवाने पॅट्रिकचे निष्कर्ष कमी उत्साहवर्धक आहेत. पॅट्रिकचे हृदय मेगनप्रमाणे दुप्पट आकाराचे झाले होते. त्याचाही आकार कमी झाला होता. पण अगदी थोडा."

"तो प्रतिसाद जरा सावकाश देत असेल. म्हणून मी अजून तरी आशा

सोडलेली नाही.'' डॉक्टर म्हणाले.

''परंतु त्याची प्रगती मेगन इतकी चांगली नाही.''

जॉन आणि एलीन काही क्षण शांत बसले. त्यांना आनंदही होत होता आणि दुःखही. मेगनसाठीची बातमी इतकी चांगली होती की, त्यामुळे आनंद साजरा करावा असे वाटत होते. परंतु पॅट्रिकबाबतची बातमी इतकी निराशाजनक होती की, त्यांना रडावेसे वाटत होते आणि तरीही त्यांना आश्चर्य वाटले नाही. मेगनची प्रगती सरळ-सरळ सर्वांना दिसेल अशी होती. तिचे यकृत आकुंचन पावू लागले होते. तसा दिवसेन्दिवस पोटाचा आकार कमी होत गेला. शेरॉनने टेपने पोटाचे कमी होणे मोजले होते. सर्वांच्या लक्षात आले होते की, मेगन तिचे डोके वर धरू शकत होती आणि मदतीशिवाय बसू शकत होती. ती लक्षणीय प्रगती करत होती.

दुसरीकडे पॅट्रिक त्याच्या शारीरिक क्षमतांबाबत फारसा वेगळा दिसत नव्हता. त्याच्यामध्ये बाह्यतः फरक पडत नसला तरी सर्व जण आशा करत होते की, आतमध्ये त्याचे हृदय आणि यकृत यांच्यावर चांगले परिणाम होतायत. परंतु डे सॅल्व्हॅटोर यांच्या निष्कर्षामुळे अशी परिस्थिती नसल्याचे उघड झाले होते. त्यामुळे एलीनच्या मनात त्यांची मुले विरुद्ध दिशेने जात असल्याची अंगावर काटा आणणारी शक्यता आली. एक जगेल आणि एक मरेल.

मेगनच्या चांगल्या निष्कर्षांमुळे पॅट्रिकबद्दलची वाईट बातमी जॉनचा आनंद कमी करू शकली नाही. तिचा कार्डिओग्राम घेऊन तिच्या हृदयाचा कमी झालेला आकार दाखवण्यासाठी तो तिच्या अंथरुणापाशी गेला. ''मेगन पाहा, खास औषध देण्यापूर्वी तुझे हृदय केवढे मोठे होते,'' तो म्हणाला. ती वाचत असलेल्या पुस्तकाच्या पुढे दुसरे चित्र धरत तो म्हणाला, ''हे पाहा आता किती लहान झाले आहे.'' तिला जवळ घेत तो म्हणाला, ''याचा अर्थ तुला कळतो? याचा अर्थ असा की, तू म्हातारी होईपर्यंत जगणार आहेस.'' एलीन पॅट्रिकजवळ गेली. तो दोन प्लॅस्टिकच्या बाहुल्यांबरोबर खोटी-खोटी मारामारी करत होता. तिने त्याचा हात उचलला, त्याचे चुंबन घेतले आणि म्हणाली, ''पॅट्रिक, आता तू तुझ्या हृदयाला खास औषध काय सांगतेय हे ऐकायला सांग. ठीक आहे?'' खास औषधाने तुझ्यावर थोडे अधिक चांगले काम करणे गरजेचे आहे.''

उर्वरित वसंतऋतू आणि उन्हाळ्यामध्ये मेगनची ताकद वाढतच राहिली. एका दुपारी एलीनने जॉनला खाली स्वयंपाकघरात बोलावले आणि दाखवले की, मेगन छोट्या स्टुलावर कोणाचीही मदत न घेता बसू शकत होती. वर्गामध्ये जेव्हा मेगनने प्रश्नाचे उत्तर देण्यासाठी हात वर केला, तेव्हा फ्लेचरनी शेरॉनला दाखवले की, तिचा हात हवेत सरळ वर जात होता. पूर्वी ती फक्त खांद्यापर्यंतच

हात वर करू शकत असे. "जेर्ट्रूड, पुढच्या वेळेस मी जेव्हा इकडे-तिकडे पाहीन तेव्हा तू छताला हात लावत असशील." ते म्हणाले.

एक दिवस कुटुंबाचा फोटो काढत असताना जॉनने कॅमेऱ्याच्या भिंगातून पाहिले की, मेगनचे गाल दोन वर्षांत प्रथमच उंचावले आहेत. ती गालातल्या गालात छान हसत होती. एलीनने आग्रहाने सांगितले की, पॅट्रिकबाबत शारीरिक क्षमतेमध्ये फारसा नाही. परंतु त्याच्या मानसिकतेतील फरक तिला जाणवत होता. तो अधिक आरामात आहे असे वाटत होते. तो इतरांशी अधिक संपर्क साधत होता. तो आता निष्क्रियपणे टी.व्ही. पाहण्याऐवजी त्याच्या खेळण्यांबरोबर अधिक खेळत होता.

पाच कष्टदायी वर्षांनंतर जॉनला अचानकपणे कोणतीच नोकरी नव्हती ना वेळापत्रक होते. १९ डिसेंबर जेन्झाईममधील त्याचा अखेरचा दिवस. ते एक शांत प्रकरण होते. मोठी मेजवानी नाही, भाषणे नाहीत. फक्त काही सहकार्यांनी त्याच्याशी हस्तांदोलन केले होते आणि एलीन, मुले, काही स्मृतिचिन्हे गोळा करत असताना त्याला शुभेच्छा दिल्या होत्या. त्याच्या छोट्या कार्यालयाचे अस्तित्व आता कायमचे गेले होते. आता काय करावे हे कळेनासे व्हावे. इतका मोकळा वेळ त्याच्यापाशी होता. मेगनच्या धार्मिक शिक्षणाच्या सेंट पॉलमधील वर्गाला शिकवण्यासाठी तो आपणहून पुढे आला. त्याने इटालियन सुरुवात केली. मरिन कॉर्बस्च्या मॅरॅथॉन स्पर्धेसाठी प्रशिक्षण सुरू केले. आपल्या सुंदर गाड्यांच्या इच्छेमध्ये गुंतवून घेतले. आधीची जॅग्वॉर कन्व्हर्टीबल त्याने काही महिन्यांपूर्वी विकत घेतली होती. आणि आता आणखी एक मर्सिडीज ECS स्केड. सेडन घेतली. त्याने आणि एलीनने पूर्ण शनिवार, रविवार लांब टक्सन आणि लॉस व्हेगॉसमध्ये घालवले. इतकेच काय एक पूर्ण आठवडा मुलांना सोडून ते एलीनचे आई-वडील, जॉनचे काका जिम आणि आत्या मिलीसह विमानाने आर्यलँडला जाऊन आले.

एका दुपारी छान सूर्यप्रकाश असलेल्या जुलैमध्ये जॉन त्याची गाडी धूत असताना मेगन तिच्या व्हीलचेअरवरून वेगात जवळ आली.

"मला एक चक्कर मारायला जायचे आहे." ती म्हणाली, "प्रथम तुम्हाला तुमची गाडी साफ करणे पूर्ण करावे लागेल." कारमधून सोडाच पण तिच्या अपंगांच्या गाडीतून मेगनला एकटीला बाहेर घेऊन गेलेल्याला जॉनला अनेक वर्षे झाली होती. ती गाडीतील लहान मुलांच्या आसनावर बसू शकणार नाही इतकी अशक्त होती. आणि अशा अनेक गोष्टी होत्या. ज्या श्वसनयंत्रावर असलेले एक मूल आणि गाडी चालविणारा एकटा प्रौढ अशा वेळी त्रासदायक ठरू शकल्या असत्या. जॉनने तिचे बराच वेळ निरीक्षण केले. मेगन खूप सशक्त

दिसत होती. त्याने विचार केला एक प्रयत्न करायला हरकत नाही.

"वा! राजकुमारी, तू अगदी योग्य वेळी आली आहेस." प्रमाणापेक्षा अधिक वाकत तो म्हणाला. तो पळत तळघरात गेला आणि तिचे गाडीतील जुने आसन घेऊन आला. ते आसन त्याने चालकाशेजारच्या आसनावर पट्ट्यांनी बांधले नंतर मेगनला व्हीलचेअरवरून उचलून त्या आसनावर पट्ट्यांनी बांधून पुढच्या दाराकडे गाडी नेली.

जोरजोरात वाजवलेला हॉर्न ऐकून एलीन स्वयंपाकघरातून उठली. तिथे ती छोट्या जॉनला गृहपाठात मदत करत होती आणि पॅट्रिक माडीवर झोपला होता. ती पुढच्या दारातून बाहेर आली तर बाप-लेक गाडीत बसून हसत हात हलवत होते. त्यांना इतके आनंदी आणि सुंदर पाहून तिचे हृदय उचंबळून आले. तिचा देखणा नवरा, त्याचे हसणे आणि दाट काळे केस आणि तिच्या धिटुकल्या मुलीचे खट्याळ डोळे, आणि तिची गुलाबी रंगाची आवड पाहून एलीनने आपले हात तोंडापाशी नेले आणि त्यांना 'फ्लाइंग किस' दिले.

'मेगू, तयार?" जॉनने विचारले.

"हो, हो." ती म्हणाली आणि तिने सी.डी. प्लेअरचा आवाज सुरू करण्याची खूण केली. मोठ्याने हसत जॉनने आवाज आणि गाडीचा वेग वाढविला. 'डिग्सी चिक्स' आनंदाने भरलेले गाणे गात होते. गाडी रस्त्यावरून धावत होती. मेगनच्या नवीन आवडत्या गाण्यांचे सूर 'धावण्यास सज्ज', उन्हाळ्याच्या गरम हवेमध्ये त्यांच्यामागे विरघळून जात होते.

■

त्यानंतर...

२७ एप्रिल २००१ला वॉल स्ट्रीट जर्नलमध्ये नोव्हाझाईमवर कथा लिहिण्यासाठी मी क्रौली कुटुंबाला प्रथम भेटले. सकाळी उशिरा न्यू जर्सीतील पेनिंग्टन येथील त्यांच्या दुमजली घरापाशी आले. निळा पोलो शर्ट आणि खाकी पँट घातलेला बडबड्या आणि उत्साही जॉन त्यांच्या पुढच्या दारातून धाडकन बाहेर पडला आणि माझ्या स्वागतासाठी वळणावर धावत आला. त्याचा स्वत:चा उत्साह इतका प्रचंड होता की, मी बेसावध असतानाच त्याने मला गाठले. आणि तो मला तळघरात घेऊन गेला. तिथे चार वर्षांची मेगन आणि तीन वर्षांचा पॅट्रिक कोचावर बसून टी.व्ही.वर बार्नी पाहत होते. हे दृश्य उपनगरातील कोणत्याही घरातील असावे असेच होते. फरक एवढाच होता की, त्यांच्या मानेतून नळ्या निघाल्या होत्या आणि मायक्रोवेव्हच्या आकाराच्या श्वसनयंत्राला जोडलेल्या होत्या आणि त्याद्वारे त्यांचे श्वसन चालू होते.

एलीन मिनिटभर दिसली. नम्रतेने परंतु परकेपणाने हसली आणि पॅट्रिकला घेऊन माडीवर निघून गेली. मेगनने पुढच्या दाराकडे निर्देश केला आणि दबक्या आवाजात काहीतरी बोलली. "तिची विजेवर चालणारी व्हीलचेअर आलेली आहे. तिला बाहेर जाऊन ती चालवून पाहायची आहे." जॉनने भाषांतर केले. शेरॉन आली आणि तिने मेगनच्या श्वसनयंत्राची नळी एका छोट्या हलविता येणाऱ्या श्वसनयंत्राला जोडली आणि ती जॉन आणि मेगनच्या पाठोपाठ बाहेर गेली. मेगनचे पाय ढिलेपणाने लोंबकळत होते आणि तो तिला घेऊन जात असतानाच्या हालचालींबरोबर हालत होते.

मोठी काळी व्हीलचेअर गॅरेजमध्ये ठेवली होती. जॉनने मेगनला व्हीलचेअरच्या आसनावर बसवून पट्टे आवळले. तिच्या उजव्या हाताशी असलेल्या दांडीचे कार्य तिला समजावून सांगितले. "तुला डावीकडे जायचे असेल, तेव्हा डावीकडे ढकल, उजवीकडे जाण्यासाठी त्या बाजूला, सरळ पुढे जाण्यासाठी सरळ पुढे ढकल."

सांगता-सांगता तो हातवारे करत होता.

त्याचे बोलणे संपण्यापूर्वीच मेगनने खुर्ची सुरू केली. जॉन तिच्यामागे पळत ओरडत होता. ''थांबायचे कसे हे मी अजून तुला दाखवलेले नाही.'' मेगन जोराने पुढे जात राहिली. तिचे सुती निळे कपडे वाऱ्यावर उडत होते. तिची निर्भयता आणि आयुष्याबद्दलची जबरदस्त इच्छा त्या वेळी देखील आश्चर्यकारक होती.

क्रौली कुटुंब आणि 'नोव्हाझाईम' यांच्याबद्दलची माझी पहिली कथा जुलै २००१मध्ये वॉल स्ट्रिट जर्नलमध्ये आली आणि त्यानंतर दीड वर्षे त्याच्या मुलांबद्दल आणि त्यांना उपचार मिळण्याच्या ते किती जवळ आले आहेत त्याबद्दल चौकशी करण्यासाठी मी प्रत्येक महिन्यात जॉनला फोन करत असे. या काळामध्ये त्याने 'नोव्हाझाईम' विकली. तो जेन्झाईममध्ये पॉम्पे कार्यक्रमाचा प्रमुख झाला. त्याच्या मुलांना विविध वैद्यकीय चाचण्यांमध्ये प्रवेश मिळवण्याचा प्रयत्न करून अपयशी ठरला आणि अखेरीस त्याने राजीनामा दिला. मी दर थोड्या दिवसांनी त्याची मुलाखत घ्यायचे. जसेजसे महिने जात राहिले तसातसा त्याचा आवाज तणावग्रस्त, रागावलेला इतकेच काय, अति अधिर झालेला जाणवला. अखेरीस जानेवारी २००३मध्ये उत्साहित झालेल्या जॉनचा फोन आला की, मेगन आणि पॅट्रिक यांना पुढील आठवड्यात त्यांचे खास औषध मिळणार आहे. या चाचण्यांसाठी मॅनहॅटनपासून रेल्वेने जवळ असलेल्या न्यू जर्सीमधील न्यू ब्रन्सविक येथील सेंट पीटर्सचे विश्वविद्यालयीन रुग्णालय तयार झाले होते. त्याने मला मुलांच्या पहिल्या इंजेक्शनच्या वेळी सर्वांबरोबर हजर राहण्याचे निमंत्रण दिले.

माझा पहिला भाग प्रसिद्ध झाल्यानंतर मी दोन वर्षांनी ऑगस्टमध्ये, मुलांचे उपचार आणि परिणामत: त्यांची ताकद कशी वाढत आहे, याबद्दल दुसरा मोठा लेख लिहिला. ही गोष्ट जर्नलच्या पहिल्या पानावर झळकली. विरोधी हेतूंचा त्याच्यावर झालेल्या आरोपाचा झगडा, जेन्झाईमचे त्याच्या मुलांना प्रायोगिक औषध देण्याबद्दलचे अंतर्गत नियम याचेही त्यात वर्णन होते.

खोलवर हेलावलेल्या भावना, क्रौलींची लढत, धैर्य यामुळे आश्चर्यचकित झालेले वाचक पुढील अनेक आठवडे पत्र लिहीत होते.

'मुलांना वाहून घेतलेल्या आई-वडिलांच्या बलदंड अमर इच्छाशक्तीची ही कथा आहे.' एका वाचकाने लिहिले होते. काही परिच्छेद वाचल्यानंतर 'मी माझी बॅग गाडीमध्ये ठेवली आणि वाहनतळाच्या मध्यावर, माझ्या वाहनाला टेकून उभे राहून संपूर्ण लेख वाचून काढला. 'जैव वैद्यकीय शास्त्रामधील गुंतवणुकीची महत्त्वाकांक्षा असलेला वैद्यकीय विद्यार्थी म्हणून तुमचा लेख भावनांपलीकडच्या अनेक मूळ मुद्यांना स्पर्श करून गेला.' आणखी एकाने लिहिले होते.

यातून एक अशी कल्पना निघाली की, याचे एक सुंदर पुस्तक होऊ शकते.

जानेवारी २००४मध्ये मी माहिती गोळा करायला आणि हे पुस्तक लिहायला सुरुवात केली. पुढील दोन वर्षे मी क्रौली कुटुंबीय, त्यांचे मित्र, त्यांचे कुटुंब आणि पॉम्पेवर उपचार तयार करण्याच्या प्रयत्नात असलेल्या जवळजवळ प्रत्येकाची मुलाखत घेतली. त्या वेळी माझ्या मुली तात्यना आणि अलेका दोघीही प्राथमिक शाळेत होत्या. त्या अनेकदा माझ्याबरोबर यायच्या आणि मी जॉन आणि एलीनशी बोलत असताना त्यांच्या मुलांशी खेळत असत.

क्रौलींच्या घराचा हा एक फायदा होता की, व्हीलचेअरवर असून देखील लपंडाव खेळताना खरोखरच लपण्यासाठी जागा मिळत असत. "मेगन, किती मस्त आहे." खूप धावपळ केल्यावर ट्रेनने घराकडे येताना तात्यना म्हणाली. मेगनने त्यादिवशी खरोखरच व्हीलचेअर वापरून इतकी धमाल केली असावी की, आमच्या घराला जाण्यासाठी खड्या जिन्याच्या टोकाला पोहोचल्यावर तात्यना वळली आणि तिने विचारले, "मी जर येथून पडले आणि माझा पाय मोडला, तर मेगन सारखीच व्हीलचेअर मला मिळेल का?"

२००३च्या उन्हाळ्यातील त्या दुपारपासून जेथे पुस्तक संपते त्यानंतर इतके काही घडले आहे की, त्यानंतरचे घटनाक्रम मी सहज भरून काढू शकेन आणि एखाद्या दिवशी कदाचित मी तसे करीनही. परंतु दरम्यानच्या काळात मधल्या वर्षांतील घटनांचा सारांश देत आहे. या पुस्तकाप्रमाणेच त्याचा विषय जीवशास्त्रातील शोध, विज्ञानाला वेग देऊन विज्ञान वैद्यकक्षेत्रात आणण्याचा फायदा मिळवण्याच्या उद्देशाची ताकद इत्यादींबद्दल असेल. परंतु तितकेच महत्त्वाचे, निवेदन आशेचा चिवटपणा आणि आई-वडिलांच्या प्रेमाची सहनशक्ती याबद्दल असेल.

खास औषध मिळाल्यापासूनच्या सहा महिन्यांमध्ये मेगन आणि पॅट्रिक यांची शक्ती वाढतच राहिली. परंतु वर्षअखेरीस फायद्याची गती कमी झाली आणि २००४च्या सुरुवातीस जॉन आणि एलीनच्या लक्षात आले की, मुलांच्या स्नायूंची ताकद कमी होत आहे. मेगन जेव्हा अगदी अचानकपणे थांबायची तेव्हा तिचे डोके परत पुढे पडायचे. डोके परत मागे ढकलून ताठ करण्यासाठी तिला हातांची गरज पडे. पॅट्रिकला त्याच्या आवडत्या पॉवर रेंजर बाहुल्यांना एकमेकांशी लढायला लावताना त्यांना पकडायला त्याला त्रास होऊ लागला.

"तुमची शक्ती वाढत का नाही?" जॉन विचार करू लागला आणि निराश झाला.

नंतर तो स्वत:ला आठवण करून द्यायचा की, त्याच्या मुलांची हृदये उपचारापूर्वी इतकी मोठी झाली होती की, मुलांच्या जिवंत राहण्याला त्यांनी धोका निर्माण केला होता. ती पुरेशी सशक्त राहिली होती. कदाचित त्या औषधाचे जे नियोजित कार्य होते, ते सर्व त्यांनी केले होते. त्या औषधामुळे मुलांना अधिक जगण्याची संधी मिळाली होती.

नोव्हाझाईम उभे करणे आणि तिच्या अतिप्रसिद्ध यशामुळे जैव तंत्रज्ञान क्षेत्रातल्या गुंतवणूकदारांनी जेन्झाईम सोडल्यानंतरच्या काही महिन्यांमध्ये जॉनला अधिरतेने नोकरी दिली होती. ६ दशलक्ष डॉलर्स जवळ असताना, त्याने निवृत्त होण्याबाबत विचार केला होता. परंतु ३६व्या वर्षी सर्व सोडून देण्याचे त्याच्या स्वभावात नव्हते. शिवाय त्याच्या मुलांच्या भवितव्यामध्ये त्यांच्या आरोग्यासाठी येणाऱ्या खर्चाचा विचार करणे, त्याला आवश्यक होते.

नोव्हाझाईम आणि जेन्झाईममधील अनुभवामुळे त्याला पॉम्पे व्याधीसाठी उपचारांची क्षमता असलेल्या कोणाकडेही जाणारी व्यक्ती बनवली होती. त्याने या दोन्हींची सुरुवात करून दिलेली असली तरी तो फ्लोरिडामध्ये एक आठवडाभर डॉक्टर बिर्ने यांची जनुक-उपचार पद्धती अभ्यासत होता. त्यानंतर 'उताह'मध्ये वैज्ञानिकांना स्टेम सेल उपचाराबद्दल प्रश्न विचारत होता आणि महिन्याच्या अखेरीस 'मीलवौक' येथे विकराचा अभाव विकराने भरून काढण्याच्या उपचाराबद्दल चौकशी करत होता.

हे काम जरी जॉनला थकवून टाकणारे असले, तरी ते त्याच्यासाठी एक औषधही झाले आहे. त्याच्या मदतीने त्याच्या मुलांच्या हळूहळू होणाऱ्या अधोगतीने येणारे नैराश्य आणि भीती यासाठी त्यांना अधिक बलवान करण्यासाठी, उपचार शोधण्यासाठी, तो शक्य ते सर्व काही करत आहे, हे जाणवल्याने तो पुरेशा मोकळेपणाने त्यांच्या सहवासाचा आनंद घेऊ शकतो आणि त्यांना गमावण्याची भीती सोडून देऊ शकतो.

"मागच्या वेळेपेक्षा या वेळी दोन फरक आहेत." जॉनने सांगितले, "मला वाटते या वेळेला मला प्रत्यक्ष माहीत आहे की, मी काय करत आहे. मी यामध्ये गोंधळ घातलेला नाही."

काही काळानंतर जॉन नुकत्या सुरू झालेल्या सात कंपन्यांचा सदस्य होता. त्यातील पाच पॉम्पेसारख्या जनुकीय व्याधींवर उपचार विकसित करत होत्या. २००४च्या वसंतऋतूमध्ये न्यू जर्सीमधील ॲमिकस थेरॅप्युटिक्सच्या गुंतवणूकदारांनी त्याला मुख्य कार्यकारी अधिकारी म्हणून येण्याबद्दल विचारले होते. जॉनने नकार दिला. त्याला एकाच घोड्याला पाठिंबा द्यायची इच्छा नव्हती. कारण कोणता घोडा जिंकेल याची खातरी नव्हती. हा मोठा जुगार होता आणि मानसिकदृष्ट्या तो परत जनुकीय व्याधी आणि पॉम्पे यामध्ये जगायला तयार नव्हता. परंतु त्याने ॲमिकसला आठवड्यातून एक वेळ योजना आखण्यासाठी आणि मुख्य कार्यकारी अधिकारी शोधण्यासाठी सल्ला देण्याचे मान्य केले.

ॲमिकसच्या विज्ञानाबद्दल त्याला जसेजसे समजत गेले, तसेतसे त्याच्या मुलांना मदत करण्याची त्यांची क्षमता जॉनला उत्साहित करत गेली. त्याला आधीच माहीत होते की, पॉम्पेंच्या बहुतांश रुग्णांमध्ये ॲसिड अल्फा ग्लुकोसिजेड विकराचा

पूर्णपणे अभाव नसतो. तो चुकीच्या पद्धतीने तयार केला जातो. त्यामुळे शरीर त्याला ओळखू शकत नाही आणि नंतर तो टाकून दिला जातो. या विकराच्या ऐवजी दुसरा विकर देण्याचा प्रयत्न करण्यापेक्षा (जसे डॉक्टर कॅनफिल्ड करीत होते.) ॲमिकसचे शास्त्रज्ञ काही रसायनांचा वापर करून ॲसिड अल्फा ग्लुकोसिजेड विकर स्थिर करण्याच्या प्रयत्नात होते. त्यामुळे तो चुकीचा समजून नष्ट केला जाणार नाही. शास्त्रज्ञ या रसायनांना 'औषधी संरक्षक' असे म्हणतात. कारण ते दोष असलेल्या विकरांना चिकटतात आणि जास्त काळ जगतात आणि त्यांची गरज असलेल्या पेशींच्या भागापर्यंत जातात.

पॉम्पे रुग्णातील ८० टक्के रुग्ण ज्यामध्ये मेगन आणि पॅट्रिकही आले. यांच्यामध्ये चुकीच्या पद्धतीने बनवलेला ॲसिड अल्फा ग्लुकोसिजेड विकर असतोच. माणसांमधील जनुकीय व्याधींमध्ये अशीच सदोष प्रथिने असतात. ऑक्टोबर २००४मध्ये जॉनने ॲमिकसच्या संचालक मंडळाची योजनांचे धोरण ठरवण्यासाठी बैठक घेतली. त्यामध्ये त्यांनी केवळ जनुकीय व्याधीच नव्हे, तर पार्कीन्सन्स आणि अल्झायमर्स यासारख्या अनेक व्याधींवर उपचार करणाऱ्या औषधी संरक्षकांबद्दल चर्चा केली. या वेळी संचालक मंडळाने परत जॉनला मुख्य कार्यकारी अधिकारी म्हणून येण्याबद्दल विचारले आणि तो नाही म्हणू शकला नाही.

जॉनने मला त्या वेळी सांगितले की, ''मला खरोखरीच अजूनही हे करावे असे वाटत नाही. पण मला वाटते मी हे केलेच पाहिजे. हे तंत्रज्ञान मुलांना वाचवू शकेल.''

मला जॉनने सांगितले की, जेव्हा त्याने ॲमिकसची नोकरी स्वीकारत असल्याचे एलीनला सांगितले, तेव्हा तिने दीर्घ श्वास घेतला. तिच्या डोळ्यांत अश्रू आले आणि म्हणाली, ''आपण परत सुरुवात करत आहोत. तू मुलांना मदत होईल असे काहीही करत असशील, तर त्यामध्ये मी तुला पाठिंबा देईन हे तुला माहीत आहेच.''

जॉनने जेन्झाईमचे मुख्य कार्यकारी अधिकारी हेन्री टर्मीर यांना फोन केला. तंत्रज्ञानास स्पर्धा करत असलेल्या एका कंपनीचा तो प्रमुख होत आहे, हे त्यांना सांगितलेच पाहिजे, असे त्याला वाटले. त्या वृद्ध गृहस्थाने त्याला आश्चर्यचकित केले. जॉनला धक्का देत ते म्हणाले, ''तू ही नोकरी स्वीकारत आहेस, असे मी ऐकले.'

'हेन्री, बातम्या तुमच्यापर्यंत फारच झटकन पोहोचतात.' जॉनने उत्तर दिले. त्याला गंमत वाटत होती. हेन्रींनी त्याला शुभेच्छा दिल्या.

३० जानेवारी २००५मध्ये जॉनने ॲमिकसचा मुख्य कार्यकारी अधिकारी म्हणून कारभार हाती घेतला. त्या वेळी कंपनीकडे आधीच बऱ्यापैकी पैसे होते. कंपनीमध्ये फक्त आठच कर्मचारी असूनही कंपनीचे बँकेत १५ दशलक्ष डॉलर्स होते. त्याने नोव्हाझाईममध्ये केले होते, त्याप्रमाणेच 'हेल्थ ॲडव्हान्सेस' या सल्लागार

कंपनीला व्यवसायाची योजना आखण्यासाठी नेमले.

आत्तापर्यंत जवळ-जवळ पाच वर्षे ॲमिकसमध्ये काम केल्यानंतर जॉनने कंपनीसाठी ३०० दशलक्ष डॉलर्स उभे केले. त्यापैकी ७५ दशलक्ष डॉलर्स एका अतिशय यशस्वी जैव तंत्रज्ञान कारखान्याच्या IPO मधील होते. ॲमिकसने प्रचंड यश मिळवले असले, तरी हा मार्ग सोपा नव्हता. औषध तयार करण्याच्या बाबतीत अनेकदा घडते त्याप्रमाणे ॲमिकसच्या काही रुग्णालयीन चाचण्या अयशस्वी झाल्या. पॉम्पेवर उपयुक्त होऊ शकेल, अशा एका नवीन औषधाची चाचणी रुग्ण अधिक अशक्त झाले आणि थकले म्हणून थांबवावी लागली. २००९च्या पानगळीच्या मोसमात त्याच्या चाचण्या परत चालू झाल्या. आणखी एक धक्का असा बसला की, गौचर रोगावरील उपयुक्त ठरू शकेल, असे ॲमिकसचे औषध रुग्णांना फायदेशीर ठरत नाही, असे एका छोट्या चाचणीमध्ये दिसून आले.

ॲमिकसच्या उपचारामुळे उपचाराची परिणामकारकता वाढवण्यास मदत होईल. मेगन, पॅट्रिक आणि शेकडो इतर अनेक रुग्ण हे औषध घेणे चालूच ठेवतील. जेन्झाईमच्या विकर उपचाराला मायोझाईम म्हटले जाते. जॉन म्हणतो की, प्राण्यांवरील चाचण्यांमध्ये ॲमिकसच्या औषधाने मायोझाईम स्थिर करायला आणि त्याचे शोषण सुधारायला मदत होते. अर्थात याची खातरी पटण्यासाठी काही काळ जावा लागेल.

जॉनला हे काम थकवून टाकणारे वाटत असले तरी ते त्याच्यासाठी एक औषधही ठरले आहे. या कामामुळे त्याच्या मुलांची ताकद हळूहळू कमी होत असल्याने येणारे नैराश्य आणि भीती कमी व्हायला मदत झाली आहे. त्यांना सशक्त करण्यासाठी औषध मिळावे म्हणून तो शक्य ते सर्व काही करत आहे. हे जाणवल्यामुळे त्याला पुरेसे मोकळे वाटते आणि मुलांबरोबर मिळणारा वेळ तो आनंदात घालवू शकतो आणि त्यांच्या मरणाची भीती विसरू शकतो.

''मागच्या वेळेपेक्षा या वेळी दोन फरक आहेत?'' जॉनने मला सांगितले, ''मला वाटते या वेळी मी काय करतो आहे, ते खरोखरच समजते आहे. लोकांपासून विज्ञानापर्यंत आणि तेथून अर्थकारणापर्यंत मी यात गोंधळ घातलेला नाही.'' तो स्वत:बद्दलच हसला. ''हे तणावपूर्ण आहे. पण सर्वसाधारण व्यावसायिक कारणांमुळे. मेगन आणि पॅट्रिकमुळे हे करण्यामागे एक तातडीची भावना आहे. परंतु माझा दृष्टिकोन थोडा वेगळा आहे. मी समजू शकतो की, पॉम्पे विरुद्धची लढाई ही एक लांब पल्ल्याची शर्यत आहे. छोट्या अंतराच्या शर्यतीत तुम्ही पळू लागलात, तर तुम्ही चुका करता. स्वत: आणि स्वत:च्या सहकाऱ्यांना नष्ट करता. मी अजूनही आक्रमक ध्येय डोळ्यांपुढे ठेवतो आणि या कंपनीतील कोणीही आणि कधीही इतके काम केलेले नाही. परंतु अशा व्यापक अर्थाने काम केले नाही, तर माझी मुले उद्या मरणार आहेत. गेली २३ वर्षे पूर्वीच्या मानाने मुलांची तब्येत स्थिर आहे. याचीही

मला मदत होते. मला हेही जाणवते की, ही व्याधी किती गुंतागुंतीची आहे.''

शेरॉन अजूनही आठवडाभर क्रौलींबरोबर राहते. इंग्लंडमधील तिचा नवरा व एकत्र कुटुंब यांचेकडे बहुतेक सर्व शनिवार-रविवारी जाते. तिचे वय आता ६० वर्षांपेक्षा अधिक आहे आणि वाढत असलेल्या मेगन आणि पॅट्रिकला उचलणे तिला कठीण जाते. परंतु ती एक प्रेमळ, काळजी घेणारी व्यक्ती आणि कुटुंबाचा एक भागच आहे. काही काळ तिने मेगनचे शारीरिक शिक्षणाचे शिक्षक हेनेसी यांना आठवड्यातून दोन वेळा तिचे वैयक्तिक प्रशिक्षक म्हणून नेमले. जॉन आणि एलीनला एकत्र बाहेर जाता यावे, यासाठी एखाद्या शनिवार-रविवारी ती आणि इतर परिचारिका ज्यादा वेळ काम करतात.

लग्नाच्या १५व्या वाढदिवसानिमित्त एलीन जॉनबरोबर व्यावसायिक भेटीसाठी फ्रान्सला गेली. त्यानंतर कित्येक दिवस त्यांनी नॉर्मन्डीची सफर केली.

''आपण भेटलो त्या वेळी तुला जर माहीत असते की, हे सर्व तुझ्याबाबत घडेल तरीही तू माझ्याशी लग्न केले असतेस का?'' एका संध्याकाळी जॉनने एलीनला विचारले, जेव्हा ते हॉटेलच्या खोलीमध्ये झोपण्याच्या तयारीत होते.

क्षणही न दवडता एलीन म्हणाली, ''तू काय केले असतेस?'' काही क्षण शांत राहिल्यावर जॉनने उत्तर दिले, ''एलीन, मी ही मुले आणि तुझ्याबरोबरचे आयुष्य मी कशाच्याही बदल्यात सोडून देणार नाही.''

थोडक्यात पॉम्पे व्याधीच त्यांचे उर्वरित आयुष्य कसे जाणार हे ठरवणार आहे, हे त्यांनी मान्य केले आहे. आणि त्यांना जेवढा आनंद मिळेल त्यात ते समाधानी असतात. शेरॉनच्या दयाळूपणामुळे त्यांना मोठ्या सुट्ट्या घेता येतात. दर दिवशी त्यांच्या मुलांचे मनोरंजन, वाढदिवस साजरे करणे आणि सुट्ट्या, पुढे जात राहणारे आयुष्य या सगळ्यातून मिळणाऱ्या आनंदामुळे ते समाधानी आहेत.

२००६च्या वसंतऋतूत जेन्झाईमला अन्न आणि औषध प्रशासन आणि युरोपियन नियामक अधिकारी मंडळ या दोघांकडूनही 'मायोझाईम' बाजारात आणण्याची परवानगी मिळाली. हाच पॉम्पेवरील उपचार मेगन आणि पॅट्रिकला दर दोन आठवड्यांनी सातत्याने दिला जात असे.

'पॉम्पेशी संबंधित सर्व लोक आणि जेन्झाईममधील लोक यांनी एकत्र येऊन अनेक वर्षे काम केले. या सर्वनाश करणारी व्याधी असलेल्या रुग्णांना जगण्याची संधी मिळण्यासाठी मोठी आव्हाने पार केली. या सर्वांसाठी हा एक खास दिवस आहे.'' या औषधाला अमेरिकेची मान्यता मिळाल्याचे जाहीर करताना हेन्री टर्मीर म्हणाले.

१९९८पासून हा उपचार विकसित करण्यासाठी जेन्झाईमने ५०० दशलक्ष डॉलर्सपेक्षा अधिक खर्च केला. कंपनीच्या इतर जनुकीय व्याधींवरील उपचाराच्या

किमतीच्या आसपासच म्हणजे सुमारे २ लक्ष डॉलर्स प्रतिरुग्ण, प्रतिवर्षी अशी या उपचाराची किंमत असेल.

ड्यूक विश्वविद्यालयाच्या डॉक्टर प्रिया किश्नानी यांनी अधिक वयाची तान्ही बाळे, त्यापेक्षा काही मोठी मुले, यांवर केलेल्या चाचणीमध्ये २१ पैकी (योजल्यापेक्षा अधिक रुग्ण समाविष्ट केले गेले.) सोळा रुग्ण एक वर्षाच्या उपचारानंतर अजूनही जिवंत होते. दहा जणांची ताकद इतकी वाढली होती की, ते डोके फिरवणे, बसणे, इतकेच काय चालणे अशा नवीन हालचालीही करू शकत होते. अकरा जण स्वतंत्रपणे श्वासोच्छ्वास करू शकत होते.

चाचणीच्या निष्कर्षामध्ये देखील हे स्पष्ट होते की, मेगन आणि पॅट्रिक अद्वितीय नव्हती. नवीन हालचाली करण्याएवढी शक्ती अकरा मुलांमध्ये आली नव्हती; पाच मुले मरण पावली, जी पाच मुले चाचणी सुरू होण्यापूर्वी स्वत:चा स्वत: श्वास घेऊ शकत होती. त्यांना एक वर्षे पूर्ण होण्याच्या आतच श्वसनयंत्राची गरज लागली. त्या निष्कर्षामध्ये असेही दिसून आले की, 'चांगले परिणाम मिळण्याची जास्तीत जास्त शक्यता होण्यासाठी लवकरात लवकर उपचार सुरू करणे अत्यंत महत्त्वाचे आहे.' – डॉक्टर किश्नानी. तिच्या निष्कर्षावरून जॉन आणि एलीनला आधीच माहीत असलेली गोष्ट अधोरेखित झाली होती. ती म्हणजे मेगन आणि पॅट्रिक वयाने अजून कमी असताना आणि सशक्त असताना मायोझाईमचे उपचार सुरू झाले असते, तर त्यांना खूपच अधिक ताकद मिळाली असती.

डॉक्टर कॅनफिल्ड जेन्झाईममध्ये शास्त्रज्ञ म्हणून राहिलेले आहेत. ते 'ग्लायकोबायॉलॉजी रिसर्च इन्स्टिटयूट' चालवतात. पूर्वीच्या नोव्हाझाईम व्यवसायाला हे नाव दिले आहे. ॲमिकसमध्ये येण्यापूर्वी हंगडू हे जेन्झाईममध्ये कॅनफिल्ड आणि इतरांबरोबर मायोझाईमचा सुधारित विकर विकसित करण्यापूर्वी काम करत होते. त्यांनी केलेल्या प्रयोगांच्या निष्कर्षावरून योग्य शर्कराशृंखलांचे महत्त्व कळते. त्या विकराला 'मायनोज सिक्स फॉस्फेट' या विकराशी जोडल्यास तो स्नायूपेशींच्या लायसोजोममध्ये पोहोचेल, हा कॅनफिल्ड यांचा विश्वास योग्य असल्याचे कदाचित सिद्ध होईल.

आता जेन्झाईममधील संशोधकांचा असा विश्वास आहे की, कॅनफिल्ड यांच्या विकराच्या आधीच्या प्रकारामध्ये जोडलेल्या इतर शर्कराशृंखला तो स्नायू पेशींच्या लायसोझोममध्ये पोहोचण्यापूर्वी अन्यत्र घेऊन जात असत. हा दोष टाळलेला नवा विकर तयार करण्यासही सोपा होता. मायोझाईमला शर्कराशृंखला रासायनिक पद्धतीने जोडलेल्या आहेत. उंदरांवरील प्रयोगांमध्ये ही नवीन आकृती ३ ते ५ पट अधिक शोषली जाते असे दिसते. जेन्झाईमचे शास्त्रज्ञ असे म्हणतात की, 'अनेक नवीन विचारधारांपैकी ही एक विचारधारा आहे, आणि यामुळे अधिक चांगली

उपचाराची दुसरी पिढी तयार होऊ शकेल.'

फार्मिंगचा विकर प्रथम बंद करून नंतर कमी मात्रेत चालू केल्यावर आधी अशक्त झालेल्या टिफनी हाउस हिला मायोझाईम अधिक मात्रेत चालू केल्यावर अधिक सशक्त वाटू लागले. सॅन ॲन्टिनिओमधील टेक्सास विश्वविद्यालयातून २००५ साली तिने विशेष प्राविण्यासह पदवी मिळविली आणि इंग्रजीमध्ये त्यापुढील शिक्षणासाठी नाव नोंदवले. तिला अजूनही व्हीलचेअर वापरावी लागते आणि रात्री श्वसनासाठी मदत लागते. परंतु ती अधिकाधिक स्वतंत्र होत होती. २००६च्या वसंतऋतूमध्ये जेव्हा मी तिच्याशी बोलले, त्या वेळी तिला आशा वाटत होती की, कायद्याच्या कॉलेजला जाण्याएवढी पुरेशी ताकद हळूहळू तिच्यात येईल.

लिंडसे ईस्टन अजून फक्त डोळे, तोंड आणि अंगठे हलवू शकत असलेल्या ग्लेनपूर हायस्कूलमधून २००५मध्ये सहअध्यापक म्हणून पदवीधर झाली. तिचे भाषण तिच्या आजोबांनी मोठ्या आवाजात वाचून दाखवले. त्या भाषणामुळे विद्यार्थी आणि त्यांच्या कुटुंबीयांचा श्रोतृवर्ग हेलावून गेला. 'शारीरिकदृष्ट्या मी अशक्त आहे. पण मी आव्हानांना तोंड देऊ शकले. ते माझ्या शक्तीच्या जोरावर. माझी शक्ती, माझे मन, मी वाचनाद्वारे अशी अनेक साहसे अनुभवली आहेत. ज्यांचा आनंद मी शरीराने घेऊ शकत नाही. जेव्हा कोणत्याही गोष्टीसाठी तुम्हाला रस्ता बंद झालेला आढळेल तेव्हा आशा सोडू नका, पर्याय शोधा किंवा या बंद रस्त्यांवर उपाय शोधा.'

मी जेव्हा लिंडसे यांच्या आईशी बोलले तेव्हा त्या म्हणाल्या, लिंडसे गावातल्या सार्वजनिक महाविद्यालयांमध्ये 'ऑन-लाइन' शिकवत होती. लिंडसेला अजून जेन्झाईमचा उपचार मिळाला नव्हता. त्या औषधाने तिच्या स्नायूंची गेलेली ताकद किती परत येईल याबद्दल ती साशंक होती, तरीही उपचार लवकर सुरू होतील, अशी त्यांना आशा होती.

शब्दाला जागणाऱ्या जॉनने डॉक्टर बिर्नेंच्या मोठ्या मुलांवरील चाचणीमध्ये मेगन ॲसिंक ही उपचार घेणाऱ्या पहिल्या रुग्णांपैकी एक असेल याची निश्चिती केली होती. २००३च्या वसंतऋतूमध्ये जेव्हा तिच्यावर उपचार झाले, तेव्हा ती दीड वर्षांची होती आणि अजूनही बसू आणि खाऊ शकत होती. पण तिची ताकद कमी होत चालली होती. नामसाधर्म्य असलेली मेगन क्रौली आणि मरण पावलेली तिची बहीण केल्सी यांच्याप्रमाणे ती रांगूच शकत नव्हती आणि तिची जीभ थोडीशी बाहेर येत होती.

आज आठ वर्षांची असलेली मेगन ॲसिंक मिशीगनमधील हडसन व्हिले या गावी जॉर्जटाउन एलिमेन्टरी स्कूलमध्ये दुसऱ्या इयत्तेत होती. तिला अजूनही नियमितपणे 'मायोझाईम' दिले जाते, आणि ती जवळ-जवळ सर्वसाधारण मुलासारखी दिसते. तिची जीभ बाहेर डोकावत नाही आणि ती स्मितहास्य करू शकते. तिच्या

पायांना आधार लावलेले आहेत आणि ती चालू शकते. ती भरभर बोलते, त्या वेळी तिचे बोलणे कळणे अवघड जाते. यामुळे संपर्क साधण्यासाठी ती बोलणारा संगणक वापरते.

तिचे वडील ग्रेग म्हणाले, "ती एक अद्भुत मूल आहे. हे घडवून आणल्याबद्दल मी जॉनचा नेहमीच उतराई राहील.' ग्रेग आणि डेबोरने जॉनला काही वर्षांपूर्वी धन्यवाद देणारे एक पत्र पाठवले आणि त्याबरोबर त्यांची मुलगी चालत असल्याची चित्रफीत पाठवली. ती चित्रफीत पाहिल्यानंतर मेगन क्रौली व्हिल चेअर चालवत तिच्या वडिलांपाशी आली आणि पटकन म्हणाली, "हे खूपच छान आहे. पण मी अजून का चालत नाही?"

जॉनला योग्य उत्तर सुचण्यापूर्वीच मेगन वेगात तिच्या खेळण्यांच्या खोलीकडे गेली. नेहमीप्रमाणेच आपल्या अपंगत्वाबाबत विचार करण्यासाठी ती जास्त वेळ थांबली नाही. ती प्रिन्स्टनमधील एका सार्वजनिक शाळेत, मिडील स्कूलमध्ये सातव्या इयत्तेत आहे. प्राथमिक शाळेतून ती पास झाली त्या वेळेला ती स्वत: व्हीलचेअरवरून मायक्रोफोनपाशी गेली आणि तिच्या वर्गातील इतर मुलांप्रमाणे तिनेही एक छोटेसे भाषण केले. 'माझे सर्व शिक्षक आणि माझ्या परिचारिका ज्यांनी मला या मार्गात मदत केली. त्या सर्वांना मी धन्यवाद देते. तिची सर्वांत जवळची मैत्रिण ज्युलिया हिने ती काय म्हणाली, हे श्रोत्यांना समजावे यासाठी परत सांगावे यासाठी तिला जागा करून देण्याकरिता मेगनने आपली व्हीलचेअर मागे ओढली. तिच्या वर्गातील इतर विद्यार्थी जे बोलले त्यापेक्षा तिचे भाषण फारसे वेगळे नव्हते. तरीदेखील या छोट्या मुलीने प्राथमिक शिक्षण पूर्ण करणे, हे किती अद्भुत होते, हे समजून श्रोत्यांनी तिचे टाळ्यांच्या कडकडाटाने कौतुक केले.

डिसेंबरमध्ये मेगनचा तेरावा वाढदिवस जवळ येत चालला तसा तिच्या १६व्या वर्षांच्या मेजवानीचा विचार ती आधीच करू लागली. अगदी एलीनप्रमाणेच तिला मेजवानीची योजना आखण्याइतके इतर काहीच आवडत नाही. जॉनने तिला सांगितले होते की, तिच्या १६व्या वाढदिवसाची योजना ती तेरा वर्षांची होईपर्यंत आखू शकणार नाही आणि तिने त्याचा अर्थ शब्दश: घेतला. तिच्या वडिलांप्रमाणेच तिचेही विचार मोठे असतात. जर्सी सिटीमधल्या 'हियात' हॉटेलमध्ये ती नुकतीच आयोजित केलेला एक 'मेक अ विश' कार्यक्रमास हजर होती. या हॉटेलमधून खाली लोअर मॅनहॅटन दिसते. तेव्हापासून ती सर्वांना सांगत सुटली आहे की, तिच्या आयुष्यातला महत्त्वाचा वाढदिवस तिने तिथेच करायचा ठरवले आहे.

पॅट्रिक आता जॉन विदर स्कूल शाळेमध्ये सहाव्या इयत्तेत आहे. आठवड्यातून २-३वेळा एलीन त्याच्याबरोबर शाळेत जाते. इतर वेळी एक परिचारिका त्याच्याबरोबर असते. (शाळेतील बहुतांश दिवशी शेरॉन मेगनची परिचारिका म्हणून राहते. दोन्ही

मुलांना त्यांच्या श्वसनयंत्रांची देखभाल करण्यासाठी प्रशिक्षित परिचारिका सतत बरोबर असणे गरजेचे असते.) गेल्या काही वर्षांत पॅट्रिक अधिक आनंदी आणि त्याच्या बोलणाऱ्या संगणकाच्या मदतीने अधिक मनमिळाऊ झाला आहे. प्राथमिक शिक्षण संपायच्या वेळी जून २००९मध्ये संगणकाच्या मदतीने त्याने स्वत:चे एक भाषण दिले. ज्यामध्ये त्याने त्याच्या आवडत्या तासाचे – व्यायामाचे शिक्षक यांना खास धन्यवाद दिले.

''तुम्हाला माहीत आहे, मुले अजून चालत नाहीत. पण ती यापेक्षा आनंदी असू शकली नसती.'' जॉन वरचेवर म्हणतो.

त्याच माध्यमिक शाळेमध्ये जॉन ज्युनियर आठव्या इयत्तेमध्ये एका खास शैक्षणिक कार्यक्रमात शिकत आहे. तो अजूनही अतिउत्साह आणि डिसलेक्सिया यात धडपडत आहे. यावर्षी त्याच्या शिक्षणाच्या योजनेबद्दल चर्चा करण्यासाठी शाळेचे अधिकारी आणि त्याचे आई-वडील यांची एक बैठक झाली. एलीनने तिच्या मुलाला विचारले की, त्याला शाळेमध्ये मदत करण्यासाठी एखाद्या मदतनीसाची गरज आहे का?

''नाही, मी स्वत: हे करू शकतो.'' जॉन ज्युनियरने उत्तर दिले.

एलीन आणि जॉनने जॉन ज्युनियरला शाळेमध्ये स्वातंत्र्य देण्याचा निर्णय घेतला. सर्वांनाच आश्चर्य वाटले की, ''तो सर्व वर्गांना जाऊ शकला. आम्हाला त्याचे प्रगतिपुस्तक आत्ताच मिळाले. आणि त्याला आश्चर्यकारक गुण मिळालेले आहेत.'' नुकत्याच झालेल्या संभाषणामध्ये त्याच्या वडिलांनी ही माहिती सांगितली.

या सर्व कुटुंबीयांसाठी यावर्षीची महत्त्वाची घटना म्हणजे त्यांची ऑरेगॉन येथील पोर्टलँडमध्ये *'Extra Ordinary Measures'* या चित्रपटाचे चित्रिकरण पाहण्यासाठी केलेली सहल. या कुटुंबाची कथा आणि हे पुस्तक यापासून प्रेरणा घेऊन हा चित्रपट तयार केला आहे. जॉन त्याच्या एकत्र कुटुंबासह ऑरेगॉनला विमानाने गेला. त्यामध्ये त्याची मुले, एलीनचे आई-वडील, त्याचे स्वत:चे आई-वडील, शेरॉन, आणि इतर दोन परिचारिका होत्या.

क्रौली कुटुंबीय एप्रिलमध्ये सेटवर पोहोचले, तेव्हा नटनट्या एका देखाव्याचे चित्रिकरण करत होते. त्यामध्ये एलीन (नटी-केरी-रस्सेल) तिच्या तीन मुलांना अपंगांच्या गाडीमध्ये ठेवत होती. सुमारे अर्धा तास चित्रिकरण झाल्यानंतर उपनिर्देशकांनी मोठ्या आनंदाने जाहीर केले की, आज सेटवर काही खास पाहुणे आलेले आहेत.

''सर्वांनी कृपया इकडे लक्ष द्या. खरोखरचे मेगन-पॅट्रिक आणि जॉन क्रौली यांची ओळख करून द्यायला मला आवडेल.''

मेगनने तिची भूमिका करणाऱ्या छोट्या नटीचा हात धरून व्हीलचेअर वरून त्या सेटवर एक चक्कर मारली.

हॅरिसन फोर्ड एका वैज्ञानिकाची भूमिका करत होते आणि जॉनची भूमिका करणारे ब्रँडन ट्रेझर यांच्याशी क्रौलीने उत्साहाने गप्पा मारल्या. 'ती तीन मुले, ज्यांनी आमच्या मुलांच्या भूमिका केल्या होत्या, त्यांना भेटण्याचा क्षण आमच्यासाठी सर्वांत खास होता.'' जॉन म्हणाला.

''जॉनने जसे स्वत:ला व्याधिमुक्तीच्या स्पर्धेत झोकून दिले. त्याप्रमाणेच एलीन मुलांना आनंदित ठेवण्याच्या जीवित कार्यास चिकटून राहिली. त्यांना त्यांच्या संपत्तीने निश्चितच मदत केली. जवळजवळ प्रत्येक वर्षी क्रौली त्यांची ३१ ऑक्टोबरची मेजवानी त्यांच्या घरी देतात. माध्यमिक शाळा आणि महाविद्यालयीन मित्र, सर्व नातेवाईक, मुलांच्या परिचारिका, उपचार करणारे शिक्षक, डॉक्टर्स तसेच नोव्हाझाईममधील माजी सहकारी आणि ॲमिकसमधील कर्मचारी अशा शेकडो लोकांना निमंत्रण दिले जाते. तिथे नेहमीच जेलीचे गोळे, एक DJ , नृत्ये, मंच असते आणि जवळ-जवळ नेहमी जॉन आणि एलीन, शेरॉन आणि नवरा एडी, यांच्यासह दिव्यांच्या प्रखर प्रकाशात चमकत असतात.

जणू काही ॲमिकस आणि कुटुंब यांच्या जबाबदाऱ्या पुरेशा नसल्यामुळे जॉनने आणखी एक भूमिका स्वीकारली. काही वर्षांपूर्वी तो अमेरिकी नौदलाच्या राखीव दलामध्ये अधिकारी झाला. त्याला पूर्ण लेफ्टनंट म्हणून पदोन्नती मिळाली आणि त्याला U.S. स्पेशल ऑपरेशन्स, कमांड एक विभागाचा गुप्तहेर अधिकारी म्हणून जबाबदारी देण्यात आली.

'१७ वर्षांपूर्वी मी जेव्हा स्वत:हून नौदल प्रबोधिनीचा राजीनामा दिला, तेव्हा मी माझ्या पत्रात लिहिले होते की, मी केव्हातरी आणि कोणत्या ना कोणत्या मार्गाने जेव्हा देशाला गरज असेल, तेव्हा देशाच्या सेवेत परत रुजू होईन.' त्याच्या दृष्टीने ११ सप्टेंबर नंतर ही वेळ आली होती.

जॉनचा उत्तम मित्र एड डेव्हिनी आता USS कोलला प्रमुख होता. त्याने नौदल राखीवची शपथ एका कार्यालयाच्या अगदी वरच्या मजल्यावर घेतली. जॉन दर आठवड्यातील एक शनिवार-रविवार आणि वर्षातील कित्येक आठवडे घरापासून दूर राहून नौदलाच्या हेरगिरीच्या विविध कार्यक्रमांवर खर्च करतो.

जैव रसायनतज्ज्ञ म्हणून राष्ट्रीय आरोग्य संस्थेमध्ये काम करणाऱ्या डॉक्टर नीना रॅबेन, यांची मी काही वर्षांपूर्वी मुलाखत घेतली. त्यांनी क्रौलींच्या प्रवासाबद्दल अगदी योग्य शब्द वापरले होते. आणि जेमला सतत सत्य असल्याचे दिसून येते. 'ही एक अत्यंत अमेरिकी वळणाची कथा आहे.' त्या स्वत: सोव्हिएत संघराज्यात वाढल्या होत्या.' ही कथा आशेबद्दल आहे. इच्छाशक्तीबद्दल आहे, पैशांबद्दल आहे, अखेरीस सर्व काही चांगले होईल या विश्वासावर आहे.''

मनुष्य म्हणून आपण अंर्त:मनात काय आहोत, हे आपण संकटांना कसा

प्रतिसाद देतो यावर ठरते. क्रौलींच्याबद्दल लिहिताना मी हे शिकले आहे की, एकच योग्य मार्ग नसतो, तर प्रत्येक व्यक्तीला आपला स्वत:चा मार्ग शोधावा लागतो. स्वत:ची अद्वितीय शक्ती आणि साधनसामुग्री यावर विचार करून व्यक्तीला आपला मार्ग शोधावा लागतो.

कोणाची भूमिका अधिक महत्त्वाची जॉनची की एलीनची? कुणीतरी सांगू शकेल का? प्रेमाने प्रेरित झालेला त्यांचा प्रत्येक प्रवास कठीण, महत्त्वाचा आणि धैर्याचा आहे. प्रत्येक दिवस मुलांचा अखेरचा असू शकतो. हे माहिती असूनही हे आई-वडील आयुष्य भरपूर जगतात. प्रत्येक वाढदिवसाच्या मेजवान्या, ब्रॉड वेला भेट, ओशन सिटीमध्ये शनिवार-रविवार, या सगळ्यात स्वत:ला झोकून देतात. जीवनाची संदिग्धता इतकी जवळून जाणून ते सहज प्रवृत्तीने समजून घेतात. ही गोष्ट आपल्यातील बहुतेक जण विसरतात. काळ त्यांचा पाठलाग करत असल्यामुळे आलेला प्रत्येक मौल्यवान क्षण ते धरून ठेवतात. आठवणीत साठवतात. साजरा करतात, त्यावर हसतात, रडतात आणि आणखी पुढच्या क्षणांची आशा करतात. अज्ञातातील त्यांचा प्रवास चालू असतानाही ज्याला आपण जीवन म्हणतो त्या समजू न शकणाऱ्या काळाचा प्रवास!

ऑक्टोबर २००९ **गीता आनंद**

महत्त्वाच्या घटनांचा क्रम

१६ डिसेंबर १९९६	मेगन क्रौलीचा जन्म
५ जून १९९७	जॉन क्रौली हार्वर्ड बिझनेस स्कूल मधून पदवीधर
६ मार्च १९९८	पॅट्रिक क्रौलीचा जन्म
१३ मार्च १९९८	डॉ. डॅविअल बिर्नबॉम यांनी मेगनचे 'पॉम्पे व्याधी' असे निदान केले.
२१ मार्च १९९८	एलीन क्रौली व मुले तिच्या आई-वडिलांच्या घरी न्यू जर्सीमधील रम्सन येथे राहण्यास गेले.
६ ते १३ जुलै १९९८	डॉ. चेन यांनी रक्ताच्या तपासणीवरून पॅट्रिकला पॉम्पे व्याधी असण्याची शक्यता वर्तवली.
२७ जुलै १९९८	ब्रिस्टॉल मायर स्निब कंपनीमध्ये मज्जाशास्त्र विभागामध्ये विक्री निर्देशक म्हणून जॉनने काम सुरू केले.
ऑगस्ट १९९८	पॉम्पे व्याधीवरील चाचण्यांबाबत जॉन फार्मिंगच्या अधिकाऱ्यांना भेटण्यासाठी नेदरलँड्स येथे गेला.
१४ सप्टेंबर १९९८	मेगनला मॉन माउथ वैद्यकीय केंद्रामध्ये फुफ्फुस दाहासाठी दाखल करण्यात आले. तिला मुलांच्या अतिदक्षता विभागात हलवण्यात आले.
२६ ऑक्टोबर १९९८	मेगनला पुनर्वसन केंद्रातून सोडले कुटुंब न्यू जर्सी येथील पेनिंग्टन येथील

	नवीन घरात राहायला गेले.
३ ते ५ डिसेंबर १९९८	जॉन मेरीलँडमधील बेथेरुडा येथील राष्ट्रीय आरोग्य संस्थेच्या चर्चासत्रास हजर राहिला. तेथे डॉ. विल्यम्स कॅनफिल्ड यांच्याशी त्याची प्रथम भेट झाली.
३ जून १९९९	जॉन कॉन्सेल या बाळाला बदली विकर देण्याच्या उपचाराची चाचणी डॉ. चेन यांनी सुरू केली.
नोव्हेंबर १९९९	जॉन आणि मॅनहॅटन येथील मिलेनियम हॉटेलमध्ये एलिन चिल्ड्रेन पॉम्पे फौंडेशनच्या निधी संकलन कार्यक्रमाचे यजमान झाले.
४ एप्रिल २०००	कॅनफिल्ड यांच्या कंपनीत जॉनने काम सुरू केले. नंतर तिचे नामकरण 'नोव्हाझाईम' असे झाले
१२ सप्टेंबर २०००	डॉलर्स पर्स्युअस सोरॉस, हेल्थ केअर व्हेंच्युअर्स आणि कॅटलिस्ट यांच्या गुंतवणुकीद्वारे ८.३ दशलक्ष डॉलर्स उभे करून नोव्हाझाईमने पैसे उभे करण्याची पहिली फेरी बंद केली.
१४ डिसेंबर २०००	जॉन आणि टोनी मॅकिनी 'कल्पनेचा पुरावा' या प्रयोगांचे निष्कर्ष निओजला सादर करतात.
३१ डिसेंबर २०००	कॅनफिल्ड यशस्वीरित्या मानवी (PTase) फॉस्फोट्रॅन्सफरेजची प्रतिकृती तयार केली.
८ ते ११ जानेवारी २००१	सॅनफ्रॅन्सिस्कोमधील बैठकीमध्ये निओज न परस्यूअस सोरॉस या प्रतिनिधींनी नोव्हाझाईममध्ये फसवणूक असण्याच्या शक्यतेवर चर्चा केली.
१६ जानेवारी २००१	गुंतवणूकदार व निओज जॉन व कॅनफिल्ड यांना जॉन आणि मॅकॅनी यांनी १४ डिसेंबर रोजी केलेल्या भयानक अशा शास्त्रीय सादरीकरणाबाबत प्रश्न विचारले.

८ फेब्रुवारी २००१	लिंडसी, पेज, ईस्टन, बॉयॉलॉजिक्स यांच्याकडे नोव्हाझाईमने उत्पादन सुविधा सोपविली.
१७ ते २४ मार्च २००१	क्रौली कुटुंबीय मेगन आणि पॅट्रिकच्या 'मेक अ विश' फाउंडेशनद्वारे डिस्नेच्या सहलीमध्ये सहभागी झाले.
४ एप्रिल २००१	जॉन आणि कॅनफिल्ड यांनी जेन्झाईमला भेट देऊन गौचर उपचाराची पुढील पिढी विकसित करण्याची नोव्हाझाईमची योजना सादर.
१८ जून २००१	जेन्झाईमला कंपनी विकण्याचे नोव्हाझाईमच्या संचालक मंडळाचा निर्णय.
८ ऑगस्ट २००१	निश्चित एकत्रिकरण करून नोव्हाझाईम ताब्यात घेण्याच्या करारावर जेन्झाईमच्या सह्या
२६ सप्टेंबर २००१	वरिष्ठ उपाध्यक्ष आणि पॉम्पे व्याधी कार्यक्रमाचा प्रमुख म्हणून जेन्झाईममध्ये जॉनचे काम सुरू. जेन्झाईमच्या सर्व 'प्रयोगांची जननी'चे निष्कर्ष सादर.
२८ फेब्रुवारी २००२	जेन्झाईमच्या कर्मचाऱ्यांना रुग्णांना भेटण्यासाठी जॉनने पॉम्पे शिखर परिषद भरवली.
१ एप्रिल २००२	क्रौली कुटुंब प्रिन्स्टनमधील नव्या घरामध्ये स्थलांतरित.
५ ऑगस्टचा आठवडा २००२	चिल्ड्रेन हॉस्पिटल ऑफ फिलाडेल्फियांचे संचालक मंडळ डॉक्टर हाल लँडी यांचा. रोपट्याचा अभ्यास पडताळण्यासाठी भेटले आणि त्यांनी जॉनच्या हेतूबद्दल प्रश्न उभे केले. सप्टेंबर २००२ जॉन आणि जेन्झाईमच्या कर्मचाऱ्यांचा गट फार्मिंगचा विकराचा उपचार घेत असलेल्या रुग्णांच्या कुटुंबीयांना रॉटर डॅममध्ये भेटले.

४ ऑक्टोबर २००२	डॉक्टर बॅरी बिर्ने यांनी जॉनला फोन करून सांगितले की, त्यांच्या संस्थेच्या अभ्यास मंडळाने सुधारित रोपट्याच्या अभ्यासाच्या चाचणीस मान्यता दिली आहे.
७ ऑक्टोबर २००२	बिर्नेच्या अभ्यासासाठी अर्ज दिल्याबद्दल ताकीद देण्यासाठी लँडीनी जॉनला बोलावले. त्यानंतर जॉनने ती योजना सोडून दिली.
२९ ऑक्टोबर २००२	जॉन आणि एलीन यांनी केल्सी ॲन ॲसिंक हिच्या मृत्यूबद्दल हडसन व्हिलेला कौटुंबिक भेट दिली.
१९ डिसेंबर २००२	जेन्झाईममधील जॉनचा अखेरचा दिवस
२४ डिसेंबर २००२	डॉक्टर डेब्रा-लिन डे-सॅल्व्हॅटोर यांनी नाताळचे शुभेच्छा कार्ड क्रौलींच्या घरामध्ये पाठवले आणि त्याबरोबरच चाचणीला मान्यता आणि क्रौलींच्या मुलांना उपचार सुरू करण्याची तारीखही जाहीर केली.
९ जानेवारी २००३	मेगन आणि पॅट्रिकना त्यांच्या खास औषधाचे पहिले इंजेक्शन दिले.

■